குற்றம் கற்றவன்

AF765784

பட்டுக்கோட்டை பிரபாகர்

notionpress
.com
INDIA • SINGAPORE • MALAYSIA

Copyright © Pattukottai Prabhakhar 2022
All Rights Reserved.

ISBN 979-8-88833-304-4

This book has been published with all efforts taken to make the material error-free after the consent of the author. However, the author and the publisher do not assume and hereby disclaim any liability to any party for any loss, damage, or disruption caused by errors or omissions, whether such errors or omissions result from negligence, accident, or any other cause.

While every effort has been made to avoid any mistake or omission, this publication is being sold on the condition and understanding that neither the author nor the publishers or printers would be liable in any manner to any person by reason of any mistake or omission in this publication or for any action taken or omitted to be taken or advice rendered or accepted on the basis of this work. For any defect in printing or binding the publishers will be liable only to replace the defective copy by another copy of this work then available.

1

பீடா போட்டுத் துப்பியது போன்ற கலவை வண்ணத் தலையுடனிருந்த அந்த கேங்ஸ்டர் சட்டென்று கோட் உள்பாக்கெட்டிலிருந்து ஹெக்லர் அண்ட் கோச் விபி9 பிஸ்டலை எடுத்தான் என்று சொல்லும் நேரத்திற்குள் எடுத்தான். பரத்தை நோக்கி நிமிர்த்தி மீண்டும் மீண்டும் சுட்டான்.

ஆனால், பரத் ரத்தம் தெறிக்காமல்... அலறி சரியாமல் மைக்ரோ ஓவனில் சொந்தமாக தயாரித்த பாப்கார்னை கொறித்தபடி பீன்ஸ் பேகில் சரிந்து சுவர் முழுக்க வியாபித்திருந்த திரையில் கூரையிலிருந்து தொங்கிய புரொஜெக்டர் மூலம் ஆங்கில வெப் சிரீஸ் பார்த்துக்கொண்டிருந்தான்.

பெசன்ட் நகரில் கடற்கரையோரமாக கடலைப் பார்த்தபடி நட்டு வைக்கப்பட்டிருந்த அந்த அடுக்கு மாடிக் கட்டிடத்திற்கு மாறியிருந்தது மூன்லைட் டிடெக்ட்டிவ் ஏஜன்சி. அலுவலகத்தின் அந்த அறையை அறை என்று வர்ணித்தல் தவறு. நியாயமாக ஹால் என்றுதான் அதைச் சொல்லவேண்டும்.

ஒரு புறம் விசாலமான மேஜையைச் சுற்றிலும் சக்கரம் வைத்த நான்கு நாற்காலிகள். அதன் மேல் திறந்தும், மூடியும் இரண்டு லேப்டாப்கள். இன்னும் நீக்கப்படாத சாண்ட்விச் சாப்பிட்ட பீங்கான் தட்டும், தண்ணீர் ஜக்கும், பெப்பர் & சால்ட் குப்பிகளும் அந்த மேஜையே டைனிங் டேபிளாகவும் பயன்படுவதை அறிவித்தன.

இன்னொரு பக்கம் ஒரு சுவர் முழுக்க ரேக் அமைத்து சகல சாத்தியமான இஞ்சுகளிலும் திணிக்கப்பட்டு வழிய வழிய புத்தகங்கள். மற்றொரு புறம் ஒரு சமையல் மேடை மாதிரியான நீள மேஜையில் மைக்ரோ ஓவன், கேஸ் ஸ்டவ், கொஞ்சம் மளிகை சாமான்கள் டப்பாக்களில். அவற்றின் மீது மிளகு,

சீரகம், சர்க்கரை, மிளகாய்த்தூள் என்று எழுதி ஒட்டப்பட்டிருந்த ஸ்டிக்கர்கள்.

வெளியே அடம் பிடிக்கும் குழந்தையாக பெய்யும் மழையின் ஓசையை வடிகட்டியிருந்தது ஏ.சி. மூடிய ஜன்னல் கண்ணாடிகளில் வழிந்த நீர்க்கோடுகள் கலைடாஸ்கோப் பிம்பங்களாக புதுப்புது வடிவங்களமைத்தன. இருபுறமும் திரைச்சீலைகள் இடுப்பில் பெல்ட் போட்டு திரைச்சிலைகளாகத் தொங்கின.

டீப்பாய் மேல் புத்தகங்களும், ஃபைல்களும் கலைந்து கிடக்க, அந்தக் கும்பலுக்குள்ளிருந்து சிணுங்கிய போனைத் தேடியெடுத்த பரத்,

"சொல்லு சுசி" என்றான்.

"கெட்ட படம் பாக்கறியா?"

"நாட் நவ்! வொய்ப்பா?"

"இருபத்தஞ்சி செகண்ட்டாச்சி போன் எடுக்க."

"தொட்டதுக்கெல்லாம் சந்தேகப்படாதே!"

"யாரைத் தொட்டே?"

"எப்பப் பாரு இலவச இணைப்பு புக் மாதிரி நீதான் கூடவே இருக்கியே...தொடணும்னு நினைக்கக்கூட முடியறதில்ல."

"ஒகோ... வாட் ஈஸ் ஆன் யுவர் மைண்ட்?"

"என்ன நீ ஃபேஸ்புக் மார்க் மாதிரி கேக்கறே? மைண்ட்ல எவ்வளவோ இருக்கு. சொல்லதான் முடியுமா? செய்யதான் முடியுமா?"

"அந்த பயம் இருக்கட்டும்!"

"இது பயம் இல்லடா. பரிதாபம்!"

"பரிதாபமா?"

"இல்லையா பின்னே... நீ என்னை லவ் பண்ண ஆரம்பிச்சி ரெண்டு தலைமுறையே கடந்து போனாலும் இன்னும் மாறாம,

பிரேக் அப் பண்ணாம கண்ட்டினியூ பண்ணிட்டிருக்கியே... உனக்கு துரோகம் செய்ய நினைக்கிறதே பாவம் இல்லையா? அதுக்காகவாவது கற்போட இருக்கறதுதானே நியாயம்?"

"ராஸ்கல்!"

"நல்லா ஒரு ஃப்ளோவா போயிட்டிருக்கே... எதுக்கு திட்றே?"

"நீ சொன்னதை ரீவைண்ட் பண்ணி யோசிச்சிப் பாரு. நான் மட்டும்தான் உன்னை லவ்பண்றேனா? நீ என்னை லவ் பண்ணலை... அப்படித்தானே?"

"பாசிட்டிவா ஏதாச்சும் சொன்னாலும் அதுல மைக்ராஸ்கோப் வெச்சித் தேடி ஒரு தப்பை எப்படிப்பா கண்டுபிடிக்கிறீங்க? இதெல்லாம் உங்க ஜெண்டரோட டிஎன்ஏ ஸ்ட்ரக்ச்சர்லயே இருக்கோ?"

"எதுக்கு இப்ப ஜெண்டரையே இழுக்கறே? சரி... ஈவினிங் என்ன புரோக்ராம்?"

"மழை பெய்யுதுப்பா. என்ன ஒரு க்ளைமேட்! என்ன ஒரு மூடு. நீ எப்ப வர்றேன்னு சொல்லு. வசதியா சோபா கம் பெட்தானே வாங்கிப் போட்ருக்கோம்..."

"அதே நினைப்புலயே இருப்பியா?"

"உன் செட்யூசிங் குரல்தான் குற்றவாளி யுவர் ஆனர்!"

"என்ன பண்ணிட்டிருக்கே?"

"காலைலேந்து நாலு வேலை."

"சூப்பர்! என்ன செஞ்சே சொல்லு?"

"மொதல்ல நகம் வெட்டினேன். அப்புறம் தொட்டிச் செடிக்கு தண்ணி ஸ்ப்ரே செஞ்சேன். காலண்டர்ல தேதி கிழிச்சேன். இப்ப வெப் சீரீஸ் பார்க்கறேன்."

"வெட்டியா இருக்கேன்னு சொல்லு!"

"இப்பதானே பாம்பே அகர்வால் மேட்டர் முடிச்சோம். அடுத்த கேஸ் வர்றவரைக்கும் வெக்கேஷன்ல இருக்கக் கூடாதா?

அக்கவுன்ட்ல எக்கச்சக்கமா சேர்ந்துடுச்சிப்பா. ஸ்விஸ் டூர் போலாமா? டிராவல்ஸ்ல பேசவா?"

"இன்னும் பேசிடலையே? கொஞ்சம் தள்ளி வெச்சிடு பரத்."

"என் ஆசை நாயகி உன்னை ஏன் நான் தள்ளிவைக்கணும்?"

"அய்யே! புரோக்ராமை தள்ளிவைன்னு சொன்னேன்."

"வொய் டியர்?"

"கோகுல்தாஸ் தெரியுமா?"

"கோகுல் கன்ஸ்ட்ரக்ஷன்ஸ்! சென்னையில அத்தனை ஏரியாலயும் 20 மாடி, 30 மாடின்னு வீடு கட்டி விக்கிறவர்தானே? ஒரு பினாமி மூலமா ரெண்டு சேனல் நடத்தறார். அதுல லலிதா ஜுவல்லரி முதலாளிக்கு அப்புறம் இவர் மூஞ்சைதான் அதிகமா காட்றாங்க. சதா சர்வ நேரமும் கோகுல்தாஸ் தலைமை தாங்கினார். கோகுல்தாஸ் மரம் நட்டார். கோகுல்தாஸ் ரிப்பன் வெட்டினார்."

"அவர்தான்! உன் நம்பர் வாங்கிருக்கார். கூப்புடுவார்."

"எதுக்காம்?"

"50 கோடி கடன் வேணுமாம்! பரத்... இவ்ளோ அடுக்கினியே... ரெண்டு மாசம் முன்னாடி ஒன் வீக் மீடியா ஹெட்லைன்ஸ்ல வந்தாரே... அந்த நியூஸை விட்டுட்டியே..."

"யெஸ்... கோகுல்தாஸின் மனைவி கொலை!"

"அதேதான்."

"அதுல நாம என்ன செய்யப்போறோம்?"

"எனக்கென்ன தெரியும்? பேசுவார். அப்ப கேளு. போனை கட் பண்ணவா?"

"இரு... இரு... எங்க இருக்கே?"

``அங்கதான் வந்துட்டிருக்கேன். டிரைவிங்ல இருக்கேன்."

"இன்னிக்கு உன் டி ஷர்ட்ல என்ன எழுதிருக்கு?"

``ம்? அதான் வருவேன்ல... பார்த்துக்கோ!"

"நீ வர்றதுக்குள்ளே இந்த முடிஞ்சுட்டா? பாவம்! ஏமாற்றமாய்டுமில்ல... எனக்கில்லப்பா..."

"அய்யோ... பரத்... இதெல்லாம் சொன்னா சுவாரசியம் இல்ல... படிச்சாதான் சுவாரசியம்..."

"அப்படின்னா அர்ஜென்ட்டா ஒரு செல்ஃபி எடுத்து அனுப்பு. படிச்சிக்கறேன்" என்றான் பரத்.

விநாடிகளில் வாட்ஸ்அப்பில் சுசிலாவின் செல்ஃபி படம் வர... அதை பரத் பார்க்க... அதில்...*TAKE OFF YOUR EYES IDIOT!* என்று இருக்க... புன்னகைத்தான் பரத்.

'முடியலையே சுசி' என்று முணுமுணுத்தன அவன் உதடுகள்.

* * *

சில மாதங்களுக்கு முன்...

வைரமுத்துவின் வைர வரிகளான இரவும் பகலும் உரசிக்கொள்ளும் அந்திப் பொழுது. அவள் மெரினா கடற்கரையின் உள் சாலையில் காரை நிறுத்தியிருந்தாள். டிரைவிங் சீட்டை விட்டு இறங்காமல் அமர்ந்திருந்தாள். பார்க்கிங் விளக்குகளை ஆன் செய்திருந்தாள். காரின் பின்புற இண்டிகேட்டர்கள் கண்ணடித்துக்கொண்டிருந்தன.

பிங்க் நிறத்தில் பாலீஷ் போட்ட சற்றுமுன் கடித்த நகத்தையே இன்னும் பாக்கி இல்லாமல் கடித்துத் துப்பியபடி ரியர் வியூ மிர்ரர் வழியாக யாரையோ எதிர்பார்த்தாள்.

ஒலித்த போனை எடுத்து காதை மறைத்து அலையும் கூந்தலுக்குள்ளே நுழைத்து,

"சொல்லு" என்றாள்.

"வந்துட்டியா?" என்றது மீசை வைத்த குரல்.

"யெஸ்..."

"எங்க இருக்க?"

“பார்க்கிங் லைட்ஸ் போட்ட ப்ளூ கலர் வண்டி.”

“பார்த்துட்டேன். சூடா சோளம் வாங்கிட்டு வரட்டுமா?”

“கடுப்பேத்தாத. நான் ரொம்ப நேரம் இங்க இருக்க முடியாது. அஞ்சி நிமிஷத்துல புறப்படணும்.”

“டென்ஷனாகாத... வர்றேன்”

ஆனாலும் டென்ஷனானாள். குளிர்க் காற்றையும் மீறி நெற்றியில் பொடித்த வியர்வையை டிஷ்யூ காகிதம் எடுத்து ஒற்றினாள்.

“மே ஐ கமின்?” மடக்கிய விரலால் கதவின் கண்ணாடியில் தட்டித்திறந்து முன் சீட்டில் அமர்ந்த அவன் அவளை ஆழமாக விழிகளால் மேய்ந்து விசிலடித்தான்.

“பாத்து எத்தனை நாளாச்சி... செமத்தியா இருப்கேப்பா இப்ப.”

“விஷயத்துக்கு வா. எதுக்கு மீட் செய்யணும்னு சொன்னே?”

“என்ன அவசரம்?”

”எனக்கு அவசரம்.”

``எனக்கு அவசரம் இல்லையே...”

சிகரெட் எடுத்து உதட்டில் வைத்துக்கொண்டு லைட்டரை அவளிடம் நீட்டி, “பத்த வை டியர்” என்றான்.

“நோ!”

“என்ன நோ? எத்தனை தடவை பத்த வெச்சிருக்கே...”

“கார்ல வேணாம். இந்தக் காரை நான் மட்டும் எடுக்கறதில்லை.”

”ஓ...? யப்பா! என்ன ஒரு முன்னெச்சரிக்கை! கத்துக்கணும்.”

“சீக்கிரம் விஷயத்தை சொல்லு. நான் போகணும்.”

“எல்லாத்துக்கும் ஒரு விலை இருக்கு. தெரியும்ல?”

“அதுக்கென்ன?”

“எனக்கு எந்த விலையும் குடுக்கலையே டியர்... நீ செஞ்ச துரோகத்துக்கு என்ன விலைன்னு நீயே சொல்லேன்.”

“எத்தனை லட்சம் வேணும்?”

அவன் புன்னகைத்தான். பேண்ட் பாக்கெட்டிலிருந்து ஒரு பட்டன் கத்தி எடுத்து கிடிக் என்கிற சத்தத்துடன் அதை விரித்தான்.

“எனக்கு பணம் வேணாம். உன் உயிர்தான் விலை” என்றான்.

2

ஒன்றின் அநியாயச் சுருக்கம்:

பரத்துக்கு போன் செய்யும் சுசிலா, நகரில் பெரிய கன்ஸ்ட்ரக்ஷன் அதிபரான கோகுல்தாஸ் தன் மனைவியின் கொலை சம்பந்தமாக போன் செய்வார் என்கிறாள். சில மாதங்களுக்கு முன் நடந்த ஒரு சம்பவத்தில் கடற்கரையில் காத்திருக்கும் ஒரு பெண்ணைச் சந்திப்பவன் தனக்கு செய்த துரோகத்திற்கு விலையாக அவளின் உயிர் வேண்டும் என்கிறான் பட்டன் கத்தியை விரித்தபடி.

சில மாதங்களுக்கு முன்...

அவன் கையில் கத்தியைப் பார்த்த அவள் வெலவெலத்தாள். அவன்,

“என் கோபம் ரொம்ப நியாயம்” என்றான்.

“என் சூழ்நிலை அப்படி. புரிஞ்சுக்கோ...” கெஞ்சினாள்.

“நான் தத்தி. மக்கு. முட்டாள். விளக்கேன். நீ எனக்கு செஞ்ச துரோகத்துல என்ன நியாயம் இருக்குன்னுதான் புரிஞ்சுக்கறேன்.”

“என் குடும்பத்துல இருந்த எல்லாப் பிரச்னைகளும் உனக்குத் தெரியும். எனக்கு வேற வழி இல்ல.”

“நீ செஞ்சிக்கிட்டது கல்யாணம் இல்ல... அந்த பேர்ல நடத்தின விபசாரம்.”

“அப்படில்லாம் சொல்லாத...”

“முடிவெடுக்கறதுக்கு முன்னாடி எங்கிட்ட சொல்லணும்னு உனக்கு ஏன் தோணலை டியர்? பாரு... இப்பகூட என் வாய்ல டியர்னுதான் வருது”

“சொல்லிருந்தா ஒத்துட்டிருப்பியா? நெஞ்சத் தொட்டுச்சொல்லு!”

“உன் நெஞ்சையா? என் நெஞ்சையா?”

“என்னை மன்னிச்சிடு... ப்ளீஸ்.”

“என்னைப் பத்தி உன் மனசுல எவ்வளவு அலட்சியமா நினைச்சிருந்தா இப்படி செஞ்சிருப்பே? நான் ஒரு சோப்ளாங்கி. பழி வாங்க தைரியமில்லாத கோழை. விஷயம் தெரிஞ்சதும் அழுவேன். கவிதை எழுதுவேன். டாஸ்மாக்ல ஃபுல்லா ஏத்திக்கிட்டு

நடுரோட்ல விழுந்து கெடப்பேன். லாரில அடிபட்டு ஒரு தெருநாய் மாதிரி செத்துப்போயிருவேன். இதானே உன் கணக்கு?”

“அய்யோ! என்னை வார்த்தையால கொல்லாத!”

”அதனாலதான் கத்தியோட வந்தேன். உன் கடைசி ஆசையை சொல்லேன்...”

“நீ சிங்கப்பூர்லயே செட்டிலாயிடுவேன்னு நினைச்சேன்.”

“அங்கதான் செட்டிலாகப் போறேன். உனக்கு கல்யாணப் பரிசு கொடுத்துட்டுப் போறதுக்காக ரிட்டன் டிக்கெட்டோடதான் வந்திருக்கேன்.”

“எனக்குத் தெரியும். நீ என்னைக் கொல்லமாட்டே.”

“எனக்குத் தெரியும். அது சரியான தண்டனை இல்லை. சரி... ஒரு தீர்வுதான் சொல்லேன். நீ செஞ்ச துரோகம் என் மனசை அமிலம் மாதிரி அரிச்சிக்கிட்டே இருக்கே... அதை நான் எப்படி சமாதானப் படுத்துவேன்?”

“என்னை மறந்துட்டு ஒரு நல்லப் பொண்ணாப் பார்த்து...”

"அடச்சீ! நிறுத்துடி! பத்மினி காலத்துலேர்ந்து இந்த டயலாக்தான் சொல்றீங்க. நல்லப் பொண்ணாப் பார்த்து...? அப்ப நீ கெட்ட பொண்ணுன்னு ஒத்துக்கறே!"

"இது மனசார விரும்பி நடந்த கல்யாணம் இல்ல..."

"அப்போ ஒண்ணு செய்யி... இப்பவே என்னோட வந்துடு. உன் மனசு விரும்பினது என்னைத்தானே?"

"விளையாடாதே!"

"நிஜமாத்தான் சொல்றேன். ரிசர்வ் பேங்க் கவர்னர் மாதிரி சொல்றேன். ஐ பிராமிஸ்... உன் பாஸ்போர்ட் எடுத்துட்டு வந்துடு. சிங்கப்பூர் போயிடலாம்."

"இதோ பாரு... நான் போகணும்."

"நம்ம எதிர்காலத்தைப்பத்தி பேசிட்டிருக்கேன். பொறுப்பே இல்லாம போகணும், போகணும்னு சொல்றே... மிரட்றதுக்குதான் கத்திய எடுத்தேன். ஆத்திரப்பட்டு நிஜமாவே கிழிச்சிடப்போறேன்"

"ஏன் இப்படி என்னை டார்ச்சர் பண்றே?"

"ஏய்! என்னடி... பெரிய வார்த்தை எல்லாம் பேசறே? நீ செஞ்சதுதான் டார்ச்சர்! தூங்க முடியலை. எதுலயும் கவனம் போகலை. தினம் ஒரு ஃபுல் விஸ்கி அடிக்கிறேன் தெரியுமா?"

"அய்யோ! உடம்பு என்னத்துக்கு ஆகறது?"

"அடடா... என் உடம்பு மேல எவ்வளவு அக்கறை? எத்தனை கனவு கண்டோம்... எவ்வளவு அணைப்பு! எவ்வளவு முத்தம்! அப்பறம் உன் குடும்பம் திருப்பதி போனப்ப உன் வீட்ல..."

"இப்ப எதுக்கு அதைப்பத்தில்லாம் பேசறே?"

"நீ எனக்கு தாலி கட்டாத பொண்டாட்டி. அதை உனக்குப் புரிய வைக்கத்தான் பேசறேன்.

" இப்போது அவளுடைய போன் ஒலிக்க... அதில் பெயர் பார்த்துப் பதறினாள், *"அய்யோ! அவர்தான்!"*

“ பேசு! நான் சைலன்ட்டா இருக்கேன்”

“ஹலோ” என்றாள்.

“எங்கம்மா இருக்கே?” இதமாக கொஞ்சியது மறுமுனைக் குரல்.

“லைப்ரரிக்கு வந்தேன். லேட்டாயிடுச்சி. இதோ புறப்படப் போறேங்க.”

“எந்த லைப்ரரி?”

“மெட்ராஸ் யுனிவர்சிடி லைப்ரரி.”

“எதுக்கு அவ்வளவு தூரம்?”

“கரஸ்பாண்டன்ஸ்ல எம்.ஏ ஜாயின் பண்ணிருக்கேன்னு சொன்னனே... ஒரு பாடம் சம்பந்தமா ரெஃபர் பண்றதுக்கு இங்க சில புக்ஸ் இருக்கு.”

“சரி... சீக்கிரம் வா!”

அவள் போனைத் துண்டித்ததும் சிரித்தான்.

“எவ்ளோ சரளமா பொய் சொல்றே! சாகசக்காரிடி நீ!”

“கோர்ஸ் சேர்ந்திருக்கறது பொய் இல்ல.”

“ரொம்ப நல்லதாப் போச்சு. நாளைக்கு இதே நேரம், இதே இடத்துக்கு, இதே காரணம் சொல்லிட்டு வந்துடு. வர்றப்ப பாஸ்போர்ட் மட்டும் எடுத்துட்டு வந்துடு. எல்லா ஏற்பாடும் நான் பார்த்துக்கறேன். இப்ப கிளம்பு.”

“நடக்கற விஷயமாப் பேசு!”

“நடக்கணும். நடந்தே தீரணும்...” என்றான் அழுத்தமாக.

“சான்ஸே இல்ல. என்னை வற்புறுத்தாதே!”

“சான்ஸ் இருக்கு. வற்புறுத்துவேன். நாளைக்கு மட்டும் நீ வராம இருந்து பாரு... உன் புருஷனே உன்னை செருப்பால அடிச்சி துரத்தற மாதிரி செஞ்சிடுவேன். இது சீரியஸ். குட் நைட்.”

அவன் சட்டென்று கதவைத் திறந்து இறங்கி விலகிப்போனான். அவள் கண்களில் வழிந்த நீரைத் துடைத்துவிட்டு காரை ஸ்டார்ட் செய்தாள்.

* * *

கார் டிராஃபிக் நெரிசலில் சிக்கி ஊர்ந்தது. பரத் ஓட்டிக்கொண்டிருக்க... அருகில் சுசிலா மொபைலில் படித்துக்கொண்டிருந்தாள்.

"நான் உனக்கு போரடிச்சிட்டேன். இல்ல?"

"உளறாதே!"

"இல்ல... உனக்கு என் மேல இன்ட்ரஸ்ட் போயிடுச்சி"

"இப்ப எதுக்கு ஒரு சண்டை ஆரம்பிக்கிறே பரத்?"

"நான் பக்கத்துல இருக்கறப்ப எங்கிட்ட பேசாம ஃபார்வர்ட் மெசேஜ் படிச்சிட்டிருந்தா என்ன அர்த்தம்?"

"உன் மூளையில குருவி கூடு கட்டிக்கிட்டிருக்குன்னு அர்த்தம். இப்ப கோகுல்தாஸைப் பார்க்கப்போறமே... அவர் மனைவி கொலை பத்தி கொஞ்சம் படிச்சி தயாராகிக்கலாம்னு நினைச்சது தப்பா?"

"ச்சே! என்ன ஒரு பொறுப்பு! இதுக்கு முழு ஹக் குடுக்கணும். இப்போதைக்கு அரை ஹக் குடுக்கறேன்" என்ற பரத் ஒரு கையால் அவளை அணைத்து விடுவித்தான்.

"ரோட்டைப் பாத்து ஓட்டு."

"சரி... கொலைக் கதைச் சுருக்கம் சொல்லேன்..."

"கோகுல்தாஸ் பிசினஸ்ல ஜெயிக்கிற வெறில இருந்ததால 50 வயசு வரைக்கும் கல்யாணம் பண்ணிக்கலை."

"இன்டர்வியூல யாரோ கேட்டதுக்கு எனக்கு பிசினஸ்தான் பொண்டாட்டின்னு இத்துப்போன பதிலை சொல்லிட்டு அதுக்கு அவரே சிரிச்சுக்கிட்டாரு."

"அவர் ஆபீஸ்ல செக்ரெட்டரியா வந்துசேர்ந்தா மாயா."

"மாயாவின் மோக வலையில் வீழ்ந்தார் கோகுல்தாஸ். அதானே?"

"அதேதான்."

"மாயாவுக்கு என்ன வயசு?"

"இருபத்தி ஆறு. மிடில் கிளாஸ் குடும்பம்."

"போதுமே... பணத்தாலயே அடிச்சி கல்யாணத்துக்கு சம்மதிக்க வெச்சிருப்பார். அப்பறம்?"

"அந்த மாயாதான் கொலை செய்யப்பட்டா!"

"யார்? ஏன்?"

"அதைத்தான் போலீஸ் பல்லு துலக்கி முடிச்சிட்டு துப்பு துலக்கிட்டு இருக்கு"

"ரெண்டு மாசமா!"

"ஆமாம்... ரெண்டு மாசமா!"

"அந்த மாயா சூப்பர் அழகியா இருக்கணுமே..."

"கரெக்ட். அவ போட்டோஸ் பார்க்கறப்ப எனக்கே..."

"ஏய்!"

"பொறாமையா இருந்திச்சி."

"காட்டு. எனக்கும் பொறாமை வருதான்னு பாக்கறேன்"

"மாட்டேன். செத்துப்போனவளையும் சைட் அடிப்பே நீ!"

"ச்சீ! என்னைக் கேவலப்படுத்தறே நீ! காலையில் மோனிகா என்னைப் பார்க்க வந்தப்ப நான் எவ்ளோ டீசன்ட்டா நடந்துகிட்டேன் தெரியுமா?"

"மோனிகாவா? யாரது?"

"நம்ம ஃப்ளோர்லயே புதுசா ஒரு பியூட்டி பார்லர் வந்திருக்கே... கவனிக்கலையா? அதோட ஓனர்."

"ஓகோ... அவளுக்கென்ன?"

இப்போது உரையாடலை மொபைலின் ஓசை கத்தரித்தது. ஆன் செய்து ஸ்பீக்கர் போன் வழியாகப் பேசினான் பரத்.

"ஹலோ மிஸ்டர் கோகுல்தாஸ்... ஆன் தி வே... அனதர் டென் மினிட்ஸ்ல அங்க இருப்போம்."

"வாங்க. உங்களுக்கு ஏதாச்சும் மிரட்டல் போன் வந்துச்சா?"

"மிரட்டல் போனா?"

"இந்தக் கேஸை எடுத்துக்கக் கூடாதுன்னு..."

"அப்படி ஒரு போன் வருமா என்ன? இதுவரைக்கும் வரலை."

"உங்களை யாரும் ஃபாலோ செய்யலைன்னு நிச்சயப்படுத்திக்கிட்டு வாங்க" என்றார் கோகுல்தாஸ்.

"பரத், அந்த டாட்டா நெக்ஸான் ரொம்ப நேரமா நம்ம பின்னால வந்துட்டிருக்கு" என்றாள் சுசிலா.

3

சுசிலா குறிப்பிட்ட அந்தக் காரை ரியர் வியூ மிர்ரரில் கவனித்தான் பரத்.

நேர் பின்னால் இருந்தது. அதில் டிரைவர் மட்டுமே இருப்பது தெரிந்தது. அவன் பிரெஞ்ச் தாடி வைத்திருந்தான். கூலர்ஸ் அணிந்திருந்தான்.

அடுத்த சிக்னலில் காத்திருந்த பரத், கோகுல்தாஸின் அலுவலகத்திற்கு லெஃப்ட் திரும்ப வேண்டும். ரைட் சிக்னல் விழுந்ததும் ரூட் மாற்றி ரைட்டில் திரும்ப... டாட்டா நெக்ஸானோ லெஃப்ட்டில் திரும்பிப்போய்விட்டான். பெருமூச்சு விட்ட பரத் அடுத்து கிடைத்த யு டர்னில் திரும்பி தன் பழைய ரூட்டுக்கு வந்தான்.

"கோகுல்தாஸ் கொஞ்சம் ஓவரா பயமுறுத்தறாரா?"

"தெரியலை. சரி... மோனிகா என்ன பண்ணா?"

"தொடர்கதை மாதிரி விட்ட இடத்திலேர்ந்து கப்புன்னு பிடிக்கிறியே... பெருசா ஒண்ணுமில்ல. ரொம்ப போரடிக்குதுன்னு வந்து புக் கேட்டா."

"கடலை போட்டியா?"

"பாப்கார்ன்தான் போட்டேன். மொத மொத வந்த ஒரு விருந்தாளியை உபசரிக்க வேணாமா?"

"நல்லா உபசரிப்பியே நீ... ரெண்டு நிமிஷத்துல புக் குடுத்து அனுப்பிட்டேதானே?"

"ரெண்டு கரெக்ட்டு. நிமிஷம் இல்ல... மணி!"

"அடப்பாவி! அவ்ளோ நேரம் என்ன செஞ்சே?"

“ச்சீ! செய்யல்லாம் இல்ல... ஒரு புக் குடுக்கறப்ப அந்த புக், அதோட ஆதர் பத்தில்லாம் நாலு வரி சொல்ல வேணாமா?”

“நாலு வரி சொல்றதுக்கு எதுக்கு ரெண்டு மணி நேரம்?”

“அவ படிச்ச புக் பத்தி நாலு வரி சொல்ல மாட்டாளா?”

“சரி... சரி என்ன டிரெஸ் பண்ணியிருந்தா?”

”அமெரிக்கன் ஸ்டைல்ல முழுங்கால் வரைக்கும் வைன் ரெட் கலர்ல ஸ்கர்ட்டும், எக் வொயிட் கலர்ல ஸ்லீவ்லெஸ் டாப்ஸும்! குட்டியா ஒரு ஏரோப்ளேன் டாலரோட செயின்.”

”படவா! டாலர் பத்தி டர்ட்டி கமென்ட் அடிச்சிருப்பியே...”

”அவ க்யூட் கமென்ட்னு சொன்னாளே...”

“சொல்லித் தொலை! என்ன கமென்ட் அது?”

”ஏரோப்ளேனைவிட ரன்வே அழகுன்னு சொன்னேன்.”

”பரத்... உனக்கு வெக்கமா இல்ல?”

”அழகை ரசிக்கறதுக்கு எதுக்கு வெக்கப்படணும்?”

”அதை முகத்துக்கு நேரா சொல்றதுக்கு வெக்கப்படணும்.”

“அவ என் மீசை க்யூட்னு சொன்னால்ல... அதான் பழிக்குப்பழி!”

“அந்த மோனிகா இன்னொரு தடவை நம்ம ஆபீஸுக்கு வந்தா... நடக்கறதே வேற!”

“கரெக்ட்டு! வேற எதுவும் நடந்துடக் கூடாதுன்னுதான் நானும் நினைக்கிறேன். நாலு பேர் வந்து போற இடம் பாரு! அதனால புக் படிச்சி முடிச்சிட்டு போன் பண்ணுங்க, நானே வந்து வாங்கிக்கறேன்னு சொல்லிட்டேன்.”

“போன் நம்பர் வேற குடுத்தியா?”

“அவ குடுக்கறப்ப பதிலுக்கு கொடுக்கறதுதானே நாகரிகம்?”

“அவ எதுக்கு நம்பர் குடுக்கணும்?”

“பேசதான். வேற எதுக்கு? செல்ஃபி அனுப்பவா கேப்பா!”

“அந்த மோனிகாவோட பியூட்டி பார்லரை நம்ம பில்டிங்லேர்ந்து காலி செய்ய வைச்சிட்டுதான் அடுத்த வேலை...” என்றவள் செல்லமாக அவன் தலையைக் கலைத்தாள்.

* * *

அண்ணா நகரில் அந்த பத்து மாடிக் கட்டடத்தின் அடியில் சுரங்கப் பாதைக்குள் சென்று காரை நிறுத்தினான் பரத்.

அருகருகில் நிறுத்தப்பட்டிருந்த அத்தனை கார்களையும்விட ஏழையாகத் தெரிந்தது பரத்தின் கார்.

அங்கிருந்த லிஃப்ட்டுக்குள் பரத்தும், சுசிலாவும் நுழைய... சுசிலா ஏழாவது எண்ணை அழுத்த, குட்டியூண்டு சத்தமுமின்றி மேலே புறப்பட்டது. மூன்று புற ஸ்டெய்ன்லெஸ் ஸ்டீல் சுவர்களிலும் இவர்களின் பிம்பங்கள் மழுப்பலாகத் தெரிந்தன.

தலையில் சாக்ஸபோன் இசை பொழிந்தது.

“கோகுல்தாஸ் எதுக்காக நம்மை சந்திக்க விரும்பறார்? எனி கெஸ் சுசி?”

“அந்தக் கொலை நடந்து ரெண்டு மாசம் ஆச்சு. போலீஸ் இன்னும் கிரிமினலைப் பிடிக்கலை. நீங்க பிரைவேட்டா இறங்கி கண்டுபிடிங்கன்னு சொல்லலாம். வாட் எல்ஸ்?” என்றாள் சுசி.

ஏழாவது மாடி என்று ஆங்கிலத்தில் அறிவித்தாள் எவளோ. வெளிப்பட்டார்கள். நேரெதிரில் கோகுல்தாஸின் அலுவலகத்திற்கு அம்புக் குறி தாங்கிய பித்தளை போர்டு வழி காட்டியது. வழியெங்கும் மெத்தென்று கம்பளம் விரித்திருந்தது.

சி.சி.டி.வி கேமராக்கள் சந்துக்கு சந்து வௌவால்கள் மாதிரி தொங்கின. யூனிஃபார்ம் அணிந்த பணிப்பெண் ஏற்கெனவே நன்றாகத்தான் இருந்த கண்ணாடி சுவர்களின் மீது வாங்கும் சம்பளத்திற்காகத் ஸ்பிரே செய்து துடைத்துக்கொண்டிருந்தாள்.

வரவேற்புப் பகுதியில் விமான நிலைய காத்திருப்பு பகுதியில் போல உயர் மட்ட ஆசாமிகள் இருபது பேர். சிலர் காத்திருக்கும் நேரத்தில் சுவரில் ஓடிய தொலைக்காட்சியில் செய்தி பார்க்க... பலர் அவரவர் அலைபேசிகளில் மேய்ந்துகொண்டிருந்தார்கள்.

ரிசப்ஷனிலிருந்த இரு பெண்களும் பிஸியாக இன்டர்காம்களில் சிக்கொண்டிருக்க... ஒருத்தி பரத்திடம் ஒரு நிமிடம் என்று விரல் காட்டி கண்களால் கெஞ்சினாள்.

"அழகிப் போட்டிக்குப் போக வேண்டியவங்களை எல்லாம் அநியாயத்துக்குப் பிடிச்சி இங்க போட்டுருக்கார் பார் கோகுல்தாஸ்" என்றான் பரத் அதிகமாக உதடுகளைப் பிரிக்காமல்.

"எல்லாம் மேக்கப் பரத்" என்றாள் சுசிலா.

"எனக்கென்னவோ இவளை வீட்ல தூங்கி எந்திரிச்ச மூஞ்சோட நைட்டில பார்த்தாலும் அழகா இருப்பான்னுதான் தோணுது. என்ன பெட்?"

"அதுக்காக அட்ரஸ் வாங்கிட்டு வீட்டுக்குப் போய் நிக்கலாம்னு சொல்றியா? பரத்... வேற பேசேன்..."

"கோகுல்தாஸ் நம்மை வெய்ட் பண்ண வைப்பாரா? உடனே கூப்புடுவாரா சொல்லு பார்ப்போம்..."

"உக்காந்திருக்கற கூட்டத்தைப் பார்த்தா ஒரு மணி நேரமாச்சும் வெய்ட் செய்ய வேண்டியிருக்கும்னு தோணுது" என்றாள் சுசிலா.

அந்த அழகி போன் பேசிமுடித்து, "யெஸ்" என்றாள்.

"பரத். அப்பாயின்ட்மென்ட் இருக்கு."

"வெல்கம் சார். ஜஸ்ட் ஏ மினிட்."

அந்த மினிட்டில் பத்து சதவிகிதத்திற்குள்ளாகவே போனில் பேசி வைத்துவிட்டு, "ப்ளீஸ் கம் வித் மி" என்றாள்.

அவளைத் தொடர்ந்தார்கள். இரண்டு பெரிய ஹால்களில் டை கட்டிய இன்ஜினீயர்கள் கோகுல்தாஸின் வருமானத்தை உயர்த்துவதற்காக மூளைகளைக் கசக்கிக்கொண்டிருக்க... ஒரு தனியறைக்குள் அழைத்துச்சென்று கதவை மூடிவிட்டு அகன்றாள் அவள்.

நடுவில் நெட் கட்டி டேபிள் டென்னிஸ் விளையாடலாம் போன்ற கிரானைட் மேஜையின் அந்தப் பக்கம் தலைக்கு மேலே ஒரு அடி உயர்ந்திருந்த நாற்காலியிலிருந்து எழுந்த கோகுல்தாஸ் கைகளைக் கூப்பினார்.

"வாங்க பரத் சார்... வெல்கம் சுசிலா... உக்காருங்க." அவர் புன்னகைத்தது தாடிக்குள் தொலைந்துபோனது.

"நேரா விஷயத்துக்கு வர்றேன், மிஸ்டர் பரத். என் மனைவி மாயாவோட கொலை வழக்கு பத்தி தெரியுமில்லையா?"

"இப்ப நீங்க சொன்ன அளவுக்கு ஒரு தலைப்புச் செய்தியா மட்டுமே தெரியும்..." என்றான் பரத்.

"ரெண்டு மாசமா குற்றவாளியைக் கண்டுபிடிக்க முடியாத போலீஸ் இப்ப என்னையே குற்றவாளியா சந்தேகப்படுதுங்க பரத் சார்" என்றார் கோகுல்தாஸ்.

"ஐ ஸீ... எதையும் எடிட் செய்யாம டீட்டெய்லா உங்களால சொல்ல முடியுமா?" என்றான் பரத்.

"அஃப் கோர்ஸ்... அதான எனக்கு நல்லது. மாயாவை நீங்க பாத்ததில்லையே... ஏஞ்சல் சார். அதான் வானத்துக்கே போய்ட்டா. அங்க பாருங்க..."

அவர் சுட்டிக்காட்டிய சுவரில் மாலை போடப்பட்ட மாயாவின் புன்னகையில் அபின் இருந்தது.

"வெரி அன்ஃபார்ச்சுனேட் சார். அவங்க உயிரோட இருக்கறப்ப நீங்க வேற ஏதாச்சும் கேஸுக்காக எங்களைக் கூப்டிருக்கலாம். நேர்ல பார்க்கற சந்தர்ப்பத்தை மிஸ் பண்ணிட்டோம்" என்ற பரத்தின் காலை ரகசியமாக மிதித்தாள் சுசிலா.

"அம்பது வயசுக்காரனை லவ் பண்ண வெச்சிட்டா சார். என்ன ஒரு அழகு! ஆனா அற்பாயுசு!"

"உங்களை சங்கடப்படுத்தறதா நினைக்காதீங்க. மாயாவும் உங்களை லவ் பண்ணிதான்..." என்றாள் சுசிலா.

"சந்தேகமே இல்லை."

"யார் மொதல்ல சொன்னது?"

"நான் புரப்போஸ் பண்ணேன். அவ அக்செப்ட் பண்ணா. அவ்வளவு கிராண்டா வெட்டிங்கை நடத்தினேன். இன்விடேஷன் காஸ்ட் என்ன தெரியுமா? கெஸ்...?"

"ஃபைவ் ஹண்ட்ரட்?"

"செவன் தவுஸண்ட் சார். கஸ்டமைஸ்ட் மினி நோட்பேட்ல குட்டி சினிமா ஷூட் செஞ்சி போட்டேன்."

"வாவ்! கிரேட் சார்!"

"அவ என்னை எப்படிக் கூப்புடுவா தெரியுமா? யூ வோண்ட் பிலீவ். மாமான்னு கூப்புடுவா. அது அவளுக்குப் பிடிச்சிருந்தது."

"வெரி நைஸ்..."

"ஹனிமூனுக்கு பதினைஞ்சி நாள் ஆஸ்ட்ரேலியா போனோம். என் லைஃப்லயே ஹேப்பியஸ்ட் டேஸ் பரத்."

"டெல் மி அபவுட் தட் பிளாக் டே!"

சைடு மேஜை மீதிருந்த அகலமான ஃபிளாஸ்க்கிலிருந்து மூவருக்கும் கோப்பைகள் அமைத்து அவரே டீ ஊற்றி எடுத்து நீட்டினார். ஒன்றைக் கையில் எடுத்துக்கொண்டு மெதுவாக சிப் செய்துவிட்டு நிமிர்ந்தார்.

"மே ஐ ஸ்மோக்?"

தலையசைத்து அனுமதிப்பதைத் தவிர வேறு ஆப்ஷனே இல்லை. லைட்டரால் பற்றவைத்தபோது விரல்கள் மில்லிமீட்டர் அளவில் நடுங்கியது.

மெதுவாக நடந்து ஜன்னலருகில் சென்று சில நிமிடங்கள் வெளியே வேடிக்கை பார்த்தபடி நின்றார். அங்கிருந்தே திரும்பிப்பார்த்து மெதுவாக சொன்னார்.

"அவளை நான்தான் கொன்னுட்டேன்."

4

“அவளை நான்தான் கொன்னுட்டேன்” என்று கோகுல்தாஸ் சொன்னது போன அத்தியாயத்தின் கடைசி வரி அதிர்ச்சிக்காகதான் என்பது புரிந்தாலும் அதற்கான விளக்கத்திற்காகக் காத்திருந்தார்கள் பரத்தும், சுசிலாவும்.

“அவளுக்கு ஒரு கொலை செய்ற அளவுக்கு ஒரு பகை இருக்கலாம்னு நான் எதிர்பார்க்கலை” என்றார்.

“பொண்டாட்டிக்கு பகையாளி இருக்க முடியும்னு யார்தான் சார் எதிர்பார்ப்பாங்க?” சுசிலாவின் கேள்வியை கோகுல்தாஸ் ரசிக்கவில்லை என்பதை அப்பட்டமாக முகத்தில் பிரதிபலித்தார்.

மீண்டும் ஜன்னல் பக்கம் திரும்பி நின்றுகொண்ட அவர் சிகரெட் பிடிப்பதற்காகவே பிறப்பெடுத்திருப்பதைப்போல ரசித்துப் புகைக்கத் துவங்கினார். அவரே மீண்டும் தொடரும்வரை என்ன செய்வதென்று புரியாத பரத் அவரின் மேஜையில் அன்றைய வேலைகளென்று ஆங்கிலத்தில் தலைப்பிட்டு செகரெட்டரி டைப் செய்து வைத்திருந்த காகிதத்தை மேய்ந்தான்.

“ஹனிமூன்ல ஒரு தடவை, அதுக்கப்பறம் ஒரு தடவை அவ தயங்கித் தயங்கி ஏதோ சொல்ல வந்தா. அப்பறம் முழுங்கிட்டா. நான் அக்கறையா கேட்டுக்கலை. என்ன பிரச்னைன்னு பொறுமையா கேட்டிருந்தா அநியாயமா என் ஸ்வீட் டார்லிங்கை இழந்திருக்க மாட்டேன்.”

மீண்டும் நாற்காலியில் வந்து அமர்ந்துகொண்டார் கோகுல்தாஸ்.

“பரத்... அன்னிக்கு என்ன நடந்துச்சின்னு விவரமா சொல்றேன்.”

“ப்ளீஸ்...”

“ஆபீஸ் வேலையா மும்பை போயிருந்த நான் ஒரிஜினல் புரோக்ராம்படி மறுநாள்தான் சென்னை திரும்பறதா இருந்தேன்.”

“ப்ளீஸ் டெல் மி த டேட் சார்” என்று கேட்டு சுசிலா குறித்துக்கொண்டதும் தொடர்ந்தார்.

“வேலைகள் சீக்கிரமே முடிஞ்சிட்டதால அன்னிக்கு ஈவினிங் ஃப்ளைட்லயே புறப்பட்டேன்.”

“எந்த ஃப்ளைட் சார்? வி வாண்ட் எவ்ரி டீட்டெய்ல்...” என்றான் பரத்.

“ஜெட் ஏர்வேஸ். ஈவினிங் சிக்ஸ் தர்ட்டிக்கு ஃப்ளைட் டேக் ஆஃப் ஆச்சி.”

“குட் சார். ப்ளீஸ் கண்ட்டியூ...”

“ஏர்போர்ட்ல இருந்து மாயாகிட்ட தகவல் சொல்ல ட்ரை செஞ்சப்ப சிக்னல் கிடைக்கலை. சரி... திடீர்னு போய் நின்னு சர்ப்ரைஸ் குடுக்கலாம்னு முடிவு செஞ்சி மறுபடி ட்ரை செய்யாம ஃப்ளைட்ல ஏறிட்டேன்” என்றவர் கண்களை மூடி அன்றைய தினத்தின் சம்பவங்களுக்குள் ஆழ்ந்தார்.

* * *

விமானம் சென்னையை நோக்கி உடம்பில் வைர நகைகள் மாட்டி மினுக்கிக்கொண்டு பறந்துகொண்டிருந்தது. கோகுல்தாஸ் டாய்லெட் அறையில் இருந்து திரும்பி தனது இருக்கைக்கு வந்தமர்ந்தார். அருகில் ஆங்கிலப் பத்திரிகை படித்துக்கொண்டிருந்த பெண் ஒரு முறை புன்னகைத்து, “எக்ஸ்க்யூஸ் மீ சார்” என்றாள்.

கைக்குட்டையை மறுபடி அதன் மடிப்புகளில் மடித்துக்கொண்டே நிமிர்ந்து,

“யெஸ்” என்றார் கோகுல்தாஸ்.

அவளுக்கு நாற்பத்தைந்து வயது இருக்கும். அம்மை குத்தின இரண்டு வட்டத்தழும்புகள் தெரிய ஸ்லீவ்லெஸ் ஜாக்கெட் அணிந்திருந்தாள். கறுப்பில் பிரா என்பது உற்றுக் கவனிக்க

அவசியமில்லாமலேயே தெரிந்தது. புஸ்ஸென்று கஞ்சிபோட்ட காட்டன் சேலை கட்டியிருந்தாள். கூந்தலை ஒருங்கிணைத்து உச்சிமண்டையில் ரப்பர் சமாச்சாரத்தால் கட்டியிருக்க, அதன் பிறகு அளந்து ஆறு இஞ்சில் கட் செய்யப்பட்ட குதிரை வால் அசைந்துகொண்டிருந்தது. பிங்க் கலரில் லிப்ஸ்டிக் தீற்றி, ஒரு மூக்கில் ஒற்றைக் கல் வைரம். அணிந்திருந்த டிண்டட் கண்ணாடியில் செயின் கோர்க்கப்பட்டிருந்தது.

"என் பேர் திலகா. டாக்டர். கைனகாலஜிஸ்ட். சென்னை அடையாறில பிரைவேட்டா பிராக்டீஸ் பண்ணிட்டிருக்கேன். மும்பைல ஃப்ளைட் ஏறினதிலேர்ந்து மண்டையைப் போட்டு உடைச்சிக்கிட்டிருக்கேன்."

கோகுல்தாஸ் தான் படித்துக்கொண்டிருந்த புத்தகத்தில் இருந்த அடையாள விரலை எடுத்துவிட்டு என்ன என்பதுபோலப் பார்த்தார். விமானப் பணிப்பெண் கொண்டுவந்த ஜூஸை அவர் வேண்டாம் என்றார். திலகா எடுத்துக்கொண்டாள். ஒரு வாய் குடித்துவிட்டுச் சொன்னாள்.

"உங்களை இதுக்கு முன்னாடி சந்திச்சிருக்கேன். எங்கே, எப்படின்னு ஞாபகத்துக்கு வரலை. நீங்க மும்முரமா படிச்சிட்டிருந்தீங்க. தொந்தரவு செய்யவேணாம்னு இவ்வளவு நேரம் கேக்கலை."

"ஸாரி, உங்களை சந்திச்சதா நினைவு வரலை. நான் கோகுல்தாஸ். இன்ஜினீயர் அண்ட் பில்டர்" என்றார்.

கோகுல்தாஸ் சிமென்ட் கலரில் ஸஃபாரி அணிந்திருந்தார். சிவந்த கைக்கு கறுப்பு ஸ்ட்ராப் வாட்ச் எடுப்பாயிருந்தது. வலது கையில் எட்டு கற்கள் வைத்த வைர மோதிரமும், இடது கையில் நவரத்தினங்கள் பதித்த மோதிரமும் அணிந்திருந்தார். பாக்கெட்டில் இரண்டு பேனாக்கள் குத்தி, தின் கோல்ட் ஃப்ரேமில் கண்ணாடி. மீசையை மேலுதடு மறையாமல் ட்ரிம் செய்திருந்தார். நேற்றைக்கு ஷேவ் செய்திருந்தது தெரிந்தது. சின்னக் கண்களில் ஒரு ஒளி இருந்தது. முகத்தில் லேசாக 'நான்' இருந்தது. கீழுதட்டில் நிக்கோட்டினின் கறுப்பு முத்திரை.

கோகுல்தாஸை அநேகமாக சென்னைவாசிகளில் ஐம்பது சதவிகிதத்தினருக்கு மேல் தெரியும். நகரில் ஆங்காங்கே எலும்புக்

கூடுகளாய் உருவாகிவரும் நிறைய ஃப்ளாட்ஸ் சிஸ்டம் கட்டடங்களில் 'கோகுல்தாஸ்' என்று போர்டுகள் தொங்கும்.

கோகுல்தாஸ் பாரீஸ் கார்னரில் பெரிய கட்டடத்தின் உச்சியில் நின்று தனது உதவியாளர்களுடன் பேசிக்கொண்டிருப்பார். கோகுல்தாஸ் பார்க் ஷெராட்டன் ஹோட்டல் நீச்சல் குளத்தில் நீந்திக்கொண்டிருப்பார். கோகுல்தாஸ் மனைவியுடன் ஜி.ஆர். தங்கமாளிகையில்நகைவாங்கிக்கொண்டிருப்பார்.கோகுல்தாஸ் பெசன்ட் நகர் கடற்கரையில் ஓடிக்கொண்டிருப்பார். கோகுல்தாஸ்

அலுவலக ஹாலில் மினியேச்சர் மாடலை வைத்துக்கொண்டு சுற்றிலும் நிற்கும் பதினைந்து இன்ஜினீயர்களுக்கு விளக்கிக்கொண்டிருப்பார். கோகுல்தாஸ் போட் கிளப்பில் சிகரெட் ஊதிக்கொண்டு ஐந்தாயிரம் ரூபாய் 'நாக்-அவுட்' என்று

சீட்டு விளையாடிக்கொண்டிருப்பார். கோகுல்தாஸ் நிறைய ரிப்பன் வெட்டியிருக்கிறார். நிறைய குத்துவிளக்குகள்

ஏற்றியிருக்கிறார். நிறைய பேட்டி கொடுத்திருக்கிறார்.

கோகுல்தாஸிற்கு மூன்று விஷயங்கள் மிகமிகப் பிடிக்கும். ஒன்று பணம் சம்பாதிப்பது. இன்கம்டாக்ஸ்காரரர்களை எப்படி எல்லாம் வகைவகையாக ஏமாற்ற முடியும் என்று இவரே ஆடிட்டர்களுக்குச் சொல்லித் தருமளவிற்கு கில்லாடி. குறுக்கு வழி என்பது ரொம்பப் பிடிக்கும்.

"யார் வயித்திலயும் அடிக்கக் கூடாது. ஆனா, இன்னொருத்தர் மூளையில அடிக்கலாம்" இது அவர் அடிக்கடி சொல்லும் வார்த்தைகள். ப்ரெய்ன் வார் இருக்க வேண்டும் என்பார். ஒருவன் புத்திசாலி என்று நிரூபித்திருந்தால், அவனைவிட நான் புத்திசாலி என்று நிரூபிக்கத் துடிப்பார்.

நண்பர்களிடம் சொல்லி வைத்து பல விஷயங்களில் அப்படி தன்னை நிரூபித்திருக்கிறார். ஷேர் மார்க்கெட் விவகாரங்களில், கட்டடங்களுக்கு அப்ரூவல் வாங்குவதில், விவகாரமான கோர்ட் வழக்குகளில்... கோகுல்தாஸ் குயுக்தியாய் கணக்குகள் போட்டு இறங்கி வெற்றியையும் காட்டியிருக்கிறார்.

கோகுல்தாஸிற்குப் பிடித்த இரண்டாவது விஷயம்: ஊர் ஊராகச் சுற்றிப்பார்ப்பது, சேலம், கோவை, திருச்சி அல்ல; லண்டன்,

பாரீஸ், நியூயார்க்! வருடத்திற்கு ஒரு முறை கண்டிப்பாக எல்லா வேலைகளையும் ஒத்திவைத்துவிட்டு ஏதாவது ஒரு வெளிநாட்டிற்குப் புறப்பட்டுவிடுவார். பல சமயம் தனியாக. கோகுல்தாஸின் மூன்றாவது பிரியத்திற்குரிய விஷயம் – மாயா. அவரின் அழகான மனைவி.

மாயாவின் ஒரு தெற்றுப் பல்லுக்காகவும், இயற்கையாகவே மின்னும் உதடுகளுக்காகவும் மேலுதட்டிற்கு அழகூட்டும் மச்சத்திற்காகவுமே அவளைத் திருமணம் செய்துகொண்டதாக அவளிடம் வாரத்தில் இரண்டு இரவுகளில் தப்பாமல் சொல்லிவிடுவார். கோகுல்தாஸ் தினம் ஜாகிங், ஒரு நாள் விட்டு ஒரு நாள் ஷேவிங் என்பதுபோல் எல்லா விஷயங்களிலும் சிஸ்டமேடிக் என்பது பின் குறிப்பு.

“இப்ப ஞாபகத்துக்கு வந்துடுச்சி” என்றாள் டாக்டர் அம்மணி. நழுவின சேலைத் தலைப்பைத் தோளில் சரிசெய்து கொண்டபோது ஃபிளாஷ் அடித்து மறைந்தது வெளீரென்ற மத்தியப் பிரதேசம்.

“சொல்லுங்க” என்றார் கோகுல்தாஸ்.

என்ன சென்ட் உபயோகிக்கிறாள் என்று விசாரிக்க வேண்டும். மாயாவிற்கு வாங்கித்தர வேண்டும். மாயா சென்ட் பைத்தியம். பீரோ முழுக்க வைத்திருக்கிறாள்.

மாயா குளித்துவிட்டு நீளமான டர்க்கி டவலைக்கட்டிக்கொண்டு வார்ட் ரோபுக்கு நடக்கும்போது, திடீரென்று கட்டியணைத்த பொழுதுகளில்... மாயா உடலின் இயற்கையான வாசனை எல்லா சென்ட் வாசனைகளைவிடவும் சுகந்தமானது.

“மியூசிக் அகடாமில மேண்டலின் கச்சேரிக்கு வந்திருந்தீங்க. திடீர்னு உங்களைப் பேசச் சொன்னாங்க. பாராட்டிப் பேசினீங்க. கரெக்ட்டா?”

“இருக்கலாம். நிறைய விழாக்கள்ல பேசியிருக்கேன் டாக்டர்.”

“உங்க மனைவி பேரு மாயாதானே?”

“அட! ஆமாம்!”

“அன்னிக்கு மாயாவோட வந்திருந்தீங்க. சரியா?”

“ஆமாம். உங்களுக்கு மாயாவைத் தெரியுமா டாக்டர்?”

அவள் ஏதோ சொல்லவந்து தயங்கினாள்.

“என்னாச்சு? தெரியுமான்னுதானே கேட்டேன்.”

“நல்லாவே தெரியும் சார்...”

“என்னமோ ஒண்ணு சொல்லத் தயங்கறீங்க. என்ன அது?” என்றார் கோகுல்தாஸ்.

“ஆமாம் சார். மாயாபத்தி ஒரு விஷயம் உங்ககிட்ட சொல்லலாமா கூடாதான்னு தயக்கமா இருக்கு சார்” என்றாள் டாக்டர் திலகா.

5

விமானம் கொஞ்சமும் குலுங்கல்களின்றி சீராகப் பறந்துகொண்டிருந்தது. அழகான தள்ளுவண்டியில் அழகான ஹோஸ்டஸ் அநியாய விலையில் சாண்ட்விச் விற்றாள்.

"என்னமோ ஒண்ணு சொல்லத் தயங்கறீங்க. என்ன அது"? என்றார் கோகுல்தாஸ்.

"ஆமாம் சார், மாயா பத்தி ஒரு விஷயம் உங்ககிட்ட சொல்லலாமா கூடாதான்னு தயக்கமா இருக்கு சார்" என்றாள் டாக்டர் திலகா.

"ஆரம்பிச்சிட்டீங்க, பரவால்ல... சொல்லிடுங்க."

"மாயா ஒரு சமூக அமைப்புல இருக்காங்க. அதுல நானும் இருக்கேன். சமூகத்தில நடக்கிற பல பிரச்னைகளுக்கு எதிரா நாங்க குரல் கொடுப்போம். போராட்டம் நடத்துவோம்."

"தெரியும், சொல்லிருக்கா."

"அப்போ பணக்காரங்கன்னாலே அவளுக்குப் பிடிக்காது. தொழிலதிபர்களை எதிர்த்து நரம்பு புடைக்கப் பேசுவா."

"அதுவும் தெரியும்."

"அப்படிப்பட்டவ சென்னையில் மிகப் பெரிய பணக்காரர்கள்ல ஒருத்தரான உங்களை எப்படி காதலிச்சி கல்யாணம் செஞ்சிக்கிட்டான்னு எனக்கு ஒரு கேள்வி குடையுது."

கோகுல்தாஸ் புன்னகைத்தார்.

"காதலுக்கு ஜாதி, மதம் எப்படி தடையில்லையோ... அதே மாதிரி கொள்கையும் தடை இல்லை டாக்டர். எனக்குத் தெரிஞ்சி கடவுள் நம்பிக்கை இல்லாத என் ஃபிரெண்டும் கடவுள் பக்தி அதிகமுள்ள ஒரு பொண்ணும் அப்படி உருகி உருகி லவ் பண்ணி கல்யாணம் செஞ்சிக்கிட்டாங்க."

"யார் காதலை புரோப்போஸ் செஞ்சது சார்?"

"நான்தான். ரெண்டு நாள் டைம் எடுத்துக்கிட்டு பதில் சொல்லச் சொன்னேன். ஆனா, மறுநாளே சம்மதம் சொன்னா."

அதற்கு மேல் அந்த டாக்டரிடம் பேச கோகுல்தாஸிற்கு ஆர்வம் கரைந்துபோனதால் தன் லேப்டாப் திறந்து அலுவலகப் பணிகளில் இறங்கினார். திலகா தன் ஹேண்ட்பேக்கை திறந்து விசிட்டிங் கார்டு எடுத்துத்தர, பதிலுக்குத் தன் விலாச அட்டையைத் தரவில்லை.

மீனம்பாக்கம் விமான நிலையத்தில் விமானம் இறங்கியபோது சட சடவென்று மழை பெய்துகொண்டிருந்தது. நிலைய ஊழியர்கள் பெரிய குடைகள் பிடித்து பயணிகளை நனையாமல் வேனிலேற்றி லவுன்ச்சிற்குக் கொண்டுவந்தார்கள். ஆரஞ்சு வெளிச்சத்தில் கண்ணாடிக்கு இந்தப் பக்கத்திலிருந்து மழையை வேடிக்கை பார்க்க சுகமாயிருந்தது. வெளியே வந்து ஒரு டாக்ஸியில் ஏறிக்கொண்டார் கோகுல்தாஸ். சிகரெட் கேஸ் திறந்து, அடுக்கப்பட்டிருந்த நீளமான சிகரெட்டுகளில் ஒன்றை எடுத்து

பற்றவைத்துக்கொண்டு, "ரொம்ப நேரமா மழை பெய்யுதா?" என்றார் டிரைவரிடம்.

"சாயங்காலத்திலிருந்தே விட்டுவிட்டுப் பெய்யுதுங்க சார்."

மழை என்றால் மாயாவுக்குப் பிடிக்கும். சின்னக் குழந்தைபோல குதூகலிப்பாள். ஜன்னல் கதவுகளைத் திறந்து வைத்துக்கொண்டு, பூத்தூறலை முகத்தில் வாங்கிக்கொள்வதில் சந்தோஷப்படுவாள்.

அந்த மாதிரி சமயங்களில் 'கோகுல்' என்று அழைத்து, இடுப்பில் கை வைத்துக்கொண்டு பார்க்கிற ஒரு பார்வையில், வரைந்துகொண்டிருக்கிற ஸ்கெட்ச்சை எல்லாம் தூக்கிக் கடாசிவிட்டு உடனே அவளிடம் வந்து அள்ளிக்கொண்டு, நைட்டி முடிச்சில் குட்டையைப் பிடித்து இழுத்து... அப்படி ஒரு ரொமான்ட்டிக் மழை நாள் இரவு அமைந்து ரொம்ப நாட்களாகிறது. இதோ இன்றைக்கு!

கோகுல்தாஸிற்கு அடுத்த விநாடியே தன் வீட்டில் இருக்கவேண்டுமென்ற துடிப்பு ஏற்பட்டது. சிகரெட்டை ஆழமாக இழுத்தார். என்னை எதிர்பார்க்கவே மாட்டாள். பெரிய இன்ப அதிர்ச்சியாக இருக்கப்போகிறது அவளுக்கு. மாயா இப்போது என்ன செய்துகொண்டிருப்பாள்?

* * *

சில மாதங்களுக்கு முன்...

அமைதியும் அமைதியும் கூட்டணி அமைத்து பேரமைதியாக இருக்க... புத்தகங்களின் பக்கம் புரட்டும் சின்ன சரக் சத்தம் மட்டுமே.

ஒரு குழந்தைக்கும் மறு குழந்தைக்கும் நடுவில் போல போதுமான இடைவெளிவிட்டு ஆங்காங்கே சொற்பமாகவே லைப்ரரியில் அமர்ந்திருந்தார்கள். பல மர பெஞ்சுகளிலும் காலத்தால் அழிக்க முடியாமல் தங்கள் அல்லது தங்கள் வேண்டப்பட்டவர்களின் பெயர்களை ஆர்டீன் சகிதம் செதுக்கியிருந்தார்கள். சிலர் சிரமப்படாமல் மார்க்கர் பேனாக்களால்.

ஒரு முரட்டுப் புத்தகத்தின் பக்கங்களிலிருந்து குறிப்பெடுத்துக்கொண்டிருந்த அவள் தன் பின் கழுத்தில் உஷ்ண மூச்சை

உணர்ந்து சட்டெனத் திரும்ப... அவனுடைய விகாரப் புன்னகையிலிருந்து அத்தனை கிட்டத்தில் சிகரெட் நாற்றமடித்தது.

அருகில் கிரீச்சென்று ஒரு நாற்காலியை இழுத்துப்போட்டு அவன் அமர... மொத்த தலைகளும் திரும்பிப்பார்த்தன.

"சொன்னமாதிரியே வந்துட்டே. வெரிகுட். பாஸ்போர்ட் எங்க?"

"ஏய் இது லைப்ரரி!"

"நான் என்ன சலூன்னா சொன்னேன்?"

"கத்தாத!" என்று ரகசியமாக சொன்னாள்.

"பீச்ல நீ வெய்ட் செய்யல. அதான் இங்க வந்தேன்."

தூரத்தில் இருந்த லைப்ரரியன் அவர்களைக் கண்டிப்பதற்காக தன் நாற்காலியிலிருந்து எழுவதைப் பார்த்த அவள் குறிப்புப் புத்தகம், பேனா, போன், ஹேண்ட்பேக் சேகரித்துக்கொண்டு வேகமாக வாசலுக்கு நடக்க... மேரியின் ஆட்டுக்குட்டிபோல அவன் தொடர்ந்தான்.

வராந்தாவில் சில விநாடிகள் அவளின் பின்னழகை ரசித்தவன் இணையாக நடந்து,

“ஜிம்முக்குப் போறதை நிறுத்திட்டியா ஹனி? ஹிப் சுற்றளவு ரெண்டு இஞ்ச் அதிகமா தெரியுதே...” என்றான்.

“ச்சீ! இப்படிப் பேச உனக்கு வெக்கமா இல்ல?”

“என்னடி சீன் போடறே? விக்ரம்னு ஒரு கமல் படம். அதுல வனிதா மணின்னு ஒரு பாபுலர் சாங். கேட்ருக்கியா? அதுல ஒரு அட்டகாசமான வரி வரும். ‘நான் தொடாத பாகம் தன்னை தென்றல் தீண்டாது’ சும்மா வாயால சொன்னதுக்கு

சிலிர்த்துக்கறியே?”

“ஏய்! இப்ப நான் கல்யாணமானவ. இன்னொருத்தர் மனைவி.”

“எனக்கப்பறம்தானேடி அந்த இன்னொருத்தர் தொட்டாரு? அவரைப் பொறுத்தவரைக்கும் எச்சில் பழம் நீ! பாவம் அது அந்த மனுஷனுக்குத் தெரியாது.”

லைப்ரரி வளாகத்திலேயே ஆங்காங்கே இருந்த கருங்கல் பெஞ்ச் ஒன்றில் அவள் அமர்ந்து கைகளைக் கட்டிக்கொண்டாள்.

“மறுபடி நான் உன்னை சந்திக்க விரும்பலை. புரிஞ்சிக்கோ! நாம் பேசினது, சிரிச்சது, பழகினது எல்லாம் முடிஞ்சி போச்சு. இப்ப நான் உன்னோட அந்தக் காதலி இல்லை.”

“உன் லிஸ்ட்ல கட்டிப் பிடிச்சது, முத்தம் குடுத்தது, அப்பறம் டேஷ்... டேஷ்... டேஷ் இதெல்லாம் விட்டுட்டியே?”

“என்ன இப்ப? பணம் கேப்பே! அதான? சொல்லு சீக்கிரம்... எவ்வளவு வேணும்? வாங்கிட்டு விலகிடு. புரிஞ்சுதா?”

“கோபப்பட முழு உரிமை உள்ளவன் நான். என் கால்ல விழுந்து கெஞ்ச முழு அருகதை உள்ள நீ இப்படி கோபப்படக் கூடாது.”

“உன் மனசுல என்னதான் இருக்கு?”

“முழுக்க முழுக்க நீதான் உக்காந்துகிட்டு அட்டகாசம் பண்றே. பேய் புகுந்தவன் மாதிரி இருக்கேன். பணத்தை வெச்சி சரிசெய்ய முடியாது.”

“உன்னோட நான் வர்றதோ, வாழ்றதோ நடக்காது.”

“சரி... நீ போ!”

“போன்னா?”

“இந்தப் பிரச்னையை எப்படி டீல் செய்யணும்னு நான் பார்த்துக்கறேன். நீ போடி!”

விருட்டென்று விலகி நடந்த அவனை பெயர் சொல்லி சத்தமாக அவள் அழைத்தும் நிற்காமல், திரும்பிப் பார்க்காமல் அவன் போய்க்கொண்டே இருந்தான்.

* * *

கோகுல்தாஸ் அடுத்த சிகரெட்டை இந்த முறை அனுமதி எதுவும் கேட்காமல் பற்றவைத்துக்கொண்டு பரத், சுசிலா இருவரையும் ஆழமாகப் பார்த்தார்.

“மழை, பனியனுக்குள்ளே ஐஸ் கட்டி போட்ட மாதிரி சில்லுன்னு கிளைமேட். மாயாவோட நினைவுகள்... செம ரொமான்ட்டிக் மூட்ல நான் ஏர்போர்ட்லேர்ந்து டாக்ஸில வீட்டுக்குப் போனேன்...”

* * *

அண்ணா நகரின் முக்கிய அவென்யூவில் அந்தஸ்தான பங்களாக்களுக்கு சவால் விடுவதாக நிமிர்ந்து நின்றது கோகுல்தாஸின் பங்களா. காம்பௌண்ட் சுவரில் பன்னிரண்டடிக்கு ஒரு டூம் விளக்கு எரிந்தது. உள்புறம் சுவரோரமாக வரிசையாக அசோக மரங்கள் காம்ப்ளான்

குடிக்காமலேயே நெடுநெடுவென்று வளர்ந்து பங்களாவை நெடுக்கில் வெட்டி வெட்டி மறைத்தன.

இரட்டைக் கதவுகள் கொண்ட இரும்பு கேட் அருகே உள்புறம் ஸ்டூல் போட்டு அமர்ந்திருந்த வாட்ச்மேன் கந்தசாமி எழுந்தான்.

டாக்ஸிநின்று கோகுல்தாஸ் இறங்கும்போது மழை நின்றிருந்தது. கந்தசாமி டார்ச்லைட்டை கக்கத்தில் வைத்துகொண்டு, இரண்டு கைகளிலும் சூட்கேஸ்களை வாங்கிக்கொண்டான்.

"மேடம் வீட்லதானே இருக்காங்க?"

"ஆமாங்கய்யா."

போர்ட்டிகோவில் பில்லர்களின் மேல் படர்ந்திருந்த கொடிகளில் மழைநீர் சொட்டியது. ஆடியும், பென்சும் வியர்த்திருந்தன.

கந்தசாமி பெல்லை அழுத்தச்செல்ல கோகுல்தாஸ் தடுத்தார், "பெல் சத்தம் மாடில கேக்கும். மேடம் முழிச்சுக்குவாங்க."

அருகில் ஜன்னலில் திறந்திருந்த ஒற்றைக் கண்ணாடி வழியாக, உள்ளே ஹாலில் ஓரமாக ஜமுக்காளம் விரித்துப் படுத்திருந்தவனை,

"துரைராசு! துரைராசு! எந்திரிடா. அய்யா வந்துட்டாரு" என்றான் கந்தசாமி.

லுங்கி கட்டி, கை வைத்த பனியனிலிருந்த துரைராஜ் படக்கென்று எழுந்து வந்து திறந்தான். துரைராஜ் பெட்டிகளை வாங்கிக்கொண்டதும் கந்தசாமி கேட்டை நோக்கி டார்ச் வெளிச்சம் வீசிக்கொண்டு நடக்கத் துவங்கினான்.

கோகுல்தாஸ் சிகப்பு கார்ப்பெட் விரித்த கிரானைட் மாடிப்படிகளில் மெதுவாக ஏறினார்.

6

கோகுல்தாஸ் தனது அறை வாசலுக்கு வந்து நின்றார். ஒற்றை விரல் மடக்கித்தட்டப்போய் கைப்பிடியை மெதுவாக அழுத்திப் பார்க்க, கதவு உடனே திறந்துகொண்டது. அட! தாழிட்டுக் கொள்ளாமலேயே உறங்கிவிட்டாளா?

கோகுல்தாஸ் கதவுக்கு வெளியே நின்று ஷூக்களைக் கழற்றி ஓரமாக வைத்துவிட்டு, இரண்டு பெட்டிகளையும் எடுத்து அறைக்குள் ஓரமாக வைத்துவிட்டு கதவை ஓசையின்றி தாழிட்டுவிட்டுத் திரும்பி கட்டிலைப் பார்த்தார்.

மாயா இளம் சிவப்பு ஸாட்டீன் நைட்டியணிந்து பிரமாண்டமான வட்ட வடிவ கட்டிலின் மேல் கடிகாரத்தின் நிமிட முள் போல மையத்தில் கால்களும், ஒரு விளிம்பில் தலையுமாய் மல்லாந்து படுத்து உறங்கிக்கொண்டிருந்தாள். அவள் முகத்தில் அந்த ஆங்கில நாவல் கவிழ்ந்து முற்றிலும் மூடியிருந்தது. கறுப்பு அருவியாய் கூந்தல். கட்டில் அருகில் படிப்பதற்காக போட்டுக்கொள்ளும் விளக்கு மட்டும் எரிந்துகொண்டிருந்தது. ஏர் கண்டிஷனர் இயக்கத்தில் இருந்தது. இரண்டு அகல ஜன்னல்களின் ஓரங்களில் சேகரமாகித் தொங்கிய நான்கு திரைச்சீலைகளும் மெலிதாக அசைந்துகொண்டிருந்தன.

மாயாவுக்கு ராத்திரி எத்தனை மணிக்குப் படுத்தாலும் சற்று நேரம் எதையாவது படித்தாக வேண்டும். படித்துக்கொண்டே இருப்பவள் திடீரென்று புத்தகத்தை முகத்தில் கவிழ்த்துக்கொண்டு உறங்கத் துவங்கிவிடுவாள். பெரும்பாலான சமயங்களில் கோகுல்தாஸ்தான் புத்தகத்தை எடுத்துவைத்து, விளக்கை அணைப்பார்.

கோகுல்தாஸ் இப்போதுகூட தனது வருகையை உடனே காட்டிக்கொள்ள விரும்பவில்லை. இன்னும் சஸ்பென்ஸ்

செய்ய நினைத்து கோட் ஸ்டாண்டை அணுகி பேண்ட், சட்டையை ஓசையில்லாமல் கழற்றி லுங்கிக்கு மாறி கட்டிலை சமீபித்தார். மாயாவிடமிருந்து வீசிய சென்ட் அவரை மிக அவசரப்படத் தூண்டினாலும், ஆர்வத்தை அடக்கிக்கொண்டு மெதுவாக அவள் மேல் பட்டுவிடாமல் அருகில் கால் நீட்டிப் படுத்துக்கொண்டார்.

"மாயா டார்லிங்" என்றார் அவள் காதருகில் கிசுகிசுப்பாக.

அவள் விழிக்கவில்லை. நல்ல அசதியான தூக்கம் போல. கோகுல்தாஸ் மெதுவாக அவள் முகத்தில் இருந்த புத்தகத்தை எடுத்து அருகில் வைத்தவர், அதற்கு மேல் பொறுமை இல்லாமல் சட்டென்று அவளைக் கட்டியணைத்து, கன்னத்தில் முத்தமிட்டு, "மாயா டார்லிங்" என்று உற்சாகமாகக் கொஞ்ச......

ஆனால்...

மாயாவோ எந்தவித சலனமுமின்றி இறந்து கிடந்தாள் - என்கிற வரியை இந்த இடத்தில் எதிர்பார்த்திருந்தால், நீங்கள் நிறைய மர்மக் கதைகள் படிக்கிறவர் என்று அர்த்தமாகிறது.

ஆனால்...

மாயா அதிர்ந்துபோய் விழித்துக்கொண்டு, விலகிக்கொள்ள முற்பட்டு, "யாரு? யாரது?" என்று அரற்றி, இரண்டு விநாடிகள் தடுமாற்றமாகிப் பின் தெளிந்து,

"நீங்களா மாமா? மை குட்னெஸ்! எப்ப வந்தீங்க? என்ன விளையாட்டு இது? பயந்துட்டேன். ச்சே! இப்படியா பயமுறுத்தறது?" செல்லமாக அவர் மார்பில் இரண்டு கைகளாலும் குத்தினாள்.

"ஸாரிம்மா, இப்படி ஷாக் கொடுக்கறதுக்காகத்தான் போன் செய்யாம புறப்பட்டு வந்துட்டேன். திடீர்னு எல்லா வேலையும் முடிஞ்சிருச்சி. ரொம்ப பதறிட்டியா செல்லக்குட்டி?"

அவளை இழுத்து மேலேப் போட்டுக்கொண்டு நடுவில் காற்றுக்கு வழியில்லாமல் அணைத்துக்கொண்டார்.

“தூங்கிட்டிருக்கிறப்ப திடீர்னு கட்டிப்பிடிச்சா எப்படி இருக்கும்? தொட்டுப் பாருங்க, இன்னும் ஹார்ட் பட், பட்ன்னு அடிச்சுக்குது.”

மாயா அவர் கையை எடுத்துத் தன் நெஞ்சில் வைத்துக் காட்ட... கோகுல்தாஸ்,

“ஆமாம்.” நைட்டியின் ஜிப்பைத் தேடினார்.

“ஏய்! கையை எடுங்க, மணி என்ன ஆகுது? சாப்டீங்களா?”

“பத்தாகப் போகுது. பசி இல்லை. இப்ப வேற பசிதான்.”

“ஆமாம் ரூமுக்குள்ளே எப்படி வந்தீங்க?”

“நீ வழக்கம் போல படிச்சிட்டிருந்துட்டு, அப்படியே புத்தகத்தை முகத்தில கவுத்துக்கிட்டுத் தூங்கிட்டே. எவனாவது உள்ளே வந்து

கொள்ளையடிச்சுக்கிட்டுப் போயிருந்தாகூட தெரியாது.”

“ஸாரி மாமா” என்று கழுத்தைச் சாய்த்துச் சொன்ன மாயா ஸ்லீவ்லெஸ் நைட்டி அணிந்திருந்ததால், அதிலும் அவர் மேல் ஒருக்களித்துச் சாய்ந்திருந்ததால் தோள் பட்டிகள் நெகிழ்ந்திருந்ததால்... வேண்டாம், அவள் அடுத்தவரின் மனைவி.

“மாயா” என்று உஷ்ண மூச்சுடன் வார்த்தையைக் கலந்து வெளிப்படுத்தின கோகுல்தாஸ் அவளின் மழமழ தோளில் பல் படாமல் உதடுகளால் கவ்வினார். விடுவித்தார். அடுத்து கழுத்து, கன்னம் என்று தொடர்ந்து அதரங்களில் ஃபிரெஞ்சு புரட்சி நடத்தி, விரல்களால் துழாவி ஜிப்முனை தேட....

“மாமா, ப்ளீஸ்... நாளைக்கு” என்றாள்.

“ஏன்? பொய் சொல்லாதே. உன் டேட்ஸ் நான் மனசுல குறிச்சி வச்சிருக்கேன்.”

“அதில்லை. எனக்குத் தூக்கமா வருது.”

“இதோ போக்கிட்டாப் போச்சு”

“மூடில்லைப்பா.”

“வரவழைச்சுட்டா போச்சு. மாயா, அஞ்சு நாள் பட்டினி.”

“கோகுல், உங்கிட்ட ஒரு முக்கியமான மேட்டர் பேசணும்...”

“எதுவா இருந்தாலும் அரை மணி நேரம் கழிச்சுப் பேசலாம். ஃப்ளைட் ஏறினப்பவே மெண்ட்டலா ரெடியாகிட்டேன். ஏமாத்தாதே, ஃப்ளீஸ்.”

மாயா கை நீட்டி விளக்கை அணைத்தாள்.

அரை மணி நேரம்.

மாயா கை நீட்டி விளக்கைப் போட்டாள்.

திரும்பி அவருக்கு முதுகைக் காட்ட, வெற்றிக் களிப்புடன் கோகுல்தாஸ் நைட்டியின் ஜிப்பை மேலே ஏற்றிவிட்டார். முதுகுக்குத் தலையணை கொடுத்து சாய்ந்து, டர்க்கி டவலால் முகத்தில், மார்பில் ஒற்றி எடுத்துக்கொண்டார்.

சிகரெட் பற்றவைத்துக்கொண்டு, “மாயா, தெ காட் ஈஸ் கிரேட்” கண்ணடித்தார்.

“யூ மீன் ஜி.ஓ.டி? ஆர் சி.ஓட்டி?” கண்ணடித்த மாயா, “இப்ப அந்த முக்கியமான விஷயத்தைச் சொல்லலாமா?” என்றாள்.

“சொல்லு” என்று அவள் தோளில் வழிந்த கூந்தலுக்குள் சிகரெட் புகையை ஊதினார் கோகுல்தாஸ்.

“கோகுல், இன்னும் பதினைஞ்சு நாள்ல லண்டன் போறேன்”

“போறேனா, போறோமா?”

“போறேன். லண்டன்ல ஒரு பிரைவேட் சொஸைட்டி நடத்தற ஒன் இயர் கோர்ஸ்ல படிக்கப்போறேன். சீட் கிடைக்கிறது சிரமம்னு உங்களுக்குத் தெரியும். போன வருஷம் முயற்சி பண்ணி கிடைக்கலை. இந்த வருஷம் இந்தியால ரெண்டே பேருக்குதான் சீட் கிடைச்சிருக்கு. ஒண்ணு நான். இன்னொண்ணு பரத்வாஜ். ஒருநாள் பார்ட்டில அறிமுகப்படுத்தி வச்சேனே... கோர்ஸோட செலவும், தங்கற, சாப்பிடற எல்லா செலவும் அந்த சொஸைட்டியே ஏத்துக்குது. நான் போன் செஞ்சு

கன்ஃபார்ம் பண்ணிட்டேன். ஃப்ளைட் டிக்கெட்டுக்கும் ஏற்பாடு பண்ணிட்டேன். நாலு நாள்ல அவங்ககிட்டேர்ந்து விசா வந்துடுது. இதை முடிச்சுட்டு வந்துட்டா, இன்னும் கம்பெனியை நெறைய இம்ப்ரூவ் பண்ணலாம். தி ஹோல் இந்தியாவுக்கும் வொர்க்ஸ் அண்டர்டேக் செய்யலாம். ஹவ் ஈஸ் தி ஐடியா?''

மாயா உற்சாகமாக பேசிக்கொண்டே போக... கோகுல்தாஸிற்கு சற்று முன் அவள் மேல் இருந்த மோகம் மறைந்துபோய், சுர்ரென்று கோபம் உச்சந்தலைக்கு எகிறத் துவங்கியது.

''முடிவு செஞ்சு ஏற்பாடும் பண்ணிட்டு சொன்னா, என்ன அர்த்தம்? அனுமதி கேக்கறியா? இல்லை தகவலா சொல்றியா?'' என்றார் ஆத்திரமாக. தன் தோள்மேல் கை வைத்து உலுக்கி ஆத்திரமாகக் கேள்வி கேட்ட அவரை சற்றே கோபமாகப் பார்த்தாள் மாயா.

''கோகுல், உங்க மனசிலே என்ன வச்சிருக்கீங்க? அதை வெளிப்படையாச் சொல்லிடுங்க.'' அவர் கையைத் தன் தோளில் இருந்து விலக்கினாள்.

''நான் கேக்க வேண்டிய கேள்வி மாயா. தேவைதானா?'' என்றார் கோகுல்தாஸ் சற்றுமுன் மனதில் நிலவின இனிமை யாவும் கலைந்து போன வெறுப்பில்.

''என்ன தேவைதானா?''

''நமக்கு இப்ப என்ன குறைச்சல்? அந்த கோர்ஸ் படிக்கலைன்னா என்ன மாயா?''

''நம்ம வசதிய பெருக்கிக்க மட்டும் நான் யோசிக்கலை கோகுல். அது ஒரு கௌரவம். அது ஒரு மெரிட். வளர்ச்சிதானே மனுஷனுக்கு லட்சியமா இருக்கணும். அந்த வளர்ச்சிக்கு உதவுதே. எதுக்காக மறுக்கறீங்க?''

''நாளுக்கு நாள் நம்ம நிறுவனம் வளர்ச்சி அடைஞ்சிட்டுத்தானே மாயா இருக்கு.''

''கோகுல்... நானும் பார்க்கிறேன். அந்த கோர்ஸ் பத்தி பேசினாலே உங்களுக்குப் பிடிக்கறதில்லை. உண்மையான காரணம் எனக்குத் தெரியும்.''

“என்ன அது?”

“அதை நான் முடிச்சுட்டேன்னா உங்களைவிட அதிமாகப் படிச்சவளாவேன். அதைப் பொறுக்க முடியலே. அப்படித்தானே?”

“ஸ்டுப்பிட் மாதிரி பேசாதே. இது அவசியமா படலை.”

“ஏன் நீங்க இதிலே பிடிவாதமா மறுக்கிறீங்க?”

“இதென்ன பதிலுக்குப் பதில் பேசிக்கிட்டு?”

“ஏன் பேசக்கூடாதா? நீங்க சொல்றதுக்கு தலையை ஆட்டிட்டு வாயை மூடிக்கணுமா?”

கோகுல்தாஸ் கட்டிலைவிட்டு எழுந்தார். முடிந்த சிகரெட்டை ஆஷ்ட்ரேயில் நசுக்கின வேகத்தில் எக்கச்சக்கமான கோபம் வெளிப்பட்டது. திரும்பி அவளை முறைத்தார்.

“மாயா, உன்னைக்கல்யாணம் செஞ்சிக்கிட்டதுக்காக பல சமயம் பெருமைப்படறேன். ஆனா, நீ இந்த மாதிரி முரட்டுத்தனமாப் பேசறப்ப, வேதனைப்பட வச்சிடறே.”

“இதையே நானும் சொல்லலாமில்லே?”

“மாயா!” என்று கத்தினார் கோகுல்தாஸ்.

“கத்தாதீங்க. உங்க ஆபீஸ்ல ஒரு செகரெட்டரியாதான் நான் உள்ளே வந்தேன். ஆனா, என் மூளை உங்களுக்கு கோடிகோடியா கொண்டுவந்து கொட்டிச்சி. நீங்க முதல்ல எங்கிட்ட ரசிச்சது என் அறிவை. அப்பறம்தான் என் அழகை. ரெண்டும் வேணும்னு

நினைச்சிதான் உங்க காதலை சொன்னீங்க. உங்க காதலை ஏத்துக்கறதுக்கு முன்னாடி நான் சொன்ன கண்டிஷன் நினைவுல இருக்கா?” என்றாள் மாயா.

7

மாயாவை உதடுகள் துடிக்கப் பார்த்தார் கோகுல்தாஸ்.

நான் அலுவலகத்திற்குள் நுழையும்போது எழுந்து நின்று குட் மார்னிங் சொன்னவள். என் முன்னால் கைகட்டி நின்றவள். "யெஸ் பாஸ்... ஓகே பாஸ்" என்று பவ்யமாக சொன்னவள். பணியில் தவறு செய்யும்போது திட்டினால் நடுங்கிப் போனவள். நூறு முறை ஸாரி சொன்னவள்.

இப்போது எப்படி திமிராகப் பேசுகிறாள்?

உண்மைதான்! முதலில் இவளிடம் நான் வியந்தது அறிவைத்தான். அவள் கொடுக்கும் பத்து யோசனைகளில் ஆறு பிரில்லியண்ட்டாக, செயல்படுத்த ஏற்றவகையில் இருந்தது நிஜம். அதனால் வர்த்தகம் ஜிவ்வென்று பூமியிலிருந்து வானத்திற்குத் தாவியது நிஜம்.

அழகென்று பார்க்கும்போது அசத்தலான, தூக்கலான அழகுப் பெட்டகமாகத்தான் நடமாடினாள். நேர்த்தியாக உடுத்துவதிலும், வசீகரமாக ஒப்பனை செய்துகொள்வதிலும் உலக அழகிகளுக்கு நிகரானவள்.

இவள் மீது மனம் ஈடுபாடு காட்டியதில் மோகத்துடன் இவளின் அறிவு, அழகு இரண்டையும் அடைந்து என் நிரந்தர சொத்தாக்கிக்கொள்ளும் ஒருவித கணக்கும் இருந்தது நிஜமே.

அவள் பார்த்திராத ஏழு நட்சத்திர ஹோட்டலுக்கு அழைத்துச்சென்று அவள் சாப்பிட்டிராத ஆடம்பர விருந்தளித்து, அவள் அணிந்திராத பதினேழு லட்சம் மதிப்பில் வைர நெக்லெஸ் பரிசளித்து அவள் எதிர்பார்த்திராத செய்தியாக என் காதலைச் சொன்னபோது நம்ப முடியாமல் அதிர்ச்சியுடன் நெடுநேரம் இமைக்காமல் பார்த்தாளே ஒழிய... கோபப்படவில்லை.

“உங்க வயசென்ன... என் வயசென்ன... எப்படி நீங்க இப்படி சொல்லலாம்?” என்று ஆத்திரப்படவில்லை.

“இதை நான் எதிர்பார்க்கவே இல்லை” என்றே திரும்பத்திரும்ப சொன்னாள்.

குடும்பத்தில் கலந்தாலோசித்து இரண்டு நாட்கள் கழித்து பதில் சொல் என்று சொன்னாலும் அடுத்த நாளே பூங்கொத்துடன் வந்து புன்னகையுடன் சம்மதம் சொன்னாள்.

“ஒரே ஒரு கண்டிஷன் பாஸ்” என்றாள்.

“சொல்லு மாயா...”

“உங்க கோட்ல ஒரு ரோஜாப் பூவா... உங்க வீட்ல ஒரு அலங்கார பொம்மையாக்கிடக் கூடாது. உங்க அன்பு, அந்தஸ்து தாண்டி என் சுதந்திரம் எனக்கு முக்கியம். நிறைய படிக்கணும். தனியா என் திறமையில புதுசா தொழில் துவங்கி சாதிக்கணும். அதுக்கு தடை சொல்லக் கூடாது.”

“தாராளமா செய்! என்ன விரும்புறியோ செய்!”

அவள் என்னுடையவளாகிற மகிழ்ச்சி பூரிப்பில் அவசரப்பட்டுவிட்டேனோ? முட்டாள்தனமாக அன்றைக்கு தலையசைத்து ஊக்குவித்ததுதான் தப்போ?

அவளுக்கென்று அலுவலகத்தில் தனிப்பகுதி ஒதுக்கி இண்ட்டீரியர் டிசைனிங் நிறுவனம் ஒன்றை ஒரு மாதத்திற்குள் துவக்கிக்கொடுத்தது அதீத சலுகையோ?

கொஞ்சம் கொஞ்சமாக என் மனதை ஆக்கிரமித்து அன்போடு அதிகாரம் செய்யத்துவங்கியதை காதலின் மயக்கத்தில் சரியாக கண்டுகொள்ளாமல் இருந்துவிட்டேனோ?

“கோகுல்... உங்களை மாமான்னு கூப்புடவா?”

“கூப்புடேன்...”

“இனிமே உங்க காஸ்ட்யூம்ஸ் நான்தான் டிசைன் செய்வேன்.”

“செய்யேன்...”

“கான்ஃபரென்ஸ் ஸ்பீச்சஸ் இனிமே என் பொறுப்பு.”

“உத்தரவு மகாராணி!”

“என்னைக் கேக்காம புதுசா எந்த சொத்தும் வாங்கக்கூடாது.”

“நீ முடிவெடு. நான் கையெழுத்து மட்டும் போடறேன் டியர்.”

இனிமையாகப் பேசுவாள். பாசமும், அன்பும் திகட்டத் திகட்டக் கொஞ்சுவாள். அதே சமயம் திடீரென்று ஒரு அர்த்தமற்ற கர்வம் வந்துவிடும். உன் எண்ணங்கள், நடவடிக்கைகள் தவறென்று மறுக்கும்போது, அந்த கர்வம் தலைவிரித்தாடும்.

நான் யார்? கோகுல்தாஸ் தி கிரேட்! ஊரில் வி.வி.ஐ.பி! தொழிலில் ராஜா. எவரும் போட்டியிட்டு வெல்ல முடியாத ஆசாமி. என்னை எவரும் அத்தனை சுலபமாக சந்திக்கக்கூட முடியாது. எந்தக் கட்சி ஆட்சிக்கு வந்தாலும் அதில் பாதி மந்திரிகள் என் நண்பர்கள். மாதம் ஒன்றுக்கு நூறு விழாக்களுக்கு அழைக்கிறார்கள். நான் தொட்டுக் கொடுக்கும் தாலிகளுக்காக முகூர்த்த நேரம் தாண்டியும் மாப்பிள்ளைகள் காத்திருக்கிறார்கள். என் பேட்டிகளுக்காக ஊடகங்கள் தவமிருக்கின்றன.

ஆனால், வீட்டில் சில சமயங்களில் இந்த மாயா என்னை மகா துச்சமாய் மதிக்கிறாளே! மாயாவின் ஆளுமை குணம் தலைதூக்கி அம்புகளாய்... அமிலத் துளிகளாய் வார்த்தைகள் வெளிப்பட்டு தாக்கும் போதெல்லாம் வலிக்கிறதே!

எத்தனை முறைதான் அமைதியாகவே போவது? மனதிற்குள் கொஞ்ச நாட்களாகவே எரியும் இந்தப் பிரச்னைக்கு இன்றைக்கு முடிவு கட்டிவிடுவது என்று தீர்மானித்தார். கோகுல்தாஸ்.

கப்போர்டு திறந்து கிளாஸ் எடுத்து, ரெஃப்ரிஜிரேட்டரை நெருங்கினார். விஸ்கி எடுத்து ஊற்றி, ஐஸ் வாட்டர் கலந்து, இரண்டு பெக்குகளை ஒரே மூச்சில் விழுங்கினார். திரும்பினார்.

கைகளை மார்பின் குறுக்கில் கட்டிக்கொண்டு அவரையே பார்த்துக்கொண்டு வாடி வாசலிலிருந்து விடுபட்டு சீற்றத்துடன் வெளிப்பட்டு மோதிக்கிழிக்க குறிபார்த்து நிற்கும் ஜல்லிக்கட்டு காளையைப் போல ஆவேசம் குறையாமல் நின்றாள் மாயா.

“அப்போ நான் லண்டன் போகலாம்தானே கோகுல்?”

“எனக்குப் பிடிக்கலை. சிரமப்பட்டு என் ஆத்திரத்தை எல்லாம் அடக்கிட்டிருக்கேன். படு. அமைதியா தூங்கு. காலைல நிதானமா இதைப்பத்திப் பேசலாம்.”

“இல்லை, இப்பவே பேசிடலாம்.”

“மாயா...” என்றவர், “வேணாம் படு” என்றார்.

கோகுல்தாஸ் போதை ஏறத்துவங்கின நிலையில் ஒரு சிகரெட் பற்றவைத்துக்கொண்டு அவளிடம் வந்தார். அவளின் இரண்டு தோள்களிலும் இரண்டு கைகளையும் அழுத்தமாகப் பதித்து அவள் முகத்தை உற்றுப் பார்த்தார்.

“நானும் கேக்கக் கூடாது, கேக்கக் கூடாதுன்னு கஷ்டப்பட்டு அடக்கிப் பார்க்கறேன். என்னை நீ கேக்க வைக்கறே.”

“என்ன கேக்கணும்?”

“நீஎன்னைக்காதலிச்சியா? இல்லஎன்பணத்தைக்காதலிச்சியா?”

“பதிலுக்கு என்னாலயும் கேக்க முடியும் கோகுல்”

“கேளு, என்ன கேக்கணுமோ கேட்டு!”

“மாசத்துக்கு ரெண்டு தடவை மும்பை போறது பிஸினஸ் சம்பந்தமா மட்டும்தானா?”

“வாட் எல்ஸ்?”

“நடிக்காதீங்க கோகுல்! அந்தரங்கம் சில சமயங்கள்ல அசிங்கமா இருக்கும். அதை ஆராய்ச்சி செய்யாம இருக்கறதுதான் வசதி. இல்லையா?”

“என்ன சொல்றே? தெளிவா சொல்லு!”

“ப்ரீத்தி கபூர் யாரு கோகுல்?”

சட்டென்று வியர்த்தார் கோகுல்தாஸ்.

“நமக்கு பெயிண்ட் சப்ளை பண்ற கம்பெனியோட சி.ஈ.ஓ. அதுக்கென்ன?” என்றார் குரலில் வேகம் சற்றே குறைந்து.

"அவ்வளவுதானா?"

"மிஸ்டர் மனோஜ் கபூரோட மனைவி."

"அப்பறம்?"

"ஐ டோண்ட் அண்டர்ஸ்டாண்ட் மாயா."

"ஐ டோண்ட் வாண்ட் டு எக்ஸ்போஸ் மாயா! அப்படித்தான் நீங்க சொல்லணும் கோகுல். கரெக்ட்டா?"

"கம் ஸ்ட்ரைட் மாயா."

கோகுல்தாஸின் நெற்றியோரத்தில் ஒரு நரம்பு மட்டும் புடைத்து தனியாகத் துடித்தது. மாயா படுக்கையில் தன் மொபைல் தேடியெடுத்து ஒரு புகைப்படத்தைக் காட்டினாள்.

"யெஸ்... இவதான் ப்ரீத்தி கபூர். ஸோ?"

"அவ கழுத்துல கவனிங்க கோகுல்..."

"கழுத்துல என்ன?"

"ஹேய்! இன்னும் எவ்வளவு நேரம்தான் ஆக்ட்டிங் குடுப்பீங்க?"

"பிராமிஸா உன் மைண்ட்ல என்ன இருக்குன்னு எனக்குப் புரியலை மாயா."

"இது வைர நெக்லெஸ் கோகுல்."

"ஸோ வாட்?"

"எனக்கு காதலைப் புரொப்போஸ் செஞ்சப்ப பிரெசண்ட் செஞ்சதும் வைர நெக்லெஸ்தான் கோகுல். ரெண்டும் ஒரே டிசைன்."

"வொய் நாட்?"

"நான் கொஞ்சம் துப்பறியற வேலை செஞ்சேன் கோகுல். இந்த டிசைன் காமன் இல்லை. கஸ்டமைஸ்ட். ஆர்டரின் பேரில் செய்துத் தரப்படறது. கீர்த்திலால்ல ஆர்டர் செய்யப்பட்டது. யாரால? மிஸ்டர் கோகுல்தாஸால. எத்தனை? ரெண்டு!"

கோகுல்தாஸ் மேற்கொண்டு பேசுவதை நிறுத்திக்கொண்டு தன் விரல்களில் புகையும் சிகரெட் நெருப்பு முனையைப் பார்த்தார்.

"மிஸ்டர் மனோஜ் கபூர் தன் வைஃபுக்கு பிரெசண்ட் செய்ய ஒரு நெக்லெஸ் டிசைன் பார்த்துட்டு இருந்தார். அப்ப நானும் உனக்கு பிரெசண்ட் செய்ற பிளான்ல இருந்தேன். இந்த டிசைன் எனக்குப் பிடிச்சது. அவருக்கு அனுப்பிச்சேன். அவருக்கும் பிடிச்சதால ரெண்டா ஆர்டர் செஞ்சேன். தப்பா?"

"பேமெண்ட்டும் நீங்கதான் செஞ்சிருக்கீங்க."

"அப்பறம் அவர் செட்டில் செஞ்சிட்டார்."

அவர் அருகில் வந்து அவரின் போனை எடுத்து நீட்டினாள்.

"மனோஜ் குமாருக்கு போன் போடுங்க. ஸ்பீக்கர் போன்ல போட்டுப் பேசுங்க. இதை அவர் ஒத்துக்கறாரான்னு பார்ப்போம்"

"என்ன நீ நம்பலையா மாயா?"

"இல்லை!" என்றாள் அழுத்தமாக.

"என்னை நீ அவமானப்படுத்தறே மாயா!"

"என்னை நீங்க முட்டாள்னு நினைக்கிறீங்க கோகுல். இன்னும் கூடுதல் தகவல்கள் துப்பறிஞ்சி வெச்சிருக்கேன். போன தடவை நீங்க ரெண்டு பேரும் கூத்தடிச்சது எந்த ஹோட்டல்னு சொல்லவா? என்ன ரூம் நம்பர்னு சொல்லவா?"

"யூ பிட்ச்" என்று கத்தின கோகுல்தாஸ் துடித்துக்கொண்டிருந்த தன் ஆத்திரம் அத்தனையையும் தன் வலது கைக்குக்கொண்டு வந்து பளார் என்று அவள் கன்னத்தில் அறைந்தார்.

அலறியபடி சுருண்டு கீழே விழுந்த மாயாவிடம் அசைவில்லை.

8

அந்த நட்சத்திர ஹோட்டலின் உள்ளே நீச்சல் குளம் பகுதியில் தற்சமயம் நீந்த யாருமின்றி வெளிர் நீல நிற தண்ணீர் பளிங்குத் தெளிவுடன் ஆழத்தில் தரையில் பதித்த சதுரங்களைத் துல்லியமாகக் காட்டியது.

கால் நீட்டி சாயும் சௌகரிய சோபாக்களுக்குத் தனித்தனியாக வர்ணக் குடைகள் அமைக்கப்பட்டிருக்க... ஒன்றின்கீழ் சிவந்த தேக வெளிநாட்டவன் கொண்டையாக எலுமிச்சை செருகிய உயர கிளாஸிலிருந்து சொட்டுச் சொட்டாய் ஜூஸ் பருகினான்.

சற்றுத் தள்ளி அமைந்திருந்த திறந்தவெளி மேஜைகளில் ஒன்றில் கோகுல்தாஸ் ஸ்பூன், ஃபோர்க் வைத்துக்கொண்டு தன் பிளேட்டிலிருந்த பல வர்ணம் கொண்ட வஸ்துவை இழுத்து பிய்த்து ருசித்து சாப்பிட...

காபி மட்டும் பருகிய பரத் அருகில் டின் ஜூஸ் பருகும் சுசிலாவிடம் ஜாடையில் 'போரடிக்குது... போயிடலாமா?' என்று கேட்டான்.

கோகுல்தாஸ் பிளேட்டில் பாதியை வீணடித்துவிட்டு டிஷ்யூ காகிதத்தால் உதடு துடைத்துக்கொண்டார்.

"அந்த இடத்துல நீங்க இருந்திருந்தாலும் என்னை மாதிரிதான் ஆத்திரப்பட்ருப்பீங்க பரத். ஏம் ஐ ரைட்?" என்றார்.

"நான் உங்களை மாதிரி ப்ரீத்தி கபூரோட ஒரு விவகாரம் வெச்சிருந்தா அதை பிற்காலத்துல யார்கிட்டயும் மாட்டிக்கிற மாதிரி செஞ்சிருக்க மாட்டேன் சார்" என்று சொல்வது நாகரிகமாக இருக்காது, மற்றும் ஒரு கொழுத்த வழக்கு கையை விட்டுப்போய்விட சாத்தியமிருந்ததால்,

"அஃப்கோர்ஸ்" என்றான் பரத்.

“சார்... மாயாவைக் கொலை செய்றது உங்க நோக்கம் இல்லை. ஆத்திரத்துல அறைஞ்சீங்க. அது ஃபேட்டலாயிடுச்சி. ஒரு வகையில இது விபத்துதான்.” என்றாள் சுசிலா.

“ஹல்லோ! நான் அறைஞ்சதுல அவ செத்துட்டான்னு எப்போ சொன்னேன்?” என்றார் கோகுல்தாஸ்.

“பின்னே இல்லையா?” என்றாள் சுசிலா, வாங்கிய 1000 வாட்ஸ் பல்பை மறைத்துக்கொண்டு.

“ஃபிளாஷ்பேக் இன்னும் முடியலைங்க” என்றார் கோகுல்தாஸ்.

* * *

சில மாதங்களுக்கு முன்...

பெண்களுக்கு மட்டுமான அந்த பியூட்டி பார்லரில் அப்பாயிண்ட்மெண்ட் வாங்கிய, விரைவில் அழகாகப் போகும் பெண்கள் சிலர் அமர்ந்து வழவழப்பான காகிதத்தில் அச்சடித்த உயர் ஜாதிப் புத்தகத்தைப் புரட்டினார்கள்.

கதவைத் தள்ளிக்கொண்டு உள்ளே வந்த அவன் பதற்றமாக ரிசப்ஷன் மேஜைக்கு வந்தான்.

“எக்ஸ்க்யூஸ் மீ. என் சிஸ்டர் இங்க வந்திருக்கா. எமர்ஜென்சி... எங்கம்மா இறந்துட்டாங்க. உடனே கூப்புடுங்க. அழைச்சிட்டுப் போகணும்.”

“ஓ... சார்... வெரி ஸாரி. பேர் சொல்லுங்க.”

சொன்னான்.

“நான் வெளில என் பைக் பக்கத்துல வெய்ட் பண்றேன்.”

அவன் வெளியேறி சில விநாடிகளில், அவசரமாக துடைக்கப்பட்ட முகத்துடன் ஓட்ட நடையில் வெளியில் வந்தாள் அவள்.

“இங்கயும் வந்துட்டியா?”

“நேரா உன் வீட்டுக்கோ உன் ஆபீஸுக்கோ வந்துப்பாத்தா உனக்குதான் சங்கடம்.”

“அம்மாவுக்கு ஒண்ணும் இல்லைதானே?”

“அப்படி சொன்னதாலதானே அலறியடிச்சிக்கிட்டு வந்தே.”

“சிஸ்டர்னு சொன்னியா?”

“முன்னாள் காதலின்னு சொன்னா உனக்குப் பிடிக்குமா?”

“நிஜமாவே இனிமே நீ என்னை சிஸ்டரா நினையேன்.”

“நான் என்ன எம்.ஜி.ஆரா?”

“எதுக்கு வந்தே?”

“அன்னிக்கு லைப்ரரி வாசல்ல நீ கூப்புட கூப்புட நிக்காம போனது சரியில்லன்னு தோணிச்சு. அதான் விசாரிச்சிடலாம்னு வந்தேன். எதுக்குக் கூப்புட்டே?”

“என் சூழ்நிலை உனக்கு நல்லா புரியுது. உன் வேதனை எனக்கும் நல்லா புரியுது. பணம் இல்லாம வேற எப்படி இதை சரிசெய்ய முடியும்னு எனக்குத் தோணலை”

“ஒரு வழி இருக்கு.”

“என்ன?”

“நியாயமா பார்த்தா என் காதலியான நீ எனக்குதான் மனைவியாகியிருக்கணும். அது மிஸ்ஸாயிடுச்சி. என்னோட ஓடி வந்துடுன்னு சொல்றேன். அதுவும் உன்னால முடியாதுங்கறே. அப்ப இது ஒண்ணுதான் வழி”

“எது?”

“என்னோட ரகசிய மனைவியா வாழ்றது...”

“என்ன சொல்றே?”

“தினத்தந்தி பாஷையில் சொல்லணும்னா எனக்கு நீ கள்ளக் காதலியா இருன்னு சொல்றேன்.”

“நான்சென்ஸ்!”

“சென்ஸோடதான் பேசறேன். நான் கூப்புடறப்போ கூப்புடற இடத்துக்கு வந்துட்டுப் போ.”

“முடியாது!”

“அப்படின்னா நீ கூப்புடறப்போ கூப்புடற இடத்துக்கு நான் வர்றேன் டியர்.”

“இதுக்கு பேசாம என்னைக் கொன்னுடு.”

“அப்படி ஒரு நோக்கத்தோடதானே வந்தேன். யோசிச்சிப் பார்த்தேன். ஜெயில் வாழ்க்கையை நினைச்சா டென்ஷனாகுது. ஆனா, அந்தக் கொலை செய்ற அளவுக்கான ஆத்திரம் அப்படியேதான் இருக்கு. ஒருவேளை நீ முரண்டு பிடிச்சேன்னு வையி... கடைசியா வேற வழி இல்லன்னா அந்த யோசனைக்குதான் நான் போகவேண்டியிருக்கும். உனக்கு ரெண்டு நாள் டைம் தர்றேன். முடிவு பண்ணு.”

அவன் அந்த பைக்கை ஸ்டார்ட் செய்து புகை கக்கி விரைய... விக்கித்து நின்றபடி இருந்தாள் அவள்.

* * *

வலிக்க அறை வாங்கியதில் சுருண்டு கட்டிலில் விழுந்த மாயா முதுகு குலுங்க மெதுவாக விசும்பத் துவங்கினாள்.

கண்ணீர்த் திரையினூடே அவரைத் திரும்பிப்பார்த்தாள்.

“எனக்கு நீங்க துரோகம் செய்றீங்க. அதைக் கேக்க எனக்கு உரிமை இல்லையா?” என்றாள் விசும்பலாக.

கோகுல்தாஸிடம் பதில் இல்லை.

“எனக்கு மட்டும் இல்லை. மனோஜ் கபூருக்கும் துரோகம் செய்றீங்க. என்னை அறைஞ்சி, கத்தி அடக்கிடலாம். அவருக்குத் தெரிஞ்சா அவரையும் இதே மாதிரி அறைஞ்சி அடக்கிடுவீங்களா?”

“இப்ப இதைப்பத்தி எதுவும் பேச விரும்பலை” என்று மட்டும் சன்னமாக சொல்லிவிட்டு அறைக்கு வெளியே பால்கனிக்கு வந்து அங்கு தொங்கும் மூங்கில் கூடையில் அமர்ந்தார் கோகுல்தாஸ்.

கட்டிலிலிருந்தே உரத்த குரலில் கத்தினாள், “நேரா நின்னு என் முகத்தைப் பார்த்துப் பேச முடியலைல்ல? குட்டு உடைஞ்சிடுச்சேன்னு குறுகுறுங்குதா?”

பால்கனிக்கும் அறைக்குமான மரக் கதவை படீரென்று காலால் தள்ளி மூடினார்.

“எனக்கு நியாயமான, யோக்கியமான, நேர்மையான பதில் வேணும் கோகுல். நழுவினா விட மாட்டேன்” என்று அவள் கத்தியது உடைந்தும் தேய்ந்தும் ஆனால் கேட்டது.

வரிசையாக நான்கு சிகரெட்டுகள் அவருக்குத் தேவைப்பட்டது.

ப்ரீத்தி கபூரும் அவரும் ஒரு உயர்தர பப்பில் கிளாஸ்களை மோதிக்கொண்டு குடித்தார்கள். அவள் இடையை இழுத்து அணைத்துக்கொண்டு ஆடினார். ப்ரீத்தி அவரின் சட்டை பட்டன்களை ஒவ்வொன்றாகக் கழற்றினாள். ப்ரீத்தியின் திறந்த முதுகில் ஆலிவ் ஆயில் ஊற்றி மசாஜ் செய்தார். இருவரும் நைனிடால் ஏரிக்கருகில் ஒரே குதிரையில் உடல் குலுங்கப் போனார்கள். ப்ரீத்தி கழுத்தில் அந்த பதினேழு லட்சம் வைர நெக்லஸை கோகுல்தாஸே அணிவித்துவிட்டு ரசீதாக உதட்டில் முத்தம் பெற்றார். ப்ரீத்தி உதட்டில் இருந்த மெந்தால் சிகரெட்டை நெருப்பு மொட்டால் கோகுல் பற்றவைத்தார். ஒரு ஹாஸ்பிடலில் ப்ரீத்தி படுத்திருக்க... கோகுல்தாஸ் ஒரு ஃபாரத்தில் கணவர் என்கிற இடத்தில் கையெழுத்திட்டார்.

கோகுல்தாஸ் எதையெதையோ தொடர்பில்லாமல் ஸ்லைடு ஷோ மாதிரி யோசித்துக்கொண்டிருந்தபோது, போன் ஒலி செல்லமாக அழைத்தது, ஷோவை நிறுத்துயது.

கோகுல்தாஸ் நேரம் பார்த்தார்.

மணி இரவு 11.45.

நெற்றியைச் சுருக்கியபடி போனை எடுத்து, “ஹலோ” என்றார்.

“ஹலோ கோகுல்தாஸ்?”

“நான்தான். ரவீந்திர குப்தாதானே? என்ன இந்த நேரத்துல?’

ரவீந்திர குப்தா இதே கட்டடத் தொழிலில் இன்னொரு ராஜா.

“சந்தேகத்தோடதான் போன் செஞ்சேன், டெல்லிலேர்ந்து எப்ப வர்றீங்க?”

“நான் வந்துட்டேன் குப்தா.”

“நல்லதாப் போச்சு. நம்ம அசோஸியேஷன் எலெக்ஷன் நாளைன்னைக்கு. ஞாபகமிருக்கா?”

“ஞாபகமிருக்கு. உங்களுக்குதான் என் ஓட்டு.”

“அந்த குமரப்பன் கோஷ்டி ஜெயிச்சிடாம பார்த்துக்கணும், அவன் பிரெசிடெண்ட்டா வந்தா நாறிடும். அதனால என்ன செய்யலாம்னு ரகசியமா ஒரு திட்டம் பேச என் வீட்ல நம்ம சப்போர்ட்டர்ஸ் ஏழெட்டு பேர் கூடியிருக்கோம். நீங்களும் வந்தா நல்லா இருக்கும். இந்த மாதிரி மீட்டிங் எல்லாம் பகல்ல வைக்க முடியாதில்லையா? என்ன வர்றீங்களா?”

“வர்றேன் குப்தா. அரை மணி நேரத்துல அங்க இருப்பேன். நீங்க பேசிட்டிருங்க.”

“ஓக்கே, அவசியம் வாங்க”

போனை அணைத்துவிட்டு எழுந்தார் கோகுல்தாஸ்.

கார் சாவியுடன் வேகமாக படிகளிறங்கிய கோகுல்தாஸ் படிக்கட்டுக்கருகில் படுத்திருக்கும் துரைராஜைக் காணாமல் குழம்பினார்.

ஜமுக்காளமும், தலையணையும் மட்டுமே இருந்தன.

கதவைத் திறந்துகொண்டு போர்ட்டிகோவுக்கு வந்து வாசல் கேட் அருகில் பார்த்தால் அங்கே வாட்ச்மேன் கந்தசாமியும் இல்லை.

இரண்டு பேரும் எங்கே போனார்கள்?

9

கோகுல்தாஸுக்கு துரைராஜ், கந்தசாமி இருவரையும் காணாமல் குழப்பம் மேலிட்டது. வீட்டுக்குள்ளே இருக்கவேண்டியவனையும் காணோம். கேட் அருகினில் காவல் காக்கவேண்டியவனையும் காணோம். என்ன ஆயிற்று அவர்களுக்கு?

இரவின் அமைதியில் இலைகளிலிருந்து சொட்டும் மழைத் துளிகளின் ஓசைகூட துல்லியமாகக் கேட்டது. மழை மேகங்கள் விலகி தெளிவடைந்த கிரே வானத்தில் மேகக் கைக்குட்டை எடுத்து முகம் துடைத்துக்கொண்டிருந்தது பாதி நிலா. மிகவும் தூரத்தில் ஒரு மெட்ரோ ரயில் தடக்தடக்கித் தேய்ந்தது.

காரின் அருகிலேயே நின்றவர் போனைக் கையிலெடுத்தார். அவர் நாசியை சிகரெட் புகையின் வாசனை தொட்டது. எல்லாத் திசைகளிலும் பார்க்க...

தோட்டப்பகுதியிலிருந்து சிகரெட் புகை வருவதைக் கண்டு மெதுவாக அங்கே வந்து பார்த்தவர் திடுக்கிட்டார்.

செடிகளின் மறைவில் அமர்ந்திருந்த இருவரும் ஒருமுறை பயன்படுத்தும் பிளாஸ்ட்டிக் டம்ளர்களில் ஊற்றி மது அருந்தியபடி சிகரெட் பிடித்துக்கொண்டிருந்தார்கள்.

இவரை அவர்கள் கவனிக்கவில்லை. அவர்கள் லேசான போதையுடன் நாக்குக் குழற பேசுவதைக் கவனித்தார்.

"சாருக்கும் மேடத்துக்கும் என்னமோ பிரச்சினைடா." – இது துரைராஜ்.

"அப்படியா சொல்றே?" – இது கந்தசாமி.

"ஆமாம். இல்லன்னா சார் எதுக்கு டாக்ஸில வந்து இறங்கணும்?"

“அப்படின்னா எந்த ஃப்ளைட்ல திரும்பி வர்றார்னு தகவல் மேடத்துக்கே சொல்லலைன்னு அர்த்தம்.”

“கரெக்ட்டு. தெரிஞ்சிருந்தா ஒண்ணு இவங்களே போய் பிக்கப் பண்ணிட்டு வந்திருப்பாங்களே. இல்லன்னா வண்டியையாச்சும் அனுப்பிருப்பாங்களே...”

“என்ன பிரச்சினையா இருக்கும்?”

“அது நமக்கென்னடா தெரியும்?”

“நான் சொல்லட்டுமா?”

“உனக்குத் தெரியுமா?”

“சும்மா இதுவாதான் இருக்கும்னு யூகம் பண்றேன். சாரோட ஆபீஸ்ல வேலை பார்த்த பொண்ணுதானே நம்ம மேடம். அவங்க அழகுல மயங்கி ஆசைப்பட்டு கல்யாணம் பண்ணி மகாராணி மாதிரி அந்தஸ்து கொடுத்தாரில்லையா...”

“இப்படி ஒரு அதிர்ஷ்டம் யாருக்கு அடிக்கும்?”

“அதுக்கு நன்றியுள்ள ஒரு நாய்க்குட்டி மாதிரி வாழ்நாள் பூரா நம்ம சாரோட கால்ல விழுந்து கிடக்கணுமா இல்லையா? அதை விட்டுட்டு இந்தம்மா தனியா கம்பெனி ஆரம்பிச்சது பாரு... அதுக்கப்பறம் போக்கே வேற மாதிரி இருக்கு. நீ கவனிச்சியா இல்லையா?”

“கவனிக்காம என்ன? ஏதோ பரம்பரையாவே பணக்கார குடும்பத்துல பொறந்து வளர்ந்த மாதிரி ஒரு பந்தா வந்துடுச்சி.”

“நம்மை எல்லாம் அதிகாரம் பண்றதுகூட சரி... நாம சம்பளத்துக்கு வேலை பாக்கறவங்கடா. சில சமயம் சாரையே எதிர்த்துப் பேச ஆரம்பிச்சிட்டாங்க.”

“நிஜமாவா சொல்றே?”

“அன்னிக்கு ஒரு நாள் காபி எடுத்துட்டு ரூமுக்குப் போனேன். ரெண்டு பேரும் காச்சு மூச்சுன்னு கத்திக்கிட்ருந்தாங்க. பேசாம திரும்பி வந்துடேன். சார் என்னமோ சமாதானமா சொல்றார்.

அதைக் காதுலயே வாங்கிக்காம பிடிவாதமா எடுத்தெறிஞ்சிப் பேசுது அந்தப் பொண்ணு."

"சரி... இன்னொரு பெக் ஊத்துடா."

"போதும். இப்பவே மப்பு ஏறி ஜிவ்வுனு இருக்கு. இன்னும் போட்டா சுத்தமா கவுந்துடுவோம்."

பொறுமையாக பார்த்துக்கொண்டிருந்த கோகுல்தாஸ் திடீரென்று குரலை உயர்த்தி கத்தலாக,

"என்னடா பண்றீங்க இங்க?" என்றார்.

பதறியடித்து எழுந்தார்கள். எழும்போதே தடுமாறி விழப்போய் சமாளித்து ஸ்டெடியாகி நின்றார்கள்.

"சார்... சார்... ஸாரி சார். மன்னிச்சிடுங்க சார். இனிமே இப்படி நடக்காது சார்" என்று கெஞ்சினான் துரைராஜ்.

"மழை பேஞ்சுதா... குளிருக்காக... லேசா... தப்புதான்..." பதறினான் கந்தசாமி.

"தினம் நாங்க தூங்கப் போனதுக்கப்பறம் இப்படிதான் இந்தக் கூத்து நடக்குதா?"

"அய்யோ இல்லை சார். எப்பவாச்சும்தான் சார்... சத்தியமா இனிமே இப்படி நடக்காதுங்க சார்."

"எங்க அசோஸியேஷன் எலெக்ஷன் சம்பந்தமா அவசரமா ஒரு மீட்டிங். அதுக்காக போன் வந்து இறங்கி வந்தா... இப்படி கூத்தடிச்சிட்டிருக்கீங்க... இருங்கடா... இப்ப எனக்கு டைமில்லை... உங்களை... நாளைக்குப் பேசிக்கிறேன்."

கோகுல்தாஸ் கோபமாக வந்து காரில் அமர... கந்தசாமியும் துரைராஜும் வேகமாக ஓடிப்போய் ஆளுக்கொரு கேட்டை தள்ளித் திறந்தார்கள்.

விருட்டென்று வேகமாக வெளியேறி சாலையில் கலந்தார் கோகுல்தாஸ். கொதிப்பான மன நிலையுடன் காரை ஓட்டினார்.

சில மாதங்களுக்கு முன்:

சூரியன் இன்னும் தலைகாட்டவில்லை. பின்னால் வந்துகொண்டிருக்கிற மன்னருக்கு கட்டியம் கூறுவதைப்போல கீழ் வானத்தில் தீற்றலாக மிக லேசான ஆரஞ்சு வெளிச்சம் மட்டும் எட்டிப்பார்த்தது.

இரவில் மீன் பிடிக்கச்சென்ற மோட்டார் படகுகளும், துடுப்புப் படகுகளும் ஆங்காங்கே கரைக்குத் திரும்பிக்கொண்டிருக்க... உலகத்தின் மொத்த வரலாற்றுக் கொடுமைகளுக்கான பெருங்கோபத் திரட்சியாக கர்ஜிப்புடன் இலக்கற்ற கோபத்தை கரைமீது காட்டின பாதிக்கப்பட்டவர்கள் சிந்திய கண்ணீரின் அலைகள்.

பல அரசியல் தலைகளும், திரைப் பிரபலங்களும், சாமானியர்களும் கலந்துகட்டி நடக்கும் சமத்துவ நடைபாதையில் கோகுல்தாஸ் கைகளை வீசி சீரான வேகத்தில் நடந்தார்.

குள்ளச் சுவரில் சாய்ந்து நின்றிருந்த அந்த இளைஞனைக் கவனித்தார். அவன் பயபக்தியுடன் ஒரு கையால் வணக்கம் வைத்தான். அவரும் வணக்கம் வைத்துவிட்டுக் கடந்தார்.

அவனை அவருக்கு யாரென்று தெரியவில்லை. ஒரு வாரமாக அவனை அதே இடத்தில் பார்க்கிறார். கடக்கும்போது வணக்கம் வைக்கிறான். இவரும் பதிலுக்கு வணக்கம் வைக்கிறார்.

ஷூ கால்களின் சத்தம் சமீபிப்பதை உணர்ந்து திரும்பிப்பார்க்க... அந்த இளைஞன்தான். அவரை நோக்கி வந்தான்.

"சார்... உங்கக்கிட்ட பேசணும்" என்றான்.

நடப்பதை நிறுத்தினார்.

"என்ன தம்பி?"

"என்னை நீங்க மன்னிக்கணும் சார்."

"எதுக்குப்பா?"

சட்டென்று அவரின் கால்களில் விழுந்துவிட்டான்.

"என்னை நீங்க மன்னிச்சே ஆகணும் சார். நான் ஒரு பாவி சார்."

“மொதல்ல எந்திரி தம்பி. விவரமா சொல்லு.”

அவன் தோள்களைப் பற்றி எழுப்ப... அவன் கண்களில் நீர் வழிந்தது.

“என்னாச்சி தம்பி? நீ யாரு? என்ன விஷயம்?”

“என் பேரு சித்தார்த். ஒரு அநாதைப் பய சார். ஒரு டிகிரி மட்டும்தான் படிச்சிருக்கேன். பத்து வேலை பாத்துட்டேன். எங்கயும் செட்டாகலை. சரக்கு, கஞ்சான்னு சுத்திட்டிருந்தேன். ஒரு தப்பான கும்பலோட பழக்கம் எறபட்டுச்சி சார். காசு கொடுத்தா கையை காலை வெட்ற கும்பர் சார் அது.”

அங்கிருந்த பெஞ்சில் அமர்ந்துவிட்டார் கோகுல்தாஸ்.

“மேல சொல்லு.”

“ஒருத்தரை நான் கொலை செஞ்சா பத்து லட்சம் தர்றோம்னு சொன்னானுங்க சார். எப்படி பிளான் செய்யணும், எப்படி கொலை செய்யணும், செஞ்சிட்டு ஆயுதத்தை எப்படி மறைக்கணும், எப்படி வட இந்தியாவுக்குப் போயி தலைமறைவா இருக்கணும்னு கம்ப்ளீட்டா ஸ்கெட்ச் போட்டுக்குடுத்தானுங்க சார்.”

“சரி... அப்பறம்?”

“இங்க சும்மா சுத்தித்திரியறதுக்கு பத்து லட்சம் வெச்சிக்கிட்டு வட இந்தியால செட்டிலாயிடலாம்னு நானும் சரின்னு சொல்லி ஒரு லட்சம் அட்வான்ஸ் வாங்கினேன் சார். பொருளும் அவனுங்களே குடுத்தானுங்க சார்.”

“ம்...”

“அவனுங்க கொல்லச் சொன்னது உங்களைதான் சார்!”

திடுக்கென்று அதிர்ந்துபோய் எழுந்துகொண்டார் கோகுல்தாஸ்.

* * *

குப்தாவின் பங்களாவுக்கு கோகுல்தாஸ் வந்தபோது அங்கே ஏழெட்டுப் பேர் கூடியிருந்தார்கள். குப்தா வீட்டின் வாசலுக்கே

வந்து கோகுல்தாஸை கை குலுக்கி அழைத்துச் சென்றார். ஹாலில் சோபாக்களில் அமர்ந்திருந்த அனைவரும் கைகளில் மது நிரம்பிய கிளாஸ் ஏந்தியிருந்தார்கள்.

ரவீந்திர குப்தா ஒரு கிளாஸை எடுத்து நீட்ட... வாங்கிக்கொண்டு அமர்ந்தார் கோகுல்தாஸ்.

குமரப்பன் அணியில் தேர்தலில் வெல்ல என்னவெல்லாம் சதிகள் நடக்கின்றன, அந்த அணி ஏன் பதவிக்கு வரக்கூடாது என்று பலரும் ஆவேசமாக அவரவர் கருத்துக்களைச் சொன்னார்கள்.

அமைதியாகக் கேட்டுக்கொண்டே இருந்தார் கோகுல்தாஸ்.

"என்ன கோகுல்... உங்க கருத்தைச் சொல்லவே இல்லையே?"

"குமரப்பன் அணியில் யார் வேணாலும் எந்தப் பதவிக்கு வேணாலும் வரட்டும். ஆனா, தலைவர் பதவிக்கு மட்டும் குமரப்பன் வந்துடவே கூடாது"

"என்ன சார்... அவரை மட்டும் பர்ட்டிக்குலரா சொல்றீங்க?"

"குமரப்பனோட முன் கதை உங்கள்ல பல பேருக்குத் தெரியாது. பத்து வருஷம் முன்னாடி எங்கிட்ட சப் காண்ட்ராக்ட் எடுத்து சின்னச்சின்ன ப்ராஜெக்ட்ஸ் செஞ்சவன். ஒரு பர்செண்ட்கூட நாணயம் இல்லாதவன். அவனோட தில்லுமுல்லு வேலைகள் தெரிஞ்சதும் கழட்டிவிட்டுட்டேன். அதுலேர்ந்து எனக்கும் அவனுக்கும் ஆகாது. என்னை ஒரு எதிரியாவே பாக்கறான். திமிராவே பேசறான். இவ்வளவு ஏன், அவன் என்னைக் கொலை செய்யவே திட்டம் போட்டான்"

கோகுல்தாஸ் சொன்னதும் அனைவரும் அதிர்ந்துபோனார்கள்.

10

இப்போது அந்த நீச்சல் குளத்திற்கு மெழுகுச் சிலை ஒன்று உயிர் பெற்று நடந்துவருவதைப்போல அவள் ஒயிலாக நடந்துவந்தபோது பரத்தின் கவனம் கலைந்தது.

கோகுல்தாஸின் முகத்திலிருந்து பார்வையைப் பிடுங்கி அவள் மீது நட்டான். உதடுகள் ஓசை இல்லாமல் விசிலடிக்க... மனதில் 'வாவ்' என்று சொன்னான்.

சுசிலா மேஜைக்கு அடியில் ரகசியமாக அவன் தொடையில் சின்னதாகக் கிள்ளினாள்.

அதில் நெளிந்தவனின் கிளாஸிலிருந்து ஜூஸ் சிந்த...

"என்னச்சு பரத்?" என்றார் கோகுல்தாஸ்.

"கொசு!" என்றவன், "நீங்க மேல சொல்லுங்க சார். ரவீந்திர குப்தா வீட்ல குமரப்பன் உங்களைக் கொலை செய்ய முயற்சி செஞ்சான்னு சொன்னதும் எல்லாரும் ஷாக் ஆனாங்க. அப்புறம்?" - எடுத்துக் கொடுத்தான்.

அந்த மெழுகுச் சிலை ஹோட்டல் இனிஷியல் போட்ட முழு நீள அங்கியை நீக்கி ஒரு சாய்வுச் சேரில் போட்டுவிட்டு சிங்கிள் பீஸ் நீச்சல் உடையில் இளமையின் அசத்தலான திமிறலாக... கவர்ச்சிக் குவியலாக மெல்ல அதிரும் தொடைகளும், தோள்களும் சூரிய ஒளியில் மின்ன... டைவிங் போர்டுக்கு நடந்தபோது மீண்டும் பரத் கிள்ளப்பட்டான்.

கோகுல்தாஸ் அவன் பார்வையின் கோணத்தைக் கவனித்துவிட்டுத் திரும்பிப்பார்த்தார்.

"ஓ... ஷில்பா நாயர்! தெரியுமா உங்களுக்கு?" என்றார்.

"எனக்கு டீக்கடை நாயர்தான் சார் தெரியும்"

“மாடலிங் கேர்ள் சார். என் கம்பெனி விளம்பரங்கள்லகூட நடிச்சிருக்கா. சினிமால நடிக்கப்போறா... இண்ட்ரட்யூஸ் பண்ணிவைக்கட்டுமா?”

“அவசியமில்லை சார்” என்றாள் சுசிலா அவசரமாக.

“அப்படில்லாம் சொல்லக்கூடாது சுசி. நாளைக்கே ஸ்டார் நடிகையாகலாம். பெரிய கட்சியில கொள்கை பரப்பு செயலாளராகலாம். அப்பறம் முதலமைச்சராகலாம். அறிமுகம் செஞ்சுக்காம போய்ட்டமேன்னு அப்பறம் ஃபீல் பண்ணக்கூடாதில்லையா?”

கோகுல்தாஸ் சிக்கனமாய்ச் சிரித்து இங்கிருந்தே அவளுக்குக் கையாட்டினார். அருகில் வரச்சொல்லி சைகை செய்தார்.

அவள் உலக அழகிப் போட்டியில் பெயர் அறிவித்ததும் காட்டும் மிக அதிக உற்சாகத்தை முகத்தில் காட்டி மான் போல ஓடிவந்து அவரை செல்லமாக அணைத்து விடுவித்தாள்.

“ஹாய் கோகுல்... எவ்ளோ நாளாச்சு உங்களைப் பார்த்து?”

“யெஸ்... யெஸ்... நீதான் பிஸி.”

“சேச்சே... நோ நோ... கோகுல் ஒரு போன் செஞ்சா எல்லா புரோக்ராமையும் கேன்சல் பண்ணிடுவேன்ப்பா.”

“சரி... நான்தான் பிஸி.”

“எனக்கு உங்க மேல ரெண்டு கோபம்.”

“ஒவ்வொண்ணா சொல்லு...”

“போன விளம்பரத்துக்கு என்னைக் கூப்புடலையே...” சொல்லச் சிணுங்கலுடன் அவர் மார்பில் குத்தினாள்.

“விளம்பரம் இயக்கற டைரக்டர்ஸ் முடிவுகள்ல நான் தலையிடறதில்லை ஷில்பா... ரெண்டாவது கோபம் என்ன?”

“இந்த வருஷம் நியூ இயர் கிஃப்ட் அனுப்பலை.”

“ஓ... அப்படியா? லிஸ்ட்ல உன் நேம் இருந்திச்சே. ஷ்யூர். செக் பண்றேன்”

“வெறும் டைரியும், கேலண்டரும் மட்டும் அனுப்பாம கூடவே ஷாம்பெய்ன் பாட்டிலும் அனுப்புவீங்களே...”

“நோட்டட். உனக்கு முதல் ரெண்டு அயிட்டம்ஸ் முக்கியமில்லன்னு புரியுது. நீ ஸ்விம் பண்ணிட்டு போறப்ப உன் வீட்ல இருக்கும்”

“ஓ... வாவ்... தேங்க் யூ கோகுல்” என்றாள் அபிநயமாக.

“ஷில்பா... இவர் பரத். இவங்க சுசிலா”

“ஹாய்...” என்ற சுசிலாவை கவனிக்கவில்லை.

“இப்பதான் சார் சொன்னார். மூவி கமிட்டாயிருக்கீங்களாமே. கங்கிராட்ஸ்” என்றான் பரத், எக்ஸ்ட்ராவாக சிரித்து.

“யா... யா... இன்னும் ஸ்டார்ட் ஆகலை. எக்ஸ்க்யூஸ் மீ... உங்களுக்கு ஆக்டிங் இண்ட்ரெஸ்ட் இருக்கா மிஸ்டர் பரத்?”

“அது...”

அவன் பதில் சொல்வதற்கு முன், “படத்துல ஒரு முக்கியமான கேரக்டருக்கு ஆடிஷன் போயிட்டிருக்கு. உங்களுக்கு ஆடிஷன்லாம் தேவையே இல்லை.”

“அதெல்லாம் டைரக்டர்தானே டிசைட் செய்யணும்?”

“அவன் என் ஃபிரெண்டுதான். குட்டிப் பய. நான் உக்காருன்னா உக்காருவான். நில்லுன்னா நிப்பான்.”

பரத் மனதில் உடனே எழுந்த கேள்வி ஆபாசமாக இருக்குமென்று நினைத்து மனதிலேயெ டெலிட் செய்தான்.

“இஃப் யூ டேண்ட் மைண்ட்... உங்களை ஸ்டில் எடுக்கவா?”

சட்டென்று அவள் பரத்தை இரண்டு மூன்று கோணங்களில் கிளிக் செய்துவிட... கொந்தளிப்பை மறைத்துக்கொண்டு சுசிலா, “நோ! அவருக்கு ஆக்டிங்ல இண்ட்ரெஸ்ட் இல்ல. ஸாரி” என்றாள்.

“இரு சுசி... ஒரு நல்ல ரோலா இருந்தா...”

“நான் கல்யாணம் பண்ணிக்கிறவன்தான் ஹீரோ. ஆனா எனக்கு ஒரு எக்ஸ் லவ்வர் உண்டு. கல்யாணத்துக்கு அப்பறமும் அவனை என்னால மறக்க முடியல. அந்த லவ்வரை ரகசியமா சந்திக்கிறேன். அந்த லவ்வர் கேரக்டருக்குதான் பாக்கறோம்”

“சூப்பர் கேரக்ட்டரா இருக்கே. ஃபிளாஷ்பேக்லயும் வருவேன். கரண்ட்லயும் வருவேன். என் நம்பர் எடுத்துக்கங்க” என்று பரத் சொல்லத்துவங்க... அவள் உற்சாகமாக தன் போனில் ஒற்றி உடனே அவனை அழைத்து, “சேவ் பண்ணிக்கங்க பரத்”

“ஷூட்டிங் வர்றப்ப ஷேவ் பண்ணிக்குவேன்”

“ஹய்யோ... நம்பர் சேவ் பண்ணிக்கங்கன்னு சொன்னேன்” என்று அவள் குனிந்து நிமிர்ந்து சிரித்தபோது பிகினியின் மேல் துணி நெகிழ்ந்து...... சுசிலாவை மீண்டும் கிள்ளவைத்தது.

“ஓக்கே. ஷில்பா... நாங்க பேசிட்டிருக்கோம். யூ கேரி ஆன்.”

ஷில்பா நாயர் மீண்டும் கோகுல்தாஸை அணைத்து விடுவித்துவிட்டு பரத்தைப் பார்த்து செல்லமாக கையசைத்துவிட்டு சுசிலா பக்கம் திரும்பிக்கூடப் பார்க்காமல் டைவிங் போர்டுக்கு நடந்தாள்.

கோகுல்தாஸ், “பரத், நீங்க சேரை இந்தப் பக்கம் போட்டுக்கறீங்களா?” என்றதும் பரத் சிரித்தான்.

“இந்தப் பொண்ணு ஒரு ஹீரோயின் மெட்டீரியல்தானான்னு பார்த்தேன் சார். ஓக்கே. இனிமே என் கண்ணு உங்க முகத்தை விட்டு விலகாது. கமான்... சொல்லுங்க” என்றான் பரத்.

* * *

கோகுல்தாஸ் குமரப்பன் தன்னைக் கொலை செய்ய திட்டம் போட்டதைப் பற்றி விரிவாகச் சொல்ல வாயெடுத்தபோது அவருடைய மொபைல் ஒலிக்க, “ஹலோ” என்றார்.

“தொந்தரவு பண்றதுக்கு மன்னிக்கணும் சார். நான் வெங்கட்ரமணி பேசறேன்.”

வெங்கட்ரமணி - கோகுல்தாஸின் காரியதரிசி. மேலே போட்டுக்கொள்ளும் கோட் போல கூடவே இருப்பவன். எம்.ஏ. படித்தவன்.

அவனுக்கு மற்றவர்களைப் போல காலை ஒன்பது முதல் மாலை ஐந்து வரை என்று வேலை நேரம் எல்லாம் கிடையாது.

காலையில் எட்டு மணிக்கெல்லாம் கோகுல்தாஸின் வீட்டிற்கு வந்து விடுவான். அவர் குளித்து, உடுத்தி டிபன் சாப்பிட்டுவிட்டு வர ஒன்பது மணியாகிவிடும்.

அதற்குள் அன்றைய தினசரிகள் அத்தனையும் மேய்ந்து முக்கியச் செய்திகளைக் கட்டம் கட்டி வைத்திருப்பான். அவர் வந்ததும் குட்மார்னிங் சொல்லிவிட்டு அன்றைய தினத்தின் நிகழ்ச்சி நிரலைச் சொல்வான். அவரோடு காரில் முன்சீட்டில் ஏறிக்கொண்டு கழுத்து வலிக்க திரும்பிப்பார்த்து பேசியபடி வருவான்.

"கோபால்ராவ் என்னிக்கு என்ன மீட் பண்றார் வெங்கட்?"

"இருபத்தி நாலாம் தேதி காலையில பத்தி மணிக்கு சார்" என்பான் டைரியைப் புரட்டிப் பார்க்காமலேயே.

"அவரை இருபத்தி ஏழாம் தேதி வரச்சொல்ல முடியுமா?"

"இருபத்தி ஏழாம் தேதி நீங்க கல்கத்தா போறீங்க சார்."

"அப்படின்னா அவரை ஒரு வாரம் கழிச்சி வரச்சொல்லு. இருபத்தி நாலு வேணாம்."

"சரி சார்."

"என் லைட்டர் எங்கே வச்சேன்?" - எடுத்துக் கொடுப்பான்.

"வி.ஆர் மால் காம்ப்ளெக்ஸ்ல ஏதோ இங்கிலீஷ் படம் பார்க்கணும்னு மாயா சொன்னா வெங்கட்."

"மேடத்தை தேதி கேட்டுக்கிட்டு டிக்கெட் ரிசர்வ் பண்ணித் தந்துடறேன் சார்."

"நாளைக்கு நைட் அநேகமா டெல்லி புறப்பட வேண்டியிருக்கலாம். நாளைக்கு மத்தியானம்தான் புரோக்ராம்

கன்ஃபர்ம் ஆகும். அதுக்கப்புறம் ஃப்ளைட் டிக்கெட் ஏற்பாடு பண்ணிடுவியா வெங்கட்?" - எப்படியாவது ஏற்பாடு செய்து வி.நிலையத்தில் ஃப்ளைட் ஏற்றி டாட்டா காட்டிவிட்டுதான் வீடு திரும்புவான்.

"நீ ஒரு பெக் சாபிடறியா வெங்கட்?"

"வேணாம் சார்."

"குடிப்பியில்ல?"

"பழக்கம் உண்டு சார். ஆனா வேணாம்."

"அப்புறம் என்ன மேன்? கமான்... இதிலே முதலாளி தொழிலாளி கிடையாது. கமான் யங்மேன்."

"மறுக்கறதுக்கு ஸாரி சார்."

"காரணம் சொல்லு வெங்கட்."

"முதலாளி தொழிலாளிக்குள்ளே ஒரு மரியாதையான இடைவெளி இருக்கணும் சார். உங்களோட நான் உக்காந்து ட்ரிங் பண்ணிட்டா அப்புறம் மனசுக்குள்ளே உங்க மேல வச்சிருக்கிற மரியாதை குறையும், விச் ஐ டோண்ட் லைக் சார்."

எத்தனை வற்புறுத்தினாலும் சாப்பிட மாட்டான்.

கோகுல்தாஸாகப் பார்த்து, "நீ வீட்டுக்குப் போக வேணாம்....?" என்று சொன்ன பிறகுதான் புறப்படுவான்.

சில சமயம் எட்டு மணி. சில சமயம் பத்து மணி. சில சமயம் பன்னிரண்டு மணி கூட. வெகு அபூர்வமாகத்தான் ஆறு மணி.

"வெங்கட், என்ன விஷயம்?" என்றார் கோகுல்தாஸ்.

"ஒரு பேட் நியூஸ் சார்."

"என்ன விஷயம்? சொல்லு."

அந்தப் பக்கம் விஷயத்தைச் சொல்லச் சொல்ல... அமர்ந்திருந்த கோகுல்தாஸ் சட்டென்று எழுந்துநின்று பதற்றமானார்.

11

கோகுல்தாஸ் பதற்றமாக, "என்னப்பா வெங்கட்... சொல்லு சீக்கிரம்?" என்றார்.

அவர் முகத்தையே எல்லோரும் பார்க்கத் துவங்கினார்கள்.

"நம்ம சிமெண்ட் குடோன்ல திருட்டு நடந்திருக்குது சார்."

"என்ன சொல்றே நீ?"

"ஈவினிங் ஷோ சினிமாவுக்குப் போய்ட்டு நான் வீடு திரும்பிட்டிருந்தேன். நம்ம குடோன் வழியா வந்தப்ப வண்டியை நிறுத்தி வாட்ச்மேன் மாதப்பன்கிட்டே நாளைக்கு வரப்போற லோடுபத்தி சொல்லிட்டுப் போய்டலாம்னு நினைச்சி வண்டியை நிறுத்தினேன். பார்த்தா குடோன் ஷட்டர்ல பூட்டு திறந்து கிடந்தது. ஷட்டரைத் தூக்கிப் பார்த்தா... இரநூத்திப் பத்து மூட்டை சிமெண்ட்டைக் காணோம் சார்."

"மாதப்பன் எங்கே?"

"அவனைக் காணலை சார். இந்தக் கொள்ளைக்கு அவனும் உடந்தையா இருக்கணும்னு நினைக்கிறேன் சார். லாரி கொண்டாந்து ஏத்திக்கிட்டுப்போயிருக்கானுங்க. மாதப்பன்தான் திறந்து விட்டிருக்கணும்."

"மை காட்!" என்றார் கோகுல்தாஸ். "மாதப்பன் குடோன் பக்கதில குடிசை போட்டுதானேப்பா தங்கியிருந்தான். பார்த்துட்டியா அங்கே?"

"பார்த்துட்டேன் சார். குடிசை திறந்து கிடக்கு. உள்ளே அவன் சட்டை, துணிமணிங்க, பெட்டி எதுவும் இல்லை. நாலஞ்சு பழைய பாத்திரங்கள் மட்டும்தான் கிடக்குது."

"ராஸ்கல்!"

“நீங்க ஊர்ல இல்லாத சமயமாப் பார்த்து திட்டம் போட்டு நடத்திருக்கான் சார். தப்பிச்சிட்டான்.”

“எங்கேர்ந்து பேசறே நீ?”

“குடோனுக்குப் பக்கத்திலேர்ந்துதான் பேசறேன் சார்.”

“இப்ப என்ன செய்யலாம்? போலீஸ்ல கம்ப்ளெய்ண்ட் கொடுக்கணுமா?”

“ஆமாம் சார்.”

“குடோன், நம்ம வீடு எல்லாம் ஒரே ஏரியா போலீஸ் ஸ்டேஷன்லதானே வருது வெங்கட்?”

“ஆமா சார்.”

“யாரு இன்ஸ்பெக்டர்? கார்த்திகேயன்தானே? மாறிடலையே...”

“இல்லை சார். அவர்தான்.”

“நீ ஒண்ணு செய். கார்த்திகேயனுக்கு போன் செஞ்சி குடோனுக்கு வரச்சொல்லு. நான் அங்க வந்துடறேன். என்ன செய்யலாம்னு பேசலாம்.”

“போலீஸ்கிட்ட போறதில ஒரு சிக்கல் இருக்கு சார்.”

“என்ன அது?”

“திருட்டுப்போன சிமெண்ட் கணக்குல வராதது சார். வெளி மார்க்கெட்ல பில் இல்லாம வாங்கின அயிட்டம்.”

“அது இன்கம்டாக்ஸ் பிரச்சினை வெங்கட். அதுக்காக திருட்டுப் போனா போலீஸ்ல சொல்லாம இருக்க முடியாது. அதை எப்படி சால்வ் பண்றதுன்னு கார்த்திகேயன் கிட்ட யோசனை கேட்டுக்கலாம். நான் சொன்னபடி செய்.”

போனை வைத்தார் கோகுல்தாஸ்.

“பெரிய பிராப்ளம் போலிருக்கு?” என்றார் குப்தா.

"ஆமாம். குடோன்ல இருந்த சிமெண்ட் மூட்டைங்களை வாட்ச்மேன் ஆள் வச்சி திருடிக்கிட்டுப் போயிருக்கான். ஸாரி... நான் புறப்பட வேண்டியிருக்கு."

எழுந்துகொண்டார் கோகுல்தாஸ்.

"பரவால்லை. நீங்க போய்ட்டு வாங்க. அது முக்கியம்"

"நீங்க மீட்டிங்ல என்ன முடிவு செஞ்சாலும், எனக்கு சம்மதம்." கோகுல்தாஸ் காரில் அமர்ந்து புறப்பட்டார்.

* * *

கார்த்திகேயன் சற்று கசங்கின யூனிஃபார்மில் இருந்தார். காற்றுக்காக சட்டையின் முதலிரண்டு பட்டன்களைக் கழற்றிவிட்டிருக்க, பழுப்பேறின வெள்ளை பனியன் தெரிந்தது. கார்த்திகேயனின் கைகளில் கரடி போல் எக்கச்சக்கமான முடி! காது மடல்களிலும் முடி. இடது கண்ணோரத்தில் இருந்த கருப்பு பருவின் மேலும் ஒற்றை முடி. சாயங்காலம் மனைவியோடு கோயிலுக்குச் சென்றபோது வைத்துக்கொண்டிருந்த குங்குமம் வியர்வையில் கசிந்துகொண்டிருக்க... பெரிய பெரிய பற்களில் நிகோட்டின் படிந்துபடிந்து அரசாங்க காகிதம் போல பழுப்பாகியிருந்தன. உடம்பின் சூட்டைக் குறைக்க என்று மனைவியிடம் சொல்லிச் சொல்லி வீட்டிலேயே பீர் குடிப்பதன் விளைவாக ஆறு மாத கர்ப்பமாக வயிறு.

"நீங்க ஒண்ணும் கவலைப்படாதீங்க. சின்ன பொருள்னா சிரமம். இரநூத்திச் சொச்ச மூட்டை சிமெண்ட்! பாக்கெட்ல எடுத்து வெச்சிக்கிட்டுப் போய்ட முடியுமா என்ன? ஒரு லாரி வெச்சிதான் லவட்டிருப்பான். மெட்ராஸ்ல நமக்குத் தெரியாத லாரியா? பிடிச்சிடலாம்." என்றார் நம்பிக்கையுடன்.

கோகுல்தாஸ் காரில் சாய்ந்து சிகரெட் பற்றவைத்து, "எனக்கு இது ஒண்ணும் மிகப் பெரிய நஷ்டம் இல்லை சார். ஆனா, இந்த திருட்டை அலட்சியமா விட்டுட்டா மத்தவங்களுக்குத் துளிர் விட்டுடும். யார் வேணும்னாலும் அள்ளிக் குடிக்கிற ஆத்து வெள்ளம்னு என் சொத்தை நினைச்சிடுவாங்க. அதனால அந்த மாதப்பனை நீங்க பிடிச்சி உள்ளே போட்டுடணும் சார்" என்றார்.

“செஞ்சிடலாம் சார்.”

“சிமெண்ட் மூட்டைங்க கிடைக்கலைன்னாலும் பரவால்லை.”

“புரியுது சார்.”

“கண்டுபிடிக்கிறதுக்குக் கொஞ்சம் செலவானாலும் சரி.”

“நீங்க வொர்ரி பண்ணிக்காதீங்க. எனக்கு எழுத்துப்பூர்வமா ஒரே ஒரு புகார் கொடுத்துடுங்க. அப்புறம் பாருங்க. இந்த குடோன் உங்க பேர்லதானே இருக்கு?”

“இல்லை சார். சாரோட மேடம் பேர்ல இருக்கு” என்றான் பவ்யமாய் நின்ற வெங்கட்.

“புகார்ல அவங்ககிட்ட ஒரு கையெழுத்து வாங்கிடணும்.”

“என்னோட வாங்க சார். உடனே வாங்கித் தந்துடறேன். பகத்திலதானே வீடு. கார்ல ஏறுங்க. வெங்கட், நீயும் வா” என்றார் கோகுல்தாஸ்.

வெங்கட்டும், கார்த்திகேயனும் காரில் ஏறிக்கொள்ள, கார் பங்களாவுக்கு வந்தது.

தூக்கம் மற்றும் போதை கலக்கத்தில் இருந்த கந்தசாமி காரின் சத்தம் கேட்டதும் பாட்டிலிலிருந்து முகத்தில் தண்ணீர் அடித்துக்கொண்டு கையால் துடைத்தபடி ஓடிவந்து கேட் திறந்துவிட்டான்.

பங்களாவின் முன் வாசல் கதவு திறந்தேயிருக்க... போதையில் மட்டையாகிப் படுத்திருந்த துரைராசுவை காலால் எத்தினார் கோகுல்தாஸ்.

“எந்திரிச்சித் தொலைடா கம்னாட்டி...”

வாரி சுருட்டிக்கொண்டு எழுந்தான் அவன். மலங்க மலங்க விழித்தான்.

“பாவம் சார். தூக்கக் கலக்கம்” என்றார் கார்த்திகேயன்.

“இல்ல சார். ஃபுல்லா சரக்கு சார்! அது அப்பறம் பாத்துக்கறேன். போடா... போய் டீ போடு. நீங்க உக்காருங்க சார். வெங்கட்...

மாடிக்குப் போய் அவசரம்னு சொல்லி மாயாவைக் கொஞ்சம் எழுப்பு" என்று சோபாவில் அமர்ந்தார் கோகுல்தாஸ்.

வெங்கட் மெதுவாக மாடிப்படிகளில் ஏறினான்.

* * *

சில மாதங்களுக்கு முன்:

மாயா ஒரு வீட்டிற்கு அவள் சமீபத்தில் செய்த உள் அலங்கார புகைப்படங்களை நகர்த்தி நகர்த்தி காட்டிக்கொண்டிருந்தாள்.

கோகுல்தாஸ் வீட்டின் வாசலில் இருந்த புல்வெளியில் ஊஞ்சலில் மெதுவாக அசைந்தபடி பார்த்தார். கையில் காபி கோப்பை.

கேட் அருகே உள்ளே வர முயன்ற ஒருவனை கந்தசாமி தடுத்துக்கொண்டிருப்பதைப் பார்த்தார்.

"கந்தசாமி... அவனை உள்ள விடு."

அவன் ஓட்டமாக வந்து நின்றான்.

"சித்தார்த் தானே உன் பேரு?" என்றார்.

"ஆமாம் சார். நீங்கதான் வீட்டுக்கு வந்து என்னைப் பாருன்னு சொன்னீங்க"

"மாயா... இவனுக்கு ரெண்டு லட்சம் கொண்டாந்து குடு. இதபாரு தம்பி... இதை வெச்சி சின்னதா ஒரு தொழில் ஆரம்பி. புரிஞ்சுதா?"

"வேணாம் சார். மறுக்கறேன்னு தப்பா நினைக்காதீங்க. எனக்கு தொழில் செய்ய எந்த அனுபவமும் இல்ல சார். எனக்கு எதாச்சும் ஒரு வேலை போட்டுக் குடுத்தீங்கன்னா போதும்."

கோகுல்தாஸ் யோசித்தார்.

"டிரைவிங் தெரியுமா?"

"எல்லா வண்டியும் சூப்பரா ஓட்டுவேன் சார்."

“மாயா... உன் டிரைவர் சாமிநாதன் வாரத்துக்கு மூணு நாள் லீவு போடறான்ல? அவனை ஆபீஸுக்கு மாத்திடறேன். இவனை வெச்சிக்கறியா?”

மாயா அவனைப் பார்த்தாள்.

“நீ கொஞ்சம் அப்படி இரு. கூப்புடறேன்” என்றாள்.

அவன் தூரமாக விலகிச் சென்றதும், “என்ன மாமா இது... அவன் யாருன்னே தெரியாது. அவனைப் போயி டிரைவரா வெச்சுக்கோன்னா எப்படி?”

“மாயா... குமரப்பன் என்னைக் கொல்ல ஒருத்தனை செட் செஞ்சிருக்கான், அவன் மனசு மாறி எங்கிட்ட அதைச் சொல்லி மன்னிப்புக் கேட்டான்னு சொன்னேன்ல... அந்தப் பையன்தான் இவன்.”

“கொலை செய்யத் துணிஞ்சவனைப் போயி...”

“அதான் திருந்திட்டானே... நினைச்சிருந்தா காசுக்காக இவன் அதை செஞ்சிருக்கலாமே... நல்லவனைவிட கெட்டவனா இருந்து திருந்தினவன் ரொம்ப நல்லவன் மாயா. நீ எதுவும் பேசாத... அவன் நம்மோட இருக்கறது பலம்தான். நான் குளிச்சிட்டு கிளப்புக்குப் போகணும். அட்வான்ஸ் கொடுத்து எத்தனை மணிக்கு வரணும்னு விவரமா சொல்லிடு.”

கோகுல்தாஸ் எழுந்துகொண்டு சித்தார்த்துக்கு கை காட்டி அருகில் வரச்சொல்லி, “மேடம் எல்லாம் சொல்வாங்க. சின்சியரா நடந்துக்கணும்” என்று வீட்டுக்குள் சென்றதும் சித்தார்த் அவள் அருகில் வந்தான்.

“மேடம்... நாளையிலேர்ந்து நான் வரலாமில்லையா?” என்றான்.

மாயா அமைதியாக இருந்தாள்.

மெதுவாக புன்னகைத்தான் அவன்.

“என்ன மாயா ஷாக்காயிட்டியா?”

அவள் அவனை முறைத்தாள்.

"எல்லாத்தையும் தூக்கிப் போட்டுட்டு என்னோட வான்னு சொன்னேன். நீ கேக்கலை. அதான் நீ இருக்கற இடத்துக்கே நான் வந்துட்டேன். இனிமே உரிமையோட எப்ப வேணாலும் பார்க்கலாம். பேசலாம். சந்தர்ப்பம் கிடைச்சா..." என்று கண்ணடித்தான் சித்தார்த்.

12

சில மாதங்களுக்கு முன்...

"வில் யூ ஷட் அப் ரஞ்சித்?" என்று கத்தினாள் மாயா.

"ஹேஹேய்... உங்கப்பாட்ட நான் சொல்லிருக்கற டுப் பேரு சித்தார்த். உனக்குப் பிடிச்சிருந்தா நீயும் அப்படியே கூப்புடலாம். இல்லன்னா என் ஒரிஜினல் பேர் சொல்லியும் கூப்புடலாம். கோகுல் சார் கேட்டா என் முழு பேர் ரஞ்சித் சித்தார்த்னு சொல்லிட்டா போச்சு" என்று சிரித்தான்.

"சிரிக்காதே! எனக்கு எரியுது. ஹவ் டேர்... எவ்ளோ திமிர் இருந்தா என் வீட்டுக்கே வந்து என்கிட்டயே வேலைல சேருவே?"

"கொஞ்சம் யோசிச்சிப் பாரேன். உனக்குக் கல்யாணம் இன்னும் ஆகலை. அப்போ உன்னோட அதிக நேரம் இருக்கணும்னு இந்த மாதிரி சீன் போட்டு உன் டிரைவரா சேர்ந்திருந்தா அப்போ சந்தோஷப்பட்டுருக்க மாட்டே? அப்போ எப்படி சொல்லிருப்பே தெரியுமா? ஹவ் டேர்... உனக்கு எவ்ளோ லவ் இருந்திருந்தா இப்படி செஞ்சிருப்பே? அப்படி கேட்ருப்பே. சரியா?"

நெற்றியைப் பிடித்துக்கொண்டாள் மாயா.

"இத பாரு ரஞ்சித்... குடும்ப சூழ்நிலை காரணமா இந்தக் கல்யாணத்துக்கு சம்மதிச்சிருந்தாலும் உன்னை மறக்க முடியாம தவிச்சது நிஜம்."

"வெரிகுட். இப்படி நீ உண்மை பேசறப்ப எவ்ளோ அழகா இருக்கு பாரு..."

"வெய்ட். நான் இன்னும் முடிக்கலை. அந்தத் தவிப்பு கொஞ்சநாள்தான். கோகுலோட அசறடிக்கற பரிபூரணமான அன்பு அதைத் துடைச்சிப் போட்டுடுச்சி."

"ஓ... யூ டெலிட்டட் மீ?"

"நிஜமா சொல்லணும்னா... யெஸ்!"

"டஸ்ட் பின்ல இருந்து ரெக்கவர் பண்ணிக்கலாம்."

"அங்கேர்ந்தும் காலி பண்ணிட்டேன்."

"அப்பவும் ரெக்கவர் பண்ணலாம். கொஞ்சம் மெனக்கடணும்."

"உன்னோட பெரிய வம்பாய் போச்சுடா!"

"ரொம்ப நாள் கழிச்சி என்னை டா போட்டு கூப்புடறது ஹேப்பியா இருக்கு மாயா டியர்."

"நீ என் வாழ்க்கையிலேர்ந்து விலகணும். அதுக்கு நான் என்ன செய்யணும் சொல்லு..."

"நான் விலகறதா இல்லை. ஆனா, உன்னை இந்த சொகுசான வாழ்க்கையிலேர்ந்து விலக்கறதுக்கு என்ன செய்யணும்னு எனக்கு நல்லாத் தெரியும். இப்பவே இந்த நிமிஷமே செய்ய முடியும். கோகுல் சார்... கோகுல் சார்... கொஞ்சம் இந்த வீடியோவைப் பாருங்க சார் அப்படின்னு என் போனைக் காட்டினா போதும். செய்யவா?"

கோபமாக அவனை முறைத்துவிட்டு வீட்டுக்குள் விலகி நடக்கத் துவங்க...

"மேடம்... நாளைக்கு டூட்டிக்கு எத்தனை மணிக்கு வரணும்?" என்று கத்தினான் ரஞ்சித் என்கிற சித்தார்த்.

* * *

படிகளேறிய வெங்கட் மாடிக்கு வந்து, அறை வாசலில் நின்று, சாத்தியிருந்த கதவில் தட்டினான்.

"மேடம்! மேடம்!" குரலும் கொடுத்தான்.

இரண்டு, மூன்று முறை தட்டிப்பார்த்துவிட்டு, அவன் இறங்கி வந்து, "சார்... ரொம்ப அசந்து தூங்கறாங்க போலிருக்கு. எந்திரிக்கவே இல்லை" என்றான்.

வெள்ளைக் காகிதத்தை டீப்பாய் மேல் வைத்து சரசரவென்று புகார் எழுதிக்கொண்டிருந்த இன்ஸ்பெக்டர் கார்த்திகேயன் நிமிர்ந்து பார்த்து,"புகார்ங்கிறது ஓர் அஃபிஷியல் ரெக்கார்டுக்காகத்தான் சார். தொந்தரவு பண்ணாதீங்க. நாளைக்கு காலைல ஒரு கான்ஸ்டபிள்கிட்ட கொடுத்தனுப்பிச்சி கையெழுத்து வாங்கிக்கறேன்" என்றார்.

"இல்லை சார், ஒரு வேலை முடிஞ்சிடும். நான் போய் கூட்டிட்டு வந்துடறேன். பரவால்லை."

கோகுல்தாஸ் படிகள் ஏறி மேலே செல்ல, கார்த்திகேயன் புகாரை தொடர்ந்து எழுதத் துவங்கினார்.

மேலே வந்த கோகுல்தாஸ் கதவைத் தள்ளி அறைக்குள் வந்து விளக்கைப் போட்டுப் பார்த்தார்.

கட்டிலுக்கு அருகில் ஒரு கஷ்ட கோணத்தில் மாயா கீழே கிடப்பதைப் பார்த்தவர் பதறிப்போய்,

"மாயா... என்ன இது... ஹேய்" கத்தியபடி கிட்டத்தட்ட ஓடி வந்தார்.

அவள் கழுத்தில் ஒரு ஹேங்கர் கம்பி மாட்டியபடி இருக்க... சர்வ நிச்சயமாக இறந்து போயிருந்தாள் மாயா.

நைட்டியின் மார்பில் செருகின ஒரு கடிதத்தின் முனைகள் காற்றில் லேசாக அசைந்துகொண்டிருந்தன.

"மாயா!" என்று உச்சத் தொண்டையில் கழுத்தின் நரம்புகள் எல்லாம் புடைக்க கத்தினார் கோகுல்தாஸ்

அவரின் அலறல் கேட்டு இன்ஸ்பெக்டரும், வெங்கட்டும் மிக அதிர்ந்து போய், இருவரும் வேகமாக ஓடி மாடிக்கு வந்தார்கள்.

அவர்கள் அறைக்குள் வந்தபோது கோகுல்தாஸ் மாயாவின் பிணத்தின் அருகே மண்டிபோட்டு அமர்ந்து, அவள் கன்னத்தில் தட்டி, "மாயா! மாயா! என்னாச்சு மாயா!" என்று பதற்றமாக அரற்றியவர்,

"இன்ஸ்பெக்டர்... இங்க பாருங்க" என்றார் சிவந்த கண்களுடன்.

கார்த்திகேயன் அருகில் வந்து பார்த்ததுமே நிலைமையைப் புரிந்துகொண்டு, "சார், தொடாதீங்க... எதையும் தொடாதீங்க" என்றார்.

"சார்... என்... மாயா... என்... மாயா!"

இன்ஸ்பெக்டர் இமைகளைப் பிரித்துப்பார்த்து, கையைப் பிடித்துப்பார்த்து, "மைகாட்! ஷீ இஸ் டெட்! மர்டர்ட்!"

"மாயா!" மீண்டும் கத்தினார் கோகுல்தாஸ். தன் முகத்தில் அறைந்துகொண்டு, "அய்யோ! என்னம்மா இது? யாரும்மா இப்படி... உன்னை...? அய்யோ! மாயா!" பெரிய குரலில் அழத் துவங்கினார்.

"வெங்கட், இவரை முதல்ல கீழே அழைச்சிட்டுப் போங்க."

அதிர்ச்சி விலகாத வெங்கட் கோகுல்தாஸின் கையைப் பிடித்து அழைக்க, சின்ன குழந்தை போல முரண்டு பிடித்தார் கோகுல்தாஸ். விடாமல் அழுதார்.

"என் மாயா! என் மாயா! யார்? எந்த பாஸ்டர்ட் இப்படி செஞ்சது? இன்ஸ்பெக்டர், என் மாயாவைப் பாருங்க! என் மாயாவை... அய்யோ! கடவுளே! என்ன இது?"

அரற்றிக்கொண்டே வெங்கட்டுடன் அவர் வெளியேறினார்.

இன்ஸ்பெக்டர் கார்த்திகேயனுக்கு அந்த திடீர் அதிர்ச்சியில் இருந்து மீள்வதற்கே சில நிமிடங்கள் பிடித்தன!

கார்த்திகேயன் பிணத்தின் மார்பில் செருகப்பட்டிருந்த அந்தக் கடிதத்தை எடுத்தார். பிரித்தார். படித்தார்.

"ஒரு அறிவு ஜீவியை மதிக்கத் தெரியாத ஆணவ ஜீவி இவள்! உடம்பு முழுக்க திமிரும், மமதையும் நிரம்பி இருக்கும் இந்த அரக்கி இந்த உலகத்திற்கு தேவையில்லை. இவளால் என்னைப் போன்ற பலர் பாதிக்கப்படுவார்கள். பெண்கள் ஆண்களை விழுங்கி ஏப்பம் விட்டு விடுவார்கள். தொழிலில் முன்னேறும் பெண்கள் சமூகக் காளான்கள். ஆணினத்தை நசுக்கவந்த நச்சுப் பாம்புகள். என்னால் முடிந்தது இந்த பாம்பை அடித்துவிட்டேன்.

கையாலாகாத காவல் துறையே, நான் ஓட மாட்டேன், ஒளிய மாட்டேன். , உன் கையில் சிக்கவும் மாட்டேன்.

- பாம்பு வீரன், ர.சி''

கார்த்திகேயன் பெருமூச்சு விட்டார்.

இந்த கேஸ் நிச்சயமாக ஒரு மிகப் பெரிய தலைவலி! இது எனக்கு மட்டுமல்ல, மொத்த டிபார்ட்மெண்ட்டுக்குமே மிக மிக சவாலாக வரப்போகிறது.

நிச்சயம் இவன் ஒரு மறை கழன்ற கேஸ்தான்!

இல்லாவிட்டால் இப்படி எல்லாம் எழுத மாட்டான். இந்தக் கடிதத்தில் உள்ள வாசகங்கள் எல்லாம் சாதாரண மனநிலை கொண்டவனிடமிருந்து வரவே வராது.

ஏதோ ஒரு வெறி! தனிப்பட்ட பகையினால் கொல்கிறவன் இப்படி எல்லாம் கடிதம் எழுதி வைத்துவிட்டு காவல்துறையை வம்புக்கு இழுத்து சவால்விட மாட்டான்.

இது எப்போதாவது நிகழும் ஒரு பெக்யூலீயர் கேஸ்!

பாம்பு வீரனாம்! ர.சி! என்றால்?

கார்த்திகேயன் அந்த அறையை விட்டு வெளியே வரும் முன்பு மற்றொரு முறை பிணத்தைப் பார்த்தார்!

கழுத்தில் ஹேங்கர் கம்பியை விரித்து மாட்டி நசுக்கி குரல்வளையை நெரிபட வைத்துக் கொன்றிருக்கிறான்! இதுவரை என் சர்வீஸில் நான் பார்த்த கொலைகளில் ஒரு ஹேங்கர் கொலை ஆயுதமாக எந்தக் கொலையிலும் பயன்படுத்தப்பட்டதில்லை.

இந்தக் கடிதம் தயாராக எழுதி எடுத்து வந்தது போல தெரிகிறது. எனில் இந்த ஹேங்கரும் அவன் கொண்டுவந்ததா?

ஒரு கத்தி, துப்பாக்கியை மறைத்து எடுத்துவர இயலும். ஹேங்கரைப் போய் மறைத்து எடுத்து வந்தானா?

எத்தனை எத்தனை கேள்விகள்!

மாயாவின் முகத்தையே பார்த்தார். அந்த முகத்தில் மரணித்த பின்னும் அழகு மிச்சமிருந்தது.

ச்சே! எவ்வளவு இளமையான, அழகான பெண்! இன்னும் குழந்தை இல்லை. முப்பது வயதிற்குள்தான் இருக்க முடியும்.

கோகுல்தாஸின் இவளுடனான திருமண வரவேற்புக்கு நானும் வந்திருந்தேனே... இந்த வயதில் இப்படி ஒரு அழகு தேவதை இவருக்குக் கிடைத்திருக்கிறாளே என்று உள்ளே லேசாக பொறாமைகூடபட்டேனே?

ஒரு வேகமான காற்றில் செடியிலிருந்து பூ உதிர்வதுபோல... ஒரு திடீர் அலையில் கரையோரக் காகிதத்தை கடல் உள்ளே வாங்கிக்கொள்வதைப் போல... எத்தனை திடீரென்று இறந்துபோய்விட்டாள்!

வாழ்க்கையில் இன்னும் எவ்வளவு விஷயங்கள் இருக்கின்றன! பாவம்! யாரோ ஒருவனுக்கு மூளையில் எங்கேயோ விரிசல் ஏற்பட்டதில் நிகழ்ந்த பலி!

ஆமாம்... அந்தக் கொலைகாரன் எப்போது எப்படி உள்ளே வந்து இதை செய்துவிட்டுப்போனான்?

13

கார்த்திகேயன் கீழே இறங்கி வந்தார்.

கோகுல்தாஸ் கண்கள் சிவந்திருக்க, பிரமை பிடித்தவர் போல வெறித்துக்கொண்டிருக்க, வாட்ச்மேன் கந்தசாமியும், வேலைக்காரன் துரைராசுவும் வாயில் துண்டு பொத்தி தங்கள் அழுகையைக் கட்டுப்படுத்த முயன்றுகொண்டிருந்தார்கள்.

"தைரியமா இருங்க சார். இந்த மாதிரி சந்தர்ப்பத்துலதான் தைரியமா இருக்கணும்" என்று சொல்லிக்கொண்டிருந்தான் வெங்கட்.

"சார்! என் மாயா ஆர் யூ ஷ்யூர்? சத்தியமா உயிர் இல்லையா? அப்பல்லோக்கு கூட்டிப்போயி ட்ரை பண்ணலாமா? சே யெஸ் ப்ளீஸ்..." என்றார் கோகுல்தாஸ் இறங்கி வந்த இன்ஸ்பெக்டரைப் பார்த்து.

"ஐம் வெரி ஸாரி சார்."

"எந்த பாஸ்டர்ட்?"

"ர.சி அப்படின்னு யாராச்சும் இருக்காங்களா?"

"என்னது?"

"ர.சி! பெயர்ச் சுருக்கம்."

"புரியலை."

"இந்த லெட்டரைப் பாருங்க. இந்தக் கையெழுத்தைப் பாருங்க. வெங்கட், நீங்களும் பாருங்க."

கோகுல்தாஸ், வெங்கட் இருவரும் பார்த்து குழப்பத்துடன் மறுப்பாக தலையசைத்தார்கள். வெங்கட் வாங்கி முழுக்க

வாசித்துப் பார்த்துவிட்டு, "என்ன சார் இது விசித்திரமா இருக்கு" என்றான்.

கார்த்திகேயன் அந்தக் காகிதத்தை வாங்கிக்கொண்டு, வாட்ச்மேன் அருகில் வந்து அவனை உற்றுப்பார்த்தார்.

"உன் பேர் என்னய்யா?"

"கந்தசாமிங்க."

"எத்தனை வருஷமா இங்கே வேலை பார்க்கறே?"

"நாலு வருஷமாங்க."

"கொலை கொஞ்சம் முன்னாடிதான் நடந்திருக்கு. அதாவது உங்க அய்யா வீட்டை விட்டுப் புறப்பட்டுப் போனதுக்கு அப்பறம் நடந்திருக்கலாம்"

"சார்... அவர் போனபப்பறம் நான் அந்தண்டை, இந்தண்டை நகரலைங்க. ஒரு நிமிஷம்கூட ராத்திரில நான் தூங்க மாட்டேன். அரை மணிக்கு ஒரு தடவை பங்களா முழுக்க சுத்தி வருவேன்."

"சார், எத்தனை மணிக்கு வீட்டை விட்டுப் புறப்பட்டீங்க?" என்றார் கார்த்திகேயன் கோகுல்தாஸைத் திரும்பிப் பார்த்து.

"பதினோரு மணிக்கு மேல இருக்கும்னு நினைக்கிறேன். ஆனா, நான் குப்தா வீட்டுக்குப் போய்ச் சேர்ந்தப்ப 11.25. போனதுமே வெங்கட் போன் பண்ணிட்டான். உடனே நான் அங்கேர்ந்து சிமெண்ட் குடோனுக்கு வந்துட்டேன்."

"குற்றம் ரொம்ப சமீபத்தில நடந்திருக்கிறதால, உடனடியாக நாய் வரவழைக்கிறது நல்லது. விவரமா என்கொயரி நான் அப்பறம் வச்சிக்கிறேன்" என்ற கார்த்திகேயன் போன் எடுத்து தன் ஸ்டேஷனின் எண்களை அழுத்தினார்.

"ஹலோ, நாந்தான். சப்-இன்ஸ்பெக்டர் தயாளனைக் கொஞ்சம் பேசச் சொல்லுங்க" என்றார்.

சில விநாடிகளில், "ஹலோ, நான் தயாளன் பேசறேன் சார்" எதிர்முனையில் குரல் வந்ததும் இன்ஸ்பெக்டர் கார்த்திகேயன்,

“தயாளன், உங்களுக்கு பில்டர் கோகுல்தாஸ் தெரியுமா?” என்றார்.

“தெரியும் சார்.”

“அவர் வீட்ல அவரோட வைஃப் கொலை செய்யப்பட்டிருக்காங்க. உடனே நாய் வந்தா தேவலை. க்ரைம் கொஞ்சம் முன்னாடிதான் நடந்திருக்கு. அப்புறம் ஆம்புலன்ஸ் அனுப்பி வைக்கச் சொல்லுங்க. ஃபாரென்சிக் பீப்புளுக்கும், போட்டோகிராபருக்கும் சொல்லிடுங்க. டி.சி-க்கு நான் இன்ஃபார்ம் பண்ணிடறேன். சொன்னதெல்லாம் செஞ்சிட்டு நீங்க இங்கே வாங்க. வீடு தெரியுமில்லையா?”

“தெரியும் சார். ஸ்டேபிங்கா சார்?”

“இல்லை. சட்டை மாட்ற ஹேங்கர் கம்பி இல்லை, அதைப் போட்டு கழுத்தை நெரிச்சிக் கொன்னுருக்கான். லெட்டர் எழுதி வெச்சிட்டுப் போயிருக்கான்.”

“என்னன்னு?”

“முடிஞ்சா பிடிங்கன்னு. நேர்ல பேசிக்கலாம் வாங்க.”

கார்த்திகேயன் பேசி முடித்துத் திரும்பி அதே வேகத்தில் பளார் என்று வாட்ச்மேன் கந்தசாமியை அறைவார் என்று யாருமே எதிர்பார்க்கவில்லை.

“சொல்டா நாயே! உனக்குத் தெரியாம ஒருத்தன் இந்த வீட்டுக்குள்ளே வந்து போக முடியுமா? உள்ளே போய் ஒரு கொலை செஞ்சிட்டு திரும்பிப் போயிருக்கான். எனக்கு எதுவுமே தெரியாதுன்னு சொன்னா எப்படிடா நம்பறது?

நடுங்கிக்கொண்டிருந்த கந்தசாமி, “அய்யா! எங்கம்மா சத்தியமா, குலதெய்வம் மேல சத்தியமா எனக்கு எதுவும் தெரியாதுங்க” என்றவனின் கண்ணீர் உதிர்ந்து அவன் சட்டையை நனைத்தது.

கார்த்திகேயன், “நீ பொய் சொல்றே” என்று மீண்டும் கையை ஓங்க...

“வேணாம். அவனை அடிக்க வேணாம் சார். அவன் ரொம்ப நல்லவன். அவனுக்கு இதுல சம்பந்தம் இருக்காது சார். பொய்

பேச மாட்டான். பாவம், அவனை அடிக்காதீங்க." என்றார் கோகுல்தாஸ்.

"மன்னிச்சிடுங்க மிஸ்டர் கோகுல்தாஸ். நடந்திருக்கிறது மேஜர் க்ரைம். நாங்க எல்லாரையும் சந்தேகப்படத்தான் செய்வோம். நீங்க குறுக்கிடாதீங்க. எங்க வழில செயல்பட அனுமதிச்சாதான் நாங்க குற்றவாளியைக் கண்டுபிடிக்க முடியும்."

"அதுக்காக ஒரு அப்பாவியை..."

"அப்பாவியா, பாவியான்னு எங்களுக்கு தெரிஞ்சுடும். டோண்ட் வொர்ரி சார்."

கார்த்திகேயன் அடுத்து துரைராசு பக்கம் திரும்பினார்.

"உன் பேர் என்னடா?"

"து... து... துரைராசுங்க!"

"வாய் திக்குமா உனக்கு?"

"இல்லைங்க."

"ஒழுங்கா உண்மையைச் சொல்லிடு. யார் கூட சேர்ந்து திட்டம் போட்டே?"

"அய்யா!" என்றான் அதிர்ச்சியுடன்.

"நீ இங்கதானே படுத்திருந்தே?"

"ஆமாம்."

"மேல ஒரு பெரிய போராட்டமே நடந்திருக்கு. உனக்கு சத்தம் எதுவுமே கேக்கலையா?"

"கேட்டிருந்தா அவனைப் பிடிச்சி உதைச்சிருக்க மாட்டேனாய்யா? எங்கம்மாவை ஒருத்தன் கொலை செய்யற வரைக்கும் பாத்துக்கிட்டு நிப்பேனாய்யா?"

"நின்னுருக்கியே... சொல்லு, ர.சி.ன்னா யாரு?"

"எனக்கு எதுவும் தெரியாதுய்யா."

"எவ்வளவு பணம் கொடுத்தான்?"

அவன் கழுத்தில் போட்டிருந்த துண்டோடு பிடித்து அருகில் இழுத்து, "இதுக்கு முன்னாடி போலீஸ்கிட்ட அடி வாங்கியிருக்கியாடா?" என்றார்.

"இல்லைங்கய்யா."

"கொஞ்சம் மாதிரிக்கு வாங்கிப் பார்க்கிறியா?"

"வேணாங்கய்யா" கையெடுத்துக் கும்பிட்டான் துரைராசு.

"அப்போ உண்மையைக் கக்கிடு. அம்மாவைக் கொலை செஞ்சவனை உனக்குத் தெரியுமா, தெரியாதா?"

"அய்யோ! தெரியாதுங்கய்யா."

"மாடில அம்மா கத்தினது உனக்குக் கேட்டதா, இல்லையா?"

"கேக்கலைங்கய்யா."

மீண்டும் குறுக்கிட்டார் கோகுல்தாஸ்.

"எக்ஸ்க்யூஸ் மீ சார்... ஒரு விஷயம் சொல்லணும். நான் வீட்டை விட்டுப் புறப்பட்டப்போ இவனுங்க ரெண்டு பேரும் சேர்ந்து ரகசியமா குடிச்சிட்டு முழு போதையில இருந்தாங்க. நல்லா திட்டிட்டு புறப்பட்டேன். அதனால ரெண்டு பேரும் போதையில அசந்து தூங்கியிருக்கணும். இவங்க ரெண்டு பேரும் எங்கிட்ட ரொம்ப வருஷமா இருக்கிறவங்க. வெரி ரிலையபிள்" என்றார் கோகுல்தாஸ்.

கார்த்திகேயன் நடந்து சோபாவில் கோகுல்தாஸுக்கு எதிரே அமர்ந்துகொண்டு, "இந்த வீட்ல இந்த ரெண்டு பேர்தான் வேலை பார்க்கறாங்களா?" என்றார் வெங்கட்ரமணியைப் பார்த்து.

"இன்னும் ரெண்டு பேர் உண்டு சார்."

"யாரது?"

"சித்தார்த்னு ஒரு கார் டிரைவர்."

"எங்கே அவன்?"

"காலைல எட்டு மணிக்கு வந்துட்டு ராத்திரி எட்டு மணிக்கு வீட்டுக்குப் போய்டுவான். மண்ணடில வீடு. அப்புறம் மீனாட்சின்னு ஒரு வேலைக்கார அம்மா இருக்கு. அதுவும் காலைல வந்துட்டு சாயங்காலம் போய்டும்."

கார்த்திகேயன் கோகுல்தாஸைப் பார்த்தார். சற்று பதற்றம் அடங்கி ஆனாலும் அதிர்ச்சியின் விளைவான லேசான நடுக்கத்தில்தான் இன்னும் இருந்தார்.

"மிஸ்டர் கோகுல்தாஸ், நீங்க இன்னைக்கு வர்றது உங்க மனைவிக்குத் தெரியாதுன்னு சொன்னீங்க இல்லையா?"

இப்போது சப் இன்ஸ்பெக்டர் தயாளன் உள்ளே வந்து கார்த்திகேயன் அருகில் நின்றார்.

"ஆமாம்" என்றார் கோகுல்தாஸ்.

"கார் இருக்கிறப்ப ஏன் டாக்ஸி பிடிச்சி வந்தீங்க?"

"மாயா முன்னாடி திடீர்னு வந்து நின்னு ஒரு சர்ப்ரைஸ் கொடுக்கணும்னு நினைச்சேன்."

"வெல். நீங்க வந்தப்ப அவங்க என்ன செஞ்சுட்டிருந்தாங்க?"

"தூங்கிட்டா. நான்தான் எழுப்பினேன்."

"அப்புறம் பேசிட்டிருந்தீங்களா?"

"யெஸ்."

"அப்போ அவங்க ஏதாச்சும் பதற்றத்துல இருந்தாங்களா? இல்ல நார்மலா இருந்தாங்களா?"

"நார்மலா ரொம்ப ஹேப்பியா இருந்தா சார். இதைச் சொல்றதுக்கு தயக்கமா இருக்கு. நாங்க... நாங்க ரெண்டு பேரும்... வி ஹேட் செக்ஸ்." என்றார் கோகுல்தாஸ் தயக்கத்துடன்.

இப்போது தயாளன் கோகுல்தாஸைப் பார்த்த பார்வையில் அப்பட்டமாக சந்தேகம் பூசியிருந்தது.

14

“நீங்க ஊர் திரும்பி வந்து பார்த்தப்போ உங்க மனைவி ஏதாச்சும் பதற்றத்துல இருந்தாங்களா? இல்ல நார்மலா இருந்தாங்களா?” என்றார் இன்ஸ்பெக்டர் கார்த்திகேயன்.

“நார்மலா ரொம்ப ஹேப்பியா இருந்தா சார். இதைச் சொல்றதுக்கு தயக்கமா இருக்கு. நாங்க... நாங்க ரெண்டு பேரும்... வி ஹேட் செக்ஸ்.” என்றார் கோகுல்தாஸ் தயக்கத்துடன்.

இப்போது தயாளன் கோகுல்தாஸைப் பார்த்த பார்வையில் அப்பட்டமாக சந்தேகம் பூசியிருந்தது.

“அவங்களுக்கு தனி பிஸினஸ். இல்லையா?”

“ஆமாம் சார். என் ஆபீஸ்லயே ஏதாச்சும் ஒரு பொறுப்பு எடுத்துக்கிட்டு வேலை பாரேன்னு சொன்னேன். தனியா சாதிக்கணும்னு சொன்னா. சரின்னு அதே கட்டடத்துல ஒரு ஃப்ளோர் ஒதுக்கி ஆரம்பிச்சிக் கொடுத்தேன்.”

“என்ன பிஸினஸ்?” என்றார் தயாளன்.

“இண்ட்டீரியர் டெகரேஷன்.”

“அதுல சக்ஸஸ் ஆனாங்களா?”

“அதே தொழில்ல பல வருஷமா இயங்கிட்டிருக்கற பல போட்டி கம்பெனிகள் பொறாமைப் படற அளவுக்கு கிடுகிடுன்னு வளர்ந்துட்டு வந்தா.”

தான் விசாரித்துக்கொண்டிருக்கும்போது தயாளன் இடையில் புகுந்து கேள்விகள் கேட்டதை கார்த்திகேயன் ரசிக்கவில்லை.

கார்த்திகேயன் சிந்தனையுடன் லேசாக தலையை அசைத்துக்கொண்டு திரும்பி, “எல்லா ஏற்பாடுகளும் செஞ்சிட்டீங்களா தயாளன்?” என்றார்.

“யெஸ் சார். வந்துட்டிருக்காங்க. ஆனா, போலீஸ் டாக்ஸ் காலைலதான் வருமாம். ஒரு மர்டர் சம்பந்தமா திண்டிவனம் போயிருக்கு. நெப்போலியனும் இல்லை. வைசாலியும் இல்லை.”

கார்த்திகேயன் கோகுல்தாஸை விசாரிப்பதை நிறுத்திவிட்டு தயாளனுக்கு கேஸை விவரித்தார். குற்றம் நடைபெற்ற சூழ்நிலை, தான் உடனிருந்து கவனித்தவை, அதுவரை விசாரித்ததில் சேகரித்த தகவல்கள் என்று எல்லாம் சொன்னார். கைப்பற்றிய கடிதத்தையும் கொடுத்துப் படிக்கச் சொன்னார்.

தயாளன் படித்துப் பார்த்தார்.

“இந்த லெட்டர், அவன் எழுதியே கொண்டு வந்திருக்கானா, இல்லை இங்க வந்து கொலை செஞ்சப்பறம் எழுதியிருக்கானா?” என்றார்.

“இங்கேதான் எழுதியிருக்கான். ரூம்ல உள்ள ஒரு நோட்புக்ல பேப்பர் கிழிச்சிருக்கான். மேல போய் பார்த்துட்டு வாங்க.”

தயாளன் மாடிக்கு படிகள் ஏறினார்.

* * *

சில மாதங்களுக்கு முன்:

வெள்ளை சட்டை, வெள்ளை பேண்ட் என்று டிரைவருக்கான யூனிஃபார்மில் இருந்தான் ரஞ்சித் என்கிற சித்தார்த் என்கிற மாயாவின் முன்னாள் காதலன்.

போர்ட்டிகோவில் நின்ற மாயாவின் காரைத் துடைத்து முடித்துவிட்டு உள்ளே பெர்ஃஃபியூம் ஸ்ப்ரே செய்தான்.

பங்களாவின் உள்ளேயிருந்து காகிதக் கோப்பைகளில் காபி எடுத்து வந்த துரைராஜ் அவனுக்கு ஒன்றைத் தந்துவிட்டு சற்றுத் தள்ளி கேட் அருகே மரக் கூண்டில் அமர்ந்து செய்தித்தாள் படித்துக்கொண்டிருந்த கந்தசாமிக்கு ஒன்றைக் கொடுத்தான்.

அவர்கள் இருவரையும் நோக்கி வந்த ரஞ்சித் கடந்த ஒரு வாரத்தில் ஏற்பட்டிருந்த ஒரு புதிய நட்பின் உரிமையோடு,

“உங்க ரெண்டு பேரையும் ஒண்ணு கேக்கணுமே” என்றான் சாதாரண அரட்டையாக.

“என்ன?”

“நம்ம சாரும், மேடமும் லவ் பண்ணி கல்யாணம் செஞ்சிக்கிட்டதா நேத்து சொன்னீங்களே...”

“ஆமாம்... அதுக்கென்ன?” என்றான் கந்தசாமி.

“பாத்தா அப்படி தெரியலையே...”

“சேர்ந்து ஒரு வாரம்தான் ஆச்சி. நீயும் கண்டுபிடிச்சிட்டியா?” என்று சிரித்தான் துரைராஜ்.

“நீ சிரிக்கிறதைப் பாத்தா ஏதோ உள் விவகாரம் இருக்கு போல தெரியுதே துரை...... என்னன்னுதான் சொல்லேன்”

“நான் பாட்டுக்கு எதார்த்தமா என் மனசுல பட்டதைச் சொல்ல... நீ அவங்ககிட்ட போட்டுக் கொடுத்துட்டீன்னா என் பொழைப்பே நாறிடுமேப்பா.”

“அட.... பார்த்தியா? நேத்து நைட்டு ஒண்ணா சரக்கடிச்சப்பவே என்னைஉங்ககூட்டாளியாசேர்த்துக்கிட்டிங்கன்னுநினைச்சேன். பிரிச்சிப் பாக்கறியே... நாமெல்லாம் ஒரே கட்சிதானேப்பா. நாம் எல்லாம் அவங்ககிட்ட கையேந்தி சம்பளம் வாங்கற ஜாதி. ஒரு பிரச்சினைன்னு வந்தா உன் பக்கம் நிப்பனா, அவங்க பக்கம் நிப்பனா?”

“சரி சரி... கோவிச்சுக்காத... என் காதுக்கு வந்ததைச் சொல்றேன். அதுல எவ்வளவு நிசம், எவ்வளவு பொய்யின்னு எனக்குத் தெரியாதுப்பா.”

“அட.... சொல்லுப்பா. பெருசா பீடிகை போடறியே...”

“அதாவது... மாயா மேடத்தோட அழகுக்கு யாரா இருந்தாலும் மயங்கித்தான்போவாங்க. அய்யாவோட ஆபீஸ்ல வேலை பாத்த இளவட்டங்களே கொக்கிப் போட்டுப் பாத்தாங்க. சிக்கலை. அய்யா என்ன மாயம் செஞ்சாரோ... மந்திரம் போட்டாரோ... இவரு கேட்டதுமே சரி, கல்யாணம் பண்ணிக்கிறேன்னு சொல்லிருச்சாம்.”

“முதலாளியும், தொழிலாளியும் ஒண்ணா? கடல் மாதிரி சொத்து வெச்சிருக்கறவரைக் கட்டிக்க கசக்குமா?” என்றான் கந்தசாமி.

“என்ன இருந்தாலும் வயசு வித்தியாசம் கொஞ்சம் இருக்கில்ல?” என்றான் ரஞ்சித்.

“பண்ண வேண்டிய வயசுல சார் கல்யாணம் செஞ்சிருந்தா... இப்போ கல்யாணம் செய்ய வேண்டிய வயசுல சாருக்கு பொண்ணே இருக்கும். ஆனா, இப்பவும் நம்ம சார் ஜம்முன்னுதானே இருக்கார். அப்படி ஒண்ணும் வயசாயிடலையே... அம்பதுதானே...”

“ஏன் இவ்வளவு நாள் அவரு கல்யாணம் பண்ணிக்கலை...?”

“தொழில்ல முன்னுக்கு வரணுங்கற வெறில கல்யாணத்தைப் பத்தியே சிந்திக்கலைன்னு சொல்றார்.”

“கல்யாணம் செஞ்சிக்கிட்டு தொழில்ல ஜெயிச்சவங்க லட்சம் பேர் இல்லையா என்ன?”

“அவர் சொன்னதைத்தானே நான் சொல்ல முடியும்?”

“இது சம்பந்தமா எனக்கு ஒரு சந்தேகம் இருக்கு” என்ற துரைராஜை உன்னிப்பாகப் பார்த்தான் ரஞ்சித்.

“என்ன?”

“அய்யாவுக்கு ஒரு லவ் ஃபெயிலியர் இருக்கும்னு நான் நினைக்கறேன்”

ரஞ்சித் மனசுக்குள் விசிலடித்தான்.

இதோ தூண்டிலில் மாட்டியுள்ள புழுவைக் கடிக்க மெதுவாக வருகிறது மீன்.

“எதை வெச்சி சொல்றே?”

“அய்யாவோட கல்யாணத்துக்கு முன்னாடி... ஒரு ஞாயித்துக்கிழமை. வழக்கமா தினமும் நைட்டுல தூங்கறதுக்கு முன்னாடி ரெண்டு பெக் மட்டும் அடிச்சிட்டுப் படுக்கறவர் அன்னிக்கு அதிசயமா பகல்லயே ரூம்ல உக்காந்து குடிச்சிட்டிருந்தார்.”

“சரி...”

“என்னை ஆம்லெட்டு போட்டு எடுத்துட்டு வரச் சொன்னாரு. கொண்டு போய் வெச்சப்ப கண்ல தண்ணி பொலபொலன்னு கொட்டுது. நான் பதறிப் போய்ட்டேன்.”

“கோகுல்தாஸ் சாராவது அழறதாவது! நான் நம்பத் தயாரா இல்லை” என்றான் ரஞ்சித்.

“சாமி சத்தியமா நான் சொல்றது நிசம்.”

“சரி... நம்பறேன். மேல சொல்லு.”

“என்னாச்சுங்கய்யான்னு கேட்டேன். செம போதைல இருந்த அவரு ‘என்னால அவளை மறக்க முடியலைடா’ன்னு உளறுனாரு.”

மீன் புழுவைக் கடித்துவிட்டது.

“அப்புறம்? அது யாராம்?”

“யாரைங்கய்யான்னு கேட்டதும் சுதாரிச்சிட்டாரு. ஒண்ணுமில்ல, போடான்னு துரத்திட்டாரு”

“அப்போ கண்டிப்பா காதல் தோல்விதான்... அந்தப் பொண்ணு யாரு என்னன்னு உன்னால தெரிஞ்சுக்கவே முடியலையா?”

“நான் எப்படி கிண்டி கிண்டி கேக்க முடியும்? ஒருவேளை அய்யாவோட செகரெட்டரி வெங்கட் சாருக்கு தெரிஞ்சிருக்கலாம்.”

“கரெக்ட்டு. வெங்கட் சாருக்குதான் அய்யாவைப் பத்தி பூராவும் தெரியும்.” என்று கந்தசாமியும் ஆமோதிக்க...

தான் அடுத்து டார்கெட் செய்து தூண்டிலை வீச வேண்டிய நபர் வெங்கட் என்று முடிவுக்கு வந்தான் ரஞ்சித்.

* * *

மாடிக்குச் சென்று திரும்பிய தயாளன் இன்ஸ்பெக்டர் கார்த்திகேயன் அருகில் வந்து நின்றுகொண்டார்.

“மாயா மேடம் நடத்தின கம்பெனில சமீபத்துல ஏதாவது வேலைக்கு ஆள் எடுத்தாங்களா சார்?” என்று தன் கேள்விகளைத் தொடர்ந்தார் கார்த்திகேயன்.

“நோ ஐடியா... நான் அவளோட அஃபிஷியல் விவகாரங்களைப் பத்திக் கேட்டுக்கறதில்லை.” என்றார் கோகுல்தாஸ்.

“நெக்ஸ்ட் டு மாயா... அவங்களோட கம்பெனில யார் ஹெட் இன்சார்ஜ்?”

“சீஃப் மேனேஜர் ஸ்டெல்லா பாண்டியன்”

“அவங்களை விசாரிக்கணும்”

“இப்பவா?”

“யெஸ்... இப்பவே. தாமதிக்கிற ஒவ்வொரு விநாடியும் குற்றவாளி நம்மை விட்டு விலகிப் போய்க்கிட்டே இருப்பான். அதுக்கு இடம் கொடுக்கக் கூடாது”

“வெங்கட்... ஸ்டெல்லா பாண்டியனுக்கு போன் போடு.”

“சாரை நான் ஒண்ணு கேக்கலாமா?” என்றார் தயாளன்.

“அதான் நான் கேட்டுக்கிட்டிருக்கேன்ல?”

“பரவால்ல சார். கேக்கட்டும். என்ன சார்?”

“மிஸ்டர்கோகுல்தாஸ்...... தப்பா எடுத்துக்காதீங்க. உங்களுக்கும் உங்க வொய்ஃபுக்கும் எதாச்சும் கோபமான வாக்குவாதம், சண்டை நடந்துச்சா?” என்று கேட்டுவிட்டு அவர் முகத்தை அழமாகப் பார்த்தார் தயாளன்.

“வாட் நான்சென்ஸ்... சார்தான் நாங்க செக்ஸ் வெச்சிக்கிட்டோம்னு சொன்னாரே... சண்டை போட்டா அது நடக்குமா?”

“அது நடந்ததுக்கு அப்புறம்கூட சண்டை போட்ருக்கலாமே சார்? சொல்லுங்க”

கோகுல்தாஸுக்கு சட்டென்று வியர்த்தது.

15

அந்த நட்சத்திர ஹோட்டலின் நீச்சல் குளத்தைப் பார்த்தபடி அமர்ந்திருந்த பரத்திற்கு திருவிழாவில் ஜவ்வு மிட்டாய்க்காரன் ஜவ்வை இழுப்பது மாதிரி கோகுல்தாஸ் நீ......ளமாக இழுத்துச் சொல்லும் விஷயத்தை முழு கவனம் கொடுத்துக் கேட்பது சிரமமாக இருந்தது.

காரணங்கள் இரண்டு:

1. கோகுல்தாஸ் நேராக ஷார்ட் கட்டில் விஷயத்திற்கு வராதது!

2. நீச்சல் குளத்தில் அந்த விளம்பர நடிகை ஷில்பா நாயர் அடிக்கடி பரத்தைத் திரும்பிப் பார்த்து அநாவசியத்திற்கு பற்பசை விளம்பரம் செய்தபடி நீந்தியது.

"தலைப்புச் செய்தி மாதிரி சொன்னா நடந்த கொலையில இன்ஸ்பெக்டர் கார்த்திகேயன் உங்களை முழுசா நம்பினாலும், சப் இன்ஸ்பெக்டர் தயாளன் உங்களை சந்தேகப்படறார். அதானே சார்?" என்றான் பரத் எழுந்த கொட்டாவியை சிரமப்பட்டு மென்றபடி.

"அதேதான் பரத். என்னை அரெஸ்ட் செஞ்சி அசிங்கப்படுத்திடுவாரோன்னு பயமா இருக்கு."

"பளிச்சுன்னு சொல்லுங்க. மாயாவை நீங்க கொலை செய்யலைன்றது அக்மார்க் உண்மைதானே சார்?" என்றாள் சுசிலா.

"எங்க வேணாலும் வந்து சத்தியம் செய்வேன். அவளை அவ்வளவு காதலிச்சேன். மாயா என்னைக் கல்யாணம் செஞ்சிக்க போட்ட நிபந்தனைக்கும் ஒத்துக்கிட்டேன். தனியா பிஸினஸ் ஆரம்பிச்சிக் கொடுத்தேன். தேவதை மாதிரி வெச்சிக்கிட்டேன். அவ செல்லமா சிணுங்கினாக்கூட துடிச்சிப் போய்டுவேன்.

அவளைப்போய் நான்... மை காட்... என்னால நினைச்சிக்கூடப் பாக்க முடியாது" என்றவர் கண் கலங்கி கர்ச்சீப் உபயோகித்தார்.

"பின்னே ஏன் பயப்படறீங்க?" என்றான் பரத்.

"சூழ்நிலைகள் எனக்கு எதிரா இருக்கே."

"எனக்கு அப்படித் தோணலை. சரி... இதுல நாங்க என்ன செய்யணும்னு எதிர்பார்க்கறீங்க?"

"எவ்வளவு செலவானாலும் சரி... எனக்கு அந்தக் கொலைகாரன் யார்னு தெரியணும். நீங்க அவனைக் கண்டுபிடிங்க."

"அதைத்தானே போலீஸ் செஞ்சிட்டிருக்கு?"

"அவங்களுக்கு நூறு கேஸ்ல இதுவும் ஒண்ணு. இதுவே மாயா ஒரு அரசியல் தலைவியா இருந்திருந்தா உடனே தனிப்படை அமைச்சி கால்ல சக்கரம் கட்டிக்கிட்டு பறந்திருப்பாங்க."

"யாருன்னு கண்டுபிடிச்சி என்ன செய்யப் போறீங்க? பழிக்குப் பழி? சதக்குன்னு குத்தப் போறீங்களா? இல்ல... டுமீல்னு சுடப்போறீங்களா?"

"அவனைக் கொன்னுட்டு ஜெயிலுக்குப் போய்ட்டா என் நிறுவனம் என்னாகறது? என்னை நம்பி எத்தனை குடும்பம் இருக்கு தெரியுமா? அவனுக்கு சட்டப்படி தண்டனை கிடைக்கணும்னுதான் நினைக்கிறேன். அதுக்கு முன்னாடி என் மனசுல அரிச்சிக்கிட்டிருக்கற அந்தக் கேள்விக்குப் பதில் தெரியணும்"

"என்ன கேள்வி?"

"எதுக்காக இந்தக் கொலை? மாயா என்ன தப்பு செஞ்சா?"

"குற்றவாளியை போலீஸ் கண்டுபிடிச்சாலும் இந்தக் கேள்விக்குப் பதில் கிடைச்சிடுமே சார்."

"போலீஸ் காட்ற தீவிரத்துல எனக்கு நம்பிக்கை இல்லை. அவங்க அப்படியே நேர்மையா கண்டுபிடிச்சாலும் அதுக்கு நிறைய டைம் ஆகும். அதுவரைக்கும் எனக்குப் பொறுமை இல்லை. எக்ஸ்க்யூஸ் மீ... ரெஸ்ட் ரூம் போய்ட்டு வர்றேன்."

நாற்காலியைப் பின்னால் தள்ளி எழுந்து விலகிச் சென்றார் கோகுல்தாஸ். கைகளைக் கோர்த்து தலைக்கு மேல் உயர்த்தி சோம்பல் முறித்தான் பரத்.

"என்ன நினைக்கிறீங்க பரத்?" என்றாள் சுசிலா.

"ஒருவேளை சிலிக்கான் வெச்சு ஆபரேஷன் நடந்திருக்குமான்னு நினைக்கிறேன்" என்றான் நீச்சல் குளத்தைப் பார்த்தபடி.

பரத்தின் பார்வை சென்ற கோணத்தைப் பார்த்து அவன் பதிலையும் பொருத்திப் பார்த்த சுசிலா அவன் காதைப் பிடித்து தன் பக்கம் திருப்பினாள்.

"இன்னும் டீன் ஏஜ் தாண்டி வர்றதா இல்லையா பரத்?"

"வரக் கூடாது சுசி. உடம்புக்கு வயசு கூடினாலும் மனசை அந்த டீன் ஏஜ்லயே ஸ்டாப் கேட் போட்டு நிறுத்தி வெச்சாதான் லைஃப் உயிர்ப்போட இருக்கும்."

"சரி... சொல்லுங்க. கோகுல்தாஸ் எவ்வளவு பெர்சன்ட் நிஜம் பேசறார் பரத்?"

"சப் இன்ஸ்பெக்டர் தயாளனை மீட் செய்யணும். அவரோட கோணம் என்னன்னு க்ளியர் கட்டா தெரியணும். அவர் எதுக்கு பிடிவாதமா இவரை சந்தேகப்படறார்னு அவர் வெர்ஷன் தெரிஞ்சப்பறம்தான் முடிவுக்கு வர முடியும். ஆனா, ஒண்ணு நிச்சயம்."

"என்ன?"

"இந்தக் கொலை சம்பந்தமா கோகுல்தாஸ் நம்மகிட்ட சொல்லாத விஷயங்கள் கொஞ்சம் இருக்கு. வாரப் பத்திரிகை புதிர்ப் போட்டி மாதிரி சில கோடிட்ட இடங்களை நிரப்பியாகணும்."

"இந்தக் கேஸை எடுத்துக்கப் போறமா பரத்?"

"தயாளனைப் பாத்தப்பறம்தான் முடிவு செய்யணும். இப்போதைக்கு இவர்கிட்ட எடுத்துக்கறதா சொல்லிட்டுக் கிளம்பலாம்."

நீச்சல் குளம் பக்கம் பார்வையைத் திருப்பிய பரத், "ஞாபகம் வருதே... ஞாபகம் வருதே" என்று பாடத் துவங்கினான்.

"என்னவாம்?"

"சுசி... ஒரு தடவை சிங்கப்பூர் ஹோட்டல்ல இதே மாதிரி ஸ்விம் சூட்ல நீ ஸ்விம் செஞ்சப்போ ஒரு அமெரிக்கன் பர்மிஷன் கேக்காம போட்டோ எடுத்துட்டு எங்கிட்ட வாங்கிக் கட்டிக்கிட்டானே ஞாபகம் இருக்கா?"

"ஆமாம்... அதுக்கென்ன?"

"ஏண்டா அமெரிக்கால நீ பார்க்காத எதைடா இங்க பார்த்து ரசிச்சி போட்டோ எடுத்தேன்னு நான் கேட்டதுக்கு அவன் சொன்ன பதிலும் ஞாபகம் இருக்கா?"

"ஏய்! வேணாம். அதை சொல்ல வேணாம். உதை வாங்குவீங்க!" என்று அவன் புஜத்தில் செல்லமாகக் குத்தினாள் சுசிலா.

"ஓக்கே. ஓக்கே. இந்த சண்டே இதே ஸ்விம்மிங்பூலுக்கு வரலாமா சுசி? உன்னை ஸ்விம் சூட்ல பார்த்து ரொம்ப நாளாச்சு."

"ஒண்ணும் அவசியமில்லை."

"எனக்கு அவசியம்ப்பா. சுத்தமா மறந்து போச்சு. ஆமாம் அந்த கடுகு மச்சம் லெஃப்ட்லயா, ரைட்லயா?"

"சும்மா இருக்க மாட்டீங்க?"

கோகுல்தாஸ் திரும்பி வந்து அமர்ந்தார்.

"அன்னிக்கு அந்த தயாளன் மாடில டெட் பாடியைப் பார்த்துட்டு வந்து இன்னும் என்னல்லாம் கேட்டார் தெரியுமா?" என்றார்.

"பாகுபலி பார்ட் ட்டூ ஆரம்பம்" என்று சன்னக் குரலில் சுசிலாவிடம் சொன்னான் பரத். சுசிலா சிரிப்பை அடக்கிக்கொண்டாள்.

"சார்... எக்ஸ்க்யூஸ் மீ... எனக்கு ரொம்ப அர்ஜெண்ட்டா கொஞ்சம் பேங்க் வொர்க்ஸ் இருக்கு. நாம் நாளைக்கு மறுபடி மீட் பண்ணலாமா?" என்றான் அவரிடம்.

“ஷ்யூர். இதை மட்டும் சொல்லிடுங்க பரத். ஆர் யூ இன்ட்ரெஸ்டட் இன் டேக்கிங் திஸ் கேஸ்?”

“அஃப் கோர்ஸ்” என்றான்.

மூவரும் எழுந்துகொண்டார்கள்.

பார்க்கிங் பகுதிக்கு வந்து காரில் அமர்ந்து ஸ்டார்ட் செய்யப்போன பரத், “மை குட்னெஸ்... என் மொபைல்! அங்க டேபிள்லயே விட்டுட்டேன். இரு சுசி... எடுத்துட்டு வந்துடறேன்” என்று இறங்கிச் சென்றான்.

பரத் எதிர்பார்த்தது போலவே நீச்சல் குளத்தில் ஷில்பா நாயர் இன்னும் நீந்திக்கொண்டிருந்தாள்.

இவன் வருவதைப் பார்த்ததும், “ஹாய்... ஒரு நிமிஷம்...” என்று கம்பிப் படிகளேறி மேலே வந்தாள் ஷில்பா நாயர்.

சூரிய வெளிச்சத்தில் தொடைகள் டாலடித்தன. சொட்டச் சொட்ட நனைந்த தாஜ்மஹாலாய் நடந்து வந்து ஈரக் கூந்தலை ஸ்டைலான தலையசைப்பில் முதுகில் தள்ளி அருகில் வந்தாள்.

“என்னாச்சு பரத்? போய்ட்டு திரும்பி வர்றீங்க?”

“அது... என் மொபைலை மறந்துட்டேன்.”

அவன் பேண்ட் பாக்கெட்டில் துருத்திக்கொண்டிருந்த மொபைலைப் பார்த்தபடி, “அது என்ன? மினி வெத்தலைப் பொட்டியா?” என்று சிரித்தாள்.

“ஓ... பாருங்க... பாக்கெட்லயே இருக்கு. மறந்துட்டதா நினைச்சிட்டேன்” என்று வழிந்தான் பரத்.

“பொய். நீங்க என்னைப் பாக்கதான் வந்தீங்க பரத்.”

“அது... வந்து... கரெக்ட்டுதான்.”

“நான் ரொம்ப ஓப்பன் டைப் பரத். சில பேரைப் பாத்ததும் மனசுல மைனஸ் டிகிரில ஜில்லுன்னு தோணும். நீங்க ரொம்ப மேன்லி பரத். நான் ஸ்விம் பண்ணிக்கிட்டே அங்கேருந்து உங்களையே சைட்டடிச்சிட்டு இருந்தேன். நீங்களும் அதைதான் செஞ்சிட்டிருந்தீங்க. ரைட்?”

"சீச்சீ... நான் ஒரு கேஸ் விஷயமா..."

"நம்பிட்டேன். எதுக்கு என்னைப் பார்க்க உங்க ஆள்கிட்ட பொய் சொல்லிட்டு வந்தீங்க?"

"கொஞ்சம் பேசணும்."

"அதென்ன கஞ்சத்தனமா கொஞ்சம்? நிறையவே பேசலாமே. இங்கதான் காட்டேஜ் நம்பர் செவன் நாட் நைன்ல தங்கிருக்கேன். ஈவினிங் செவன்க்கு மேலதான் என் ஃபிலிம் ப்ரொட்யூசர் வர்றாரு. அதாவது டிஸ்கஷனுக்கு. யு காட் இட்?" என்று கண்ணடித்தவள், "அதுவரைக்கும் நான் ஃப்ரீயோ ஃப்ரீதான். காட்டேஜுக்குப் போலாம்... வாங்க"

"ஷில்பா... யூ ஆர் மிஸ்டேக்கன்... நான் கோகுல்தாஸ் பத்திதான் உங்ககிட்ட கொஞ்சம் பேசணும்."

"ஷ்யூர். அதையும் பேசலாம்."

"அதைப்பத்தி மட்டும்தான் பேசணும்"

"சரி... வாங்க போலாம்."

"இப்ப வரலை. அப்பறம் வர்றேன்."

"வெல்கம். ஆனா, ஏழு மணிக்குள்ள வாங்க" என்ற ஷில்பா தன் கூந்தல் முனையிலிருந்து சொட்டிய தண்ணீரைக் கொஞ்சம் எடுத்து செல்லமாக அவன் முகத்தில் தெளித்துவிட்டு ஒயிலாக நடந்துசென்றாள்.

பரத் மீண்டும் பார்க்கிங் பகுதிக்கு வந்து காரில் ஏறி, "கிடைச்சிடுச்சி சுசி..." என்றான்.

"எதுக்கு இவ்வளவு நேரம்?"

"மேஜை மேல இல்லை. ஸ்டூவர்ட் எடுத்து வெச்சிருந்தான். விசாரிச்சி வாங்கிட்டு வர வேணாமா?"

"இதென்ன முகத்துல தண்ணி?"

"டென்ஷனா இருந்திச்சி. முகம் கழுவினேன். என்ன நீ எல்லாத்துக்கும் கேள்வி கேக்கறே? நான் என்னவோ பாக்கெட்ல

போனை வெச்சிக்கிட்டு வேணும்னே பொய் சொல்லிட்டுப் போய் அந்த ஷில்பா நாயர்கிட்ட பேசிட்டு வந்தேன்னு சொல்வே போலிருக்கே.''

''செஞ்சாலும் செய்வீங்க. உங்களை நம்ப முடியாது.''

அலுவலகத்தின் வாசலில் காரை நிறுத்தின பரத், ''சுசி... நீ ஆபீஸுக்குப் போ. எனக்கு பேங்க் வொர்க் ஒண்ணு இருக்கு. முடிச்சிட்டு வந்துடறேன்'' என்றான்.

அவள் இறங்கிக்கொண்டதும் மீண்டும் அதே ஹோட்டலை நோக்கி காரை செலுத்தினான் பரத்.

16

சில மாதங்களுக்கு முன்……

மாயா காட்டன் புடவையில் இருந்தாள். ஷாம்பூ போட்டு பஞ்சாக்கப்பட்ட புஸ்சென்ற கூந்தலை முதுகெல்லாம் படரவிட்டிருந்தாள். ஒப்பனை மேஜையில் இருந்த ஏராளமான குப்பிகளின் உபயத்தில் மெருகேறிக்கொண்டிருந்தாள்.

ஒலித்த போனில், "சொல்லு ஸ்டெல்லா" என்றாள்.

"இன்னிக்கு சரத் சக்சேனா அப்பாயிண்ட்மெண்ட் கொடுத்திருக்கார் மேடம்."

"எத்தனை மணிக்கு?"

"லெவன் ஷார்ப்."

"ஓ... அப்போ நான் ஆபீஸுக்கு வந்துட்டுப் புறப்பட்டா லேட்டாயிடும். நான் நேரா வந்துடறேன். நம்ம டீம் வொர்க் அவுட் பண்ண டிசைன்ஸ், கொட்டேஷன் எல்லாம் எடுத்துக்கிட்டு அங்க வந்துடு. லொக்கேஷன் ஷேர் பண்ணிடு."

"ஷ்யூர் மேடம்."

"அவர் எப்படி டைப்? விசாரிச்சியா?"

"செம ஜொள்ளு பார்ட்டி மேடம்... தினம் ஒரு நடிகையோட இணைச்சி நியூஸ் வந்துகிட்டே இருக்கும்."

"நான்சென்ஸ். அவர் பர்சனலா எப்படி இருந்தா நமக்கென்ன? நாணயமானவரான்னு கேட்டேன்."

"அப்படித்தான் நினைக்கிறேன். எதுக்கும் ஃபிப்ட்டி பெர்சன்ட் அட்வான்ஸ் வாங்கிட்டு வொர்க் பண்ணலாம் மேடம்"

"ஓக்கே" என்று போனை கீழே வைத்தாள்.

அலுவலகத்திற்குப் புறப்படும் தோதில் இருந்த கோகுல்தாஸ் பின்புறமாக அவளை நெருங்கினார்.

"யாரை மீட் பண்ணப் போறே மாயா?"

"ட்ரெண்ட்ல இருக்கற ஹீரோ சரத் சக்சேனா."

"என்ன ப்ராஜெக்ட்?"

"நீலாங்கரையில் ஆறு கிரவுண்ட்ல ஒரு பங்களா கட்டிருக்கார் மாமா. அதுல இண்ட்டீரியர் பண்ணணும்னு அவர் செகரெட்டரி காண்டாக்ட் செஞ்சாரு. அவர்தான் வீட்டையும் காட்டினாரு. டிசைன்ஸ் ரெடி. இன்னிக்குதான் நான் சக்சேனாவை மீட் பண்றேன்"

"அவன் சாதாரண லெவல்லதான் இருந்தான். நம்ம கம்பெனி விளம்பரத்துலகூட நடிச்சிருக்கான். திடீர்னு ரெண்டு படம் தூக்கிட்டுப்போய் உச்சாணிக் கொம்புல உக்கார வெச்சிடுச்சி. நம்பவே முடியாத அளவுக்கு பெரிய ஸ்டாராய்ட்டான். நீயே போகணுமா? ஸ்டெல்லா போனா பத்தாதா?"

"அவளால முடிவெடுக்க முடியாதே மாமா."

"இன்னிக்குன்னு பாத்து ஓவரா அழகா இருக்கியா... அந்த கெட்ட பய உன்னை பார்வையாலயே முழுங்குவானே..."

"ஓ... காதுல புகை வருதா? என்று சிரித்தாள் மாயா.

அவள் தோள்களில் கை வைத்து, "உன்னைக் கொஞ்சம் லேட்டா மீட் பண்ணிட்டனேன்னு வருத்தமா இருக்கு டியர்" என்றார்.

"ஏனாம்?" என்றாள் கொஞ்சலாய்.

"என்னதான் நான் உன்னை வசதியா வெச்சிக்கிட்டாலும்... குறை இல்லாம பார்த்துக்கிட்டாலும் நமக்குள்ள இருக்கற வயசு வித்தியாசம் உனக்கு ஒரு உறுத்தலா இருக்குதானே?"

எழுந்து திரும்பி அவரை நெருங்கிய மாயா காற்று இடைவெளியின்றி அணைத்துக்கொண்டு அவரின் மீசையை லேசாக வருடியபடி, "எப்பவாச்சும் நான் அப்படி சொன்னனா? எதுக்கு இப்படி ஒரு காம்ப்ளெக்ஸ் மாமா?" என்றாள்.

“நீ அநியாயத்துக்கு அழகா, இளமையா இருக்கியா... சேர்ந்து வெளில போறப்போ அப்படி ஒரு நினைப்பு எட்டிப் பார்க்குது.”

“அது தேவையே இல்லை டியர்... பார்த்தா பூனையாட்டம் இருக்கற நீங்க விளக்கணைச்சுட்டா...ச்சீ... நான் சொல்ல மாட்டேன்.”

“ஏய்... ஏய்... சொல்ல வந்ததை சொல்லி முடிப்பா.”

“பாயும் புலி!” என்று சிரித்தாள்.

“இந்த சர்ட்டிஃபிகேட்டுக்குத்தான் ஒவ்வொரு ஆம்பளையும் ஏங்கித் தவிக்கிறான் கண்ணு... ஹேப்பீடா.”

“இந்த மூட்ல இருக்கறப்பவே ஒண்ணு சொல்லிடறேன் மாமா.”

“சொல்லு. கிளவுட் நைன்ல மிதக்கறேன்.”

“இந்த புது டிரைவர் சித்தார்த் எனக்குப் பிடிக்கலை.”

“என்ன செய்றான்? பெட்ரோல் திருடறானா?”

“அதில்லை.”

“மரியாதைக் குறைவா நடந்துக்கறானா?”

“அதெல்லாம் இல்லை. ஜஸ்ட் பிடிக்கலை”

“ஒரு காரணம் வேணாமா?”

“உங்களைக் கொல்ல வந்தவன்!”

“அதைச் செய்யலையே... மன்னிச்சிடுங்கன்னு என் கால்ல விழுந்தானே...”

“ஒருவேளை அது நடிப்பா இருந்தா?”

“நிச்சயமா இல்லை மாயா. ஒருத்தன் கண்ணைப் பார்த்தே சொல்லிடுவேன். அவன் ஒரு அப்பாவி. சின்ன தப்புகள் செஞ்சி திருந்திட்டவன்.”

“என்ன உத்தரவாதம் மாமா? என்னால அவனை முழுசா நம்ப முடியலையே...”

“அப்போ ஒண்ணு செய்யி.”

“நிறுத்திடவா?”

“அது வேணாம். அவனுக்கு நீயே ஒரு ரகசியமான டெஸ்ட் வெச்சிப் பாரு. எனக்கு டைம் ஆச்சிடா.”

மாயாவின் கன்னத்தில் தட்டிவிட்டுப் புறப்பட்டார் கோகுல்தாஸ்.

* * *

ஹோட்டலில் ஒவ்வொரு காட்டேஜுக்கு முன்பாகவும் காரை நிறுத்திவைக்க இடமிருந்தது. நிறைய மரங்களிருந்து அதன் கிளைகள் கூட்டணி அமைத்து சூரியனை அனுமதிக்காமல் நிழல் கார்ப்பெட் பரப்பியிருந்தன. கீச்கீச்சென்று பறவைகளின் சத்தம். உதிரும் இலைகளை அடிக்கடி கூட்டிக்கொண்டிருந்தார்கள்.

ஷில்பா சொன்ன குறிப்பிட்ட காட்டேஜ் முன்பாக காரை நிறுத்திவிட்டு இறங்கினான் பரத்.

அழகான வில்லா அமைப்பில் இருந்தது காட்டேஜ். முன்புற சுவர் முழுக்க கிரானைட் ஒட்டி... ஒரு சைடில் மூங்கில் கூடை ஊஞ்சலைத் தொங்கவிட்டு... வேலைப்பாடுகள் கொண்ட மரக் கதவமைத்து செம கெத்தாய் வைத்திருந்தார்கள்.

காட்டேஜின் அழைப்பு மணியை ஒலிக்கச் செய்துவிட்டு மேஜிக் ஐ முன்பாக முகம் காட்டி நின்றான்.

கதவைத் திறந்த ஷில்பா நாயர் காதில் மாட்டிய ப்ளூ டூத்தில் ஒரு போன் உரையாடலின் நடுவில் இருந்தாள். கஞ்சத்தனமாக உடுத்தியிருந்தாள்.

“கோவால வேணும்னா பிளான் பண்ணு புஜ்ஜி. பேங்காக்லாம் வேணாம்டா. இங்க நிறைய கமிட்மெண்ட்ஸ் இருக்கு. ஒன் வீக்லாம் சான்ஸே இல்ல.”

பேசியபடி இவனை கண்களாலும், தலைசைப்பிலும் உற்சாகம் காட்டி வரவேற்று அபிநயித்து உட்கார சோஃபா காட்டி கதவைச் சாத்தினாள்.

“நோ... நோ... அவாய்ட் பண்ணல செல்லம். புரிஞ்சிக்க புஜ்ஜி.”

அந்த உரையாடலில் கவனம் செலுத்துவது சரியில்லை என்று பட்டதால் பரத் தன் மொபைலில் வாட்ஸ் ஆப் செய்திகளை மேயத் துவங்கினான்.

ஆனால், இவனுக்கு எதிர்புற சோஃபாவில் ஸ்டைலாக சரிந்த ஷில்பா அணிந்திருந்த மெலிதான ட்டூ பீஸ் நைட் சூட்டால் கவனம் கலைத்தாள்.

‘நம் உடலின் எல்லா வியாதிகளுக்கும் தேவையான அத்தனை மருந்துகளும் நம் வீட்டின் சமையல் கட்டிலேயே இருக்கின்றன’ என்கிற ஃபார்வட் செய்தியில் கட்டிலிலேயே என்று தப்பாக மனதில் பதிந்தது.

போன் பேசி முடித்த ஷில்பா, “வருவீங்கன்னு தெரியும்.” என்று வெளிறின ரோஜா நிற லிப்ஸ்டிக் புன்னகையை உதிர்த்தாள்.

“எப்படி?”

“உங்க கண்ணு சொன்னிச்சி. பியர்?”

“நோ... தேங்ஸ்.”

“சில்ல்லுன்னு இருக்குப்பா.”

“மிஸ்... ஷில்பா... மிஸ்தான?”

“அஃபிஷியலி” என்று கண்ணடித்தாள்.

“லெட் மி கிளியர் ஒன்திங். உங்களோட கொஞ்சம் பேசணும். அவ்வளவுதான். நத்திங் எல்ஸ். அண்டர்ஸ்டாண்ட்?”

“குட் பிகினிங்.”

“லிசன்... கோகுல்தாஸ் பத்தி நீங்க என்ன நினைக்கிறீங்க? எது சொன்னாலும் லீக் ஆகாது. ஐ பிராமிஸ். அப்பட்டமா உங்க அபிப்பராயம் வேணும் ஷில்பா.”

எழுந்து குட்டி ஃபிரிட்ஜைத் திறந்து வியர்த்துப் போயிருந்த இரண்டு டின் பீர்களுடன் திரும்பிய ஷில்பா இப்போது அவனுக்கு அருகில் அமர்ந்தாள்.

"நான் வேணாம்னு சொன்னேன்..."

"என்னப்பா இது வம்பாப் போச்சு. நானே ரெண்டும் சாப்பிடக் கூடாதா?"

மேலே பதிந்திருந்த குட்டி வளையத்தை நிமிர்த்தி லாகவமாக உடைத்துப் பருகத் துவங்கினாள்.

"அட்லீஸ்ட் கேஷூஸ்?" என்று பீங்கான் பிளேட்டிலிருந்த பெப்பர் போட்ட முந்திரியைக் காட்டினாள்.

ஒன்றை எடுத்து வாயில் போட்டுக்கொண்டு, "தேங்ஸ்... டெல் மீ" என்றான் பரத்.

"சூப்பரான பிஸினஸ்மேன். ஸ்டேட் சென்ட்ரல்னு ஏகப்பட்ட இன்ஃப்ளூயன்ஸ். யாரைப் பிடிச்சா எது நடக்கும்னு பக்காவா பிளான் போட்டு எதையும் சாதிப்பாரு. ஒருத்தரை மடக்க நூறு வழிகள் யோசிப்பாரு. நாணயமான ஆளு. மாசத்துல பாதி நாள் ஆகாயத்துலயே இருப்பாரு. ஐ மீன் பறந்துக்கிட்டிருப்பாரு. உலக மேப்ல இருக்கற எல்லா நாடுகளுக்கும் போயிருக்கார்."

"அவரோட பர்சனல் சைட் ப்ளீஸ்..."

"மன்மத லீலன். வெரைட்டியா ரசிப்பாரு... இன்ஃபாக்ட்... அவரு கல்யாணம் பண்ணிக்குவாருன்னு நான் எதிர்பார்க்கல."

"மாயா மேல திடுதிப்புன்னு லவ் வந்துடுச்சின்னாரு."

"அந்த லவ்வுக்குப் பின்னாடி வேற கணக்குகள் இருக்கும்."

"என்ன மாதிரி கணக்கு?"

"தெரியல."

"மாயாவைத் தெரியுமா?"

"வெட்டிங் ரிசப்ஷன்ல பாத்ததுதான்."

"அந்தக் கொலையில போலீஸ் இவரையே சந்தேகப்படுதாம்."

"கோகுல் அதை செஞ்சிருக்கறதுக்கு சான்ஸ் இருக்கு. எனக்குத் தெரிஞ்சி ஒரு காரணமும் இருக்கு பரத்" என்றாள் ஷில்பா.

17

"**கோ**குல் அதை செஞ்சிருக்கறதுக்கு சான்ஸ் இருக்கு. எனக்குத் தெரிஞ்சி ஒரு காரணமும் இருக்கு பரத்" என்றாள் ஷில்பா.

"என்ன காரணம்?" என்றான் பரத் ஆர்வமாக.

"உத்தண்டில கோகுலுக்கு ஒரு பியூட்டிஃபுல் கெஸ்ட் ஹவுஸ் இருக்கு தெரியுமா?"

"தெரியாது. அவரையே இன்னிக்குதான் தெரியும்"

"அவர் அங்கதான் நெருக்கமான ஃபிரெண்ட்ஸுக்கு பார்ட்டி கொடுப்பார். சில பிஸினஸ் பார்ட்டிஸும் நடக்கும். அப்புறம் அவரோட லீலைகளும் அங்கதான்." என்றவள் கண்ணடித்துவிட்டு, "நீங்க எப்படி பரத்?" என்றாள்.

"நான் எப்படின்னா? புரியலை."

"கெஸ்ட் ஹவுஸ் தனியா வெச்சிருக்கீங்களா?"

"போச்சுடா... அப்படில்லாம் இல்ல ஷில்பா."

"அப்பப்ப ரிசார்ட்ஸ், ஹோட்டல்ஸ்ல புக் பண்ணிக்குவீங்களா, இல்லை ஆபீஸ்லயேவா?"

"லுக் ஷில்பா... யூ ஆர் மிஸ்டேக்கன்... நான் அப்படிப்பட்ட ஆள் இல்லை."

"நம்பிட்டேன்" என்று செல்லமாக புஜத்தில் குத்தினாள்.

"இதுக்கெல்லாம் சத்தியமா செய்ய முடியும்?"

"நெஞ்சில கை வெச்சி சத்தியம் செய்ங்க. நம்பறேன்."

நெஞ்சில் கை வைக்க எடுத்துச்சென்ற அவன் கையை சட்டென்று தடுத்துப்பிடித்து, "என் நெஞ்சுல" என்று வைத்துக்கொள்ள...

அவசரமாகப் பிடுங்கிக்கொண்டான் பரத்.

எழுந்து எதிர் சோபாவில் அமர்ந்துகொண்டான்,

"ப்ளீஸ் ஷில்பா... நோ!" என்றான்.

"பரத்... நாம் மீட் செஞ்சதில்லை. ஆனா நான் உங்க ஃபேன். ஃபேஸ்புக்ல, ட்விட்டர்ல ஃபாலோயர். வாட்ஸ் யுவர் கிரேட் இஷ்யூ மேன்? செண்ட்டிமெண்ட்? உங்க சுசிலாவுக்கு செய்ற துரோகமா?"

"அதான் கன்வின்சிங்கான பதில்னா அப்படியே வெச்சிக்கலாம்"

"உங்க உதடும், கண்ணும், அந்த மீசையும் என்னைக் கொல்லுதேப்பா..."

"இல்லை. இது உள்ளப் போன ஆல்கஹால் செய்ற வேலை."

"சேச்சே... இதெல்லாம் எனக்கு எறும்பு கடிச்ச மாதிரி. ஹாஃப் விஸ்கி சாப்ட்டு பர்ஃபெக்ட்டா கார் டிரைவ் பண்ணுவேன்."

"இப்போ கோகுல்தாஸ் பத்தி மட்டும் பேசலாமே... ப்ளீஸ்..."

"இட் ஈஸ் என் குட் ஆப்பர்ச்சூனிட்டி மேன். அப்பறம் மிஸ் பண்ணிட்டமேன்னு ஃபீல் பண்ணுவிங்க பரத்."

பரத் எழுந்துகொண்டான்.

"இதே மூட்லதான் பேசப்போறீங்கன்னா... பெட்டர் ஐ லீவ் நவ்"

"ஸாரி... உக்காருங்க."

மீண்டும் அமர்ந்தான்.

"கோகுல்தாஸ் மாயாவை கொலை செஞ்சிருக்கறதுக்கு சான்ஸ் இருக்குன்னு சொன்னீங்க ஷில்பா. அதென்ன காரணம்?"

"வர்றேன். அவசரப்படாதீங்க. எல்லாத்துலயும் ஸ்டிரிக்ட்டா பிரின்சிபிள்ஸ் வெச்சிருப்பார் கோகுல். பார்ட்டியோ, கேளிக்கையோ நிச்சயமா சண்டேதான் நடக்கும். அன்னிக்கு என்னை கெஸ்ட் ஹவுஸ்க்கு இன்வைட் பண்ணார். என்னால நம்பவே முடியலை."

“ஏன்?”

“ரெண்டு ரீசன்ஸ். ஒண்ணு... அன்னிக்கு மண்டே. செகண்ட் ரீசன்... கல்யாணத்துக்கப்பறம் யாரையுமே கூப்பிடாம இருந்தவர் அன்னிக்குக் கூப்புட்டது”

“ஐ ஸீ...”

“எப்பவுமே ரொம்ப உற்சாகமா இருக்கற கோகுல் அன்னிக்கு கொஞ்சம் டல்லா இருந்தார்...”

அடுத்த டின் பியரையும் உடைத்துப் பருகியபடி ஷில்பா அந்த தினத்திற்குச் சென்றாள்.

* * *

உத்தண்டி கெஸ்ட் ஹவுஸில் ஷில்பாவின் கார் பார்த்ததும், கேட் திறந்துவிட்ட வாட்ச்மேனிடம் கிளாஸ் இறக்கி, “தாத்தா ஆயாச்சா சாமிக்கண்ணு?” என்றாள்.

“ஒரு மாசம் ஆச்சி கண்ணு. பேத்தி.”

ஐந்நூறு ரூபாய் நோட்டை நீட்டினாள்.

“எதாச்சும் வாங்கிக் குடுங்க குட்டிப் பேத்திக்கு. சார் எங்க?”

“ஸ்விம்மிங்பூல்ல.”

ஷில்பா காரை நிறுத்திவிட்டு அழகான தோட்டத்திற்கு நடுவில் நடப்பட்ட கெஸ்ட் ஹவுஸின் மொட்டை மாடியில் இருந்த ஸ்விம்மிங்பூலுக்கு வந்தபோது கோகுல்தாஸ் இடுப்பில் ஷார்ட்ஸ் மட்டும் அணிந்து நீளமான மிதவைப் படுக்கையில் சாய்ந்து சிகரெட் பிடித்தபடியிருந்தார். நீச்சல் குளக்கரையில் குள்ள மேஜையில் வெளிநாட்டு விஸ்கியும், ஐஸ் பாக்ஸும், பாதி குடித்த கிளாஸும் இருந்தன.

“ஹாய் கோகுல்... நான் ஸ்விம் சூட் கொண்டுவரலையே டியர்.”

“இட்ஸ் ஒக்கே. கமான் பேபி.”

அணிந்திருந்த முழு நீள கவுனை தலை வழியாகக் கழற்றி அங்கிருந்த நாற்காலியில் வீசிவிட்டு உள்ளாடைகளுடன் நீரில்

பாய்ந்தாள். (தொடர் பத்திரிகையில் வந்தால் ஓவியர் ஷியாம் இந்தக் காட்சியைதான் வரைவார்.

நீந்தி அவரிடம் வந்தவளை இடுப்பில் கை கொடுத்து ரப்பர் மிதவையில் தன்னருகில் போட்டுக்கொண்டார். அதே வேகத்தில் தகாத இடத்தில் முத்தமிட்டார். மதுவின் வாடை பளிச்சென்று வீசியது.

"ஹேய்... என்ன இவ்ளோ ஸ்பீட்?"

"ஷில்பா... ஷில்பா..." என்று செல்லமாகக் கடித்தார்.

"கூல்... கூல்... என்னாச்சு? பொண்டாட்டி ஊர்ல இல்லையா?"

"மாயாவை ஞாபகப்படுத்தாத ஷில்பா. மண்டே நான் கெஸ்ட் ஹவுஸ் வந்து நீ பாத்திருக்கியா? ஒரு சண்டை. டென்ஷனா இங்க வந்துட்டேன். கம்பெனி இருந்தா நல்லாருக்கும்னு தோணுச்சி. அதான் உன்னைக் கூப்ட்டேன்"

"கோகுல் டியர்... உங்களுக்கு மேரேஜ்லாம் செட்டாகாதுப்பா."

"பாசமாதான் இருக்கா. திடீர்னு கடுப்பேத்திடறா."

"ஒரு குழந்தை பொறந்தா சரியாயிடும்."

"அதான் சண்டை! நான் வேணும்னு சொல்றேன். அவ வேணாம்னு சொல்றா."

"ஏன் வேணாமாம்?"

"இப்ப வேணாமாம்."

"உங்களைப் பொறுத்தவரைக்கும் இதுவே லேட். உங்களுக்கொரு குழந்தை இப்ப பொறந்தாலும் அது வளர்ந்து நிக்கிறப்போ நீங்க ரொம்ப தாத்தா ஆயிடுவீங்க கோகுல்."

"அதுதான் என் பாயிண்ட்டும். அவ சரி சரின்னு தலையை ஆட்னதால எந்த பிளானிங்கும் இல்லாம இருந்தோம். இன்னிக்குப் பாக்கறேன்... அவ கப்போர்ட்ல ஒரு மாத்திரை சீசா. எதுக்கு சாப்பிடறேன்னு கேட்டா, விட்டமின்னு மழுப்பினா. கூகுள் செஞ்சிப் பார்த்தா கர்ப்பத் தடை மாத்திரை! கோபம் வருமா வராதா?"

“வெரி நேச்சுரல். அடிச்சிட்டீங்களா என்ன?”

“சேச்சே... என் லவ் ஏஞ்சல். அவளை அடிக்கிறதா என்னால நெனச்சிக்கூடப் பார்க்க முடியாது. கோபமா கத்தினேன். ஆபீஸ் போற மூடு போயிடுச்சி. இங்க வந்துட்டேன்.”

கோகுல் ஷில்பாவின் முதுகுக்குப் பின்னால் கைகளைக் கொண்டு சென்று உள்ளாடையின் ஹூக்கைக் கழற்றினார்.

* * *

“அப்புறம் என்ன நடந்துச்சின்னு சொல்லட்டுமா?” என்றாள் ஷில்பா பரத்தைக் குறும்பாகப் பார்த்தபடி.

“அதெல்லாம் வேணாம். இதைத்தான் கொலை செய்றதுக்கான காரணமா சொன்னீங்களா?” என்றான் பரத்.

“ஆமாம். இனிமே அந்த மாத்திரையை தொடர்ந்து சாப்பிட வேணாம்னு சொல்லிருக்கலாம். கேக்காம மாயா சாப்பிட்டிருக்கலாம். அது தெரிஞ்சதும் இவர் ஆத்திரப்பட்டிருக்கலாம்.”

“கலாம்... கலாம்... கலாம்... எல்லாமே கெஸ்! நோ... இந்தக் காரணம் பொருந்தலை. மாயாவை அடிக்கக்கூட மனசு வரலைன்னு சொன்னவர் கொலையே செய்வாரா என்ன? வெல், வேற எதாச்சும் எங்கிட்ட சொல்லணும்னு தோணிச்சின்னா கால் மீ ஷில்பா” என்று எழுந்தான் பரத்.

“இப்பவே சொல்றதுக்கு நிறைய இருக்கு. நீங்கதான் கேக்கற மூட்ல இல்லை.”

“நான் சொன்னது... மாயா மர்டர் சம்பந்தமா... தேங்க் யூ.”

வாசலுக்கு நடக்க... கதவுக்கும் அவனுக்கும் நடுவில் வந்து நின்ற ஷில்பா இரண்டு கைகளையும் விரித்துக்கொண்டு, “நாட் ஈவன் எ ஃபிரெண்ட்லி ஹக்?” என்றாள்.

அவன் பதில் சொல்லும் முன்பாக அவளே அவசரமாக அவனை அணைத்து விடுவித்து, “பை” என்றாள்.

* * *

சில மாதங்களுக்கு முன்...

சரத் சக்சேனா, மாஸ்டர் தன் உதவியாளரை வைத்துக்கொண்டு செய்துகாட்டிய ஃபைட் மூவ்மெண்ட்ஸை உன்னிப்பாக கவனித்தான்.

ஒரு பெரிய படகு செட் போடப்பட்டு. மூன்று திசைகளில் உயரமாக க்ரீன்மேட் நிறுத்தப்பட்டிருந்தது. கிராஃபிக்ஸ் வித்தை காட்டும் நூறு பேர் உதவியில் பனி மலைகள் சூழ்ந்த பகுதியில் உள்ள கடலில் நடக்கும் சண்டையாக அதிரும் பின்னணி இசையுடன் திரையில் நாம் காண்போம்.

விளக்குகளை அங்குமிங்கும் நகர்த்திப் பொருத்திக்கொண்டிருந்தது ஒரு படை.

"ஓக்கே மாஸ்டர். கேமரா ரெடின்னா சொல்லுங்க."

"ஃபைவ் மினிட்ஸ் சார்" என்று ஜிம்மி ஜிப்பில் பொருத்தின கேமரா கூட்டத்தை நோக்கி மாஸ்டர் சென்றதும், திரும்பி கை நீட்ட... சிகரெட் வைத்த டச்சப் பையன் பற்ற வைத்தும் விட்டான்.

தள்ளி நின்ற மேனேஜர் மதன் மேல் சக்சேனாவின் பார்வை பட்டதும் ஓட்டமாய் வந்தான்.

"என்னய்யா ஆச்சு? பாம்பே ஏஜண்ட் புதுசா ரெண்டு போர்ட்ஃபோலியோ அனுப்பறேன்னு சொன்னானே... இன்னுமா அனுப்பலை?"

"அனுப்பிட்டான் சார். ரெண்டுமே வத்தலும் தொத்தலுமா இருக்கு சார். டீன் ஏஜ் பொண்ணுங்க சார். ஒரு நாலு படம் முடிச்சப்பறம்தான் ஒரு ஷேப்புக்கு வரும் மாதிரி தெரியுது. நீங்களே பார்த்துடுங்களேன்..."

டேப்லெட் கம்ப்யூட்டரில் நகர்த்தி நகர்த்தி அறிமுக ஆர்வத்தில் இருக்கும் இரண்டு இளம் நடிகைகளின் பலவிதமான ஸ்டில்களைக் காட்டினான் மதன்.

"போய்யா... கேவலமா இருக்காளுங்க. இன்னும் பத்து நாள்ல ஷூட்டிங் வெச்சிக்கிட்டு ஹீரோயின் செட்டாகலைன்னா எப்படி?"

“செட்டாயிடும் சார்” என்ற மதன் ஒலித்த போனில், “ஆமாம்... அங்கதான் வந்துடுங்க...” பேசிமுடித்து,

“சார்... இண்ட்டீரியர் டெக்கரேஷன் டிசைன்ஸ் இன்னிக்கு ஓக்கே பண்றேன்னு சொன்னீங்க. பக்கத்துல வந்துட்டாங்க.” என்றான்.

“என்னப்பா இது... அஞ்சி நிமிஷம் அஞ்சி நிமிஷம்னு ஒரு மணி நேரமா லைட்டிங் பண்ணிட்டிருக்காங்க... கேரவன்ல இருக்கேன். அங்க கூட்டிட்டு வந்துடு.”

சக்சேனா நடந்து தன் கேரவன் வேனுக்குள் செல்வதற்கு முன் பாதுகாப்பு வளையத்தை மீறி ஓடி வந்த சில ரசிகர்களைத் துரத்திவந்து இழுத்துச் சென்றார்கள் கறுப்பு யூனிஃபார்ம் அணிந்த சில ஜிம் பாய்ஸ்.

சற்று நேரத்தில் கதவைத் தட்டி அனுமதி பெற்று கேரவன் வேனுக்குள் ஏறிவந்த மாயாவைப் பார்த்த சக்சேனா ஸ்தம்பித்தான்.

‘அடுத்த படத்துக்கு ஹீரோயின் கிடைச்சாச்சி’ என்று துள்ளிக்குதித்தது அவன் மனது.

18

சற்று நேரத்தில் கதவைத் தட்டி அனுமதி பெற்று கேரவன் வேனுக்குள் ஏறிவந்த மாயாவைப் பார்த்த சக்சேனா ஸ்தம்பித்தான்.

'அடுத்த படத்துக்கு ஹீரோயின் கிடைச்சாச்சி' என்று துள்ளிக் குதித்தது அவன் மனது.

மாயா வெளிறிய பர்ப்பிள் நிறத்தில் மெல்லிய டிசைனர் ஸாரியில் இருந்தாள். தந்தத் தோள்களின் செழுமையை ஸ்வீவ்லெஸ் பிளவுஸ் வெளிப்படுத்த... ஆடையின் பளீரென்ற ஊடுருவலில் பளிச்சென்று இடுப்புப் பிரதேசம் பெருமிதம் காட்டியது. தவிர, மற்றதொரு செழுமையின் அடையாளமாய் துவக்கக் கோடு. காதுகளிலும், கைகளிலும், கழுத்திலும் மேட்ச்சான ஆண்ட்டிக் உதிரி பாகங்கள். சுற்றிலும் நிலவிய காற்றை வசீகரமாய் நிரப்பியது டால்ஸ் அண்ட் கபனா பெர்ஃப்யூம்.

மாயாவுடன் வந்த ஸ்டெல்லா பாண்டியன், சுடிதார் அணிந்து அரசுப் பள்ளி மாணவி போல துப்பட்டாவை தோள்களில் பின் செய்திருந்தாள். உடலின் சகல பாகங்களிலும் ஊட்டச்சத்து மிகுந்து டயட் கண்ட்ரோல் கட்டாயத்தில் இருந்தாள்.

அவர்களை அறிமுகம் செய்துவிட்டு மதன் விலகி கதவைச் சாத்தியதும், சக்சேனா காட்டிய இடத்தில் அமர்ந்தார்கள்.

சோஃபா, டீப்பாய், பார்டர் கட்டிய விளக்குகளுடன் ஒப்பனை கண்ணாடி, டி.வி, ஏ.சி, குட்டி ஃபிரிட்ஜ் என்று சகல வசதிகளும்கொண்ட ஒரு மினி ஹாலாய் அமைக்கப்பட்டிருந்த அந்த வேனில், சக்சேனா அவள் முகத்தை விட்டு பார்வையை விலக்க மிகவும் சிரமப்பட்டான்.

“நைஸ் டு மீட் யூ சார்” என்று சுலபமாக அவள் நீட்டிய கையைப் பற்றி மெத் உணர்ந்து விடுவித்து, “மீ ட்டூ. நைஸ் பெர்ஃப்யூம்” என்றான்.

“தேங்க் யூ சார். உங்க ஃபிலிம்ஸ் பார்த்திருக்கேன் சார். உங்க டயலாக் மாடுலேஷன் பிடிக்கும். விஜய் சேதுபதி மாதிரி உங்களுக்கும் ஒரு ஒரு யுனீக் ஸ்டைல் சார். உங்க பங்களாவுக்கு வொர்க் பண்ற ஆர்டர் கிடைக்கும்னு நான் நினைக்கலை சார்.”

ஸ்டெல்லா அவன் தன் பக்கமும் திரும்புவான், தன் கையையும் குலுக்குவான் என்று எதிர்பார்த்து ஏமாற்றமடைந்தாள்.

“சார்லாம் வேணாம். கால் மீ சக்சேனா”

“டிசைன்ஸ் வொர்க் பண்ணிருக்கோம். பார்க்கறீங்களா?”

“ஷ்யூர். என்ன சாப்பிடறீங்க?”

“நோ... தேங்ஸ்.”

மாயா லேப்டாப்பில் காட்டிய டிசைன்களில் மனம் பதியவில்லை.

“டிசைன்ஸ் எல்லாமே கிளாசிக்கா இருக்கு. கலர்ஸும் ஏஸ்த்தெட்டிக் சென்ஸோட இருக்கு. எதுவுமே சேஞ்ச் இல்ல. அப்படியே பண்ணிடுங்க.”

“தேங்க் யூ வெரி மச்.”

“பேமெண்ட், அட்வான்ஸ்லாம் மதன்ட்ட பேசிக்கங்க. அப்பறம்... ஒரு விஷயம்... மிஸ் மாயா...”

“மிஸஸ் மாயா கோகுல்தாஸ்.”

“ஓ... ஸாரி... கோகுல்தாஸ்னா... பில்டர்?”

“யெஸ்.”

“ஒரு மேடையில மீட் பண்ணிருக்கேன். அவருக்கு ரியல் எஸ்டேட் கிங்னு அவார்ட் கொடுத்ததா நினைவு.”

“எங்க கம்பெனி விளம்பரத்துல நீங்க நடிச்சிருக்கிறதா கோகுல் சொன்னார்.”

“இருக்கலாம். ஹி மஸ்ட் பி அரவுண்ட் ஃபிப்ட்டி. கரெக்ட்டா?”

“கரெக்ட்தான்.”

“ஸ்ட்ரைட்டா ஒண்ணு கேட்டுடறேன். உங்களுக்கு ஆக்டிங் இண்ட்ரஸ்ட் இருக்கா?”

“காலேஜ் டேஸ்ல இருந்திச்சி.”

“ஆக்ச்சுவலி... நெக்ஸ்ட் படம் என் சொந்த புரொடக்ஷன்ல பண்றேன். ஹீரோயின் இன்னும் செட்டாகலை. உங்களைப் பார்த்த நிமிஷமே தோணுச்சி... வொய் நாட் யூ கிவ் எ ட்ரை மாயா?”

“அது...”

“ஆடிஷன்லாம் எதுவும் தேவையில்ல... ஒரு ட்ரெண்டி சப்ஜெக்ட். வெரி டீஸண்ட் யூத் கேரக்டர். கொஞ்சம் விமன் செண்ட்ரிக். டைம் குடுங்க. டைரக்டரை வந்து லைன் நேரேட் பண்ணச் சொல்றேன். அப்புறம் முடிவு பண்ணுங்க”

“திடீர்னு இப்படி...”

“டேக் யுவர் டைம் மாயா.”

கதவைத் தட்டிவிட்டு உதவி இயக்குநர் வந்து, “ஷாட் ரெடி சார்” என்றான்.

“இது ஒரு கோல்டன் ஆப்பர்ச்சூனிட்டி. நீங்க நோ சொல்றதா இருந்தா பத்து தடவை யோசிச்சிட்டு நோ சொல்லுங்க. வில் பீ பேக் இன் டென் மினிட்ஸ்.”

சக்சேனா சென்றதும் மாயா ஸ்டெல்லாவைப் பார்த்தாள்.

“என்ன ஸ்டெல்லா இது? இப்படி எம்பரேஸ் பண்றார்?”

“அட போங்க மேடம்! வாட் என் ஆஃபர்! இன்னிக்கு இவர்தான் சூப்பர் ஸ்டார் மேடம். சக்சேனாவோட சும்மா பக்கத்துல ஒரு ஃபிரெண்டா நடிக்கிறதுக்கே லட்சம் பேர் தவம் கிடக்கறாங்க.

அவர் மட்டும் என்னைப் பார்த்துக் கேட்ருந்தா உடனே நான் வேலையை ரிசைன் பண்ணிருவேன்."

"நான் அப்படி நினைச்சி பார்த்ததே இல்லையே..."

"இப்ப நினைச்சி பாருங்களேன் மேடம்... உங்க அழகோட வேல்யூ உங்களுக்குத் தெரியலை. சார்தான் சொல்றாரே... சும்மா அந்தக் கதைதான் என்னன்னு கேட்டுப் பாருங்களேன்..."

"கோகுல் ஒத்துப்பாரா?" என்றாள் மாயா.

"அப்ப உங்களுக்கு ஓக்கேன்னுதானே அர்த்தம்?" என்று சிரித்தாள் ஸ்டெல்லா.

* * *

பரத் லிஃப்ட்டிலிருந்து வெளிப்பட்டு தன் அலுவலகம் நோக்கி நடந்தபோது வழியில் ஒரு நிதி நிறுவனத்தின் அலுவலகம், ஆடிட்டர் அலுவலகம் அடுத்து அந்த பியூட்டி பார்லரைக் கடந்தபோது... கண்ணாடிக் கதவு திறந்து, "ஹாய் பரத்" என்று வழி மறித்தாள் மோனிகா.

ரத்தத்தில் ஊற வைத்ததுபோல முழங்கால் வரை ஒரு கவுன் போட்டிருந்தாள். அதன் கழுத்துப் பகுதி தாராளமயக் கொள்கையுடன் இருந்து பரத்தைப் படுத்தியது.

"ஹாய்" என்றான் உற்சாகமாய்.

"பரத்... பரத்... ப்ளீஸ் டெல் மி... நீங்க ஈவினிங் ஃப்ரீயா?" ஒரு இடத்தில் நிற்காமல் கோயில் யானை மாதிரி அசைந்தபடியே அவள் பேசியதால் அவன் பார்வையும் அசைந்தபடி இருந்தது.

"இல்ல."

"இல்லையா?" என்றதில் ஒன்றரை டன் ஏமாற்றம் இருந்தது.

"ஆனா... ஐ ம் க்யூரியஸ் மோனிகா. ஒருவேளை திடீர்னு நான் ஃப்ரீ ஆயிட்டா?"

"ஒரு டான்ஸ் கன்சர்ட். ரெண்டு பாஸ் வெச்சிருகேன். கம்பெனி இல்லை. வில் யூ கம் வித் மி?"

வார்த்தைகள் நடன நிகழ்ச்சிக்கு அழைத்தாலும், குரலும் பாவமும் யோக்கியமாய் இல்லை.

அப்போது பரத்தின் போன் ஒலித்தது, "யெஸ் டியர்" என்றான்.

"நான் ஆபீஸ் வந்துட்டேன். சப் இன்ஸ்பெக்டர் தயாளன் சாரும் வந்துட்டார். உங்களுக்காக வெய்ட்டிங். எங்க இருக்கீங்க பரத்?" என்றாள் போனில் சுசிலா.

"வந்துட்டேன். காரை பார்க் பண்ணிக்கிட்டு இருக்கேன்ப்பா."

"காரை லிஃப்ட் வழியா எடுத்துட்டு வந்து அந்த பியூட்டி பார்லர் முன்னாடி பார்க் பண்ணிட்டிருக்கீங்களா பரத்?"

"ஆர் யூ ஜோக்கிங்? என்னம்மா சொல்றே?"

"முழிக்காதீங்க. நம்ம ஆபீஸ் வாசல்ல கேமிரா ஃபிக்ஸ் பண்ணிருக்கோம் பரத். எங்கிட்ட பொய் சொல்றதுக்கு முன்னாடி அது தோண வேணாமா? என்ன கேக்கறா அந்த மோனிகா? ஐயாம் வாட்ச்சிங் ஃப்ரம் ஹியர். மறைக்காம சொல்லுங்க."

"இதுல மறைக்கறதுக்கு என்ன இருக்கு? அது... ஐந்நூறு ரூபாய்க்கு சில்லறை இருக்கான்னு கேக்கறாங்க. நான் இல்லைன்னு சொல்லிட்டிருக்கேன்."

பரத் போனைக் கத்தரித்துவிட்டு மோனிகாவிடம், "மோனிகா... நீங்க இனிமே இப்படி வாசல்ல வெச்சி வழி மறிச்சி பேசற வேலை எல்லாம் வெச்சிக்காதீங்க. போன்ல மட்டும் பேசுங்க. ஸீ யூ" என்றுவிட்டு நடையில் வேகம் கூட்டினான்.

மூன்லைட் டிடெக்ட்டிவ் ஏஜன்சியின் தனி அறைக்குள் இரண்டு கைகளாலும் பிடித்து காஃபி பருகிக்கொண்டிருந்த தயாளன், பிளெய்ன் நீல சட்டையும், ஃபார்மல் பேண்ட்ஸும் அணிந்திருந்தார். ஆனால், டிபார்ட்மெண்ட் ஷூஸ். சட்டைப் பாக்கெட்டில் ரீடிங் கிளாஸின் ஒரு காது மட்டும் வெளிப்புறம் தொங்கியது.

மேஜை மீது வைத்திருந்த அவர் போன் ஒலிக்க... பெயர் பார்த்துவிட்டு கட் செய்தார்.

அவரைக் கை குலுக்கிவிட்டு சுற்றிவந்து தன் சேரில் அமர்ந்த பரத் அருகில் சுசிலாவைப் பார்த்தான்.

பிரவுன் நிறத்தில் லெக்கின்ஸும், அதே நிறத்தில் டாப்ஸும் அணிந்திருந்தாள்.

Looking is fair!

Peeping is unfair!

என்கிற எம்பிராய்டரி எழுத்துகளை கொஞ்சம் மறைத்த ஒரு கற்றை ஷாம்பூவிய கூந்தலுக்குள் ஊடுருவிப் படிக்க முடிந்தது. மிச்சக் கூந்தலை முதுகு முழுக்கப் பரப்பியிருந்தாள். மெல்லிய பிங்க்கில் கொஞ்சமாய் லிப்ஸ்ட்டிக்கி காதுகளில் மெட்டல் டராய்ஸ் ஆடவிட்டிருந்தாள். விரல் நகங்களில் உறுத்தாத பாலீஷ். இடது கட்டை விரல் நகத்தின் மீது லாலி பீலி கல் வைத்த நெய்ல் ஆர்ட். ஒரு கையில் மட்டும் ஃபிட்னெஸ் ட்ராக்கர் பிளாக் வாட்ச் கட்டியிருந்தாள்.

“தயாளன் சார்... நமக்குள்ளே நல்ல ஃப்ரெண்ட்ஷிப் உண்டுன்னு நாங்க கோகுல்தாஸ் சார்கிட்ட சொல்லிக்கலை” என்றான் பரத்.

“ஆனா, அவர் உங்கக்கிட்ட வருவார்னு நான் கெஸ் பண்ணேன்.”

“சுசி உங்கக்கிட்ட கேக்கறதுக்குன்னு கேள்விகள் தயாரிச்சி வெச்சிருக்கா... முதல்ல ஹெட்லைன்ஸ் மாதிரி சொல்லுங்க. கோகுல்தாஸ் மாயாவைக் கொலை செஞ்சாரா?”

“அப்படித்தான் நான் ஸ்ட்ராங்கா சந்தேகப்படறேன்”

“அப்பட்டமா ஆதாரம் இருக்கா?”

“அதான பிரச்சனை. அப்படி எதுவும் இருந்திருந்தா எப்பவோ உள்ள போயிருப்பாரே எல்லாமே சிச்சுவேஷனல் எவிடென்சஸ். ஒரு பாய்ண்ட் போதுமே பரத்... எங்க இன்ஸ்பெக்டர் கார்த்திகேயன் லேட்டஸ்ட் ராயல் என்ஃபீல்ட் கிளாசிக் 350 வாங்கிருக்கார். கிட்டத்தட்ட ரெண்டு லட்சம்! ஸ்பான்சர்ட் பை கோகுல்தாஸ்.”

கோகுல்தாஸ்தான் வாங்கிக் கொடுத்தார்னு எப்படி சொல்ல முடியும்?" என்றாள் சுசிலா.

"என்னால நிரூபிக்க முடியும். கோகுல்தாஸ் அழகா ஒரு கேம் ஆடிக்கிட்டிருக்கார்" என்றபோது பரத்தை போனில் அழைத்தார் கோகுல்தாஸ்.

19

“என்னால நிரூபிக்க முடியும். கோகுல்தாஸ் அழகா ஒரு கேம் ஆடிக்கிட்டிருக்கார்” என்றபோது பரத்தை போனில் அழைத்தார் கோகுல்தாஸ்.

“அவர்தான் பேசறார். ஸ்பீக்கர் போன்ல போடறேன்” என்ற பரத் குரலில் செயற்கை உற்சாகம் பூசிக்கொண்டு,

“ஹாய் சார்... குட்மார்னிங்” என்றான்.

“குட் மார்னிங். பரத்... நாம் உடனே மீட் செய்யணுமே...”

“ஈவினிங் சிக்ஸ் சார்?”

“அதுக்கு முன்னாடி சான்ஸ் இல்லையா?’

“எனிதிங் அர்ஜெண்ட்?”

“ஆமாம். இன்னிக்கு மார்னிங் பீச்சுல நான் வாக்கிங் போனப்ப ஒரு விஷயம் நடந்துச்சி. உங்களை கன்சல்ட் செஞ்சிட்டுதான் அதைப்பத்தி நான் போலீஸுக்கு இன்ஃபார்ம் செய்யணும்.”

“போன்ல டிஸ்கஸ் செய்ய முடியாதா சார்?”

“ஒருவேளை என் போனை யாராச்சும் ஒட்டுக் கேக்கலாம்னு ஒரு சந்தேகம் இருக்கு. இப்ப மணி பத்தரை. லன்ச் பிரேக் வரைக்கும் எனக்கு வரிசையா மீட்டிங்ஸ் இருக்கு. ஒன் தர்ட்டிக்கு என் ஆபீஸுக்கு வர முடியுமா?”

“ஷ்யூர்” என்று சொல்லி தொடர்பைத் துண்டித்தான்.

“என்ன சார் அவர் உங்களை நினைச்சிதான் பயப்படறாரா? நீங்கதான் அந்த ஒட்டுக் கேக்கற வேலையைச் செய்றீங்களா?” என்றாள் சுசிலா சிரித்தபடி.

“இதுவரைக்கும் இல்லை” என்றார் தயாளன்.

பரத் எழுந்து ரெஃப்ரிஜிரேட்டரைத் திறந்து பிளாஸ்டிக் முட்டை ட்ரே எடுத்துக்கொண்டு,

"தயாளன்... இன்னிக்கு பிரேக் ஃபாஸ்ட் மிஸ்ஸாயிடுச்சி. பசிக்குது. ஆம்லெட் போட்டுக்கப் போறேன்... ஹவ் அபவுட் யூ?" என்றான்.

"சுசிலா சூப்பரா காஃபி போட்டுக் கொடுத்தாங்க. எனஃப். நீங்க போட்டுக்கங்க."

பரத் மேடைப் பகுதி சென்று ஆனியன் எடுத்து கட் செய்தபடி,

"சார்... நீங்களே சொல்லுங்க... ஒரு கர்ட்டசிக்குக்கூட நான் போட்டுத்தர்றேன்னு எந்திரிச்சாளா பாருங்க... இவளை எப்படி சார் கல்யாணம் பண்ணிக்கிறது?" என்றான் சுசிலாவைப் பார்த்தபடி.

"உங்களுக்கு வேணுமான்னு கேட்ட மாதிரி அதே கர்ட்டசிக்கு எனக்கு ஆம்லெட் வேணுமான்னு கேட்டாரா சார்? இவரை எதுக்கு சார் கல்யாணம் பண்ணிக்கணும்?" என்றாள் சுசிலா.

"ஆக... ஸ்விகி, சொமேட்டோ காலத்திலயும் கிச்சன்தான் முடிவு பண்ணுதா கல்யாணத்தை?" என்று சிரித்தார் தயாளன்.

"நீங்க சொல்றதெல்லாம் ஒரு அவசரத்துக்கான ஏற்பாடு சார். தினம் மூணு வேளையும் வெளில ஆர்டர் பண்ணியே சாப்ட்டுகிட்டிருந்தா ஹெல்த் என்னத்துக்கு ஆகும்? யாரையும் நம்பக்கூடாதுன்னு டி.வி ஷோஸ் பாத்து ரெசிப்பீஸ் படிச்சி குக்கிங் கத்துக்கிட்டாச்சு சார். ஒரு சண்டே வாங்க... பாஸ்தால ஒரு புது ஐட்டம் பண்ணித் தர்றேன்."

பேசியபடி போட்டு முடித்த ஆம்லெட் மீது பெப்பர் தூவி கத்தியும், முள் கரண்டியும் எடுத்துக்கொண்டுவந்து அமர்ந்தான் பரத்.

"வெல்... இப்போது சொல்லுங்கள். ஏன் நீங்கள் என் கட்சிக்காரரர் கோகுல்தாஸ் மீது அழிச்சாட்டியமாக சந்தேகப்படுகிறீர்கள்?"

"ஓ... உங்க கட்சிக்காரரர் ஆயிட்டாரா அவர்?"

“நீங்க ஆதாரத்தோட அவரைக் கைது செஞ்சி தண்டனை வாங்கிக் கொடுக்கற வரைக்கும் அவர் எங்க கட்சிக்காரர்தான். உங்களோட ஆதாரங்கள் நியாயமா இருந்தா நாங்களே இந்தக் கேஸை சானிடைசர் போட்டு கை கழுவிடுவோம்.”

“கொலை நடந்த அவரோட பெட்ரூமுக்கு அன்னிக்கு நான் மட்டும் தனியாப் போனப்ப அப்சர்வ் செஞ்ச விஷயங்களை சொல்றேன். கேட்டீங்கன்னா நீங்க என் கட்சில சேர்ந்துடுவீங்க பரத்.”

“வித் யுவர் பர்மிஷன்” என்று சுசிலா ஒரு மினி டிஜிட்டல் டேப்-ரெக்கார்டரை ஆன் செய்து அவர் முன்னால் வைத்தாள்.

* * *

தயாளன் அந்தப் படுக்கை அறையைச் சுற்றிலும் இஞ்ச் இஞ்சாக பார்வையை நகர்த்தினார்.

கிட்டத்தட்ட ஒரு பெரிய ஹால் சைஸில் இருந்தது. அறைக்குள் வருவதற்கான கதவு தவிர இணைந்த குளியலறைக்குச் செல்ல ஒரு கதவு. பால்கனி சிட் அவுட்டுக்குச் செல்ல ஒரு கதவு.

ஒருபுறம் முழுக்க உடைகளுக்கான வார்ட்ரோபுகள். இன்னொருபுறம் ஒப்பனை மேஜையுடன், எழுதும் மேஜை மற்றும் புத்தக ஷெல்ஃபுகள். மற்றொரு புறம் 50 இஞ்சில் டி.வி. படுக்கையைச் சுற்றிலும் மெத்தென்று கார்ப்பெட். மார்பிள் தரை.

மிகவும் நவீனமாக உள் அலங்காரம் செய்யப்பட்டு ஆங்காங்கே அழகழகான செயற்கைச் செடிகள். பொய்க் கூரையில் பல வகையான எல்ஈடி விளக்குகள் பதிக்கப்பட்டிருந்தன.

டீப்பாய் மீது ஏ.சி-க்கு, டி.வி-க்கு, ஓ.டி.டி-க்கு, திரைச்சீலைகளை இயக்க, கூரை விளக்குகளின் நிறம் மாற்ற என்று ஐந்தாறு ரிமோட் ஸ்டிக்குகள்.

மாயாவின் கழுத்தில் ஒரு அணிகலன் போலக் கிடந்த அந்த நீல நிற அலுமினிய ஹேங்கரையே சற்று நேரம் பார்த்தார்.

திரும்பி வார்ட்ரோப் செவ்வகங்களைப் பார்த்தார். எட்டு பகுதிகளாகப் பிரிக்கப்பட்டிருந்தன. எட்டு கதவுகளும் மூடியே இருந்தன.

ஒவ்வொரு கதவாக அதன் கைப்பிடியில் கர்ச்சீப் போட்டுத் திறந்து பார்த்தார்.

முதல் மூன்று பகுதிகளில் முழுக்க கோகுல்தாஸின் உடைகள். பேண்ட்களும் சட்டைகளும் அடுக்கடுக்காக வைக்கப்பட்டிருந்தன.

ஆனால், கோட்கள் மட்டும் ஒரே மாதிரியான மர ஹேங்கர்களில் மாட்டி தொங்கவிடப்பட்டிருந்தன.

அடுத்தடுத்த பகுதிகள் யாவும் மாயாவுடையவை. ஒன்றில் மாடர்ன் உடைகள். இன்னொன்றில் பட்டுப் புடவைகள். அவையெல்லாம் ஒன்றன் மேல் ஒன்றாக அடுக்கி வைக்கப்பட்டிருந்தன.

இன்னொரு பகுதியில்தான் கிட்டத்தட்ட ஐம்பது பார்ட்டி வேர் புடவைகள் அலுமினிய ஹேங்கர்களில் மாட்டப்பட்டுத் தொங்கவிடப்பட்டிருந்தன வரிசையாக.

சேலைகளின் அரேன்ஞ்மெண்ட்டில் ஓர் ஒழுங்குமுறை இருந்தது. இடதுபுற சேலைகள் டார்க் கலர்ஸ். வலதுபுற சேலைகள் லைட் கலர்கள் கொண்டவை.

ஆனால், ஹேங்கர் கம்பிகள் இரண்டே வண்ணங்களில். டார்க் கலர் சேலைகள் நீல நிற ஹேங்கர்களில் மாட்டப்பட்டிருக்க... லைட் கலர் சேலைகள் மஞ்சள் நிற ஹேங்கர்களில்.

இடதுபுறம் சேலைகள் இல்லாமல் இரண்டு மூன்று வெற்று நீல ஹேங்கர்கள் தொங்கின. அதேபோல வலதுபுறம் லைட் கலர் வரிசையிலும் சில காலியான ஹேங்கர்கள் தொங்கின.

ஆனால், ஒட்டுமொத்த அமைப்பில் பளீரென்று உறுத்தலாய் ஒரு விஷயம் தயாளனுக்குத் தெரிந்தது.

அது...

மஞ்சள் ஹேங்கர்கள் தொங்கின பகுதியின் கடைசி ஓரத்தில் லைட் கலர் புடவைக்குப் பதிலாக, மிகவும் டார்க் கலரில் கருஞ்சிவப்பு நிற சேலை ஒன்று மட்டும் உறுத்தலாக தொங்கியது.

அந்த டார்க் கலர் சேலை அந்த வார்ட்ரோபின் சேலை அமைப்புப்படிப் பார்த்தால் இடதுபுறம் தொங்க வேண்டும்.

தயாளன் அந்தக் கருஞ்சிவப்பு நிற சேலை மாட்டின ஹேங்கரைக் கையில் எடுத்துப் பார்த்தார்.

அது புத்தம் புதிய சேலை என்பது, அந்தச் சேலையில் ஓரம் அடிக்கப்படாமல் நூல்கள் பிசிறு பிசிறாக இருந்ததிலிருந்து அறிந்துகொள்ள முடிந்தது.

மற்ற சேலைகளைப் போல அந்தச் சேலை மடிக்கப்பட்டிருக்கவில்லை. எல்லாச் சேலைகளும் 10 இஞ்ச் அகலத்திற்கு மடிக்கப்பட்டு வெகு சீராக உள் மடிப்புகள் தெரியாதபடி நீட்டாகத் தொங்கவிடப்பட்டிருக்க... இந்தக் கருஞ்சிவப்பு சேலை மட்டும் பத்து இஞ்ச் அகலத்திற்கும் மேலாக மடிக்கப்பட்டதோடு, முனைகள் சரியாகப் பொருந்தாமல் சீரில்லாமல் உள் மடிப்புகள் தெரிய... தொங்கியது.

எல்லாம் ஒழுங்காக இருக்கும்போது இதுமட்டும் ஏன் முரண்பட்டிருக்கிறது? அவசரமாக மடித்து ஹேங்கரில் மாட்டியது போல தெரிகிறதே...

வந்த கொலைகாரன் நிச்சயமாக ஹேங்கரைக் கையோடு கொண்டு வரவில்லை என்பது நிச்சயம். இங்கே வார்ட் ரோபில் தொங்கும் நீல நிற ஹேங்கரும், பிணத்தின் கழுத்தில் உள்ள நீல நிற ஹேங்கரும் ஒரே ரகம்தான்.

இங்கேதான் எடுத்திருக்கிறான்.

கொலை செய்வது என்று தீர்மானம் செய்து திட்டமிட்டு, கணவன் ஊரில் இல்லாத தினமாகப் பார்த்து வந்தவன், கொலை செய்ய ஆயுதம் ஏன் கொண்டுவரவில்லை? அந்த இடத்தில் போய்ப் பார்த்துக்கொள்வோம் என்றா வருவான்?

சரி, கொல்வது அவன் நோக்கமில்லை, மாயாவை திட்டி எச்சரித்துப் போகத்தான் வந்தான் என்று வைத்துப் பார்க்கலாம்.

மாயா ஏதோ கோபமாகப் பேச, இவன் அறைந்திருக்கலாம், கொலை செய்ய முயற்சித்திருக்கலாம். அந்த நேர கோபத்தில் கைக்குக் கிடைத்ததை எடுத்து அடிக்கலாம் என்றுதானே தோன்றும்?

இங்கே கைக்கெட்டும் தூரங்களில் தாக்குவதற்கு வாகாக என்னென்ன இருக்கின்றன?

தயாளன் அந்த அறையில் இருந்த பொருள்களை ஆராய்ந்து பார்த்தார். இதோ, இந்தப் பித்தளை பூச்சாடியை அப்படியே தூக்கி வீசினால், கபாலம் உடைவது சர்வ நிச்சயம்.

இந்தப் பூச்சாடியை ஏந்தி நிற்கிற இரும்புக் கம்பியினால் ஆன ஸ்டாண்டைத் தூக்கி அடிக்கலாம். கட்டில் அருகே உள்ள லேம்ப் ஷேட், டிரெஸ்ஸிங் மேஜை முன்பாகப் போடப்பட்டிருக்கும் முதுகில்லாத சிறிய ஸ்டூலைத் தூக்கியும் அடிக்கலாம்.

இதையெல்லாம் விட்டுவிட்டு வார்ட்ரோபைத் திறந்து ஒரு ஹேங்கரை எடுத்து வந்து கழுத்தில் மாட்டி... இடிக்கிறதே...

தயாளன் மாயாவின் பிணத்தின் அருகில் குந்தி அமர்ந்தார்.

தொடாமல் அந்த நீல ஹேங்கரைப் பார்த்தார்.

கம்பி இணைந்து `எஸ்› போன்ற வளைவு துவங்கும் கழுத்துப் பகுதியின் இடுக்கில் ஓர் ஒற்றை நூலிழையைக் கவனித்தார்.

உற்றுப் பார்க்க, அது சிவப்பு நிற இழையென்றுப் புரிந்தது.

சேலைகளை மாட்டி எடுக்கும்போது, ஏதோ ஒரு சேலையிலிருந்து ஓர் இழை, கம்பியின் கழுத்து இடுக்கில் சிக்கிக்கொண்டுள்ளது.

ஏதோ ஒரு சேலையா, இல்லை அந்தக் கருஞ்சிவப்பு சேலையா?

தயாளன் மீண்டும் வார்ட்ரோப்புக்கு வந்து அந்தக் கருஞ்சிவப்பு சேலையைக் கழற்றிப் பார்க்க... அதன் ஓரத்தில் பிசிறு பிசிறாக இருந்த இழைகள் சிவப்பு நிறத்தில் இருந்தன.

தயாளனின் முகம் பிரைட்டானது.

20

தயாளன் முகம் பிரைட்டானது.

மைகாட்! இந்தச் சேலை முரண்பட்டிருப்பதன் காரணம் இப்போதுதான் புரிகிறது.

இந்தச் சேலை மாயாவின் கழுத்தில் கிடக்கும் நீல ஹேங்கரில் தொங்கவிடப்பட்டிருக்க வேண்டும்.

கொலையாளி அவசரமாக ஹேங்கரை சேலையுடன் எடுத்திருக்க வேண்டும். கொலை செய்து முடித்ததும், புறப்படும் முன்பாக நழுவி கீழே விழுந்த சேலையை, அவசரமாக மடித்து கைக்குக் கிடைத்த ஒரு ஹேங்கரில் மாட்டிவிட்டுப் போயிருக்க வேண்டும்.

இந்த யூகம் சரியாகப் பொருந்துகிறது.

ஆனால்...

வார்ட்ரோபில் சேலைகள் மாட்டப்படாமல் வெறும் ஹேங்கர்கள் ஏழெட்டு தொங்குகின்றனவே, அதையெல்லாம் விட்டுவிட்டு சேலையுடன் கூடிய ஒரு ஹேங்கரை ஏன் எடுக்க வேண்டும்?

அதுவும் அந்தச் சேலை புது சேலை. இன்னும் ஒருமுறைகூட உபயோகப்படுத்தாத சேலை.

கொலையாளி கொலையை மறைக்க வேண்டும் என்ற நோக்கத்துடன் செயல்படவில்லை. சவால் விடுவது போல கடிதம் எழுதி வைத்துவிட்டுத்தான் போயிருக்கிறான்.

அப்படியிருக்க, என் யூகப்படி சேலை நழுவி கீழே விழுந்திருந்தால், அதை எடுத்து மடித்து வைப்பதற்கு அக்கறை காட்டுவானா?

சிந்தனை வயப்பட்ட தயாளன் கீழே செல்ல உத்தேசித்துத் திரும்பியபோது, ஒரு சுவரின் மூலையில் ஒரு பூந்தொட்டி ஸ்டாண்டுக்கு அடியில், நிழலுக்குள் புரியாத நிலையில் கிடந்த அந்தப் பொருள் அவரின் கவனத்தை ஈர்த்தது.

என்ன அது?

அருகில் சென்று மடங்கி அமர்ந்து பார்த்தார்.

அது... பத்து இஞ்ச் நீளத்தில் ஒரு பழம் நறுக்கும் கத்தி! அதில் ரத்தம் எதுவும் இல்லை.

அட! இது வேறா? இது யாருடையது? அவன் கொண்டுவந்ததா? இங்கு இருந்ததா?

இப்போது எப்படி கற்பனை செய்ய வேண்டும்?

வந்தவனிடமிருந்து தன்னைப் பாதுகாத்துக்கொள்ள மாயா இந்தக் கத்தியைக் கையில் எடுத்திருக்கலாம். வந்தவன் தன் பலத்தால் அவள் கையிலிருந்து கத்தியை எகிறி விழச் செய்திருக்கலாம்.

இந்தக் கத்தியின் கைப்பிடியில் மாயாவின் கைரேகை கிடைத்தால் இந்த யூகம் பொருந்திவிடும்.

இந்தக் கத்தி, கழுத்தில் மாட்டியுள்ள நீல நிற ஹேங்கர் மற்றும் கருஞ்சிவப்பு புடவை தொங்கும் மஞ்சள் நிற ஹேங்கர் இவை எல்லாவற்றிலும் ஃபாரென்சிக் டிபார்ட்மெண்ட் மூலம் ரேகை மற்றும் அந்த நூலிழைத் தடயம் எல்லாம் சேகரித்து சோதிக்க வேண்டும்.

தயாளன் கத்தி, புடவை எல்லாவற்றையும் தன் மொபைலில் படங்கள் எடுத்துக்கொண்டார்.

அந்த அறையை விட்டு வெளியேறி படியிறங்கி தயாளன் கீழே வந்தபோது, "என்ன தயாளன்? எனி க்ளூஸ்?" என்றார் இன்ஸ்பெக்டர் கார்த்திகேயன்.

"சொல்றேன் சார்" என்ற தயாளன் மொபைலில் எடுத்த படங்களை கோகுல்தாஸிடம் காட்டியபடி,

"இந்தக் கத்தி உங்க வீட்டுக் கத்திதானா சார்?" என்றார்.

"யெஸ்" என்றார் கோகுல்தாஸ்.

"இது அங்க கிடந்துச்சா? நான் கவனிக்கலையே..."

"இந்த ஸாரி நீங்க மேடத்துக்கு வாங்கிக் கொடுத்ததா?" என்று அடுத்த படத்தைக் காட்டினார்.

"நினைவில்லையே சார். நானும் நிறைய ஸாரிஸ் வாங்கிக் கொடுத்திருக்கேன். அவளாவும் தனியா ஷாப்பிங் போய் வாங்குவா."

"பர்ட்டிக்குலரா இந்த ஸாரி பத்தி உங்களுக்கு எதுவும் நினைவுக்கு வரலையா சார்? நல்லா ஜூம் பண்ணிப் பாருங்க."

கோகுல்தாஸ் உதடுகளைப் பிதுக்கினார்.

"நோ ஐடியா?"

"என்ன தயாளன்... அவர்தான் நினைவில்லைன்னு சொல்றாரே... இந்தப் புடவையில அப்படி என்ன ஸ்பெஷல்?" என்றார் எரிச்சலுடன் கார்த்திகேயன்.

"விக்டிம் கழுத்துல மாட்டியிருக்கிற ஹேங்கர்ல ஒரு சிவப்பு நூல் மாட்டியிருக்கு. இந்த ஸாரி புது ஸாரி. இதோட ஓரம் இன்னும் அடிக்கலை. சிவப்பு நூல் பிசிறு நிறைய இருக்கு. வார்ட்ரோப்லேர்ந்து அவன் இந்தச் சேலையை கொலை ஆயுதமான நீல ஹேக்கரோட சேர்த்து எடுத்திருக்கான். சேலையை எடுத்துட்டு ஹேங்கரை மட்டும் கொலைக்குப் பயன்படுத்தியிருக்கான். மறுபடி சேலையை அவசரமா மடிச்சி வேற ஹேங்கர்ல தொங்கவிட்டுட்டுப் போயிருக்கான்."

"ஆனா, தயாளன் இதெல்லாம் கேஸுக்கு எந்த வகையில் முக்கியம்னு எனக்குப் புரியலை."

"அவன் நமக்கு நிறைய ஃபிங்கர் பிரின்ட்ஸ் விட்டுட்டுப் போயிருக்கலாம். லேப் ஆளுங்களுக்கு நிறைய வேலை இருக்கு சார்."

“மெனக்கெட்டு சேலையோட உள்ள ஒரு ஹேங்கரை எடுத்து கொலை செய்றது இயல்பான ஆசாமி செய்ற வேலை இல்லையே. கொஞ்சம் மறை கழண்டவனாத்தான் தெரியுது.”

“லெட்டர்ல அவன் எழுதி வெச்சிருக்கிறதைப் பார்க்கிறப்பவும் அப்படித்தானே நினைக்கத் தோணுது?”

“உங்க பாய்ன்ட்டை அனலைஸ் செய்துடலாம்” என்றார் கார்த்திகேயன்.

* * *

தயாளான் சிந்தனையுடன் பரத் முகத்தைப் பார்த்தார்.

பரத் தண்ணீர் பாட்டிலை அவர் பக்கம் நகர்த்தி வைக்க... எடுத்துக் குடித்தார்.

“சார்... கோகுல்தாஸ் எங்ககிட்ட பேசினப்பவும் எதையோ ஒரு விஷயத்தை மறைக்கிற மாதிரிதான் தோணுச்சி” என்றான் பரத்.

“என்னதான் கான்ஃபிடெண்ட்டா அவர் காட்டிக்கிட்டாலும் ஒரு குறுகுறு இருந்திச்சி முகத்துல” என்றாள் சுசிலா.

“சரி... மாயாவை அவரே கொன்னுட்டு நாடகமாடறார்னே வெச்சிப் பேசலாம். எதுக்கு ஹேங்கரை ஆயுதமா பயன்படுத்தினார்?”

“புரியல. ஆசைப்பட்டு காதலிச்சி கல்யாணம் பண்ணிக்கிட்ட தன் மனைவியைக் கொலை செய்றதுக்கு ஒரு ஸ்ட்ராங் மோட்டிவும் தேவைப்படுதே...” என்றார் தயாளன்.

கோகுல்தாஸ் தங்களிடம் சொன்ன ப்ரீத்தி கபூர் விவகாரத்தையும், அதைக் கேள்வி கேட்ட மாயாவை அறைந்ததையும், என்னதான் நண்பர் என்றாலும் போலீஸ்காரரான தயாளனிடம் இப்போது சொல்வது சரியில்லை என்று பட்டது பரத்திற்கு.

“சில கேள்விகளுக்கு பதில் சொல்றீங்களா?” என்றாள் சுசிலா.

“ஷ்யூர்.”

“ஃபாரென்சிக் டிபார்ட்மெண்ட்ல ஆராய்ச்சி செஞ்சதுல கிடைச்ச தகவல்கள் என்ன?”

“கைப்பற்றின பழம் நறுக்கற கத்தியோட கைப்பிடியில படிஞ்சிருந்தது மாயாவோட கைரேகைதான்.”

“ஸோ... நீங்க கெஸ் பண்ண மாதிரியே மாயா பாதுகாப்புக்காக கத்தியைக் கைல எடுத்திருக்கணும். கொலைகாரன்தான் அதைத் தட்டிவிட்டிருக்கணும்.”

“ஹேங்கர்ல, வார்ட்ரோப்ல, கதவுலன்னு நிறைய ஃபிங்கர் பிரின்ட்ஸ் கிடைச்சது. ஆனா, அந்த வீட்ல வேலை பார்க்கற யாரோட கைரேகையோடவும் மேட்ச் ஆகலை.”

“கொலை செய்ற சமயத்துல அவன் க்ளவுஸ் யூஸ் செஞ்சிருந்தா? ஸோ... இந்தப் பாயின்ட்டை வெச்சி சந்தேக வட்டத்துல இருக்கிற யாரையும் ரூல் அவுட் பண்ண முடியாது. அந்த லெட்டர்ல இருந்த ர.சி அப்படின்ற குறிப்புக்கு விளக்கம் தெரிஞ்சிக்க முடிஞ்சிச்சா?”

“இல்ல.”

“மாயாவோட குடும்பப் பின்னணி என்ன சார்?”

“அப்பா இல்ல, அம்மா மட்டும்தான். ஒரு தங்கை, ஒரு தம்பி. தங்கை ஏர்ஹோஸ்ட்டஸ். அந்த வேலை கோகுல்தாஸ்தான் வாங்கிக் கொடுத்திருக்கார். தம்பி படிச்சிட்டு சும்மாதான் இருந்திருக்கான். கோகுல்தாஸ்தான் அவனுக்காக முதல் போட்டு ஒரு எலெக்ட்ரிக்கல்ஸ் கடை வெச்சிக் கொடுத்திருக்கார்.”

“அவங்க என்ன சொல்றாங்க?”

“அவங்க யாரும் ஒரு துளிகூட கோகுல்தாஸை சந்தேகப்படலை. யாரோ ஒரு மெண்டல் செஞ்ச கொலைன்னுதான் இதுவரைக்கும் மீடியாவும் மக்களும் நம்பறாங்க. அந்தக் குடும்பத்து நம்பிக்கையும் அதுதான்.”

பரத்தும் சுசிலாவும் மேலும் கேட்ட பல கேள்விகளுக்கு பொறுமையாக பதில் சொன்னார் தயாளன்.

புறப்படும் முன்பாக, "கோகுல்தாஸ் எதுக்கு உங்களை உடனே சந்திக்கக் கூப்பிட்டார்னு தெரியல. அப்பறம் எனக்கு போன் செய்றீங்களா பரத்?" என்றார்.

"கண்டிப்பா சார். உண்மை வெளில வரணும். அதான் முக்கியம். நீங்க கோவாப்பரேட் பண்றப்ப நாங்களும் பண்ண மாட்டமா?"

தயாளன் சென்றதும் சுழல் நாற்காலியை சுசிலா பக்கம் திருப்பிய பரத்,

"போலீஸ் விசாரிச்ச அத்தனை பேரையும் நாமும் விசாரிக்கணும் சுசி. ஏன்னு சொல்லு..." என்றான்.

"ஏன்?"

"தயாளன் சொல்ற மாதிரி இன்ஸ்பெக்டர் கார்த்திகேயன் கோகுல்தாஸ்கிட்ட லஞ்சம் வாங்கினது நிஜம்னா... அவர் தயாளனுக்கும் தெரியாம விசாரணைத் தகவல்களை மறைக்கலாம் இல்லையா?"

"கரெக்ட்."

"மாயாவோட ஃபேமிலி மெம்பர்ஸை முதல்ல விசாரிக்கலாம்."

"சரி."

"குறிப்பா லாவண்யாவை முதல்ல விசாரிக்கணும்."

"லாவண்யா யாரு?"

"அந்த ஏர் ஹோஸ்ட்டஸ் சுசி. ரேஸ் குதிரை மாதிரி அப்படி இருப்பா தெரியுமா?"

"அடப்பாவி! அவ பேரு, உருவம் எல்லாம் தெரியுமா? எப்படி?"

"மாயாவின் குடும்பத்தினர் அப்படின்னு பேரெல்லாம் போட்டு பேப்பர்ல எப்பவோ வந்துடுச்சி. ஹோம் வொர்க் கண்ணு. இப்ப போலாமா?'

"அவகூட புரோக்ராம்கூட ஃபிக்ஸ் பண்ணியாச்சா?"

“நோ சுசி... போலாமான்னு கேட்டது கோகுல்தஸை மீட் பண்ண. நீ டிஷர்ட்டை மாத்திக்கிட்டுப் புறப்பட்டா கரெக்ட்டா இருக்கும்.”

அடுத்த அறைக்குச் சென்று பத்து நிமிடத்தில் ரெடியாகி சுசிலா வந்தபோது பனியனில்...

No means No! – என்று இருந்தது.

“விதிகள் இருக்கற எல்லா இடத்துலயும் விதிவிலக்குகளும் இருக்குமே... இந்த மெசேஜ் எனக்கு இல்லதானே சுசி?”

“போலாம். டைமாச்சுப்பா” என்று அவள் தூக்கி வீசின கார் சாவியைக் கேட்ச் பிடித்தான் பரத்.

* * *

அண்ணா நகரில் கோகுல்தாஸின் அலுவலகத்தில் அவரது அறைக்கு வெளியே அனுமதிக்காகக் காத்திருந்தபோது, ரிசப்ஷனில் இருந்த இரண்டு பெண்களில் ஒருத்தி தன்னையே அடிக்கடி ஒருவித தவிப்புடன் பார்ப்பதை உணர்ந்தான் பரத்.

ஏதோ ஒரு விஷயத்தை அவனிடம் சொல்ல விரும்புவதை, அல்லது ஏதோ ஓர் உதவி அவனிடமிருந்து எதிர்பார்ப்பதை வெளிப்படுத்தின அவளின் பரிதவிக்கும் கண்கள்.

21

கோகுல்தாஸின் அலுவலக வரவேற்பறையில் கூரையில் ஒளித்து வைக்கப்பட்ட பேனல்களிலிருந்து குளிரூட்டப்பட்ட காற்று தலைகளில் அபிஷேகம் செய்துகொண்டிருந்தது.

டி.வி. திரைகளில் கோகுல்தாஸின் நிறுவனம் தற்போது மேற்கொண்டிருக்கும் ஒவ்வொரு கட்டட ப்ராஜெக்ட் பற்றியும் விளம்பரங்கள் மாறிமாறி வந்தன. எல்லாவற்றிலும் கைகட்டிய கோகுல்தாஸ், வடகிழக்கு திசையை நோக்கி புன்னகைத்தார். மாயாவின் உள் அலங்கார நிறுவனம் குறித்த விளம்பரமும் வந்தது. அதில் மாயா முன்னணி நடிகைகளுக்கு சவால் விடும் அழகில் புன்னகைத்தாள்.

"சுசி... இந்த அழகி செத்துட்டானு நம்பமுடியுதா?" என்றான் பரத் குரலைக் குறைத்து.

கட்டடம் தொடர்பான ஒரு வழுவழுப்பான வெளிநாட்டு பத்திரிகையைப் புரட்டியபடி சுசிலா அதிலிருந்து நிமிராமல், "ஏன்... அழகிகளுக்கு சாவு இல்லைன்னு கடவுள் உத்தரவாதம் கொடுத்திருக்காரா என்ன?" என்றாள்.

"ஆனாலும் கொஞ்சம் கூடுதலா ஃபீல் ஆகுதில்ல... கடைசியா நான் சில்க் ஸ்மிதா செத்தப்ப ரொம்ப ஃபீல் செஞ்சேன். அதுக்கப்பறம் இப்பதான்."

"நான் ஸ்ரீதேவி செத்தப்ப ஃபீல் செஞ்சேன். நம்ம ரெண்டு பேர் ரசனைக்கும் எவ்வளவு வித்தியாசம்ப்பா."

"வித்தியாசம் நான் சொல்லட்டுமா? ஸ்ரீதேவி பெண்கள் பெருமைப்படற அழகு. சில்க் பெண்களே பொறாமைப்படற அழகு. ஒண்ணு முக அமைப்பு சார்ந்த அழகு. இன்னொண்ணு உடலமைப்பு சார்ந்த அழகு. அதுலயும்..."

“போதும் உங்க ஆராய்ச்சி.”

“அந்த ரிசப்ஷன் பொண்ணைப் பாரேன்.”

“நோ... ஏதாச்சும் ஒரு டர்ட்டி கமெண்ட் அடிப்பீங்க.”

“ஏய்... அவ என்னையே பாக்கறா. என்னமோ ஒண்ணு எங்கிட்ட சொல்லத் துடிக்கிற மாதிரி தெரியுது.”

“பெரிய மன்மதன்! உலகத்துல எல்லாப் பொண்ணுங்களும் உங்களை ரூட் விடறதா நினைப்பு!”

“அய்யோ! அவ லுக்குல ஹாட்டீன் இல்ல. காதல் வாசனை இல்லை. ஏதோ ஒரு எக்ஸ்பெக்ட்டேஷன் சுசி.”

“காதலுக்குன்னு தனியா ஒரு வாசனை இருக்கா? இப்ப என்ன? அவகிட்ட கடலை போடணுமா? போய்ட்டு வாங்க. கடைசில தம்பிக்கு ஸ்கூல் ஃபீஸ் கட்டணும்னு டொனேஷன் கேக்கப்போறா!”

பரத் எழுந்து நேராக ரிசப்ஷன் மேஜையை அணுகி அவளிடமே, “யெஸ்... எனி பிராப்ளம்?” என்றான் வடிகட்டிய குரலில்.

அவள் காட்டன் ஸாரியில் இருந்தாள். கழுத்தில் நிறுவனத்தின் ஐ.டி கார்டு தொங்கி செழுமையைக் கொஞ்சம் மறைத்தது. அடிக்காத நிறத்தில் லிப்ஸ்டிக்... விரல்களில் புடவைக்கு மேட்ச்சாக நெயில் பாலீஷியிருக்க... மேலுதட்டிற்கும் மேல் புள்ளிப் புள்ளியாய் வியர்த்திருந்ததை அவசரமாக பூப்போட்ட குட்டி கர்ச்சீப்பால் ஒற்றிக்கொண்டாள்.

“சார்... நீங்க டிடெக்ட்டிவ் பரத்தானே?” என்றாள் அவளும் கம்மியான டெஸிபல் சத்தத்தில்.

“யெஸ்...”

“எனக்கு உங்க நம்பர் வேணும் சார்.”

“ஃபார்வர்ட் ஜோக்ஸ் அனுப்பவா?”

“மாயா மேடம் மர்டர் சம்பந்தமாதானே நீங்க சாரை மீட் பண்ணிட்டிருக்கீங்க?”

“ஆமாம்.”

“போலீஸ் இங்க உள்ள நிறைய பேரை விசாரிச்சாங்க. என்னையும் விசாரிச்சாங்க.”

“சரி... அதுக்கென்ன?”

“அவங்கக்கிட்ட எனக்குத் தெரிஞ்ச ஒரு தகவலை சொல்லத் தயக்கமா இருந்திச்சி. பயமாவும் இருந்திச்சி. ஆனா, உங்கக்கிட்ட சொல்லலாம்னு தோணுது”

“சொல்லுங்க.”

“ஒரு வரில சொல்ற விஷயமில்லை அது. அதுக்குதான் போன் நம்பர் கேட்டேன்.”

“உங்க நம்பர் சொல்லுங்க. கூப்புடறேன். சேவ் பண்ணிக்கங்க.”

அவள் சொன்ன எண்ணை அழைத்து அவளுக்கு ரிங்டோன் வந்ததும் கட் செய்தான்.

“பேரு?”

“கல்யாணி.”

“அப்பா பராசக்தி ரசிகரா?”

“இல்ல சார். பாரதிராஜா ரசிகர்” என்றாள் புரியாமல்.

மீண்டும் சுசிலாவிடம் வந்து அமர்ந்தான்.

“நம்பர் எக்ஸ்சேஞ்ச் நடந்துச்சி போலிருக்கு” என்றாள் சுசி.

“மாயா மர்டர் சம்பந்தமா ஏதோ ஒரு இன்ஃபர்மேஷன் ரகசியமா தரணுமாம்.”

“நம்பிட்டேன்.”

“அட நிஜம்மா சுசி.”

“நீங்க அடல்ட் ஜோக் எதுவும் அடிக்கலை?”

“இதுக்கு என் பதில் உன் டி ஷர்ட்ல இருக்கறதுதான்.”

கோகுல்தாஸ் அழைப்பதாக நபர் வந்து சொல்ல, இருவரும் எழுந்து அவர் அறைக்குள் சென்றார்கள்.

கோகுல்தாஸ் டார்க் பிரவுன் நிறத்தில் சூட், கோட் அணிந்திருந்தார். டையின் முடிச்சு நெகிழ்ந்திருந்தது. சட்டையில் கழுத்து பட்டன் போடப்படாமல் இருந்தது.

"பரத்... காலையில மெரினால கண்ணகி சிலை பக்கத்துல வழக்கமான இடத்துல காரை நிறுத்திட்டு வாக்கிங் போனேன். திரும்பி வந்துப்பார்த்தா என் காரோட வைப்பர்ல இந்தக் கவர் வைக்கப்பட்டிருந்திச்சி."

கோகுல்தாஸ், கிரானைட் மேஜை மீது பேப்பர் வெயிட் வைக்கப்பட்டிருந்த அந்த வெள்ளை கவரைச் சுட்டிக்காட்டினார்.

கவரின் மேல் 'பரிதாபத்திற்குரிய கோகுல்தாஸ்' என்று கிறுக்கலாக எழுதப்பட்டிருந்தது. ஓரம் கிழிக்கப்பட்டிருந்தது.

"படிச்சிப் பாருங்க."

பரத் விரல்களில் கைக்குட்டை சுற்றி கவரிலிருந்து காகிதம் எடுத்து விரித்து வாசிக்க... சுசியும் எட்டிப் பார்த்துப் படித்தாள்.

'கோகுல்தாஸ் அவர்களே, உங்களுக்கு என் ஆழ்ந்த அனுதாபங்கள். உங்கள் மனைவி எனக்கு எதிரி இல்லை. அவளிடம் இருந்த திமிரும் கர்வமும்தான் எனக்கு எதிரி.

கொலை – பெரிய தண்டனைதான். ஆனால், அதை நான் திட்டமிடவில்லை. உங்கள் மனைவி என்னை அவமானப்படுத்தினாள். அவளை எச்சரித்து என்னிடம் மன்னிப்பு கேட்கச் செய்ய வேண்டும் என்கிற வெறியுடன் வந்தேன். நீங்கள் ஊரில் இல்லை என்று தெரிந்துதான் வந்தேன்.

உங்கள் வீட்டில் வாட்ச்மேனுக்குத் தெரியாமல் காம்பௌண்ட் ஏறிக்குதிப்பது எனக்கு சிரமமாக இல்லை. டிரைனேஜ் பைப் வழியாக உங்கள் படுக்கையறையின் சிட் அவுட்டில் குதித்து பிரவேசிப்பதுதான் என் நோக்கம்.

ஆனால், கேட் அருகில் வாட்ச்மேன் ஒரு புறமாக சாய்ந்து நல்ல உறக்கத்தில் இருந்தான். அருகில் சென்றுபார்க்க... அது உறக்கமில்லை, குடி போதை என்று தெரிந்தது.

மெயின் டோரின் கதவு லேசாகத் திறந்திருக்க... ஹாலில் ஒரு வேலைக்காரனும் எனக்கு எந்தச் சிரமமும் வைக்காமல் போதையில் கவிழ்ந்திருந்தான்.

சத்தமில்லாமல் மாடிப்படிகளில் ஏறி, படுக்கையறையில் உறங்கிக்கொண்டிருந்த உங்கள் மனைவியை எழுப்பினேன். அரண்டு போனாள்.

நீ என்னை அவமானப்படுத்தியதற்கு இப்போது என் காலைத் தொட்டு மன்னிப்புக் கேள், அது போதும் என்றேன்.

கத்தினாள். போலீஸை அழைப்பேன் என்றாள். நான் அறைந்தேன். அவள் பழம் நறுக்கும் கத்தியை எடுத்துக்கொண்டாள். என்னை வெறியேற்றினாள். திறந்திருந்த வார்ட்ரோபில் இருந்து கைக்குக் கிடைத்த ஹேங்கரை உருவினேன்.

அவள் கத்தியைத் தட்டிவிட்டேன். கழுத்தில் மாட்டி நெரித்தேன். இறந்து போனாள். என்னிடம் பதற்றமில்லை. பயமில்லை. நிதானமாக அங்கிருந்த ஒரு நோட்டில் காகிதம் கிழித்து, காவல்துறைக்கு கடிதம் எழுதி அவள் மீது வைத்துவிட்டு நிதானமாக விலகினேன்.

இதெல்லாம் இவ்வளவு விவரமாக எதற்காக எழுதுகிறேன் என்பது புரிகிறதா? போலீஸிடம் இந்தக் கடிதத்தை நீங்கள் கண்டிப்பாக ஒப்படைப்பீர்கள்.

அவர்களின் சில குழப்பங்களுக்கு விடை கிடைக்கும். ஆனாலும் என்னைப் பிடிக்க முடியாது. கண்ணாமூச்சி ஆட்டத்தில் அமைதியாக ஒரு மறைவில் சென்று உட்கார்ந்துகொண்டால் பிடிக்கவே முடியாதுதான். ஆனால், அப்படியா விளையாடுகிறோம்? மிக அருகில் வந்து குதிப்பதில்லையா? காதுக்கு அருகில் வந்து எங்கே என்னைப் பிடி பார்க்கலாம் என்று தூண்டுவதில்லையா? அதைப்போலதான்.

காவல்துறையே, உனக்கு நான் சவால் விடுகிறேன். முடிந்தால் என்னைப் பிடி. என் ஆத்திரம் மாயாவின் மரணத்துடன் நின்றுவிடப் போவதில்லை. அது தொடரும். ஆண்களைத் துச்சமாக மதிக்கின்ற பெண்களை எல்லாம் தேடித் தேடி

கொலை செய்யப்போகிறேன். என் ரத்த வெறியை யாராலும் தடுக்க முடியாது. – ர.சி.'

பரத் கடிதத்தை மொபைலில் படம் எடுத்தபடி, "மர்டர் ஸ்பாட் லெட்டர்ல இருந்தே அதே கையெழுத்துதானா சார்?" என்றான்.

"அதேதான்."

"இது லெட்டர் இல்ல... ஒப்புதல் வாக்குமூலம்" என்றாள் சுசிலா.

"இதுல எங்களை கன்சல்ட் செஞ்சிருக்கவே அவசியம் இல்லை. லேட் செய்யாம இதை போலீஸ்ல ஒப்படைச்சிருங்க."

"ஏன் பரத்... காவல்துறைக்கு சவால் விடற அவன், இதை நேரா அவங்களுக்கே அனுப்பிருக்கலாமே... எதுக்கு எங்கிட்ட சேர்த்தான்?"

"கொலைகாரன் மெண்ட்டல்னு வெச்சிப் பார்த்தா, அவனோட செயல்களுக்கு லாஜிக் தேவையில்லை சார்."

"எங்க வீட்ல வாட்ச்மேனும் வேலைக்காரனும் அன்னிக்கு ட்ரிங் பண்ணாம இருந்திருந்தா கொலையே நடந்திருக்காது."

"அப்படிச் சொல்ல முடியாது சார். அவன் டிரைனேஜ் பைப் பிடிச்சி ஏறி, சிட்டவுட் மூலமா உங்க ரூமுக்குப் போறதாதான் இருந்திருக்கான். எப்படியும் போயிருப்பான். அவங்க போதையில் கவுந்தது அவனுக்கு வசதியாப் போயிடுச்சி."

"சார்... ப்ரீத்தி கபூரோட உங்களுக்கு இருக்கற அஃபையர் பத்தி போலீஸ்ல சொல்லலைதானே?" என்றாள் சுசிலா.

"நீங்க வேற. அவங்களுக்கு ஏற்கெனவே என் மேல டவுட் இருக்கு. அதனால சொல்லலை..."

"இது சங்கடப்படுத்தற கேள்வி. ஆனா, உண்மையைச் சொல்லுங்க. ப்ரீத்தி கபூர் மேல உங்களுக்கு இருந்தது அல்லது இருக்கறது க்ரஷ்ஷா, லவ்வா, லஸ்ட்டா?" என்றான் பரத்.

பதில் சொல்லத் தயங்கினார் கோகுல்தாஸ்.

22

"இது சங்கடப்படுத்தற கேள்வி. ஆனா, உண்மையைச் சொல்லுங்க. ப்ரீத்தி கபூர் மேல உங்களுக்கு இருக்கறது க்ரஷ்ஷா, லவ்வா, லஸ்ட்டா?" என்றான் பரத்.

பதில் சொல்லத் தயங்கினார் கோகுல்தாஸ்.

"எதுக்காக இதைக் கேக்கறீங்க?" என்ற கோகுல்தாஸ், சிகரெட் எடுத்து பார்வையாலேயே அனுமதி கேட்டு பற்றவைத்தார்.

"ஒரு கோணத்தை ரூல் அவுட் பண்றதுக்காக" என்றான் பரத்.

"அழகான பெண்கள் மேல அவங்க மேரீட்டல் ஸ்ட்டேட்டஸ் தாண்டி எனக்கு எப்பவும் ஒரு ஈர்ப்பு உண்டு."

'அடுத்தவன் பொண்டாட்டியையும் ரசிப்பேன்' என்பதை எத்தனை நளினமாகச் சொல்கிறார் என்று நினைத்துக்கொண்டான் பரத்.

ஆனால், "ஈர்ப்புன்னா?" என்றுதான் கேட்க முடிந்தது.

"சபலம், வீக்னெஸ் எப்படி வேணாலும் வெச்சிக்கங்க. எனக்கு இருக்கற வசதிக்கு அதுக்கான வாய்ப்புகளும் அதிகம். ரொம்ப முயற்சி செய்யாமயே அமைஞ்சிடும்."

'அதுக்கெல்லாம் மச்சம் வேணும்' என்று நினைத்துக்கொண்டாலும், "ஐ ஸீ..." என்றான்.

"ஆனா, மாயாவைப் பாத்தப்ப அவளை மட்டும்தான் கல்யாணம் பண்ணிக்கணும்னு தோணிச்சி."

"சொல்லிட்டீங்க. அதுக்கு அழகு, அறிவு ரெண்டும் காரணம்."

ஒரு இடைவெளி கொடுத்து சுசிலாவைப் பார்த்தார்.

"நான் வேணா வெளில இருக்கட்டுமா? பரத்கிட்ட இன்னும் பர்சனலா நீங்க பேச சௌகரியமா இருக்கும்" என்றாள் சுசிலா.

“ப்ளீஸ்... ஸாரி.”

“நோ இஷ்யூஸ்.”

சுசிலா அவளின் பெர்ஃப்யூம் வாசனையுடன் வெளியேறி கதவு மூடியதும், கோகுல்தாஸ் பரத்தை நேராகப் பார்த்தார்.

“ப்ரீத்தி கபூரைப் பாத்த முதல் மீட்டிங்லயே அவகிட்ட விழுந்துட்டேன் பரத். மாயாவை மேரேஜ் பண்றதுக்கு முன்னாடி இவளைப் பார்க்காமப் போய்ட்டனேன்னு தோணிச்சி. மாயா அழகி. ப்ரீத்தி கபூர் பேரழகி. அவளோட மேரேஜ் லைஃப்ல சில ஏமாற்றங்கள். அதனால ரொம்ப சீக்கிரமே நாங்க நட்பைத் தாண்டி, ரொம்ப பர்சனலான ரிலேஷன்ஷிப்புக்குப் போய்ட்டோம். ஐ மீன்...”

“புரியுது சார்.”

“ஒரு தடவை கரு கலைக்கிற அளவுக்கு.”

“ஓ!”

“பொதுவா நான் செண்ட்டிமெண்ட்ஸுக்கு இடம் கொடுக்கறது கிடையாது. அவகிட்ட எமோஷனலாவும் சிக்கிட்டேன். அவளும் என்னோட ரொம்ப எமோஷனலா அட்டாச் ஆயிட்டா. அவளோட பிரியத்தோட தீவிரம் தெரிஞ்சப்போ எனக்கு ரொம்ப அதிர்ச்சியா இருந்திச்சி.”

“அதிர்ச்சியா?”

“யெஸ்... ஒரு தடவை எங்க ரகசிய சந்திப்பு கோவால நடந்திச்சி. அப்போ...” என்று அந்த நிகழ்வைச் சொல்லத் துவங்கினார் கோகுல்தாஸ்

* * *

கோவா.

தண்ணீரில் மிதக்கும் கப்பலில் டெல்டின் ராயல் கேசினோவில் ப்ரீத்தி கபூர் மேலும் தோற்க ஐம்பதாயிரம் பணம் கொடுத்து டோக்கன் வாங்க நின்றபோது போன் ஒலித்தது.

"யெஸ் டியர்..."

"தோத்தது போதும். புறப்படு"

"ஹேய்... நான் ஜெயிக்கவே மாட்டனா?"

"அப்படி வரலாறு இல்லையே... சரி... இங்க பிஸினஸ் மீட்டிங் முடிஞ்சிடுச்சி. வண்டி அனுப்பறேன். போட் ஹவுஸ் வந்துடு."

அடுத்த அரை மணி நேரத்தில் தண்ணீரைக் கிழித்துக்கொண்டு சென்ற அந்த அழகான படகின் உள்ளே சகல வசதிகளும் பொருந்திய படுக்கையறையில், மெலிதான நைட்டி அணிந்த ப்ரீத்தி கபூர் நடந்து, கோகுல்தாஸ் மடியில் வைத்திருந்த லேப்டாப்பை வெடுக்கென்று பிடுங்கி மூடினாள்.

"ஹேய்... ஒரு மெயில் அனுப்பிட்டிருக்கேன்."

"எல்லாம் அப்பறம் அனுப்பலாம். என்னோட இருக்கற பிரைவேட் டைம்ல நோ பிஸினஸ் வொர்க்ஸ் கோகுல்."

தன் மீது சாய்ந்தவளை அணைத்துக்கொண்ட கோகுல்தாஸ், "உன் முகம் பாத்தா எல்லா கோபமும் புஸ்ஸுனு அடங்கிடுது. செம ஸ்ட்ராங்கா தூண்டில் போட்டுப் பிடிச்சிட்டே" என்றவர், அவள் முகத்திற்குக் குறுக்கே விழுந்த கூந்தல் கற்றையைக் காதுக்குப் பின்னால் ஒதுக்கினார்.

"ஹலோ... தூண்டில் போட்டது நானா, நீங்களா?"

கோகுல்தாஸின் மீசையைப் பிடித்து இழுத்தபடி கேட்டாள்.

"கை தூக்கிடறேன். நானும்தான். மனோஜ்கிட்ட என்ன சொல்லிட்டு கோவா வந்தே?" அவள் கன்னத்தில் முத்தமிட்டபடி கேட்டார்.

"எதுக்கு இப்ப அந்தக் கோமாளிய ஞாபகப்படுத்தறீங்க? நான்தான் ஏகப்பட்ட லேடீஸ் கிளப்ஸ்ல இருக்கேனே... கன்வென்ஷன், கெட் டு கெதர் அது இதுன்னு அப்பப்ப தோணறதைச் சொல்வேன்."

"நம்புவார்தானே?"

“கோவால சீப்பா மீன் கிடைக்குதாம், போய் வாங்கிட்டு வந்துடறேன்னு சொன்னாலும் அது நம்பும்.”

“ஏய்... ஒரு பேஸிக் ரெஸ்பெக்ட் குடும்மா.”

அவள் கீழுதட்டை விரல்களால் நிமிண்டினார்.

“சுத்த போருப்பா மனோஜ். எப்பப் பாரு பணத்தையே துரத்திட்டிருக்கு. ரொமான்ஸ்னா என்னன்னு மன்மதனே வந்து கோர்ஸ் எடுத்தாலும் ஏறாது.”

“இப்படி ஒரு பியூட்டியை வீட்ல வெச்சிக்கிட்டு எப்படி அப்படி இருக்க முடியும்னு புரியல.”

இன்னும் நெருக்கமாக இறுக்கிக்கொண்டார்.

“கட்டில் மேட்டர் ஒரு கலை. இதுல நீங்க ஒரு பிஹெச்.டி-ன்னா, மனோஜ் ஜஸ்ட் எல்.கே.ஜி. அவரைப் பொறுத்தவரைக்கும் ‘வொர்க்ஸ் டு டூ’ லிஸ்ட்ல டிக் அடிக்கற ஒரு ஐட்டம். தட்ஸ் ஆல்.”

“பாவம்... மனோஜ்க்கு புரையேறப்போகுது. போதும்.”

கோகுல்தாஸ் அவளின் நைட்டியை விலக்குவதில் தீவிரம் காட்ட...

“கோகுல்... இன்னிக்கு எனக்கொரு ஆன்சர் வேணும்.”

“எந்தக் கேள்விக்கு?”

“பல சந்திப்புல பல தடவை கேட்டாச்சு டியர்.”

“நடக்கறதைப் பத்திப் பேசு ப்ரீத்தி”

அவள் கழுத்தில் அவர் உதடுகள் மேய்ந்தன.

“என் கண்ணைப் பார்த்துச் சொல்லுங்க. ஒருவேளை உங்க க்யூன்... அப்படித்தானே சொல்வீங்க... மாயாவை மீட் பண்றதுக்கு முன்னாடி நமக்குள்ளே அறிமுகம் ஆயிருந்தா... அவளைக் கல்யாணம் செஞ்சிருப்பீங்களா?”

“ப்ரீத்தி... ஹேவ் சம் சென்ஸ்... நீ எனக்கு மிசஸ் மனோஜ் கபூராத்தான் அறிமுகமானே.”

"சரி... ஹைப்பதட்டிக்கலா கேக்கறேன். அப்போ எனக்கும் மேரேஜ் ஆகலைன்னு வெச்சிக்கலாம். அப்போ?"

"ஷ்யூர். வில் யூ மேரீ மி ப்ரீத்தின்னு உங்கிட்ட ப்ரோப்போஸ் பண்ணிருப்பேன்."

"உங்களுக்கு மாயா ஒரு கமிட்மெண்ட். எனக்கு மனோஜ் ஒரு கமிட்மெண்ட். ஆனா, நிஜமா நமக்குள்ளே இருக்கற கெமிஸ்ட்ரிதான் பெஸ்ட். அதை நீங்க ஒத்துக்குவீங்களா மாட்டீங்களா?"

"அஃப் கோர்ஸ்... நீ மும்பாய்ல. நான் சென்னைல. நானோ இருபத்தி நாலு மணி நேரம் பத்தாம பிஸியா இயங்கறேன். ஆனாலும் எவ்ரி டைம் ரொம்ப பிளான் பண்ணி உன்னை மீட் பண்றது எனக்கு எக்ஸைட்டடாதான் இருக்கு."

"என்னமோ டீன் ஏஜ் பசங்க மாதிரி ஏங்கறோம். ஒவ்வொரு ரகசிய சந்திப்பு முடிஞ்சு பிரியறப்பவும் கஷ்டமா இருக்கு."

"எனக்கும்தான்."

"இந்த அவஸ்தைக்கு ஃபுல் ஸ்டாப் வைக்கிறதுக்கு நான் சொன்ன சஜஷனைக் கொஞ்சம் கன்சிடர் பண்ணக் கூடாதா டியர்?"

"அது பிராக்டிக்கலா சரியா வராது ப்ரீத்தி."

"ஏன் சரியா வராது? உலகத்துல டைவர்ஸ் நடக்கலையா? நான் மனோஜை டைவர்ஸ் பண்றேன். நீங்க மாயாவை டைவர்ஸ் பண்ணுங்க. அப்புறம் நாம மேரேஜ் செஞ்சிக்கலாம்."

"டைவர்ஸ்ன்றது சின்ன விஷயம் இல்லை ப்ரீத்தி."

"மியூச்சுவல் கன்சன்ட்ல ரொம்ப ஈஸியான விஷயம். சரியான லாயர்ட்ட போனா போதும். மனோஜ்கிட்ட உன்னை எனக்குப் பிடிக்கலைய்யான்னு மூஞ்சிக்கு நேரா சொல்வேன். கல்யாணத்துக்கு அப்பறம் மாயா கொஞ்சம் திமிரா நடந்துக்கறான்னு சொன்னீங்க... எவ்வளவு பெரிய வி.ஐ.பி நீங்க. எதுக்கு அவகிட்ட அவமானப்படணும்? உங்க மதிப்பு தெரியாத அவகிட்டேர்ந்து விடுதலை!"

“உங்கிட்ட சில விஷயங்கள் உளறியிருக்கக் கூடாது ப்ரீத்தி.”

“ஒரு பேச்சுக்கு கேக்கறேன். மாயா திடீர்னு செத்துப் போய்ட்டான்னு வைங்க. அப்ப என்னைக் கல்யாணம் பண்ணிக்குவீங்களா?” என்ற ப்ரீத்தியை திடுக்கிட்டுப் பார்த்தார் கோகுல்தாஸ்.

“என்ன பேசறே?”

“ஒரு பேச்சுக்குத்தானேப்பா?”

“இப்படிப் பேசறது பிடிக்கலை.”

“நாளைக்கே செத்துடுவோம்னு நினைச்சிக்கிட்டா இன்ஷ்யூர் பண்ணிக்கறோம்? யாருக்கும் எப்பவும் எது வேணாலும் நடக்கலாம். எனக்கு பதில் சொல்லித்தான் ஆகணும்.”

“என்ன சொல்லணும் நான்?”

“மாயா ஒருவேளை... சரி... வேற மாதிரி கேக்கறேன். நீங்க திடீர்னு விடோயர் ஆயிட்டா உங்க லைஃப்ல எனக்கு சான்ஸ் இருக்கா இல்லையா?”

கோகுல்தாஸ் அவள் மீதான மோகத் தீயின் தாக்கத்தில், இதற்கு பதில் சொன்னால்தான் அடுத்து நடக்க வேண்டியவைகள் சுமூகமாக நடக்கும் என்பதால்...

“ஷ்யூர்” என்றவர் அவள் அடுத்த கேள்வி கேட்க விடாமல் இதழ்களை இதழ்களால் அடைத்தார்.

* * *

பரத் ஆச்சர்யத்துடன் அவரைப் பார்த்தான்.

“ஓ மை காட்! ப்ரீத்தி கேட்டது எனக்கே ஷாக்கா இருக்கு சார்.”

“அவளுக்குத் தேவை செக்ஸ் மட்டும் இல்லைங்க பரத். என்னோட சேர்ந்து வாழறதைப் பத்தி எவ்வளவு தீவிரமான எண்ணம் இருந்தா, மாயாவோட சாவைப் பத்தில்லாம் யோசிச்சிருப்பா?” என்றார் கோகுல்தாஸ், மற்றொரு சிகரெட்டிற்கு முடிந்த சிகரெட்டிலிருந்து உயிர் கொடுத்தபடி.

“அப்போ... இந்தக் கொலையில ஒன் ஆஃப் தி சஸ்பெக்ட்ஸா ப்ரீத்தி கபூரையும் சேர்த்து யோசிக்கலாமா?”

“அப்படி யோசிக்க எனக்கு மனசு வரலை. ஆனா, குட்டியா ஒரு சந்தேகம் இருக்கு. இந்தச் சந்தேகத்துக்கு நான் சிம்லால நடந்த இன்னொரு சம்பவத்தையும் சொல்லியாகணும்” என்றார் கோகுல்தாஸ்.

23

சிம்லா.

மலைச் சிகரங்களில் டன் டன்னாக உப்பைக் கொட்டினதைப் போல வெளீரென்ற உறைபனி. சூடு, சொரணை இல்லாத சூரியன். ஊசிக் குத்தலாகக் குளிர். மரங்களின் பச்சை இலைகளுக்கும் வெள்ளைக் கோட்டிங். எல்லா சாலைகளுக்கும் பனி நெய்த கார்ப்பெட் விரிக்கப்பட்டிருக்க... எங்கும் ஸ்வெட்டர், மஃப்ளரால் பேக்கிங் செய்யப்பட்ட மனிதர்கள்.

சுற்றுலாப் பயணிகளின் தொந்தரவு இல்லாத ஒரு தனிமையான பிரதேசத்தில் அமைந்திருந்த அந்த ரிசார்ட்டின் காட்டேஜ் தோட்டத்தில், விறகுகளின் நெருப்பில் கைகளைக் காட்டி கன்னத்தில் வைத்து கதகதப்பேற்றிக்கொண்டிருந்தார் கோகுல்தாஸ்.

காட்டேஜ் உள்ளேயிருந்து தலை முதல் கால் வரை கம்பளி அணிந்த ப்ரீத்தி கபூர், பிளேட்டில் சிக்கன் லாலி பாப்புடன் வந்து அவர் அருகில் அமர்ந்தாள்.

"ஒரு மேட்டர் சொல்லணும்" என்று அவள் ஆரம்பித்தபோது ஒலித்த கோகுலின் போனில் மாயாவின் அழகு முகம்.

உதட்டின் குறுக்கே ஒரு விரல் வைத்து அவளை எச்சரித்துவிட்டு போனில், "ஹாய் டியர்" என்றார்.

"ஹவ் ஈஸ் சிம்லா மாமா?" என்றாள் மாயா.

"என்னைத் திட்டுது."

"திட்டுதா?"

"இவ்வளவு குளிருக்கு ஹாட்டா பக்கத்துல உன் மாயா இருக்க வேணாமாடா முட்டாள்! ஏன் அவளைக் கூட்டிட்டு வரலை? அப்படின்னு திட்டுது."

"ஜஸ்ட் மூணு நாள் ட்ரிப்புன்னு நீங்க பிளான் பண்ணதாலதான் நான் வரலைன்னு சொன்னேன். ஒன் வீக் என்ஜாய் பண்ணலாம்னு இப்ப சொல்லுங்க. உடனே ஃபிளைட் பிடிச்சி வர்றேன்."

"எனக்கு சென்னையில் நிறைய மீட்டிங்ஸ் இருக்குடா செல்லம். குறிப்பா மினிஸ்டரோட அப்பாயிண்ட்மெண்ட்! அதை மாத்த முடியாதுப்பா. கண்டிப்பா நெக்ஸ்ட் டைம். ஒன் வீக் என்ன... டென் டேஸ்! ஓகேயா? சும்மாதானே கூப்புட்டே?"

"அந்த மதுர வாயல் ஆயிரம் வீடு டெண்டர் ஃபைனல் செய்யணும்னு நினைவுப்படுத்ததான் கூப்புட்டேன்."

"கையோட லேப்டாப் எதுக்கு வெச்சிருக்கேன். வொர்க் அவுட் பண்ணிட்டுதான் இருக்கேன். நாளைக்கு மெயில் பண்றேன். பாத்துட்டு கூப்புடு."

"மினிஸ்டர் எவ்வளவு பர்சென்ட்டேஜ் எதிர்பார்க்கறார் மாமா?"

"இதெல்லாம் போன்ல வேணாம் டியர்" என்ற கோகுல்தாஸ், ஒரு கையை ப்ரீத்தி கபூர் தோளில் போட்டு சில்மிஷம் செய்தார்.

"ஓகே. ரைட் நவ், என்ன பண்ணிட்டிருக்கீங்க?"

சட்டென்று கையை எடுத்துவிட்டார்.

"சும்மாதான் ஒரு புக் புரட்டிக்கிட்டு இருக்கேன்."

"ஓகே. பை"

"இரு... ஒரு கிஸ் கொடுத்துட்டு வை."

கேட்டதை வாங்கிக்கொண்டு அவர் போனை வைத்ததும் சிரித்தாள் ப்ரீத்தி கபூர்.

"நான் புரட்டிக்கிட்டு இருக்கற புக்குக்கு பேரு ப்ரீத்தின்னு சொல்றதுதானே? யப்பா! பொண்டாட்டிகிட்ட என்ன ஒரு பயம்!"

“இது பயம் இல்ல... மனைவிக்கு மரியாதை!”

“அதே மரியாதை துணைவிக்கும் உண்டுதானே?”

“என்னடி மாயம் செஞ்சே கள்ளி?” என்று அவளின் இரண்டு கன்னங்களையும் கொத்தாகக் கிள்ளிப்பிடித்து அசைத்தார்.

உதடுகளுக்கு உதடுகளால் ஒத்தடம் கொடுத்தார். எல்லை கடக்க முயற்சித்த அவரின் கையைத் தடுத்து நிறுத்தி, “மனோஜ் போன் செஞ்சார் கோகுல்” என்றாள்.

“புறப்படணுமா?” என்றார் ஏக்கத்துடன்.

“அதில்ல.”

“நெருப்பு வெப்பம் பத்தல டியர். உள்ளே போலாமே...”

“வெய்ட். சொல்ற மேட்டரை முதல்ல கேளுங்க”

“உத்தரவு மகாராணி.”

“மனோஜோட பிரதர்ஸ் மூணு பேருக்கும் இவருக்கும் பிராப்பர்ட்டி சம்பந்தமா கல்கத்தா கோர்ட்ல கேஸ் நடக்குது.”

“சொல்லிருக்கே.”

“இன்னிக்கு அவுட் ஆஃப் கோர்ட் செட்டில்மெண்ட்டுக்கு முயற்சி செய்யலாம்னு ரெண்டு பக்க வக்கீலுங்களும் எல்லாரையும் கூப்புட்டு ஒரு மீட்டிங் ஏற்பாடு செஞ்சிருக்காங்க.”

“ஓகே...”

“அது வொர்க் அவுட் ஆகலையாம். ரெண்டாவது பிரதர் ரொம்ப கத்திட்டானாம். கன் எடுத்துக் காட்டி கொன்னுடுவேன்னு மிரட்டிருக்கான். இவர் கோபமா புறப்பட்டுட்டாராம்.”

“அடப் பாவமே...”

“நான் அடிக்கடி மனோஜை டைவர்ஸ் செய்யப்போறேன்னு சொல்லிட்டிருக்கேன்... இந்த டென்ஷன்ல அதுக்கு சம்மதிப்பாரா?”

“சான்ஸே இல்லப்பா. என்னைக் கேட்டா இந்த டைவர்ஸ் யோசனையே அபத்தம் ப்ரீத்தி.”

“அதனாலதான் இப்ப எனக்கு டைவர்ஸை விடவும் பெஸ்ட்டா வேற ஒரு யோசனை மனசுல ஓடுது கோகுல்.”

“என்ன அது?”

“மனோஜை டைவர்ஸ் செஞ்சா ஒரு கொறைச்சலான அமவுண்ட்தான் வரும். இல்ல... ஒரு அமவுண்ட்டும் வராமலும் போகலாம். மனோஜுக்கு ஏதாச்சும் நடந்தா...?”

“வாட் டு யூ மீன்?”

“ஒருவேளை... நான் திடீர்னு விதவையா ஆயிட்டாலும் உங்களுக்கு ஓகேயா கோகுல்?”

உச்சமான அதிர்ச்சியுடன் அவளைப் பார்த்தார் கோகுல்.

“சாதாரண விதவை இல்லை. இன்கம்டாக்ஸ் டிபார்ட்மெண்ட்டுக்குக் காட்ற கணக்குப்படியே எழுநூறு கோடி சொத்தோட ஒரு இளம் விதவை.”

“உனக்கு எதுவுமே சீரியஸ் இல்லையா ப்ரீத்தி?”

“இதை சீரியஸாத்தான் சொல்றேன்.”

“உதை வாங்கப்போறே.”

“உதைச்சாலும் பரவால்ல... முழுசா என் பிளானைக் கேட்டுங்க கோகுல். மனோஜ் இந்த கேஸுக்காக மாசத்துல ரெண்டு தடவை கல்கத்தாவுக்குப் பறந்துட்டிருக்கார்.”

“ஸோ?”

“கல்கத்தால ஒரு கூலிப் படையை செட் செஞ்சா... பிளான்படி எல்லாம் கச்சிதமா நடந்தா... பழி அவரோட பிரதர் மேலதான் விழும். ரெண்டு வக்கீலும் சாட்சி சொல்வாங்க. எப்படி ஐடியா?”

இதுவரை மோகத்துடன் மட்டுமே பார்த்துக்கொண்டிருந்த ப்ரீத்தியை, முதன்முறையாக ஒருவித பயத்துடன் பார்த்தார் கோகுல்தாஸ்.

* * *

கோகுல்தாஸ் சொல்லி முடித்ததுமே பரத் அவசரமாக, "சார்... இப்போ அந்த மனோஜ் கபூர் உயிரோட இருக்கார்தானே?" என்றான்.

"இருக்கார். நேத்துகூட பிஸினஸ் விஷயமாப் பேசினேன்."

"அப்பாடா! டேஞ்சர் பார்ட்டி சார் உங்க ப்ரீத்தி."

"அன்னிக்கே அவளை நான் கடுமையா கண்டிச்சேன். இப்படி ஒரு யோசனை உன் மனசுல வந்ததுக்காகவே நீ வெக்கப்படணும்னு நல்லாத் திட்டினேன்."

"சார்... உங்க ப்ரீத்தி ஏஞ்சல் இல்ல சார். டெவில்!"

"ஆமாம். சிம்லா மீட்டிங்லதான் அதை நான் உணார்ந்தேன். அதுக்கப்பறம் லேசா ஒரு விலகல் காட்ட ஆரம்பிச்சேன்."

"மாயா மேடம் மர்டர் ஆனதுக்கு ப்ரீத்தியோட ரியாக்ஷன் எப்படி இருந்திச்சி?"

"போன் செஞ்சிப் பேசினப்போ அழுதா."

"ரியலி?"

"என்னாலயும் நம்ப முடியலை. ஆனா அழுதா."

"என்ன சொன்னாங்க?"

"உங்க மேல இருக்கற எக்ஸ்ட்ரீம் லவ்வுனால மாயா செத்தாலும் பரவால்லன்னு வயலன்ட்டா யோசிச்சேன். ஆனா, அது ரொம்பப் பெரிய தப்புன்னு ஃபீல் பண்றேன்னு சொன்னா."

பரத் சிந்தனையுடன் பேனாவை விரல்களுக்கிடையில் வைத்து மேலும் கீழுமாக அசைத்துக்கொண்டிருந்தவன், அதை நிறுத்தி அவரை ஆழமாகப் பார்த்தான்.

"அந்த அழுகை ஏன் நாடகமா இருக்கக் கூடாது சார்?"

"இருக்கலாம்."

"மனோஜுக்காக யோசிச்ச பிளானை ஏன் மாயாவுக்கு அப்ளை செஞ்சிருக்கக் கூடாது? சென்னையில ஒரு கூலிப் படையை நியமிச்சி... பணம் கொடுத்து..."

“இதே சந்தேகம் எனக்கும் இருக்கறதாலதான் எதையும் மறைக்காம உங்ககிட்ட எல்லாம் சொல்றேன். இதையெல்லாம் நான் போலீஸ்ல சொல்ல முடியுமா?”

“புரியுது சார்.”

“அப்போ கொலைகாரன் ஒரு மெண்டல் அப்படின்ற நம்ம யூகம் தப்பா பரத்? ரெண்டு லெட்டருக்கு என்ன அர்த்தம்? காசுக்காக ஒரு கொலை செய்றவன் இதெல்லாம் செய்வானா என்ன?”

“அவன் ஒரு மெண்டல் அப்படின்ற கோணத்தையும் விலக்காம வெச்சுக்கலாம். அதே சமயம் ப்ரீத்தியோட திரைக்கதையே அப்படி இருந்தா? ஒரு மெண்டலை போலீஸ் சந்தேகப்படணும்னு திட்டம் போட்டு இப்படில்லாம் செய்ய வெச்சா?”

“என்னால அவளை முழுசா சந்தேகப்படவும் முடியல. சுத்தமா சந்தேகப்படாம இருக்கவும் முடியல.”

“அப்பறம் ஒரு விஷயம் சார். எப்படியும் போலீஸ் தரோவா குடைஞ்சி எடுத்திருப்பாங்க. இருந்தாலும் நாங்க ஒரு தடவை கொலை நடந்த அந்த ரூமைப் பார்க்கணும்.”

“அதுக்கப்பறம் நான் அந்த ரூமைப் பயன்படுத்தவே இல்ல சார். அப்படியேதான் வெச்சிருக்கேன். நான் வீட்ல இருக்கணும்னு அவசியம் இல்லை. நீங்க எப்ப வேணாலும் பார்க்கலாம்” என்றார் கோகுல்தாஸ்.

மேலும் அரை மணி நேரம் பேசிவிட்டு பரத் புறப்பட்டான்.

* * *

சுசிலா இல்லாத சமயம் பேசிய எல்லாவற்றையும் காரை ஓட்டியபடி சுசிலாவிடம் பரத் சொல்லி முடித்ததும்...

“என்னால கெஸ் செய்ய முடிஞ்சது” என்றாள்.

“ப்ரீத்தி அப்படி செய்யக் கூடியவளான்னு தெரியணும் சுசி.”

“ப்ரீத்தியை எப்படி சந்திச்சி எப்படி கேக்க முடியும் பரத்?”

“யோசிப்போம். இப்போ நெக்ஸ்ட் நாம மாயாவோட ரூமைப் பார்க்கப் போறோம். சார்கிட்ட பர்மிஷன் வாங்கிட்டேன்.”

“அங்க நமக்கு ஒரு பிரேக்த்ரூ கிடைக்கும்னு எனக்கு ஒரு இன்னர் இன்ஸ்ட்டிங்க்ட் சொல்லுது பரத்” என்றாள் சுசிலா.

24

சில மாதங்களுக்கு முன்...

ரஞ்சித் காரை ஓட்டிக்கொண்டிருக்க... பின் சீட்டில் அமர்ந்திருந்த மாயா, லேப்டாப்பில் வேலை செய்துகொண்டிருந்தவள் எதேச்சையாக நிமிர்ந்து பார்த்து திடுக்கிட்டு, "ஏய்... ரஞ்சித்... இது ஆபீஸ் ரூட்டு இல்லையே... எங்க போற?" என்றாள்.

"உங்கூட கொஞ்சம் பேசணும் மாயா."

போக்குவரத்து அதிகமில்லாத அந்த அகலமான சாலையில் ஒரு மரத்தின் நிழலில் காரை நிறுத்தினான்.

"உங்கிட்ட பேச எனக்கு எதுவும் இல்ல."

"எனக்கு இருக்கே!"

இறங்கி பின்புறக் கதவைத் திறந்து அவள் அருகில் அமர்ந்துகொண்டான். வெறுப்புடன் நகர்ந்து அமர்ந்தாள்.

"உன் வீட்ல உனக்குப் பக்கத்துலயே இருந்தா என்னைப் பார்க்கப் பார்க்க என் மேல உனக்கு நம்ம பழைய காதல் மறுபடி துளிர்க்கும்னு நினைச்சேன். ஆனா, அப்படி எதுவும் நடக்கலை."

"ரஞ்சித்... தெளிவா பல தடவை நான் உனக்கு சொல்லிட்டேன். எப்போ கல்யாணம் ஆச்சோ, அந்த நிமிஷமே நம்ம காதலை மனசுல எரிச்சுட்டேன்."

"அப்போ நம்ம காதல் என்ன குப்பையா? நான் வைரமா நினைக்கிறேன்."

"நம்ம லவ் மேட்டரை கோகுல்கிட்ட சொல்லிடட்டுமான்னு அடிக்கடி நீ மிரட்டிக்கிட்டே இருக்கியே... இப்போ சொல்றேன். இனி நான் அந்த மிரட்டலுக்கு பயப்படப் போறதில்லை."

“ஏன்னு எனக்குத் தெரியும் மாயா.”

“எங்க சொல்லு பார்க்கலாம்...”

“கோகுல் ஒண்ணும் யோக்கியம் இல்ல. அவருக்கும் கல்யாணத்துக்கு முன்னாடி ஒரு பழைய காதல் உண்டு. காதலைத் தவிர சில தொடர்புகளும் உண்டு. அதனால நான் உண்மையைச் சொன்னாலும் உன்னைக் கேள்வி கேக்கற யோக்கியதை அவருக்கு இல்லை.”

அவனை ஆச்சர்யமாகப் பார்த்தாள் மாயா.

“என்ன... ஷாக்கா இருக்கா? நான் சும்மா டிரைவர் வேலை மட்டும்தான் பார்த்துட்டு இருக்கேன்னு நினைச்சியா? சி.ஐ.டி வேலையும் பார்க்கறேன். நான் சொன்ன தகவல்கள் ரைட்டா?”

மாயா ஆமோதிக்கவும் இல்லை. மறுக்கவும் இல்லை. தன் நகங்களைப் பார்த்துக்கொண்டு அமைதியாக இருந்தாள்.

“அதனால உன்னை மிரட்டி என் வழிக்குக் கொண்டுவர முடியும்ங்கற என் நம்பிக்கைப் போயிடுச்சி. கார், பங்களா, அந்தஸ்துன்னு நீ சொகுசா செட்டிலாயிட்டே. இதை விட்டுட்டு வரவே மாட்டேன்னு புரிஞ்சிடுச்சி.”

“கோகுல் ரொம்ப நல்லவர். அவர் எனக்கு சொன்ன வார்த்தைபடி என் குடும்பத்துக்கு எவ்வளவு செஞ்சிருக்கார் தெரியுமா? இன்னும் ரெண்டு ஜென்மத்துக்கு நன்றிகடன் பட்டிருக்கேன் ரஞ்சித்.”

“நான் ஒரு இறுதியான முடிவுக்கு வந்துட்டேன். மறுபடி சிங்கப்பூருக்கே போயிடறேன்.”

“இதைத்தான் நான் ஆரம்பத்துலேர்ந்தே சொல்லிட்டிருக்கேன்.”

“எனக்கு கொஞ்சம் பணம் வேணும்.”

“தர்றேன்னு எப்பவோ சொன்னனே... ஒரு அஞ்சி லட்சம் தரட்டுமா? நாளைக்கே தர்றேன்.”

“அஞ்சிதான்... ஆனா லட்சம் இல்லை. கோடி! அஞ்சி கோடி வேணும் டியர். லட்சத்துல சொல்லி நம்ம காதலை ரொம்ப

சீப்பாக்கிட்டியே. எப்ப தர்றேன்னு சொல்லு. அடுத்த நாளே ஒரு பெரிய குட் பை சொல்லிட்டு விலகிடறேன்.''

அமைதியாக இருந்தாள் மாயா.

"உன்னால முடியும். உங்க தொழில்ல பிளாக் மணி புழக்கம் எவ்வளவு பெர்சென்ட்டேஜ்னு எனக்கு நல்லாத் தெரியும். நினைச்சா உன்னால ஒரே நாள்ல ஏற்பாடு செய்ய முடியும்.''

"கொஞ்சம் யோசிக்க டைம் கொடு. இப்ப வண்டி எடு. டைம் ஆச்சி'' என்றாள் மாயா.

ஐந்து லட்சம் போதாது, பத்து லட்சம் வேண்டும் என்றுக் கேட்டிருந்தாலும் நியாயம். அதை விடுத்து... ஐந்து கோடி வேண்டுமாமே! பேராசை!

நான் உருகி உருகிக் காதலித்த அந்த ரஞ்சித் இவன் இல்லை. இவன் வேறு ஆசாமி. எல்லா நல்ல குணங்களும் கரைந்துபோய் கெட்ட குணங்கள் மட்டுமே பல்லிளித்துக்கொண்டிருக்கும் ஒரு படுமோசமான ஆசாமி.

இப்போது ஒரு வகையில் என் எதிரி.

ஒரு பைசாகூடச் செலவில்லாமல் இவன் பிரச்சனையைத் தீர்க்க வேண்டும். எப்படி?

தீவிரமாக யோசித்தாள் மாயா.

* * *

K4 அண்ணா நகர் போலீஸ் ஸ்டேஷன் கட்டடத்தின் நெற்றியில் தமிழிலும் ஆங்கிலத்திலும் சிவப்பு மற்றும் நீலத்தில் தமிழக அரசின் சின்னத்துடன் போர்டு இருந்தது.

May I help you?

– என்கிற கேள்வியுடன் செங்கல் செவ்வகங்கள் போல பெயிண்ட் அடித்த ஒரு தனி பூத் இருந்தது. வெளியே பல வாகனங்கள் நின்றிருந்தன. யூனிஃபார்ம் அணிந்த அதிகாரிகள் புறப்பட்டுக்கொண்டும், வந்துகொண்டுமிருந்தார்கள்.

உள்ளே கிரைம்ஸ், சட்டம் ஒழுங்கு என்று பல பிரிவுகளுக்கும் தனித் தனி அறைகள் இருக்க...

இன்ஸ்பெக்டர் கார்த்திகேயனின் அறையில் பழுப்பு கலரில் நிறம் மங்கிப்போன டயலுடன் சுவர் கடிகாரம், தன் தலையில் வைக்கோல் திரிகளுடன் விக்கல் சத்தம் போல பெரிய ஒலி எழுப்பியது.

அவர் மேஜையில் ஒரு இஞ்ச் பரப்பளவுகூட இடமில்லாமல் புத்தகங்களும், ஃபைல்களும், காகிதங்களும் பரப்பியிருக்க, லேண்ட் லைன் டெலிபோனில் பேசிக்கொண்டிருந்தார்.

எதிர் நாற்காலியில் சப் இன்ஸ்பெக்டர் தயாளன் அமர்ந்து ஒரு ஃபைலைப் புரட்டி படித்துக்கொண்டிருந்தவர், நடு நடுவில் சில இடங்களில் பென்சிலால் சுழித்துக்கொண்டிருந்தார்.

"இல்லை சார். ஒரே கோணத்தை ஃபிக்ஸ் பண்ணிக்கலை. ஆமாம் சார், வந்துடுச்சு சார். அதில பெரிசா எதுவும் பிரேக் கிடைக்கல சார். மாயாவோட ஆபீஸ்ல இன்டர்வ்யூ அட்டெண்ட் செஞ்சிட்டுப் போனவங்கள்ல யாரையும் சஸ்பெக்ட் செய்ய முடியல சார். எல்லாரையும் கிளியர் செஞ்சிட்டோம். மேக்ஸிமம் ட்ரை பண்ணிட்டுதான் இருக்கேன். ஓகே சார். தேங்க் யூ சார், ஷ்யூர் சார். ஐ வில் ரிப்போர்ட் யூ சார்."

பேசி வைத்த கார்த்திகேயன் கர்ச்சீப் எடுத்து கழுத்து வியர்வையைத் துடைத்தபடி, "இந்த மேலதிகாரிங்களுக்கெல்லாம் நம்ம இங்க என்னவோ கோடு வரைஞ்சி ஆடு புலி ஆட்டம் விளையாடிக்கிட்டிருக்கோம்னு நினைப்பு" என்றார்.

"ரொம்ப காய்றாரா சார்?"

"ஆமாம். இத்தனை நாளாச்சி. இன்னும் ஒரு அரெஸ்ட்கூட இல்லையான்றார். சரியான ஆதாரம் இல்லாம நான் வேலைக்காரன், வாட்ச்மேன் எல்லாரையும் அரெஸ்ட் பண்ணி கொண்டுபோய் நிப்பாட்டுனா மாஜிஸ்ட்ரேட் மூஞ்சில துப்பமாட்டாரு? கொலை பண்ணினவன் 'நான் இந்த இடத்தில உட்கார்ந்து பீடி குடிச்சிட்டிருக்கேன், வந்து அரெஸ்ட்

பண்ணிக்கிட்டுப் போங்க'ன்னு போன் பண்ணி சொல்வானா என்ன?"

கான்ஸ்டபிள் வந்து, "சார், ‹கீரன்› பத்திரிகையிலேர்ந்து ரிப்போர்ட்டர் வந்திருக்கிறார். போன் செஞ்சிருந்தாரம்" என்றார்.

"சரி, வரச்சொல்லுங்க. மூணு டீ சொல்லிடுங்க. அரை பாக்கெட் சிகரெட்டும். சொன்னா பையனே கொண்டாந்துடுவான்."

அந்த நிருபர் சற்று பருமனாக இருந்தார். பட்டனுக்கு பட்டன் சட்டை விலகியிருந்தது. தலையில் எண்ணெய் தேய்த்து வாரி, நெற்றியில் சந்தனம், குங்குமம் வைத்து, சபா செகரெட்டரி மாதிரி இருந்தார்.

"மாயா கொலை வழக்கை நீங்கதானே விசாரிக்கிறீங்க? இல்லை, ஸ்பெஷல் பிராஞ்சுக்கு மாறிடுச்சா சார்?"

"நான்தான் விசாரிக்கிறேன்."

"இந்த கேஸ் பத்தி பேப்பர்ல அதிகமான விபரங்கள் வரலை. மர்மமானமுறையில்கொலைசெய்யப்பட்டிருக்கிறார். மனநலம் பாதிக்கப்பட்ட ஒரு இளைஞர் இதைச் செய்திருக்கக்கூடும்னு கொடுத்திருந்தீங்க. இப்ப உள்ள டெவலெப்மெண்ட்ஸ், உங்க அனுமானம் இதெல்லாம் சொல்ல முடியுமா?" என்றவர், தனது பையிலிருந்த மொபைல் போனில் ரெக்கார்டரை செட் செய்யப்போனார்.

"டேப் பண்றதெல்லாம் வேணாம். அந்த மெண்டல் கொலைகாரன் இப்போ மறுபடி ஒரு லெட்டர் கோகுல்தாஸ் மூலமா அனுப்பிருக்கான். இப்பதான் ஒப்படைச்சிட்டுப் போனார். எங்க டிபார்ட்மெண்ட்டுக்கு மறுபடி சவால் விட்ருக்கான். நாங்க பல கோணங்கள்லயும் விசாரிச்சிக்கிட்டுருக்கோம். அவனை நெருங்கிட்டிருக்கோம். அரசு, தனியார்னு மனநோய் மருத்துவமனைகள் ஒண்ணு விடாம நோயாளிகள் பத்தி விசாரிக்கிறோம். சந்தேகப்படற ரெண்டு மூணு பேரை கண்காணிச்சிட்டிருக்கோம்."

நிருபர் சரசரவென்று மறுபடி படித்தால் அவருக்கு மட்டுமே புரியும்படியாக கிறுக்கிக்கொண்டார்.

“அந்த லெட்டரை பப்ளிஷ் பண்ணலாமா சார்? ஒரு ஜெராக்ஸ் பிரதி கிடைக்குமா?”

“ஹையர் அஃபீஷியலை கன்சல்ட் பண்றேன். தரலாம்னு சொன்னா வாட்ஸ்அப் பண்றேன். டீ குடிச்சிட்டுப் போங்க” என்று பேட்டியைக் கத்தரித்தார்.

டீ வந்ததும், அதைக் குடித்துவிட்டு நன்றி சொல்லி நிருபர் புறப்பட்டுச் சென்றதும், பெருமூச்சுவிட்ட கார்த்திகேயன், தயாளனைப் பார்த்தார். தயாளன் மெதுவாகப் புன்னகைத்தார்.

“எதுக்கு சிரிக்கிறீங்க தயாளன்?”

“கோகுல்தாஸ் கொடுத்துட்டுப் போன இந்த ரெண்டாவது லெட்டரை நினைச்சேன். சிரிப்பு வருது.”

“எனக்கு கலவரமா இருக்கு. உங்களுக்கு சிரிப்பு வருதா?”

“சார், எந்தக் கொலைகாரனாவது நான் எப்படி உள்ளே வந்தேன், எப்படி ஒரு கொலை செஞ்சேன், எப்படி திரும்பிப் போனேன்னு கிட்டதட்ட ஒரு வாக்குமூலம் மாதிரியே லெட்டர் எழுதுவானா சார்?”

“மனநிலை சரியில்லாத கொலைகாரன் எழுதுவான்.”

“ஸாரி... தன் மேல எந்தத் தப்பும் இல்லன்னா, கோகுல்தாஸ் எதுக்காக சார் இந்த கேஸ்ல தனியார் துப்பறியும் நிறுவனத்தை இழுக்கணும்? சார்... கோகுல்தாஸ் உங்களுக்கு ரொம்ப வேண்டியவர். அதனால அவரை சந்தேகப்பட நீங்க தயாரா இல்லை. ஆனா, இப்பவும் நான் சந்தேகப்படறேன். என் சந்தேகங்களை அதிபுத்திசாலியான கோகுல்தாஸ் யூகிச்சுட்டார். கொலைகாரன் யாரோ ஒரு மெண்டல்னு நம்மை ஸ்ட்ராங்கா நம்பவைக்கறதுக்காக இந்த லெட்டரை அவரே தயாரிச்சி எடுத்துட்டு வந்து கொடுத்துட்டார்.”

“இதே கோணத்துலயே ஆர்க்யூ பண்றதுக்கு முன்னாடி கோகுல்தாஸ் காதலிச்சி கல்யாணம் பண்ணிக்கிட்ட மாயாவைக் கொல்றதுக்கு ஒரு நல்ல மோட்டிவ் சொல்லுங்க தயாளன்.”

“சொல்றேன் சார்” என்றார் தயாளன்.

25

“இதே கோணத்துலயே ஆர்க்யூ பண்றதுக்கு முன்னாடி கோகுல்தாஸ் காதலிச்சி கல்யாணம் பண்ணிக்கிட்ட மாயாவைக் கொல்றதுக்கு ஒரு நல்ல மோட்டிவ் சொல்லுங்க தயாளன்” என்றார் இன்ஸ்பெக்டர் கார்த்திகேயன்.

“சொல்றேன் சார்” என்றார் தயாளன், “இதுவரைக்கும் கோகுல்தாஸ் ஆபீஸ்லயும் சரி... அவரோட ஃபிரெண்ட்ஸ் சைடுலயும் சரி... என் பேரை வெளில சொல்லிடாதீங்கன்னு சொல்லிட்டு, அவரோட அந்தரங்க ரகசிய சேட்டைகளைப் பத்தி சில விஷயங்கள் சொல்லிருக்காங்க சார். அது உங்களுக்கும் தெரியும்”

முகம் சுளித்தார் கார்த்திகேயன். தயாளன் விடாமல் கோகுல்தாஸ் மீது சந்தேகப்பட்டுப் பேசும் ஒவ்வொரு வார்த்தையும் அவருக்குப் பிடிக்கவில்லை. எரிச்சலடைந்தார்.

“இத பாருங்க தயாளன்... அவரோட ஸ்டேட்டஸ்க்கு இதெல்லாம் ஒரு விஷயமில்லை. ஒண்ணுமில்லாதவனே ஆடறான்.”

“சார்... அது அவர் பர்சனல் மேட்டர். அதுல எனக்கு ஒரு பிரச்சனையும் இல்லை. உங்களுக்கும் இல்லை. ஆனா, மாயாவுக்கு அது பிரச்சனை இல்லையா சார்?”

“என்ன சொல்றீங்க?”

“அவரோட ஒரு லீலை அவளுக்குத் தெரியவந்திருக்கலாம். கண்டிச்சிருக்கலாம். அவளுக்குத் தெரிஞ்சிடுச்சேன்னு அவரு கடுப்பாயிருக்கலாம். வாய் வார்த்தை வளர்ந்து அந்தச் சண்டையோட ஒரு எல்லையில ஆத்திரப்பட்டு கோகுல்தாஸ் அவளை...”

“ஸ்டாப் இட் தயாளன். சகிக்கலை. மாயா ரொம்ப மிடில் கிளாஸ்லேர்ந்து வந்த பொண்ணு. அவளுக்கு இப்படி ஒரு ராணி வாழ்க்கை கிடைச்சது யானை மாலை போட்டு அரசியான கதையா முழுக்க அதிர்ஷ்டம்.”

அதனால?”

“அவ பார்க்காத வாழ்க்கை. அவ கனவுல மட்டுமே கண்ட பகட்டான பந்தாவான வாழ்க்கை. அவளுக்குன்னு தனியா பிஸினஸ். காரு, ஆடம்பரம், அவ கேக்கற எல்லாம் நடக்கற ராஜ்யம், அவ குடும்பத்துக்கு பல வசதிகள்னு இவ்வளவு கிடைச்சிருக்கறப்ப... அவ எப்படி அவரைக் கண்டிப்பா?”

“அதெப்படி சார்? புருஷன் தனக்குத் தெரியாம தப்பு செஞ்சா ஒரு பொண்டாட்டிக்கு கோபம் வராதா?”

“மாயாவைப் பொறுத்தவரைக்கும் வராது. நீங்க சொல்ற மாதிரி அவரோட பர்சனல் அஃபையர் பத்தி தெரிய வந்தாக்கூட கண்டிக்கத் தோணாது. ஏன் தெரியுமா? என் ஆபீஸ்ல வேலை பார்த்த நீ என்னை கேள்வி கேக்கறியா, வீட்டை விட்டு வெளில போடின்னு அவர் சொல்லிடலாம்னு ஒரு பயம் இருக்கும்.”

தயாளன் பெருமூச்சு விட்டார்.

“நீங்க எதுக்கு சார் இப்படி பிடிவாதமா கோகுல்தாஸை விடாம சப்போர்ட் பண்றீங்க?”

மேஜை மீது போட்டிருந்த அவரின் புது பைக் சாவியைப் பார்த்தபடி கேட்டார்.

“நீங்க எதுக்கு பிடிவாதமா அவரை சந்தேகப்படறீங்கன்னு நானும் திருப்பிக் கேக்கலாம் தயாளன்.”

“மாயா ஒருவேளை பொசசிவ் நேச்சரா இருக்கலாம். தன் கணவன் தனக்கு துரோகம் செய்றதை விரும்பாதவளா இருக்கலாம். எனக்கு அடிப்படையிலயே ஒரு கேள்வி உண்டு சார்.”

“என்ன?”

“அவ விழிப்புணர்வு பரப்பற ஒரு சமூக அமைப்புல மெம்பரா இருந்திருக்கா. எப்போ? அவர் ஆபீஸ்ல வேலைக்கு சேர்றதுக்கு முன்னாடி. அப்போ அதிகார வர்க்கத்துக்கு எதிரா கோஷம் எல்லாம் போட்டிருக்கா. அப்படிப்பட்டவ ஒரு மொரட்டு பணக்காரரர் லவ் பண்றேன்னு சொன்னதும் எப்படி சரின்னு சொன்னா?”

“அதிகார வர்க்கத்துல இருக்கற அத்தனை பேரும் தப்பானவங்க இல்லைன்னு புரிஞ்சிருக்கலாம். அவரோட அளவு கடந்த அன்பு அவளை வீழ்த்தியிருக்கலாம்.”

தயாளன் வெறுத்துப் போனார். இதற்கு மேல் என்ன பேசினாலும் எடுபடாது என்பதை உணர்ந்து வேகமாக எழுந்துகொண்டார்.

“தயாளன்... நீங்க என் மேல கோபப்படறதுல எந்த அர்த்தமும் இல்லை. கோகுல்தாஸே இதைச் செஞ்சிட்டு நம்மகிட்ட விளையாடிட்டு இருக்கறார்னு நான் நம்பலை. என்னை நம்பவைக்க ஆணித்தரமான ஆதாரத்தோட வாங்க. வெறும் யூகங்கள் கோர்ட்டுக்குப் போதுமா?”

“தெரியும் சார். நான் ஒண்ணும் நேத்து காலையில முதல் தடவையா யூனிஃபார்ம் மாட்டினவன் இல்லை. எனக்கும் சர்வீஸ் இருக்கு. கோர்ட்டுக்குத் தேவைப்படற வலுவான ஒரு ஆதாரத்துக்கு வலை வீசி வெச்சிருக்கேன். மாட்டினதும் சொல்றேன்” என்று வேகமாக அறையை விட்டுச் சென்ற தயாளனை சிந்தனையுடன் பார்த்தார் கார்த்திகேயன்.

* * *

மாயாவின் படுக்கையறையில் கிட்டத்தட்ட அரைமணி நேரம் பொறுமையாக நோட்டம் விட்ட பரத்தும் சுசிலாவும், சிந்தனையைத் தூண்டும் விதமாக எதுவும் கிடைக்காமல் சோர்ந்துபோய் புறப்பட எத்தனித்த நேரம்...

பரத் மீண்டும் அந்தப் புத்தக ஷெல்பை நோட்டமிட்டான்.

அநேகமாக கட்டடக் கலை, உள் அலங்காரம் தொடர்பான புத்தங்கள் இருந்தன. தவிர, ஆங்கில காதல் கதைகள் நிறைய இருந்தன.

ஒன்றிரண்டை எடுத்துப் புரட்ட, ‘மாயா’ என்று பெயர் எழுதப்பட்டிருந்தது.

ஒரு தடியான புத்தகத்தை எடுத்துப் பார்த்து மீண்டும் வைக்கப் போனபோது, வரிசையின் அடுக்கில் நிற்கவைக்கப்படாமல் உள்புறம் மறைவாகப் படுக்கை வாக்கில் கிடந்த ஒரு புத்தகம் அவன் கவனம் ஈர்த்தது.

சரியாகச் சொல்ல வேண்டுமென்றால், அந்தப் புத்தகம் அங்கே ஒளித்து மறைவாக வைக்கப்பட்டிருந்தது. ஆர்வம் மேலிட அதை எடுத்துப் பார்த்தான்.

‘காதல் என்றுமே தோற்பதில்லை’ என்கிற தலைப்பில் இருந்த அந்தப் புத்தகத்தின் அட்டையில் ஒரு ஆணும் பெண்ணும் கட்டியணைத்து உதட்டோடு உதடு பொருத்தி ஆழமாக முத்தமிட்டுக் கொண்டிருந்தார்கள்.

புத்தகத்தின் அட்டையைப் புரட்டினான் பரத்.

முதல் பக்கத்தில்...

‘என் இனிய மாயாவுக்கு...

பிறந்த நாள் பரிசாக...

வாழ்த்துக்களுடன்,

உன் இனிய நான்.’

- என்று எழுதியிருந்ததைப் பார்த்ததும் புருவத்தைச் சுருக்கினான். அதென்ன பெயரை எழுதாமல் ‘உன் இனிய நான்?’

“சுசி... இங்க பாரு.”

அவளும் ஆர்வமாக அருகில் வந்து வாங்கிப் பார்த்தாள்.

“இந்த புக் கோகுல்தாஸ் வாங்கிக் கொடுத்திருந்தா பிரச்சனை எதுவும் இல்லை. அவர் வாங்கிக் கொடுத்ததில்லைன்னா...”

“இன்னொரு விவகாரமான கோணம் இதுல ஒளிஞ்சிருக்குன்னு அர்த்தம்!” பரத் முடிக்காத வாக்கியத்தை சுசிலா முடித்தாள்.

“என் இனிய மாயாவுக்கு! சாதாரண வார்த்தைகள் இல்லை.”

புத்தகத்தை விர்ரென்று உள்ளே புரட்டிப் பார்த்தான் பரத்.

உள்ளே சில பக்கங்களில் கிளிட்டரிங் பச்சை நிற பேனாவால் பல வரிகள் அடிக்கோடிடப்பட்டிருந்தன.

"சுசி... இந்த ஹைலைட் செஞ்ச லைன்ஸ் மட்டும் படியேன்."

சுசிலா வாய்விட்டுப் படித்தாள்.

"காதலுக்கு எப்படி ஜாதி, மதம், கல்வி, பணம் இவையெல்லாம் ஒரு தடையில்லையோ, அதைப்போல திருமணமும்கூட ஒரு தடையில்லை. ஒரு ஆணுக்கும் சரி, ஒரு பெண்ணுக்கும் சரி திருமணத்திற்குப் பிறகும் வேறு ஒருவர் மீது காதல் வரலாம். இது இயற்கை. உணர்வுகளுக்கு எதுவுமே வேலி போட முடியாது. பண்பாடு, சம்பிரதாயம், கலாசாரம் – இவை நாமே போட்டுக்கொள்ளும் கை விலங்குகள். காதல் இதைத் தகர்க்கும் சக்தி கொண்டது."

"சரிதான். அப்பறம்?" என்றான் பரத் கிண்டலாக.

மற்றொரு பக்கத்தில் படித்தாள்.

"பொதுவாக ஆணைவிடப் பெண்ணுக்கு ஒப்பிட்டுப் பார்க்கிற குணம் அதிகம். செல்வம், நகை, அலங்காரம், உடை என்று எதையும் தனக்குள்ளதுடன் மற்றவருக்கு உள்ளதை ஒப்பிடுவது இயற்கை குணம். அதேபோல தன் கணவனை மற்ற கணவர்களுடன் ஒப்பிடத் தயங்குவதில்லை. 'உங்களைவிட அவர் பாருங்கள், அதிகம் சம்பாதிக்கிறார்' என்பதை பல பெண்கள் வெளிப்படையாக சொல்வதுண்டு. ஆனால் 'உங்களைவிட அவர் பாருங்கள், அழகாக இருக்கிறார்' என்று யாரும் சொல்வதில்லை. அப்படி சொல்வதில்லையே தவிர நினைப்பதில்லை என்று ஆகாது. ரகசியமாக மனதில் அந்த அடுத்தவர் கணவனைப் பதிவு செய்துக்கொள்கிறாள். அதே நபரை அவள் மீண்டும் மீண்டும் சந்திக்க நேரிடும்போது உள்ளே விழுந்த அந்த ரகசிய விதை வளர்கிறது. சில கட்டுப்பாடான பெண்கள் அந்த விதை முளைவிடும் முன்பாகவே வேரோடு பிடுங்கி எறியும் மன உறுதி கொண்டுள்ளார்கள். ஆனால், சிலர் அந்த விதையை செடியாக்கி, மரமாக்கி கனி பறித்து சாப்பிடத் துவங்குகிறார்கள் தைரியமாகவே. ஆனால் ரகசியமாகவே."

மற்றொரு பக்கத்தில்...

"திருமணமான பெண் இந்தச் சமுதாயத்தைப் பொறுத்தவரை தன் கணவனைத் தவிர மற்றொரு ஆடவனைப் பார்த்து அதிக நிமிடங்கள் பேசினாலே சந்தேகத்திற்கு உள்ளாகிறாள். ஆண்களுக்கு மட்டும் இந்த ஏகப்பத்தினி விரதத்தில் ஆரம்ப காலத்தில் இருந்தே சலுகைகள் வழங்கப்பட்டுவிட்டன. ஆனால், இப்போதைய பெண்களில் பலர் விழிப்படைந்துள்ளானர். செக்ஸ் சுதந்திரமும் அவர்களுக்குள் ஒரு தாகமாகவே இருக்கிறது. அதில் தப்பில்லை என்கிற மனப்பக்குவத்திற்கு பலர் வந்துவிட்டார்கள். எது சரி, எது தவறு என்பதைவிட எது தேவை, எது சுகம் என்கிற கேள்விகள் மேலோங்கியுள்ளது. காதலைப் போலவே இன்று காமமும் சக்தி மிக்க விஷயமாக வளர்ந்துள்ளது."

"போதும் சுசி. இந்த ரைட்டர், அடல்ட்ரியை எத்தனை அழகா நியாயப்படுத்தறார். இந்த புக்கை நிச்சயமா கோகுல்தாஸ் பரிசா கொடுத்திருக்க முடியாது."

"பரத்... யார் கொடுத்திருந்தாலும் சரி... இந்தக் கருத்துகளை மாயா அண்டர்லைன் செஞ்சி வெச்சிருக்கான்னா என்ன அர்த்தம்?"

"அந்தக் கருத்துகள்ல அவளுக்கு உடன்பாடுன்னு அர்த்தம்."

"அப்படின்னா?"

"மாயாவுக்கும் ஒரு எக்ஸ்ட்ரா மேரீட்டல் அஃபயர் இருக்கலாம்னு தோணுது சுசி. வெய்ட். இதை உடனே கிளியர் செஞ்சிக்கலாம்" என்ற பரத் கோகுல்தாஸுக்கு போன் செய்தான்.

"சார். தொந்தரவுக்கு ஸாரி. இதை மட்டும் சொல்லுங்க. உங்க வைஃபுக்கு பர்த்டேக்கு புக் எதாவது பிரசண்ட் செஞ்சதுண்டா?"

கோகுல்தாஸின் பதிலுக்கு காத்திருந்தான் பரத்.

26

“சார்... தொந்தரவுக்கு ஸாரி. இதை மட்டும் சொல்லுங்க. உங்க வைஃபுக்கு பர்த் டேக்கு புக் ஏதாவது பிரசண்ட் செஞ்சதுண்டா சார் நீங்க?”

போனில் கோகுல்தாஸின் பதிலுக்குக் காத்திருந்தான் பரத்.

“புக்கா? நெவர். கோல்டும் டைமண்டுமாதான் பிரசண்ட் செஞ்சிருக்கேன். வெட்டிங் டேக்கு கார்கூட பிரசண்ட் செஞ்சிருக்கேன்.”

“உங்க ரூம்ல புக் ஷெல்ஃப்ல உள்ள புக்ஸ் எல்லாம் உங்க கலெக்ஷனா?”

“பில்டிங், ரியல் எஸ்டேட் இதப் பத்தின புக்ஸ் மட்டும்தான் என்னது. எனக்கு கதைப் புத்தகம் வாசிக்கிற பழக்கமே இல்லை. அதெல்லாம் மாயாவோடது. அவளேதான் வாங்குவா. எக்ஸிபிஷன்ஸ் போவா. புக் ஷாப்ஸ் போவா. ஆன்லைன்ல வாங்குவா. ஆமாம், எதுக்கு கேட்டீங்க?”

“அப்பறம் சொல்றேன்.” போனை அணைத்து பாக்கெட்டில் போட்டுக்கொண்டு சுசிலாவைப் பார்த்து, “இது கோகுல்தாஸ் பிரசண்ட் பண்ணலையாம்” என்றவன், சுசிலாவைப் பார்த்து விஷமமாகக் கண்ணடித்துச் சிரித்தான்.

“அப்படின்னா கோகுல்தாஸ்க்கு ஒரு ப்ரீத்தி கபூர் மாதிரி மாயாவுக்கும் ஒரு எக்ஸ் இருந்திருக்கணும் சுசி.”

“இந்த புக்குல அந்த யாரோ முதல் பக்கத்துல உன் இனிய நான்னு எழுதி பிரசண்ட் செஞ்சிருக்கறதாலயும்... இந்த புக்கை மாயா ரகசியமா மறைச்சி வெச்சிருக்கறதாலயும் அப்படித்தான் நினைக்க வேண்டியிருக்கு.”

"அது மட்டுமில்லை... மாயா இதுல தனக்குப் பிடிச்ச வரிகளை அண்டர்லைன் செஞ்சிருக்கறது முக்கியமான பாய்ண்ட். ரொம்ப விவகாரமான வரிகளை ஹைலைட் செஞ்சிருக்காளே..."

"இது ரொம்ப டெலிகேட்டான மேட்டர் பரத். இதைப் பத்தி கோகுல்தாஸ்கிட்ட எப்படிக் கேக்க முடியும்?"

தாடையில் விரல்களால் தட்டி யோசித்தான் பரத்.

"ஆனா, ஒருத்தருக்குத் தெரிஞ்சிருக்கலாம்."

"யாரு?"

"ஸ்டெல்லா பாண்டியன். மாயாவோட இண்ட்டீரியர் டிசைனிங் கம்பெனி மேனேஜர்."

"மே பி..."

"ஸ்டெல்லாவை ஸ்ட்ரைட்டா சாதாரணமா கேள்விகள் கேக்கக் கூடாது சுசி. வேற மாதிரி கொக்கிப் போட்டு கேக்கணும். இன்னும் ஏதாச்சும் கிடைக்குதான்னு இன்னொரு தரம் பார்த்துடலாம் சுசி."

பரத், சுசிலா இருவரும் அந்தப் படுக்கையறையை நுணுக்கமான பார்வையுடன் ஒவ்வொரு பகுதியையும் நோட்டமிட்டார்கள்.

சுசிலா, மாயாவின் ஒப்பனை மேஜையில் இருந்த அழகுக்கு அழகூட்டும் பலவிதமான மேக்கப் ஐட்டங்களையும் ஆராய்ந்துகொண்டிருக்க... பரத் ஒவ்வொரு வார்ட்ரோபாகத் திறந்து உள்ளே தொங்கிய, அடுக்கப்பட்ட கோகுல்தாஸ், மாயா இருவரின் உடைகளையும் பார்த்தான்.

கடைசி வார்ட்ரோபின் கதவு மட்டும் கொஞ்சம் டைட்டாக திறக்க சிரமமாக இருந்தது. கூடுதல் பலம் பிரயோகித்த பிறகு கிரீச் சத்தத்துடன் திறந்துகொண்டது.

அந்தப் பகுதியில் ஹேங்கர்களில் அதிகம் பயன்படுத்தாத ஸ்வெட்டர்கள், வுல்லன் ஜெர்க்கின்கள் என்று கம்பளி ஐட்டங்கள் மற்றும் பயணத்திற்கான பேகுகள், பெட்டிகள் இருந்தன.

அந்த வார்ட்ரோபின் கதவின் உள்புறத்தில் கீழ்ப் பகுதியில் ஒரு வட்டமான ஸ்டாண்டில் சின்ன பிளாஸ்டிக் டஸ்ட் பின் பொருத்தப்பட்டிருந்தது.

படுக்கையறையில் குப்பைத் தொட்டியைக் கண்ணுக்கெதிராக நேரடியாக வைக்காமல், இப்படி மறைவாக சிலர் வைப்பதுண்டு.

அதன் மூடியை உயர்த்தி உள்ளே பார்த்தான் பரத். கொஞ்சமாக சில வேஸ்ட் ஐட்டம்ஸ் இருந்தன.

குப்பைத் தொட்டியை மட்டும் தனியாக எடுத்துவந்து அங்கிருந்த டீப்பாய் மீது ஒரு பழைய செய்தித்தாள் தேடி விரித்து, அதில் அப்படியே கவிழ்த்தான்.

தீர்ந்துபோன முகப் பொலிவு க்ரீம், நெயில் பாலீஷ் குப்பி, ஃப்யூஸ் போன ஒரு பல்பு, கிழிக்கப்பட்ட சில பில்களின் துண்டுகள்.

அந்த பில்கள் சுக்கல் சுக்கலாகக் கிழிக்கப்படாமல் நான்காக மட்டுமே கிழிக்கப்பட்டிருந்ததால், அளவு, நிறம் வைத்து அந்த பில் துண்டுகளை மேஜை மீது வைத்து இணைக்க முடிந்தது.

1. 25 லிட்டர் பெட்ரோல் போட்டதற்கான பில்.
2. அதற்கான தொகையை கார்டில் செலுத்தியதற்கான ஸ்லிப்.
3. ஒரு பீட்ஸா கடையின் பில்.
4. அமேஸான் நிறுவனம் மூலம் வாங்கப்பட்ட ஒரு பெர்ஃப்யூமுக்கான பில்.

“சுசி... போலீஸ் எப்படி இதை மிஸ் பண்ணாங்க? கவனிச்சிருந்தா இதையெல்லாம் எடுத்துட்டுப் போயிருப்பாரே தயாளன்.”

“வார்ட்ரோப் உள்ளே மறைவா இருந்ததால, இதைக் கவனிக்காம மிஸ் பண்ணிட்டாங்க போலிருக்கு.”

“பார்த்தியா? இந்த நாலு பில்லுலயுமே ஒரே தேதி இருக்கு. அதாவது மாயா கொலை செய்யப்பட்ட அதே தேதி.”

“பெட்ரோல், கிண்டில இருக்கற பங்க்ல போடப்பட்டிருக்கு.”

பரத் அந்த நான்கு பில்களையும் தனித்தனியாக மொபைலில் படமெடுத்துக்கொண்டான்.

"வீடும் அண்ணா நகர்ல. ஆபீஸும் இதே அண்ணா நகர்ல. எதுக்கு கிண்டில போடப்பட்டிருக்கு? டைம் பார்த்தியா? காலை 11.35. தனியா அவளே டிரைவ் பண்ணிட்டுப் போனாளா? இல்லை டிரைவரோட போனாளா? விசாரிக்கணும்."

பரத் சொல்லச் சொல்ல சுசிலா தன் மொபைலில் நோட் செய்துகொண்டாள்.

"அமேஸான் ஐட்டம் எத்தனை மணிக்கு டெலிவரியாச்சுன்னு தெரியணும்."

"பரத், மாயாவோட மொபைல் போனை வாங்கிட்டுப்போன போலீஸ் திருப்பி ஒப்படைச்சிட்டாங்கன்னுதானே கோகுல்தாஸ் சொன்னார்? நமக்குக் கொடுப்பாரா?"

"கொடுத்தாச்சி. வாங்கியாச்சி" என்று பேண்ட் பாக்கெட்டிலிருந்து மாயாவின் போனை எடுத்துக் காட்டினான்.

"என்னதான் விளையாட்டுப் பையனா இருந்தாலும், அப்பப்ப கடமையில கருத்தா இருக்கீங்க பாருங்க... சுப்பர் பரத்!"

"சுசி... எவ்ளோ நாளாச்சி நீ என்னைப் பாராட்டி? ரெண்டு ஸ்கூப் ஐஸ்க்ரீமை மொத்தமா சாப்ட்டது மாதிரி ஜில்லோ ஜில்லுன்னு இருக்கு. பாராட்டை வார்த்தையால மட்டும்தான் வெளிப்படுத்தணும்னு இல்லை டியர்."

"வேற என்ன செய்யணுமாம்?" என்றாள் கொஞ்சலாக.

"இந்தக் கொஞ்சல் மாடுலேஷன்ல கேட்டா நான் ஹோட்டல் மெனு மாதிரி ஐம்பது ஐட்டம்ஸ் சொல்லிடுவேன். அவ்வளவு வேணாம். அட்லீஸ்ட் ஒரு ஹக் கொடுக்கலாம்."

"அவ்வளவுதானே?"

புன்னகைத்த சுசிலா அருகில் வந்து அவனுக்கு ஒரு ஹக் கொடுத்து விலகினாள்.

"மோசம் சுசி. மெத்து மெத்துன்னு நான் கொஞ்சம் ஃபீல் பண்றதுக்குள்ள ஒரு கொக்கு மீனைக் கொத்தற ஸ்பீட்ல ஹக் செஞ்சா எப்படி?"

“இப்ப இது போதும்.”

“ஒரு ஆட்டம் பாமோட திரியைப் பத்த வெச்சிட்டு போதும்னா எப்படி? உள்ளே திகுதிகுன்னு ஹாட்டாகுதே...”

“ஹேய்... ஓவராக்ட் பண்ணாதீங்கப்பா.”

“நெக்ஸ்ட் டைம் 1000 ஃபிரேம்ஸ் ஸ்லோ மோஷன் ஹக்! டீல் ஓகே?”

செல்லமாக அவன் தோளில் குத்தினாள் சுசிலா.

“அந்த போனை பொறுமையாக நோண்டினாலே நிறைய இன்ஃபர்மேஷன் கிடைக்குமே. மத்ததெல்லாம் அப்புறம் பார்க்கலாம். மொதல்ல அந்தத் தேதில மாயாவுக்கு வந்த கால்ஸ், அவ செஞ்ச கால்ஸ் மட்டும் பாருங்க.”

பரத், கால் ஹிஸ்டரிக்கு சென்று குறிப்பிட்ட தேதியைத் தேடிப் பிடித்தான்.

இன்கமிங் கால்ஸ் 6 இருந்தன.

அவுட்கோயிங் கால்ஸ் 4 இருந்தன.

ஸ்டெல்லா பாண்டியன் காலை 9.37-க்கு ஒரு முறையும் மாலை 4.20-க்கு ஒரு முறையும் அழைத்திருந்தாள். கோகுல்தாஸ் காலை 11.10-க்கு ஒரு முறை. லாவண்யா 12.07-க்கு ஒரு முறை. சக்சேனா மாலை 7.27-க்கு ஒரு முறை. தவிர பெயர் இல்லாமல் ஒரு புதிய எண் மாலை 5.30-க்கு அழைத்திருந்தது.

மாயா, ஸ்டெல்லா பாண்டியனை 10.15-க்கு ஒரு முறை, எஸ்.பி.ஐ மேனேஜர் ராஜவர்மனை 11.20-க்கு ஒரு முறை, சக்சேனாவை இரவு 8.05-க்கு ஒரு முறை, டாக்டர் திலகாவை காலை 9.09-க்கு ஒரு முறை அழைத்திருந்தாள்.

“லாவண்யா அந்த ஏர் ஹோஸ்டஸ் தங்கை. தெரியுது. டாக்டர் திலகா என்ன டாக்டர்? ஒரு டாக்டர்கிட்ட எதுக்கு அழைப்பு? தெரியணும். அப்பறம் இந்த சக்சேனான்னா நடிகனா?” என்றான் பரத்.

“இருக்கலாம். என் ஃபேவரைட் ஆக்டர் பரத். ரொம்ப ஸ்பீடா மேல வந்துட்டார். டான்ஸும் நல்லா வருது. ஆக்ஷனும் வருது. யுனிக் ஸ்டைல் இருக்கு. சக்சேனாவோட மேனரிம்ஸ் எல்லாருக்கும் பிடிக்குது. கிட்டத்தட்ட இன்னொரு ரஜினி. இன்னிக்கு தேதிக்கு யூத் ஐகான் சக்சேனாதான்.”

“ரொம்பப் புகழாத.”

“அது ஆக்டர் சக்சேனாவாதான் இருக்கணும். அவரை மீட் பண்ணி விசாரிக்கப் போறமா? ஐயாம் வெரி மச் த்ரில்ட். ஒரு செல்ஃபி எடுக்கணும் பரத். ஆட்டோகிராஃப் வாங்கணும்.”

“போதும். என் காதுல புகை வருது பாரு...”

“அன்னிக்கு அவளுக்கு போன் செஞ்சவங்க, அவ போன் செஞ்சிப் பேசினவங்க ஒருத்தர் விடாம விசாரிக்கணும் பரத்.”

“இப்ப இந்த அன்நோன் நியூ நம்பரை மட்டும் கூப்புட்டுப் பார்ப்பமா?”

பரத் தன் போனில் அந்த எண்ணை அழைத்தான்.

“ஹலோ... யாருங்க?” என்றது ஒரு ஆண் குரல்.

“போலீஸ் டிபார்ட்மெண்ட். பில்டர் கோகுல்தாஸ் மனைவி மாயா கொலை செய்யப்பட்ட அன்னிக்கு நீங்க அவங்களுக்கு போன் செஞ்சிப் பேசிருக்கீங்க.”

“அடக் கடவுளே! எத்தனை தடவைதான் விசாரிப்பீங்க சார்.”

“எத்தனை ஆபீஸர் எத்தனை தடவை கேட்டாலும் சொல்லணும். நடந்திருக்கறது மேஜர் க்ரைம். அலுத்துக்காம கொஞ்சம் கோவாப்பரேட் பண்ணுங்க. யார் நீங்க? எதுக்காக அன்னிக்கு மாயாவுக்கு போன் செஞ்சீங்க?”

”போன் செஞ்சி உங்களை எத்தனை மணிக்கு கொலை செய்ய வரலாம்னு கேட்டேன் சார்” என்றான் அவன்.

27

“**போ**ன் செஞ்சி உங்களை எத்தனை மணிக்கு கொலை செய்ய வரலாம்னு கேட்டேன் சார்” என்றான் அவன் எதிர்முனையில்.

எரிச்சலுற்ற பரத் முகம் மாறினான்.

சுசிலா, “கூல்... கூல்...” என்று மெதுவான குரலில் சொன்னாள்.

“ஹலோ... யார்றா நீ? உன் துடுக்குத்தனத்தை எல்லாம் வேற எங்கயாவது வெச்சிக்க... பிடிச்சி உள்ளப் போட்டு லாடம் அடிக்க வெச்சிடுவேன். ஒழுங்கா பேசுடா அராத்துப் பிடிச்சவனே...” என்றான் பரத் அதட்டலாக.

“ஸாரி சார். நானே சரியான அட்ரஸ் கண்டுபிடிக்க முடியாம தெருத் தெருவா டென்ஷன்ல சுத்திக்கிட்டிருக்கேனா... மூணாவது தடவையா போன் பண்ணி விசாரிக்கிறதால எரிச்சலாய்ட்டேன். உங்களுக்கு என்ன சார் தெரியணும்?” என்றான் அவன் குரலில் வேகம் குறைத்து.

“நீ யாரு? எதுக்காக மாயாவுக்கு போன் செஞ்சே? ஏற்கெனவே ரெண்டு தடவை சொன்ன பதிலும் உண்மைன்னா அதையே எனக்கும் இன்னொரு தடவை சொல்லு. முந்தி சொன்னது பொய்யின்னா இப்பவாவது உண்மையைச் சொல்லு.”

“நான் எதுக்கு சார் பொய் சொல்லணும்? நான் ரமேஷ் சார். அமேஸான்ல டெலிவரி மேனா கொஞ்ச நாளாதான் வேலை பார்க்கறேன். அவங்களுக்கு ஒரு பார்சல் வந்திருந்துச்சி. அவங்க வீட்டுக்கு எப்படி வரணும்னு வழி கேட்டேன்.”

“என்ன சொன்னாங்க?”

“வழிதான் சொன்னாங்க. வேற என்ன சொல்வாங்க? டெலிவரி பண்ணிட்டு ஐஸ்க்ரீம் சாப்ட்டுட்டுப் போன்னா சொல்வாங்க?”

“டேய்! சரியான விவகாரம் பிடிச்ச ஆள்டா நீ. சரி... அப்பறம்?”

“போய்க் கொடுத்துட்டுப் போய்ட்டேன். அவ்வளவுதான் சார்.”

“அவங்ககிட்டயே கொடுத்தியா?”

“இல்ல... கேட்ல வாட்ச்மேன் இருந்தான். அவன்கிட்ட கொடுத்துட்டுப் போய்ட்டேன்.”

“உன் வீட்டு அட்ரஸ் எனக்கு வாட்ஸ்அப் செய்யி. நீ சொன்னதெல்லாம் உண்மைதானே? எதுவும் பொய் இல்லையே?”

“அய்யோ! சார்... என்னை விட்ருங்க சார். இன்னிக்கு இன்னும் பன்னிரண்டு டெலிவரி இருக்கு.”

“நேர்ல வந்தேன்னு வையி... பிச்சிடுவேன் ராஸ்கல். கடுப்பேத்தாம பதில் சொல்டா. அவங்க வழி சொன்னப்ப அமைதியா பேசுனாங்களா?”

“இல்ல சார்... நான் என்னமோ பத்தாயிரம் ரூபா கடன் கேட்டுட்ட மாதிரி கடுப்படிச்சாங்க.”

“அப்படியா? என்னன்னு கடுப்படிச்சாங்க?”

“கூகுள் மேப் பார்த்து வரவேண்டியதுதானேன்னு கேட்டாங்க. எனக்கும் கோபம் வந்துடுச்சி. நானும் ராங்கா பேசிட்டேன்.”

“என்ன ராங்கா பேசினே?”

“மேப்பே தப்புத் தப்பா காட்டுது. நீங்க கூகுள்காரன்கிட்ட சொல்லி அதைச் சரிசெய்யச் சொல்லுங்கன்னு சொன்னேன்.”

“சரியான ஆள்டா நீ. அதுக்கு அவங்க என்ன சொன்னாங்க?”

“அது என் வேலை இல்லடா முட்டாள்னு சொன்னாங்க.”

“அப்புறம்?”

“இன்னும் ஹீட் ஆயிட்டேன். முட்டாள்னு சொன்னா காண்டாயிடுவேன், அப்பறம் நான் கலீஜா திட்ட ஆரம்பிச்சா நீ தாங்க மாட்டே... வழி கேட்டா ரொம்பதான் ராங்கியா

பேசறியே... பார்சலைத் தூக்கி சாக்கடையில கடாசிட்டுப் போயிடவான்னு ஒரு போடு போட்டேன்.''

''அப்புறம்?''

''ஸாரி... நான் வேற ஒரு டென்ஷன்ல இருந்தேன்னு சொல்லிட்டு, அதுக்கப்புறம்தான் ஒழுங்கா வழி சொன்னாங்க.''

''பார்த்தியா... உனக்குத் தெரியாம ஒரு உபயோகமான தகவல் சொல்லிருக்கே. நீ போன் செஞ்ச சமயம் மாயா நார்மலான மூட்ல இல்லை. ஒரு டென்ஷன்ல இருந்திருக்காங்க. இதுக்குதான் குடைஞ்சி குடைஞ்சி கேக்கறது. இந்த விபரம் ஏற்கெனவே சொன்னியா?''

''இல்லையே...''

''ஏன்?''

''அந்த ஆபீஸரு இப்படி எடக்கு மடக்கா கேக்கலையே...''

''தேங்ஸ் ரமேஷ்'' என்று வைத்த பரத், ''ஸோ சுசி... மாயா டென்ஷன்ல கோபமா இருந்த நேரம் என்ன?''

''ரமேஷ் போன் செஞ்ச ஈவினிங் 5.30...''

''அதுக்கு முன்னாடி மாயாவுக்கு வந்த போன் கால் 4.20-க்கு.''

''அது ஸ்டெல்லா பாண்டியன் செஞ்சது. மாயா டென்ஷனாகறதுக்கான ஒரு செய்தியை ஸ்டெல்லா பாண்டியன் சொல்லிருக்கலாம். அது என்ன செய்தின்னு தெரியணும்.''

மாயாவின் படுக்கையறையிலிருந்து இருவரும் கீழிறங்கி வந்தபோது, கோகுல்தாஸின் செகரெட்டரி வெங்கட்ரமணி ஹாலில் போனில் பேசியபடி இவர்களுக்காகக் காத்திருந்தான். காத்திருந்த நேரத்தில் தன் கண்ணாடியை கர்ச்சீப்பால் துடைத்துக்கொண்டிருந்தான். சற்றுத் தள்ளி அவன் உத்தரவை செயலாக்க தயாராய் துரைராஜ் நின்றிருந்தான்.

''இல்ல சார். இன்னும் மாடிலதான் இருக்... சார்... இப்பதான் இறங்கி வர்றாங்க சார். மறுபடி கூப்புடறேன் சார்.''

அவர்களை சோபாவில் உட்காரவைத்து, பெடஸ்டல் ஃபேனை அவர்களை நோக்கித் திருப்பிவைத்து,

"என்ன சாப்பிடறீங்க?"

"நத்திங். உக்காருங்க. கொஞ்சம் பேசலாம்" என்றான் பரத்.

பரத், சுசிலா அமர்ந்த பிறகும் அவன் அமராமல், "சார், உங்களை நல்லா கவனிச்சுக்கச் சொல்லிருக்கார். நீங்க எதுவும் சாப்பிடலைன்னு சொன்னா வருத்தப்படுவார். குக் இருக்காங்க சார். கட்லெட்... சாண்ட்விச்... ஏதாச்சும் சூடா கொண்டாரச் சொல்லட்டுமா?"

"இஃப் பாசிபிள் ஐஸ் போடாம மோர்" என்றாள் சுசிலா.

வெங்கட் தலையசைக்க... துரைராஜ் உடனே உள்ளே சென்றான்.

"மிஸ்டர் வெங்கட்... கொலை நடந்த அன்னிக்கு சக்சேனான்னு ஒரு இன்கமிங் கால் பதிவாகியிருக்கு. அது...?" என்றாள் சுசிலா.

"ஹீரோ சக்சேனாதான் மேடம். அவரோட புது பங்களாவுக்கு இண்ட்டீரியர் டிசைனிங் மேடம்தான் செஞ்சிட்டிருந்தாங்க."

சுசிலாவின் முகம் பூரிப்பதைக் கவனித்த பரத், பற்களை ஓசையில்லாமல் நறநறத்தான்.

"டாக்டர் திலகான்னு ஒரு அவுட் கோயிங் கால் இருக்கு."

"அது யார்னு எனக்கு தெரியலையே."

"எஸ்.பி.ஐ பேங்க் மேனேஜர் ராஜவர்மன்?"

"அந்த பேங்க்லதான் எங்க கம்பெனி அக்கவுண்ட்ஸ் இருக்கு."

"கம்பெனியை இப்ப யார் பார்க்கறாங்க?"

"ஸ்டெல்லா பாண்டியன்னு ஒரு மேனேஜர் பார்க்கறாங்க."

"கொலை நடந்த அன்னிக்கு நீங்க மாயாவை எப்போ பார்த்தீங்க வெங்கட்?" என்றான் பரத்.

"அன்னிக்கு நைட்தான் பாஸ் மும்பாய்லேர்ந்து ரிட்டன் ஆனார். அவர் ஊர்ல இருந்தாலும் இல்லைன்னாலும்

தினமும் காலையில நான் வீட்டுக்கு வந்துட்டு, அப்புறம்தான் ஆபீஸுக்குப் போவேன். அன்னிக்கும் வீட்டுக்கு வந்தேன். மேடம் அவங்க கார்ல ஆபீஸுக்குப் புறப்பட்டதுக்கப்புறம் நான் பைக்ல ஆபீஸுக்குப் புறப்பட்டேன்.''

''அதுக்கப்புறம்?''

''அன்னிக்கு எனக்கு வெளி வேலைகள் நிறைய சார். நாலு சைட்டுக்கு சுத்திட்டிருந்தேன். நைட்டு சாரும் நானும் போலீஸோட வந்தப்போ டெட் பாடியா பார்த்ததுதான் சார்.''

''காலையில நீங்க வந்தது, அப்போ பேசினது எல்லாத்தையும் ஒரு வார்த்தை மிஸ் செய்யாம அப்படியே நல்லா யோசிச்சு சொல்ல முடியுமா... ப்ளீஸ்...'' என்றான் பரத்.

* * *

ஒன்பது மணிக்கு பைக்கில் வெங்கட்ரமணி, கோகுல்தாஸின் பங்களாவுக்கு வந்தபோது கந்தசாமி குடித்துக்கொண்டிருந்த காஃபி கோப்பையை வைத்துவிட்டு ஓடிவந்து கேட்டைத் திறந்தான்.

என்ஜினை அணைக்காமல் அவனருகில் காலூன்றி, ''சித்தார்த் வேலைக்கு வந்துட்டானா?'' என்றான் போர்ட்டிகோவில் கார்களைப் பார்த்தபடி.

''இல்லையே சார்.''

''என்னய்யா ஆச்சி அவனுக்கு? மூணு நாளா வேலைக்கும் வரல. போன் பண்ணியும் லீவு சொல்லலை. நான் ரெண்டு தடவை செஞ்சப்பவும் ஸ்விட்ச் ஆஃப்ன்னே வருது...''

சித்தார்த்தின் எண்ணை போனில் அழைக்க... இப்போதும் 'ஸ்விட்ச்ட் ஆஃப்' என்றே ஆங்கிலத்தில் அறிவிப்பு வந்தது.

''சரி... அவன் வர்ற மாதிரி தெரியலை. இன்னிக்கும் நீயே மேடம் வண்டியை துடைச்சி வெச்சிடு.''

கந்தசாமியிடம் சொல்லிவிட்டு, சிந்தனையுடன் பைக்கை செலுத்தி போர்ட்டிகோவில் ஓரமாக நிறுத்தினான். உள்ளே வந்தான்.

வீடு முழுக்க சாம்பிராணி போட்டுக்கொண்டிருந்தான் துரைராஜ்.

"மேடம் எந்திரிச்சிட்டாங்களா?"

"ஜிம் ரூம்ல எக்ஸர்சைஸ் செஞ்சிட்டு குளிக்கப் போயிட்டாங்க."

"பிரேக் ஃபாஸ்ட் ரெடி பண்ணிட்டாங்களா அந்தம்மா?"

"பண்ணிட்டிருக்காங்க."

இப்போது மாடிப்படிகளில் போனில் பேசியபடி இறங்கிவந்தாள், பர்ப்பிள் நிறத்தில் சுடிதார் அணிந்திருந்த மாயா.

வெங்கட்டின் 'குட் மார்னிங் மேடமை' தலையசைப்பிலேயே வாங்கிக்கொண்டாள்.

"என்ன டாக்டர் இது... அர்ஜெண்ட் இல்லன்னா நான் உடனே அப்பாயிண்ட்மெண்ட் கேப்பனா?"

"..............."

"ஓகே டாக்டர். தேங்க் யூ வெரி மச் டாக்டர்" என்று பேசிமுடித்து, போனை தோளில் ஆடிய லெதர் பேகில் வைத்துக்கொண்டாள்.

"என்ன வெங்கட்? இன்னிக்கும் டிரைவர் வரலையாமே?"

"ஆமாம் மேடம்... இப்பக்கூட போன் செஞ்சேன். ஸ்விட்ச் ஆஃப்ன்னே வருது."

"இர்ரெஸ்பான்சிபிள் இடியட்."

"கம்பெனிக்கு போன் செஞ்சி வேற டிரைவரை ஏற்பாடு செஞ்சிடட்டுமா மேடம்?"

"பரவால்ல... நானே டிரைவ் பண்ணிக்கறேன்."

"நேத்தே கவனிச்சேன் மேடம். பெட்ரோல் கம்மியா இருக்கு."

"சரி... பாத்துக்கறேன். அவனோட அட்ரஸ் இருக்குல்ல?"

"இருக்கு மேடம். சைதாப்பேட்டையில ஒரு மேன்ஷன் அட்ரஸ்."

“நாலு நாலா ரெஸ்பான்ஸ் இல்லன்றப்போ யாரையாச்சும் நேர்ல அனுப்பி என்னாச்சுன்னு பாருங்க. வர்றான், வரலைன்னு தெரிஞ்சாதானே வேற ஒருத்தரை அப்பாயிண்ட் பண்ண முடியும்?”

“யெஸ் மேடம்.”

மாயா ஆங்கில நியூஸ் பேப்பரை எடுத்தபடி டைனிங் ஹாலுக்கு நடக்க... ஒலித்த வெங்கட்டின் போனில் ‘சித்தார்த்’ என்று பெயர் காட்டியது.

28

மாயா ஆங்கில நியூஸ் பேப்பரை எடுத்தபடி டைனிங் ஹாலுக்கு நடக்க... ஒலித்த வெங்கட்டின் போனில் ‘சித்தார்த்’ என்று பெயர் காட்டியது.

“ஹலோ... எங்கடா இருக்கே?” என்றான் வெங்கட் கோபமாக.

“எக்ஸ்க்யூஸ் மீ... மிஸ்டர் வெங்கட் பேசறீங்களா?” என்றது இனிமையில்லாத ஒரு பெண் குரல்.

“ஆமாம். நீங்க?”

“சைதாப்பேட்டை கெட் வெல் ஹாஸ்பிடல் ரிசப்ஷன்லேர்ந்து பேசறோம். இந்த போனுக்குச் சொந்தக்காரர் சித்தார்த் எங்க ஹாஸ்பிடல்ல அட்மிட் ஆகியிருந்தார். அவர் டிஸ்சார்ஜ் ஆனப்ப பில்லுக்குக் கட்டவேண்டிய பணம் அஞ்சாயிரம் குறைஞ்சது. அதுக்கு இந்த போனைக் கொடுத்துட்டுப் போனார். திரும்பி வரவே இல்லை. இதுல மேனேஜர் வெங்கட்னு போட்டு உங்க நம்பர் இருந்திச்சி. அதனாலதான் உங்களுக்கு போன் செஞ்சேன்.”

“நான் பில்டர் கோகுல்தாஸோட பெர்சனல் மேனேஜர் வெங்கட். சித்தார்த் எங்ககிட்டதான் டிரைவரா வேலை பார்த்தார். நாலு நாளா வேலைக்கு வரலை. அவர் உடம்புக்கு என்ன பிரச்சனை?”

“பைக்குலேர்ந்து ஸ்லிப்பாகி விழுதுட்டேன்னு சொல்லி அவராதான் ஆட்டோல வந்து அட்மிட் ஆனார். மூணு நாளா இங்கதான் ட்ரீட்மெண்ட்ல இருந்தார்.”

“அப்படியா? எப்போ டிஸ்சார்ஜ் ஆனார்?”

“நேத்து காலையில.”

"இங்க இன்னும் வேலைக்கு வரலை. லீவும் சொல்லலை. எனக்கு ஏதாச்சும் தகவல் கிடைச்சா போன் பண்ணி சொல்றேங்க."

போனை கட் செய்த வெங்கட், டைனிங் மேஜையில் அமர்ந்து ஸ்பூன் வைத்து லிப்ஸ்ட்டிக் கலையாமல் நளினமாக சூப் சாப்பிடும் மாயாவிடம் வந்தான்.

ஹாஸ்பிடலிலிருந்து வந்த போன் விபரங்களைச் சொன்னான்.

"என்ன செய்யலாம் மேடம்?"

"வைத்தியத்துக்கு பணம் வேணும்னா உங்களுக்கோ எனக்கோ போன் செஞ்சிருக்கலாமே... உடனே அனுப்பிருப்பமே..."

"அதான் எனக்கும் புரியலை. அந்த பேலன்ஸ் அமவுண்ட்டைக் கட்டிட்டு சித்தார்த்தோட போனை வாங்கி வெச்சிக்கட்டுமா?"

"ஏதாச்சும் சொந்தக்காரங்க வீட்டுக்கு, இல்லன்னா ஃபிரெண்டு வீட்டுக்கு அவன் போயிருக்கலாம். ரெண்டு நாள் பார்ப்போம்."

"யெஸ் மேடம்."

மாயா வாஷ்பேஸினில் கை கழுவி பூத்துண்டால் உதடுகளை ஒற்றிக்கொண்டு, கண்ணாடியில் ஒருமுறைப் பார்த்துக்கொண்டு, ஹாலின் ஒரு கப்போர்ட் டிராயருக்குள்ளிருந்து கார் சாவியைக் கையில் எடுத்தாள்.

அவள் வாசலுக்கு நடக்க... ஏதாவது கடைசி நிமிடக் குறிப்புகள் சொல்லலாம் என்பதால், அவளுடன் இரண்டடி பின்னால் நடந்தான் வெங்கட்.

மாயா காரில் ஏறும் முன்பாக அவளின் போன் ஒலித்தது.

"சொல்லுங்க ஸ்டெல்லா..."

"......................"

"அப்படியா? இதுக்கும் அதுக்கும் என்ன சம்பந்தம்?"

"......................"

“சுத்தப் பைத்தியக்காரத்தனமா இருக்கு. நான் பேசட்டுமா?”

“…………………”

“சரி... நீங்களே பேசுங்க. ஒருவேளை எனக்கு நேரடியா போன் வந்தா அப்ப பேசிக்கிறேன்.”

“…………………”

“புறப்பட்டேன். ஆபீஸுக்குதான் வந்துகிட்டிருக்கேன். மத்ததை நேர்ல பேசிக்கிறேன்.”

பேசி முடித்து காரில் ஏறப்போன மாயா திரும்பி வெங்கட்டிடம், “லாயர் சுந்தரேசன் ஊர்ல இருக்காரான்னு தெரிஞ்சிக்கங்க வெங்கட். இருந்தா நாளைக்கு பத்து நிமிஷம் டைம் ஃபிக்ஸ் பண்ணுங்க. வீடியோ கால் மீட்டிங்கூட ஓகேதான்.”

“சரி மேடம்.”

காரில் புறப்பட்டு கேட்டைக் கடந்தபோது, வாட்ச்மேன் கந்தசாமியின் அரைக் கை வணக்கம் கவனிக்கப்படாமல் விரயமானது.

* * *

சுசிலா இன்னும் கொஞ்சம் கொஞ்சமாக மோர் குடித்துக்கொண்டிருக்க... பரத் குடித்து முடித்து கிளாஸை வைத்துவிட்டு நிமிர்ந்து வெங்கட்டைப் பார்த்தான்.

“அப்புறம் அந்த டிரைவர் சித்தார்த் வேலைக்கு வந்துட்டானா?”

“இல்லை சார். இன்னைக்கு வரைக்கும் அவன் வரவும் இல்லை. போனும் செய்யலை.”

“அந்த ஹாஸ்பிடல்ல மறுபடி விசாரிச்சீங்களா?”

“ஒரு வாரம் கழிச்சி போன் செஞ்சி கேட்டப்ப, அவன் வந்து அந்த போனை வாங்கிக்கவே இல்லைன்னு சொன்னாங்க.”

“அவன் தங்கிருந்த மேன்ஷன்ல விசாரிச்சீங்களா?”

“எங்க ஆபீஸ்லேர்ந்து ஆள் அனுப்பினேன் சார். ‘ரூம் பூட்டியே கிடக்கு, இங்கயும் வரவே இல்லை, வாடகை பாக்கி வேற இருக்கு’ன்னு மேன்ஷன் மேனேஜர் சொன்னதா வந்து சொன்னான்.”

“அப்புறம்?”

“அப்புறம் அவனைப் பத்தி எந்தத் தகவலும் இல்லை சார்.”

“போலீஸ்ல கம்ப்ளெயிண்ட் கொடுத்தீங்களா?”

“இல்ல சார், வேற டிரைவர் போட்டாச்சி.”

“அதுக்கில்லை சார். உங்ககிட்ட வேலை பார்த்த ஒரு ஸ்டாஃப் திடீர்னு மர்மமான முறையில காணாமப் போயிருக்கான். ஒரு மிஸ்ஸிங் கேஸ் ஃபைல் செஞ்சிருக்க வேணாமா?”

“தெரியலை சார். சார்தானே முடிவு செய்யணும்?”

“டிரைவர் சித்தார்த் பத்தின இந்த மேட்டர்ஸ் எல்லாம் போலீஸ் இன்வெஸ்டிகேஷன்ல சொல்லிருக்கீங்களா?”

“ஆமாம் சார். மேடம் மர்டருக்கு அப்புறம் வீட்லயும், ஆபீஸ்லயும் யார் யாரு வேலைக்கு வரலைன்னு கேட்டப்போ சொன்னேன்.”

“வேற யாரு அப்படி வேலைக்கு வரலை?”

“வேற யாருமில்லை. இவன் ஒருத்தன்தான்.”

“வெங்கட்... என்ன தோணுதோ அப்படியே சொல்லுங்க. ஏதோ ஒரு காரணத்துக்காக டிரைவர் சித்தார்த் உங்க மேடத்தை கொலை செஞ்சிருக்கலாம்னு கொஞ்சமாவது சந்தேகப்படறீங்களா?”

“சேச்சே... அவங்க லெவல் என்ன? இவன் லெவல் என்ன? இவனுக்கு என்ன சார் அவங்ககிட்ட கொலை செய்ற அளவுக்கு பிரச்சனை இருக்கப் போகுது?”

“திடீர்னு அவன் காணாமப் போனதுக்கு ஒரு நியாயமான காரணம் தேவைப்படுதே... இந்த ஒரு டவுட்டை மட்டும்

உடனே கிளியர் செஞ்சிக்கிட்டா நல்லது. சுசி... தயாளன் சாருக்கு போன் போட்டுக் கேளேன் இப்பவே" என்றான் பரத்.

சுசிலா உடனே அழைத்தாள்.

தயாளனும் உடனே எடுத்தார்.

"சார்... மாயா மர்டருக்கப்புறம் மிஸ்ஸிங்ல இருக்கற டிரைவர் சித்தார்த் பத்தி தகவல் உண்டா? அவன் கிடைச்சானா?" என்றாள் சுசிலா போனை ஸ்பீக்கர் போனில் போட்டபடி.

"இல்லம்மா. ஆக்ச்சுவலா அவன் ஒரிஜினல் பேரு ரஞ்சித். ஓட்டர்ஸ் ஐ.டி, பாஸ்போர்ட் எல்லாத்துலயும் ரஞ்சித்னுதான் இருக்கு. ஆனா, எல்லார்கிட்டயும் சித்தார்த்னு பேர் சொல்லிருக்கான்."

"பெட் நேமா இருக்கலாம். அவன் குடும்பம் பத்தி சார்?"

"பாஸ்போர்ட்ல இருக்கற அட்ரஸ்ல இப்ப யாரும் இல்லை. ஒரு அம்மா மட்டும் அந்த வீட்ல இருந்து நாலு வருஷம் முன்னாடி இறந்துட்டதாகவும், அவன் சிங்கப்பூருக்கு வேலைக்குப் போனதாவும் அக்கம்பக்கத்துல சொன்னாங்க."

"ஓ! சிங்கப்பூர்லேர்ந்து சென்னைக்கு எப்ப திரும்பி வந்திருக்கான் சார்? பாஸ்போர்ட் ரெக்கார்ட்ஸ் செக் பண்ணிருப்பீங்களே..."

"ஆறு மாசம் முன்னாடி வந்திருக்கான். சைதாப்பேட்டைல ஒரு மேன்ஷன்ல ரூமெடுத்துத் தங்கிருக்கான். கொலை நடந்த அன்னிக்கு முதல் நாள் ஒரு ஹாஸ்பிடல்லேர்ந்து டிஸ்சார்ஜ் ஆகியிருக்கான். அவன் மேன்ஷனுக்கும் போகலை. கோகுல்தாஸ் வீட்டுக்கு வேலைக்கும் வரலை. அதுக்கப்பறம் அவனோட வேர் அபவுட் தெரிஞ்சிக்க முடியல. அவனை சந்தேக லிஸ்ட்ல வெச்சிருக்கோம்."

"உங்க கோணத்துல மோட்டிவ் என்னவா இருக்கும்னு கெஸ் பண்றீங்க சார்?"

"அது... போன்ல வேணாமே... காலையில அஞ்சரையிலேர்ந்து ஆறரை வரைக்கும் பெசன்ட் நகர் பீச்ல வாக்கிங் போவேன்... வர்றீங்களா, பேசலாம்?"

‘சரி என்று சொல்’ என்று பரத் ஜாடை செய்ய...

“ஷ்யூர் சார்” என்றாள் சுசிலா.

* * *

சில மாதங்களுக்கு முன்...

அந்த விமானம் தரையிறங்கி ஊர்ந்து வளைந்து நின்றதும்... அதன் கதவு திறக்கும் முன்பாகவே பெரும்பான்மையான பயணிகள் தேசியகீதம் இசைக்கப்பட்டதைப்போல எழுந்து நின்றுகொண்டார்கள்.

ஹேண்ட் லக்கேஜ்களை உருட்டிக்கொண்டு, தோளுக்குப் பின்னால் மூட்டை மாதிரி மாட்டிக்கொண்டு படிகளில் இறங்கிய எல்லாருக்கும், “தேங்ஸ். வெல்கம் பேக்” என்று புன்னகையுடன் சொல்லிக்கொண்டிருந்தாள் லாவண்யா.

ஆனால், மூளையில் ‘மாயா எதற்காக அவசரமாக சந்திக்க வேண்டும் என்று போன் செய்தாள்?’ என்கிற கேள்வி தொலைக்காட்சியில் ஸ்க்ரோலிங் நியூஸ் மாதிரி மறுபடி மறுபடி ஓடியது.

லாவண்யா ஸ்டூல் அவசியமில்லாமல் வால் க்ளாக்கில் பேட்டரி மாற்றும் உயரத்தில் இருந்தாள். குதிரைவால் கூந்தல் அலங்காரத்தில் ஃபவுண்டேஷன் போட்டு செய்த முக ஒப்பனையுடன், அழகாக வெட்டப்பட்ட புருவங்களுடன், நிறுவனயூனிஃபார்ம் உடைக்கு மேட்ச்சாக, பேபி பிங்க் நிறத்தில் லிப்ஸ்ட்டிக்குடன் இருந்தாள்.

எல்லாரும் இறங்கிப் போனதும், போனை ஃபிளைட் மோடிலிருந்து விடுவித்தாள்.

லக்கேஜை உருட்டி நடந்து ஏர்போர்ட் லவுஞ்சிற்கு அழைத்துச் செல்லும் வேனில் ஏறினாள்.

போனுக்கு உயிரோட்டம் வந்த அடுத்த விநாடியே, இளையராஜாவின் ‹புன்னகை மன்னன்› பியானோ இசை மூலம் அழைத்தது.

பெயர் பார்த்தாள்... மாயா.

"இப்பதான் வந்தேன் மாயா. எப்ப மீட் செய்யலாம்னு சொல்லு. வீட்டுக்கு வர்றேன். இல்ல... என் ஃபிளாட்டுக்கு வர்றியா?"

"ஏர்போர்ட் பார்க்கிங்ல வெயிட் பண்றேன்."

"அவ்வளவு அர்ஜெண்ட்டா?" என்றாள் லாவண்யா ஆச்சர்யமாக.

29

சில மாதங்களுக்கு முன்...

(தொடர்ச்சி)

வந்து இறங்கின விமானத்திலிருந்து பணி முடித்து ஏர்போர்ட் லவுன்ச்சிற்குப் போக, தன் லக்கேஜுடன் வேனில் ஏறினாள் ஏர் ஹோஸ்ட்டஸ் லாவண்யா.

போனுக்கு உயிரோட்டம் வந்த அடுத்த விநாடியே இளையராஜாவின் புன்னகை மன்னன் பியானோ இசை மூலம் அழைத்தது. பெயர் பார்த்தாள்... மாயா.

"இப்பதான் வந்தேன் மாயா. எப்ப மீட் செய்யலாம்னு சொல்லு. வீட்டுக்கு வர்றேன். இல்ல... நீ என் ஃபிளாட்டுக்கு வர்றியா?"

"ஏர்போர்ட்லயே பார்க்கிங்ல வெயிட் பண்றேன்."

"அவ்வளவு அர்ஜெண்ட்டா?" என்றாள் லாவண்யா ஆச்சர்யமாக.

"டபுள் ஸ்ட்ராங்கா ஆமாம். யூனிஃபார்ம்கூட அப்புறம் மாத்திக்கலாம். சீக்கிரம் வா. உன் ஃபிளாட்ல ட்ராப் பண்ணிடறேன்" என்றாள் மாயா.

அடுத்த பத்தாவது நிமிடம் மாயா காரோட்ட... அருகில் அமர்ந்திருந்த லாவண்யா, கூந்தலின் பாண்ட்டை விடுவித்து தலையை உதறிக்கொண்டாள். ஹேண்ட் பேகிலிருந்து ஒரு சாக்லேட் எடுத்துப்போட்டுக்கொண்டு, "உனக்கு?" என்றாள்.

"வேணாம்."

"என்ன அப்படி தலை போற அவசரம் டியர் அக்கா?" என்றாள் அவள் தோளில் கை போட்டு கொஞ்சலாக.

"தலை போகாது, கோகுல்தாஸோட மனைவின்ற அந்தஸ்து போயிடும். கொஞ்சம் உக்காந்து பேசுவமா?" என்றாள் மாயா.

அந்த நட்சத்திர ஹோட்டலின் பாருக்குள் பகல் நேரமென்பதால் வெகு சொற்பமாகவே ஆட்கள் இருக்க... ஒவ்வொரு சோஃபாவின் தலைக்கு மேலுமிருந்து சொட்டிய சொற்பமான வெளிச்சத்தை இருட்டு அடைகாத்தது. காற்றில் சுகமான வாசனையுடன் லேடி காகாவின் 'ரெய்ன் ஆன் மி' பாடலும் கலந்திருந்தது.

"லா ரிசர்வ் வைன் ப்ளீஸ்" என்று ஸ்டூவர்ட்டை விலக்கி, "லாவண்யா... எனக்கு பயமா இருக்கு" என்றாள் மாயா நெற்றியை இரண்டு கைகளாலும் பிடித்துக்கொண்டு.

"ரிலாக்ஸ் மாயா. என்ன பிரச்னை?"

"ரஞ்சித்! உங்கிட்ட எல்லாம் சொல்லிருக்கேனே..."

"சித்தார்த்னு பேரை மாத்திக்கிட்டு உங்கிட்டயே டிரைவரா சேர்ந்து டார்ச்சர் பண்றான்னு சொன்னே. கோகுல்ட்ட எல்லாம் சொல்லிட்டானா?"

"இன்னும் இல்லை."

"நான் ஒரு யோசனை சொல்றேன். கேக்கறியா? அவன் என்ன சொல்றது? நீயே அவர்ட்ட உன் லவ் மேட்டரை சொல்லிடேன். என்ன ஆயிடும்? ஹி ஈஸ் வெரி மெட்சூர்ட் மாயா. ஹி வில் அண்டர்ஸ்டாண்ட்."

"இல்லடி. உனக்குத் தெரியாது. ஹி ஈஸ் வெரி பொசசிவ். உடைஞ்சிடுவாரு. என்னை டைவர்ஸ் பண்றதுக்கும் சான்ஸ் இருக்கு."

"ரொம்ப குடைச்சல் கொடுக்கறானா? பணம் வாங்கிட்டு ஒதுங்கிக்க சம்மதிக்க மாட்டேங்கறானா?"

"இப்பதான் அந்த டீலுக்கு வந்திருக்கான். ஆனா, அநியாயமா அஞ்சி கோடி கேக்கறான். ஃப்யூ லேக்ஸ்னா என்னால அட்ஜஸ்ட் செய்ய முடியும். அஞ்சி கோடில்லாம் இம்பாஸிபிள். அவருக்குத் தெரியாம... சான்ஸே இல்ல."

"அடப்பாவி! ரவுடி மாதிரி ஆயிட்டானா? எனக்கு ரொம்ப கில்ட்டியா இருக்கு மாயா. அவனை உனக்கு இண்ட்ரட்யூஸ் செஞ்சதே நான்தானே? உங்க லவ்வை நான் என்கரேஜ் செஞ்சிருக்கக் கூடாது."

"அந்த லவ் பிரேக் அப் ஆகும்னு யார்தான் எதிர்பார்த்தது? இப்ப என்ன செய்யலாம்? அதைச் சொல்லு?"

"நான் பேசிப் பார்க்கட்டுமா? அவன் சிங்கப்பூர்லேர்ந்து வந்ததுக்கப்பறம் ராஸ்கல் என்னைக் கூப்புடவே இல்லை."

வைன் கிளாஸ்களும், கொறிப்பதற்கு பலவிதமான ஐட்டங்களும் வர... சட்டென்று பேச்சை நிறுத்தினார்கள்.

"கொஞ்சம் மியூசிக் வால்யூமைக் குறைங்க ப்ளீஸ்..."

பத்து நிமிடங்கள் அழகான உயர கிளாஸ்களின் விளிம்புகளில் முத்தமிட்டு குடிப்பதில் மட்டுமே அமைதியாக நகர... திடீரென்று மாயா, "லாவண்யா... காசு கொடுத்தா கச்சிதமா வேலை பார்க்கற நல்ல ரவுடி யாரையாச்சும் உனக்குத் தெரியுமா?" என்றாள்.

* * *

கோகுல்தாஸின் அலுவலகத்திலேயே ஒரு தளம் முழுக்க வியாபித்திருந்தது மாயா டிசைனர்ஸ் நிறுவனம்.

உள் அலங்கார நிறுவனம் என்பதால் முகப்பிலிருந்தே கதவுகளின் வேலைப்பாடுகள், ஜன்னல் திரைகள், சுவர் டெக்ஸ்ச்சர் கோட்டிங், பெயின்ட்டிங்ஸ், மியூரல்ஸ், வசீகரமான செயற்கைக் கூரையில் பதுங்கியிருந்த விளக்குகள் என்று ஒவ்வொன்றும் வியக்கவைத்தது.

பரத், சுசிலா போனதுமே காத்திருக்க வைக்காமல் தன் அறைக்குள் அழைத்ததோடு மட்டுமல்லாமல், எழுந்து நின்ற ஸ்டெல்லா பாண்டியன், அவர்கள் அமர்ந்த பிறகுதான் அமர்ந்தாள்.

புதிதாக வாங்கிய தலையணை போல உடல் முழுக்க உப்பலாக இருந்தாள். தலைக்குப் பின்னால் ஜீசஸ் படமும், அருகில் மாயா படமும் மாட்டியிருந்தாள். மாயாவுக்கு மட்டும் சந்தன மாலை.

Window shopping only

– என்று பிரின்ட் செய்த டி ஷர்ட்டை சுசிலா அணிந்திருந்தாள் என்கிற வரலாற்று முக்கியமான தகவலைச் சொல்லாமல் கடப்பது தெய்வக் குற்றமாகிவிடும் என்பதால் சொல்லியாச்.

"ஸ்டெல்லா... எங்ககிட்ட மாயா மர்டர் கேஸை ஒப்படைச்சிருக்கறது மிஸ்டர் கோகுல்தாஸ்தான்னு உங்களுக்குத் தெரியும்தானே?" என்றான் பரத்.

"தெரியும், சார் சொன்னார். நீங்க வருவீங்கன்னும் சொன்னார்."

"போலீஸ்கிட்ட சொல்லாத தகவல்களை எல்லாம் எங்ககிட்ட சொல்லணும்னும் சொன்னாரா?" என்றாள் சுசிலா.

ஸ்டெல்லாவின் புன்னகை முகம் மாறியது.

"அப்படிச் சொல்லாத தகவல்கள்னு எதுவும் இல்லையே."

"ஸ்டெல்லா... உங்களை மாயா ஒரு மேனேஜரா மட்டும் ட்ரீட் செய்யலை. அதுக்கும் மேல ஒரு க்ளோஸ் ஃபிரெண்டா நினைச்சி பர்சனல் மேட்டர்ஸும் ஷேர் செஞ்சிருக்காங்க. உண்டா இல்லையா?"

"அஃப் கோர்ஸ்" என்றாள் சன்னமாக.

"மாயாவுக்கு ஒரு பிரச்னை இருந்திச்சி. அதை சால்வ் பண்றதுக்கு நீங்க உதவிருக்கீங்க. இன்ஃபர்மேஷனோடதான் நாங்க வந்திருக்கோம். மறைக்காம சொல்லுங்க. வாட் வாஸ் தட் பிராப்ளம்? அதை சால்வ் செய்ய நீங்க என்ன செஞ்சீங்க?" என்றான் பரத் அதிரடியாக.

ஏ.சி-யைத் தாண்டி மேலுதட்டிற்கு மேல் சட்டென்று உதித்த வியர்வைப் புள்ளிகளைக் கவனித்தாள் சுசிலா.

"இந்த என்கொயரியை ரெக்கார்ட் செய்றீங்களா?" என்றாள் பதற்றத்துடன்.

"இதுவரைக்கும் இல்லை."

"நான் சொல்ற இன்ஃபர்மேஷன் கோகுல் சாருக்குப் போகாதுன்னு உத்தரவாதம் தருவீங்களா?"

“ஷ்யூர்... பயப்படாம சொல்லுங்க.”

“மாயா மேடத்துக்கு ரெண்டு பிராப்ளம்ஸ் இருந்திச்சி. ஒண்ணு, ஆக்டர் சக்சேனாவால. இன்னொண்ணுக்கு கோகுல் சார்தான் காரணம்.”

“சக்சேனா மேட்டர் முதல்ல சொல்லுங்க.”

“அவரோட புது பங்களாவுக்கு இண்ட்டீரியர் செய்ற ஆர்டர் வந்திச்சி. அது சம்பந்தமா அவரை மீட் செஞ்சப்ப, அவரோட அடுத்த படத்துல ஹீரோயினா நடிக்கிறீங்களான்னு மாயாவைக் கேட்டார்.”

“ஒரு புரொட்யூசரா நான் இருந்தாலும் கேட்ருப்பேன்” என்றான் பரத், சுவரில் மாயாவின் படத்தைப் பார்த்தபடி.

அவனை லேசாக முறைத்துவிட்டு, “மாயா என்ன சொன்னாங்க?” என்றாள் சுசிலா.

“அவங்களுக்கு ஆர்வம் வந்துடுச்சி. ஆனா, கோகுல் சார் ஸ்ட்ரிக்ட்டா நோ சொல்லிட்டார். என் ஹப்பிக்கு சம்மதம் இல்லைன்னு அவர்கிட்ட சொல்லிடாங்க.”

“பிராப்ளம் முடிஞ்சிடுச்சே...”

“பிராப்ளம் அப்பதான் ஆரம்பிச்சது. ரெண்டு நாள் கழிச்சி சக்சேனாவோட ஒரு படத்தோட சக்ஸஸ் பார்ட்டின்னு ஒரு ஹோட்டலுக்கு இன்வைட் செஞ்சார். பெரிய ஆர்டர் கொடுத்திருக்கறதால அவாய்ட் செய்ய முடியாம கம்பெனிக்கு என்னையும் கூட்டிக்கிட்டு மாயா மேடம் போனாங்க.”

ஸ்டெல்லா பாண்டியன் அந்த ஃபிளாஷ்பேக்கிற்குள் சென்றாள்.

* * *

ஏழு நட்சத்திர ஹோட்டலின் பார்ட்டி ஹாலில் முழுக்க பிரபல திரை நட்சத்திரங்களும், டெக்னீஷியன்களும் நிரம்பியிருக்க... கொத்துக் கொத்தாக சோஃபாக்கள் போடப்பட்டிருந்தன. சீருடை அணிந்த ஊழியர்கள் அவரவர் தேர்வுசெய்யும் மது வகைகளை கிளாஸ்கள் காலியாக விடாமல் பார்த்துப் பார்த்து

ஊற்றிக்கொண்டிருக்க... சைடிஷ் ஐட்டங்களை சுடச்சுட எடுத்துவந்து நிரப்பினார்கள்.

ஒருபுறம் டிஜே இசை ஆர்ப்பாட்டம் செய்துகொண்டிருக்க... போதையேறிவிட்ட கொஞ்சம் பேர் மட்டும் வராத டான்ஸை வம்படியாக ஆடிக்கொண்டிருந்தார்கள்.

ஹாலுக்குள் தயங்கி நுழைந்தாள் மாயா. பூங்கொத்துடன் அவள் பின்னாள் வந்தாள் ஸ்டெல்லா.

மாயாவைப் பார்த்ததும் முகம் முழுக்க பல்லாக கைகளை விரித்தபடி வந்த சக்சேனா, “வெல்கம் மாயா... ஐயாம் ஹானர்ட்'' என்று மரியாதை நிமித்தமாக அணைத்து வரவேற்க... மாயாவால் அதைத் தவிர்க்க இயலவில்லை. கூடுதல் விநாடிக்கு அனுமதிக்காமல் விலகினாள்.

பூங்கொத்தை வாங்கிக்கொண்டு அவனே வழிநடத்தி, ஒரு தனிமையான பகுதியில் இருந்த சோஃபாக்களில் அமரவைத்தான்.

மாயா தயங்கி வைன் அருந்த... ஸ்டெல்லா ஐஸ்க்ரீம் மட்டும் சாப்பிட.... சக்சேனா எல்லோரிடமும் சென்று கவனித்தவன் இவர்களிடம் மட்டும் கூடுதல் கவனிப்பு காட்டினான்.

ஒரு கட்டத்தில் இவர்களுடனேயே அமர்ந்துவிட்டான். தன் மது கிளாஸை சப்பியபடி, “மாயா...... ஆக்டிங்ல உங்களுக்கே ஆர்வம் இல்லன்னு சொல்லிருந்தா நான் விட்ருவேன். உங்க ஹப்பி ஒரு ஜெனரேஷன் பின்தங்கியிருக்கார். ஒரு ஃப்யூச்சர் சூப்பர் ஸ்டாரை பொத்தி வெக்கிறது அநியாயம். நீங்க மட்டும் யெஸ் சொன்னாப் போதும். இன்னொரு நயன்தாராவா உங்களை ஆக்கிக் காட்றேன். சே யெஸ்'' என்றான்.

“ப்ளீஸ்... அந்தப் பேச்சை விட்ருங்க'' என்றாள் மாயா.

சக்சேனாவின் முகம் மாறியது அரையிருட்டிலும் அப்பட்டமாகத் தெரிந்தது.

அரை மணி நேரத்தில் புறப்பட்ட மாயாவை அவளின் கார் வரை வந்து வழியனுப்பினான் சக்சேனா. ஸ்டெல்லா காரை

ஓட்ட... அருகில் அமர்ந்திருந்த மாயாவுக்கு உடனே வந்த வாட்ஸ்அப்பில் 'தேங்ஸ் ஃபார் கமிங்' என்கிற செய்தியுடன் ஒரு படமும் அனுப்பியிருந்தான் சக்சேனா.

அது சக்சேனா மாயாவை அணைத்தபோது எடுத்தது!

30

ஸ்டெல்லா காரை ஓட்ட... அருகில் அமர்ந்திருந்த மாயாவுக்கு உடனே வந்த வாட்ஸ்அப்பில் 'தேங்ஸ் ஃபார் கமிங்' என்கிற செய்தியுடன் ஒரு படமும் அனுப்பியிருந்தான் சக்சேனா.

அது சக்சேனா மாயாவை அணைத்தபோது எடுத்தது!

"ராஸ்கல்! பாருஸ்டெல்லா... யாரையோவிட்டு எடுக்கச்சொல்லி ஏற்பாடு செஞ்சிட்டுதான் என்னை ஹக் செஞ்சிருக்கான்" என்று ஸ்டெல்லாவிடம் காட்டினாள் மாயா.

"விவகாரமானவன் மேடம். இந்த போட்டோவை எதுக்கு அனுப்பியிருக்கான்?"

அவளின் கேள்விக்கு பதில் சொல்வது போல உடனே போனில் அழைத்தான் சக்சேனா.

"ஹேய் டியர் பியூட்டி மாயா... நீ போனதுமே அந்த பார்ட்டி ஹாலே டல்லாயிடுச்சி. சொல்லி வெச்ச மாதிரி பல பேரு யார் சார் அந்தப் புது ஹீரோயின்னு கேட்டாங்க."

அவன் போதையேறிப் பேசுவது அவன் குரலின் லேசான குழறலில் தெரிந்தது.

"ஹலோ... நான்தான் கிளியரா சொல்லிட்டனே..."

"அதை நான் ஏத்துக்கலையே. நான் அனுப்பிச்ச அந்த ஸ்டில் பார்த்தியா? ஷூட்டிங்ல எடுத்த ஸ்டில் மாதிரியே இல்ல? நம்ம ஜோடிப் பொருத்தம் எவ்ளோ சூப்பரா இருக்கு பாரு..."

"மிஸ்டர் சக்சேனா... நீங்க நார்மலா இல்ல."

"மாயா... புருஷன் சொல்ற பேச்சுக்கு யெஸ் சொல்றப்போ, உன் பர்சனல் விருப்பத்துக்கு நோ சொல்றே... சினிமா உலகத்துல

ஒரு பிரைட் ஃப்யூச்சர் உனக்கு ரெட் கார்ப்பெட் விரிச்சி வான்னு கூப்புடுது. வரமாட்டேன்னு பிடிவாதம் பிடிச்சா எப்படி?”

“கம்ப்பெல் பண்ணாதிங்க ப்ளீஸ்...”

“எனக்கு யாரும் எதுக்கும் இதுவரைக்கும் நோ சொன்னதே இல்ல மாயா. என்னை இன்சல்ட் பண்ற மாதிரி இருக்கு. ரொம்பவும் ஹர்ட் ஆகுது.”

“கூப்ட்டிங்களேன்னு மதிச்சி ஒரு மரியாதைக்கு வந்தது தப்பாப் போச்சி.”

“இந்த ஸ்டில்லை எல்லா மீடியாவுக்கும் கொடுத்து மாயாதான் என் அடுத்த படத்து ஹீரோயின்னு அனவுன்ஸ் பண்ணிடறேன்னு வையி... அப்படியே ஆடிப்போயிட மாட்டாரு உன் ஹப்பி?”

“ஓ மை காட்! அப்படில்லாம் செஞ்சிடாதீங்க... நான் இந்த பார்ட்டிக்கு வந்ததேகூட அவருக்குத் தெரியாது.”

“அப்படின்னா டேக் யுவர் டைம். கன்வின்ஸ் யுவர் ஹப்பி. எனக்கு ஒரு நல்ல செய்தி சொல்லு சீக்கிரமா. குட் நைட்.”

அவன் போனை வைத்ததும் பெருமூச்சு விட்ட மாயா, “என்ன ஸ்டெல்லா இது... சைக்கோ மாதிரி பேசறான்... நடந்துக்கறான். தெரியாத்தனமா இவன்கிட்ட மாட்டிட்டனே... இந்தப் பிரச்சனையை கோகுலுக்குத் தெரியாம எப்படி நான் சால்வ் பண்ணப்போறேன்?” என்றாள் கலக்கத்துடன்.

* * *

சொல்லி முடித்த ஸ்டெல்லா, “எக்ஸ்க்யூஸ் மீ. ரெண்டு நிமிஷம் ப்ளீஸ்...” என்று சில செக்குகளில் கையெழுத்திட்டு உள் போனில் அழைத்து, வந்த ஆசாமியிடம் கொடுத்து, “அக்கவுண்ட்ஸ்ல குடுத்து அனுப்பிடச் சொல்லிடு, இரு...” என்று இவர்களிடம் திரும்பி, “வாட் வில் யூ ஹேவ் டு ட்ரிங்?” என்றாள்.

“அதெல்லாம் வேணாம்” என்றான் பரத்.

அந்த ஆசாமி போய் ஆட்டோமேட்டிக் கதவு மூடிக்கொண்டதும்...

“அப்புறம்?” என்றாள் சுசிலா.

“தினம் போன் பண்ணி எப்போ சம்மதம் சொல்வேன்னு டார்ச்சர் செய்ய ஆரம்பிச்சான் சக்சேனா. இன்னொரு தடவை தொந்தரவு செஞ்சா, சைபர் கிரைம்ஸ்ல புகார் செய்வேன்னு மாயா மிரட்டினதும்தான் அடங்குனான்.”

“ஓ... கொலை நடந்த அன்னிக்கு காலையில நீங்க மாயாவுக்கு போன் செஞ்சிருக்கீங்க. ஏதோ ஒரு பிரச்சனையைச் சொல்லிருக்கீங்க. அதுக்கு அவங்க ‘இதுக்கும் அதுக்கும் என்ன சம்பந்தம்?’னு டென்ஷன் ஆனாங்க. ரைட்டா?”

“ஆமாம்.”

“அதென்ன பிரச்சனை?”

“மாயா மேடம் மிரட்டினதும் அடங்கிப்போன சக்சேனா, கோபத்தை வேற விதமா காட்டினான். வீட்டுக்கு இண்டீரியர் செஞ்சவரைக்கும் போதும்னு ஆர்டரை கேன்சல் செஞ்சிட்டான்.”

“எதிர்பார்த்தேன்” என்றான் பரத்.

“அதுவரைக்கும் ஆன செலவுக்கு பில் போட்டு அனுப்பிச்சோம். செட்டில் செய்யலை. நான் போன் செஞ்சிக் கேட்டதுக்கு திமிரா பதில் வந்திச்சி. இப்பகூட ஒண்ணுமில்லை... ஒரே ஒரு படம் உன் பாஸை நடிக்கச் சொல்லு, பில்லை உடனே கிளியர் செய்றேன்னு சொன்னான். அதை மேடத்துக்கிட்ட சொன்னப்பதான் இதுக்கும் அதுக்கும் என்ன சம்பந்தம்னு கோபப்பட்டாங்க.”

சில நிமிடங்கள் அமைதி காத்த பிறகு பரத், “லாயர் சுந்தரேசன் யாரு?” என்றான்.

“எங்க கம்பெனிகளோட லீகல் அட்வைசர்.”

“பிராப்ளம் நம்பர் ட்டூ சொல்லுங்க” என்றாள் சுசிலா.

“பிராமிஸா இந்த மேட்டர் கோகுல் சாருக்குப் போயிடக் கூடாது.”

“போகாது, சொல்லுங்க...”

"மும்பைல மனோஜ் கபூர்னு ஒரு பெரிய பெயின்ட் கம்பெனி ஓனர் சார். அவரோட வைஃப் ப்ரீத்தி கபூர். அவங்களுக்கும் கோகுல் சாருக்கும்... புரிஞ்சிருக்கும்னு நினைக்கிறேன்."

"புரியுது."

"அதை எப்படியோ மாயா மேடம் கண்டுபிடிச்சிட்டாங்க. ஒரு நாள் ஆபீஸ் முடிஞ்சதும் அவங்க ரூமுக்குக் கூப்புட்டாங்க."

சம்பவத்திற்கு அவர்களையும் அழைத்துச் சென்றாள் ஸ்டெல்லா.

* * *

கண்கள் சிவந்திருக்க... அழுத விழிகளுடன் வெறித்த பார்வையுடன், தன் உயரமான நாற்காலியில் தளர்வாக சாய்ந்து அமர்ந்திருந்த மாயாவைப் பார்த்ததும் ஸ்டெல்லாவுக்கு அதிர்ச்சி ஏற்பட்டது.

"என்னாச்சு மேடம்? உங்களை இப்படி நான் பாத்ததே இல்லை."

"இப்ப நான் சொல்லப்போறது வெரி வெரி பர்சனல். இதை வெளில மூச்சு விடமாட்டேன்னு முதல்ல பிராமிஸ் பண்ணுங்க" என்று கையை நீட்டினாள் மாயா.

அந்தக் கையை இதமாகப் பிடித்த ஸ்டெல்லா, "என்னை நூறு சதவிகிதம் நம்பலாம் மேடம்" என்றாள்.

"கோகுல் எனக்கு துரோகம் பண்றார்."

"அப்படில்லாம் இருக்காது மேடம்."

"ரகசியமா கூத்தடிக்கிறார். அதுவும் அடுத்தவன் வைஃபோட. ஒரு பெரிய மனுஷன் செய்ற வேலையா இது?"

ஸ்டெல்லா அமைதியாக நின்றாள்.

"உங்களுக்கு இது தெரியுமா?"

"மேடம்... நம்ம சார் லேடீஸ் மேட்டர்ல ஒரு மாதிரின்னு இங்க பல பேருக்கும் தெரியும். அதெல்லாம் தெரிஞ்சும்தான் நீங்க கல்யாணம் பண்ணிக்கிட்டிங்கன்னு நினைச்சோம்."

“சத்தியமா தெரியாது. நான் பணத்துக்காகதான் அவரைக் கல்யாணம் செஞ்சிக்க சம்மதிச்சேன்னு பல பேர் என் முதுகுக்குப் பின்னாடி பேசினது எனக்குத் தெரியும். அதைப்பத்தி எனக்குக் கவலை இல்லை. அவர் எங்கிட்ட காதலைச் சொன்னப்போ அதுல உண்மை இருந்திச்சி. ஒரு சத்தியம் இருந்திச்சி. கல்யாணத்துக்கு முன்னாடி அப்படி இப்படி இருந்திருந்தாக்கூட வைஃப்னு நான் ஒருத்தி வந்தப்புறம் மாற வேணாமா? லவ்ங்ற வார்த்தைக்கு என்ன மரியாதை?”

“மேடம், தப்பா நினைச்சிக்காதீங்க. பொறாமை பிடிச்ச யாராச்சும் தப்பா சொல்லி உங்க மனசைக் கலைச்சிருக்கலாம். அவரை நீங்க சந்தேகப்படறீங்களா, இல்லை நிச்சயமா தெரியுமா?”

“ஆதாரப்பூர்வமா சொல்றேன். எனக்கு பதினேழு லட்சத்துல ஒரு வைர நெக்லஸ் கொடுத்து லவ்வை ப்ரொபோஸ் செஞ்சார். அதே டிசைன்ல இன்னொரு பீஸ் வாங்கி அவளுக்கும் பிரசண்ட் செஞ்சிருக்கார். எங்கிட்ட ப்ரூஃப் இருக்கு. சந்தேகம் ஏற்பட்டதால மெனெக்கெட்டு கண்டுபிடிச்சேன்.”

“அது யார்னு நான் தெரிஞ்சிக்கலாமா?”

“நம்ம கம்பெனிக்கு பெயின்ட் சப்ளை பண்ற மனோஜ் கபூர் வைஃப் ப்ரீத்தி கபூர்.”

“கடவுளே! அவ்வளவு காஸ்ட்லி கிஃப்ட் கொடுத்திருக்கார்னா என்ன அர்த்தம்?”

“கிட்டத்தட்ட இன்னொரு பொண்டாட்டின்னு அர்த்தம். இப்ப எங்கிட்ட அவ பர்சனல் நம்பர்கூட இருக்கு. இவரைக் கேட்டா எப்படி ரியாக்ட் பண்ணுவார்னு தெரியலை. முதல்ல மறுப்பார். அப்புறம் ஸாரி இனிமே நடக்காதுன்னு அவர் சொல்லலாம். இல்லைன்னா அப்படித்தான் இருப்பேன்... இஷ்டம்னா இரு, இல்லைன்னா வெளில போன்னும் சொல்லலாம்.”

“கோகுல் சாரை பிரெடிக்ட் பண்ணவே முடியாது மேடம்.”

“அதனால நேரா அந்த ப்ரீத்திக்கே போன் பண்ணித் திட்டினா என்ன? இனிமேயும் வாலாட்டினா உன் ஹஸ்பண்ட்கிட்ட சொல்லிடுவேன்னு மிரட்டினா என்ன?”

“அந்தப் பொம்பளை என்ன டைப்புன்னும் தெரியாதே மேடம். உங்க வைஃப் என்னைக் கூப்புட்டு திட்டினான்னு கோகுல் சார்கிட்ட போட்டுக் கொடுத்தா? அப்பயும் கோகுல் சாரோட ரியாக்ஷன் ஒண்ணுதானே?”

“நான் பேசினாதானே? நீங்க யாரோ ஒரு வெல் விஷர் மாதிரி பேசினா?”

“நானா? என்ன மேடம் என்னை வம்புல இழுத்து விடறீங்க?”

“நீங்க என் வெல் விஷர் இல்லையா?”

“கண்டிப்பா...”

“அப்ப செய்ங்களேன். இப்பவே பேசுங்க.”

“என் போன்லேர்ந்து பேசலை மேடம். நம்பர் கொடுங்க. நான் பப்ளிக் பூத்லேர்ந்து பேசறேன்” என்ற ஸ்டெல்லா, ப்ரீத்தி கபூரின் எண்ணை காகிதத்தில் குறித்துக்கொண்டாள்.

* * *

பால் பாய்ன்ட் பேனாவின் தலையை அமுக்கி விடுவித்து அமுக்கிக்கொண்டிருந்த பரத்,

ஸ்டெல்லாவை நேராகப் பார்த்து, “ப்ரீத்திகிட்ட பேசினீங்களா ஸ்டெல்லா?” என்றான்.

“ஆமாம் சார். அவ கொஞ்சம்கூட ஷாக் ஆகலை. இது எங்க ரெண்டு பேரோட பர்சனல் மேட்டர். சட்டம் கூட இப்ப குறுக்க வர முடியாது. நீ யாரா இருந்தாலும் எனக்குக் கவலை இல்ல... உன்னால என்ன செய்ய முடியுமோ செஞ்சிக்கன்னு போல்டா பேசினா.”

“மாயா உங்களைக் கூப்புட்டு இந்த மேட்டரை ஷேர் பண்ணிக்கிட்டது எப்போ?”

“கொலை நடந்ததுக்கு ஒரு வாரம் முன்னாடி.”

மேலும் பல கேள்விகள் கேட்டுவிட்டுப் புறப்பட்டார்கள்.

லிஃப்ட்டுக்கு நடந்தபோது பரத், "சுசி... கோகுல்தாஸ் சார் ஆபீஸ் ரிசப்ஷனிஸ்ட் கல்யாணி போன் நம்பர் வாங்கினா. ஆனா, கூப்புடவே இல்லையே. இதே பில்டிங்தானே... அவளைப் பார்த்துட்டுப் போயிடலாம்" என்றான்.

அவர்கள் வந்தபோது ரிசப்ஷனில் அந்த கல்யாணி இல்லை. கேட்டபோது, "என்னனு தெரியலை... திடீர்னு வேலைய விட்டு நின்னுட்டாங்க" என்று பதில் வந்தது.

31

அவர்கள் வந்தபோது ரிசப்ஷனில் அந்த கல்யாணி இல்லை.

கேட்டபோது, "என்னன்னு தெரியலை... திடீர்னு வேலைய விட்டு நின்னுட்டாங்க" என்று பதில் சொன்னாள் முகத்தில் பருக்கள் மொய்த்த வேறொருத்தி.

"எப்போ?" என்றான் பரத்.

"நேத்துதான்."

"காரணம் கேக்கலையா நீங்க?"

"நேர்ல வந்தா கேக்கலாம். மெயில்லதான் ரிசைனிங் லெட்டர் அனுப்பியிருந்தாங்க."

"கல்யாணியோட அட்ரஸ், மெயில் ஐ.டி எல்லாம் வேணும்."

"சாரைக் கேக்காம எப்படி சார்?"

"பரத் கேக்கறார்னு சொல்லுங்க."

"சார் இப்போ ஐடிசி கிராண்ட் சோழால ஒரு கான்ஃபரென்ஸ்ல இருக்கார். வெங்கட் சார் சொன்னாக்கூடப் போதும் சார். அவர் இங்கதான் அவர் ரூம்ல இருக்கார்."

காட்டப்பட்ட வெங்கட்டின் அறைக்கு வந்தபோது போனில் பேசிக்கொண்டிருந்தவன் எழுந்து சைகையால் வரவேற்று அமரவைத்துத் தொடர்ந்தான், "இல்ல சார். அந்தத் தேதில சார் அவைலபிளா இல்லை. வேற தேதி முடிவானா கேளுங்க. எப்படியும் ஒரு மாசம் அட்வான்ஸா சொன்னாதான் முடியும்."

வைத்துவிட்டு நிமிர்ந்ததும் பரத், "உங்க ஆபீஸ் ரிசப்ஷனிஸ்ட் கல்யாணி திடீர்னு நேத்து ரிசைன் செஞ்சிட்டாங்களாமே?" என்றான்.

"ஆமாம் சார். டியூ டு சம் பர்சனல் ரீசன்ஸ்னு போட்டு மெயில் அனுப்பியிருக்காங்க."

"அவங்க காண்டாக்ட் டீட்டெய்ல்ஸ் வேணும். நீங்க சொன்னாதான் தருவோம்னு சொன்னாங்க."

"நானே தர்றேனே... அவங்க அப்ளிகேஷன்ல இருக்குமே..."

சிஸ்டத்தில் தேடிய வெங்கட், "இதோ..." என்று மானிட்டரை அவர்கள் பக்கம் திருப்பி, "நோட் பண்ணிக்கிறீங்களா, இல்லை மெயில் பண்ணவா?" என்றான்.

"அட்ரஸ் நோட் பண்ணிக்கிறோம். அவங்க ரிசைனிங் லெட்டரை மட்டும் மெயில் பண்ணுங்க... சுசி..."

சுசிலா அங்கிருந்த மெமோ காகிதம் கிழித்து, ஒரு குட்டித் தொட்டி நிறைய நிரம்பியிருந்த பேனாக்களில் ஒன்றை எடுத்து, அட்ரஸை எழுதிக்கொண்டதும் எழுந்தார்கள்.

லிஃப்ட்டில் கீழே பார்க்கிங் பகுதிக்கு இறங்கியபோது, "எந்த ஏரியா?" என்றான்.

"நீலாங்கரை."

காரில் அமர்ந்து சிந்தனையில் ஆழ்ந்தான் பரத்.

தீர்மானத்திற்கு வந்தவனாக, "கல்யாணி கொடுத்த நம்பரைக் கூப்புடறேன்... அவ எடுக்க மாட்டா பாரு..." என்று சொல்லியபடி அழைக்க... ரிங் போய்க்கொண்டேயிருந்தது.

"என்ன பரத் இது? ஏன் எடுக்கலை? ஏன் திடீர்னு அவ ரிசைன் செஞ்சா?"

"நேர்ல கேட்டா ஒருவேளை சொல்லலாம்" என்று காரை ஸ்டார்ட் செய்தான் பரத்.

* * *

Cheer Leaders

– என்கிற எழுத்துகள் அசைய சன்ன ஓட்டத்தில் இருந்தாள் சுசிலா. எதிர்ப்புறம் கடந்தவர்கள் படிக்க சிரமப்பட்டார்கள்.

அருகில் ஜாகிங் செய்த பரத், ட்ராக் சூட் அணிந்திருந்தான். பீக் வைத்த தொப்பி அணிந்திருந்தான்.

ஆரஞ்சு சூரியப் பந்து தூரத்துக் கடலில் கொஞ்சூண்டு தலை நீட்ட... சன் ரைஸ் ஷாட்டிற்காக வந்திருந்த ஒரு படப்பிடிப்புக் குழு பரபரப்பாக இயங்கிக்கொண்டிருந்தது.

முதல் தின வருகையாளர்களின் கூட்டு அலட்சியத்தில் மணல்வெளியெங்கும் சிதறியிருந்த ஏராளக் குப்பைகளை ஒரு தன்னார்வ அமைப்பினர் யூனிஃபார்ம் போட்டு, கையுறை போட்டு, தங்கள் வெப்சைட்டில் போடுவதற்காக நடுநடுவில் போட்டோ எடுத்தபடி பொறுக்கினார்கள்.

வாக்கிங் முடித்த தாத்தாக்கள் ஸ்டிக்குகளை ஓரம் வைத்து டெல்லி அரசியல், பங்குச் சந்தை, ஃபிளாட்ஸில் சாக்கடை அடைப்பு, மருமகள்களின் அலட்சியப்போக்கு, அதற்கு மகன்களின் மறைமுக ஆதரவு, கெட்ட கனவுக்கு ஆங்கிலத்தில் என்ன வார்த்தை போன்று திடீரென்று சில வார்த்தைகள் மறந்துபோவது, பி.பி, சுகர் லெவல் என்று கலந்துகட்டி கதம்பமாகப் பேசினார்கள்.

நீளமான எலியட்ஸ் கடற்கரையில் நெட் கட்டி வாலிபால் விளையாடிய இளைஞர்களைப் பார்த்தபடி அமர்ந்து அருகம்புல் சாறு பருகிய சப் இன்ஸ்பெக்டர் தயாளன், தூரத்தில் ஓட்ட நடையில் வந்த பரத், சுசிலாவை கையசைத்து அழைத்தார்.

வந்து இருவரும் கை குலுக்கிவிட்டு அமர்ந்ததும், “அந்த ரஞ்சித், சித்தார்த்னு சொல்லிக்கிட்டு கோகுல்தாஸ்கிட்ட சேர்ந்த பின்னணி பத்தி அவர்கிட்ட கேட்டீங்களா பரத்?” என்றார்.

“இன்னும் இல்லை. பயங்கர பிஸியா இருக்கார்.”

“ரஞ்சித் தன்னை ஒரு கூலிப்படை ஆசாமின்னு அறிமுகப்படுத்திக்கிட்டிருக்கான். அவரைக் கொல்லச் சொல்லி ஒரு கேங்க் ஸ்கெட்ச் போட்டுக் கொடுத்ததாகவும், ஆனா, கொலை செய்ய மனசு வரலைன்னும் சொல்லி கால்ல விழுந்திருக்கான். இவரு உருகிட்டாரு. மறுநாள் வீட்டுக்கு வந்து வேலை கேட்ருக்கான். மாயாவோட காருக்கு டிரைவரா இழுத்துப் போட்ருக்கார்.”

“கொலை செய்ய வந்தவனை மன்னிக்கிறதே பெரிய விஷயம். அவனுக்கு வேலையும் கொடுப்பாங்களா?” என்றாள் சுசிலா.

“அதனாலதான் நான் கோகுல்தாஸை இன்னும் ஸ்ட்ராங்கா சந்தேகப்படறேன்.”

“சார்... நீங்க கொடுத்த இன்க்வெஸ்ட் ரிப்போர்ட்ஸ், எஃப்.ஐ.ஆர், பி.எம்.ரிப்போர்ட் எல்லாம் அனலைஸ் செஞ்சிட்டோம். உத்தேசமா மாயாவோட உயிர் பிரிஞ்ச நேரத்துல கோகுல்தாஸ் பில்டர்ஸ் அசோசியேஷன் எலெக்ஷன் பத்தின ஆலோசனை மீட்டிங்ல பில்டர் ரவீந்திர குப்தா வீட்ல இருந்திருக்கார்” என்றான் பரத்.

“எந்தக் கொம்பனாலும் ஒரு பாடியை சோதிச்சி எக்ஸாக்ட்டா நிமிஷம் சுத்தமா டெத் டைம் சொல்ல முடியாதுன்னு உங்களுக்குத் தெரியாதா பரத்? அவர் மாயாவைக் கொன்னுட்டு, அதுக்கப்பறம் குப்தா வீட்டுக்குப் போயிருக்கணும்னு சொல்றேன் நான்.”

“செகரெட்டரி வெங்கட் போன் செஞ்சி சிமெண்ட் குடோன்ல திருட்டு நடந்ததைச் சொன்னப்பறம் அங்கேர்ந்து புறப்பட்டு குடோனுக்கு வந்திருக்கார். அதுக்கப்புறம் உங்க இன்ஸ்பெக்டர் கார்த்திகேயனோட சேர்ந்து மாயாவோட கையெழுத்து வாங்கறதுக்காக வீட்டுக்கு வந்திருக்கார். அப்போதான் அவர் டெட் பாடியைப் பார்த்து ஷாக் ஆகியிருக்கார்.”

“அதைத்தான் திட்டம் போட்டு காய் நகர்த்திருக்கார்னு நான் சொல்றேன். அழகா அலிபி கிரியேட் பண்ணிருக்கார்னு சந்தேகப்படறேன். குப்தா கோஷ்டி, வெங்கட், எங்க இன்ஸ்பெக்டர் எல்லாரையுமே முட்டாளடிச்சிருக்கார்.”

“இவரே ஆள் வெச்சி சிமெண்ட் மூட்டைகளை கடத்த ஏற்பாடு செஞ்சாருன்னு சொல்றீங்களா?”

“ஹி ஈஸ் எ கிரேட் பிளானர். வொய் நாட்?”

“சினிமா பார்த்துட்டு வீட்டுக்குத் திரும்பினப்போ, எதேச்சையா சிமெண்ட் கோடவுனுக்குப் போனதாதான் வெங்கட்

சொல்லிருக்கார். உங்க என்கொயரி ரிப்போர்ட்ல அப்படித்தான் இருக்கு.''

''வெங்கட் ஏன் அவருக்கு உடந்தையா இருக்கக் கூடாது?''

''நான் கொலை செய்யப் போறேன், நான் சொல்ற மாதிரில்லாம் ஒத்துழைப்பு கொடுன்னு வெங்கட்டை கூட்டு சேர்த்திருப்பாரா? திட்டம் போட்டு கொலை செய்றப்போ... ஒருத்தருக்குத் தெரிஞ்சாலும் அது தற்கொலைக்குச் சமம் சார்'' என்றாள் சுசிலா.

''சரி, இப்படி சொல்றேன். ஒத்துழைப்பு கொடுத்தது வெங்கட் இல்ல. அந்த ரஞ்சித். யோசிச்சிப் பாருங்க. தன்னைக் கொலை செய்ய வந்தவனுக்கு டிரைவர் வேலை போட்டுத் தர்றார். அவன் என்னடான்னா மாயாவோட கொலைக்கு முதல் நாள் ஒரு ஹாஸ்பிடல்லேர்ந்து டிஸ்சார்ஜ் ஆகி காணாமப் போறான். இன்னிக்கு வரைக்கும் ஆளைக் காணோம். அதுல ஒரு மர்மம் இல்லையா?''

''அது விடுவிக்க வேண்டிய முக்கியமான முடிச்சுதான் சார். எங்கதான் போயிருப்பான்?''

''கோகுல்தாஸ் திட்டம் போட்டுக் கொடுத்து மாயாவைக் கொன்னுட்டு, நார்த் இந்தியால தொலைஞ்சி போயிடுன்னு கத்தையா பணம் கொடுத்து அனுப்பியிருக்கலாம்.''

''அப்படில்லாம் தொலைஞ்சி போகமுடியுமா என்ன?''

''நாங்க எல்லா ஸ்டேட் போலீஸுக்கும் அவன் போட்டோ அனுப்பி தேடிட்டுதான் இருக்கோம். நிச்சயம் மாட்டுவான். ஆனா, இதெல்லாம் ஒரே நாள்ல நடக்காது. ஒரு வருஷம், ரெண்டு வருஷம்... ஏன் பத்து வருஷம் கழிச்சிக்கூட மாட்னவன் இருக்கான்.''

''ஒண்ணு இவரே கொன்னுட்டு டிராமா பண்றார். இல்லன்னா, ரஞ்சித்தை விட்டுக் கொன்னுருக்கார். இந்த ரெண்டுல ஒண்ணு உங்க தியரி, ரைட்?''

''ஆமாம்.''

''இதுவோ அதுவோ... மோட்டிவ் என்ன சார்?''

"ப்ரீத்தி கபூர்!" என்று கண்ணடித்தார் தயாளன்.

"மோப்பம் பிடிச்சிட்டீங்களா?"

"இத்தனை நாளா இந்த கேஸ்ல நாங்க என்னதான் பண்ணிக்கிட்டிருந்தோம்னு நினைக்கிறீங்க?"

"சார்... அவரே ப்ரீத்தி கபூருக்கும் அவருக்கும் இருக்கற அஃபயர் பத்தி கொஞ்சம் சொன்னார் சார். ப்ரீத்தி கபூரை நீங்க விசாரிச்சிட்டீங்களா?"

"இன்னும் இல்லை. இது டெலிகேட்டான மேட்டர். மனோஜ் கபூரும் பெரிய இடம். ஒரு பெரிய பெயின்ட் கம்பெனி ஓனர். ஆணித்தரமான ஆதாரம் கைக்குக் கிடைச்சப்பறம்தான் ப்ரீத்தியை நெருங்க முடியும்."

"அதாவது ப்ரீத்தி கபூர் விஷயம் தெரிஞ்சி கேள்வி கேட்ட மாயாவை கோகுல்தாஸ் கொன்னுட்டார்னு சொல்றீங்களா?"

"யெஸ். அதான் மோட்டிவ்."

பரத்தும் சுசிலாவும் ஒருவரை ஒருவர் பார்த்துக்கொண்டார்கள்.

கோகுல்தாஸ் ப்ரீத்தி கபூர் பற்றி சொன்ன சில அந்தரங்கமான விஷயங்களை தயாளனிடம் சொல்வது நல்லதா, மறைப்பது நல்லதா என்று யோசித்தான் பரத்.

"அந்த ரெண்டு லெட்டர்லயும் போட்டிருந்த பேர் ர.சி! அது ரஞ்சித் சித்தார்த்னு வெச்சிப் பார்க்க முடியுமா?"

"நேச்சுரலி!"

"ரெண்டாவது லெட்டரை கோகுதாஸ் கார்ல அவன்தான் வெச்சிருக்கான்னா... அவன் இன்னும் சென்னையிலதான் இருக்கான்னு அர்த்தம் சார். வட இந்தியாவை விட்டுட்டு சென்னையிலயே இன்னும் ஸ்ட்ராங்கான ஒரு வலையை எடுத்து வீசித் தேடுங்க" என்று சிரித்தபடி எழுந்தான் பரத்.

32

நீலாங்கரையில் குறிப்பிட்ட தெருவில் காரை நிறுத்தி இறங்கி நடந்த பரத், சுசிலாவால் கல்யாணியின் வீட்டை சுலபமாகக் கண்டுபிடிக்க முடிந்தது.

ஆனால், கதவில் பூட்டு தொங்கியது.

எதிர் வீட்டு வாசலில் கோலம் போட்டுக்கொண்டிருந்த அம்மா இவர்களைப் பார்த்து, "அவங்க வீட்டைக் காலி பண்ணிட்டுப் போய்ட்டாங்களே" என்றாள்.

"இதையும் எதிர்பார்த்தேன்" என்றான் பரத், சுசிலாவிடம்.

அந்த ஒரு ரூபாய் சைஸ் பொட்டுக்காரியிடம் வந்து, "எப்ப காலி பண்ணாங்கன்னு தெரியுமா?" என்றாள் சுசிலா.

"நேத்துதான். என் வீடுதான் அது. நல்ல குடும்பம்னுதான் ரெண்டு வருஷமா வாடகையைக்கூட ஏத்தாம இருந்தேன்."

"அந்த வீட்ல கல்யாணி தவிர யார் யார் இருந்தாங்க?"

"அம்மாவும் அதுவும்தான் இருந்துச்சி. தங்கமான பொண்ணு."

"எதுக்கு காலி செஞ்சாங்க?"

"இங்கேர்ந்து அது வேலை பார்க்கற அண்ணா நகருக்குப் போய்ட்டு வர்றதுக்கு சிரமமா இருக்குன்னு சூளைமேட்ல வீடு பார்த்துட்டோம்னு சொன்னிச்சு. நீங்க யாரு? எதுக்கு விசாரிக்கிறீங்க?"

"கல்யாணி என் ஃபிரெண்டு. இந்தப் பக்கமா வந்தோம். பார்த்துட்டுப் போலாம்னு நினைச்சோம். புது வீட்டு அட்ரஸ் கொடுத்தாளா கல்யாணி?" என்றாள் சுசிலா.

“இல்லியே... போன் நம்பர் இருக்குதுல்ல? அவளையே கூப்புட்டு கேளேன்ம்மா.”

“போன் போட்டேன். போகலை.”

“போன் நம்பர்கூட மாத்தப் போறேன்னு சொல்லிட்டிருந்துச்சி.”

“வீட்டைப் பார்க்கலாமா? எங்க ஆபீஸ் ஸ்டாஃப் ஒருத்தர் இந்த ஏரியால வீடு பார்த்துட்டிருக்கார்” என்றான் பரத்.

“தாராளமா பாருங்க. எனக்கு புரோக்கர் செலவு மிச்சம்.”

கோலப்பொடி டப்பாவை ஓரமாக வைத்துவிட்டு சாவியெடுக்க அவள் வீட்டுக்குள் போனதும், “என்ன பரத் இது... அந்த ரஞ்சித் திடீர்னு காணாமப் போனான். இப்போ கல்யாணியைக் காணோம். என்ன நடக்குது?” என்றாள் சுசிலா.

“யாரோ ஒருத்தர் எழுதி திறமையா செயல்படுத்தற திரைக்கதைபடி வரிசையா நடக்குது. அங்கங்க புதுப்புதுப் புள்ளியாத் தெரியுது. எல்லாத்தையும் சரியா கனெக்ட் செய்யணும் சுசி” என்றான் பரத்.

அவள் சாவியுடன் வந்து அவர்களிடம் நீட்டி, “ஒரு ஹாலு, பெட்ரூமு, சமையல் கட்டு, பாத்ரூமு அவ்வளவுதான் வீடு. நீங்க போய்ப் பார்த்துட்டிருங்க. கோலத்தை முடிச்சிட்டு வர்றேன்” என்றாள்.

அந்த வீட்டிற்குள் வந்து பார்த்தபோது காலி செய்யும்போது வேண்டாம் என்று கைவிடப்பட்ட காலண்டர், கைப்பிடி உடைந்த மக்கு, எண்ணெய் பிசுக்கேறிய தலையணை, அழுக்கான குப்பைத் தொட்டி, அதில் வழியவழிய காகிதக் குப்பைகள் என்று சகலமும் இருக்க... துப்பறிவாளர்களின் சர்வதேச வழக்கப்படி பரத் அந்தக் குப்பைத் தொட்டியைக் கவிழ்த்து நோட்டமிட்டான்.

ஒரு கம்பியில் குத்திவரப்பட்ட அடையாளமாக நடுவில் ஓட்டையுடன்கிடந்தனபலவகையானபில்கள். லட்சுமி பார்மசி, கண்ணன் மளிகை ஸ்டோர்ஸ், பழமுதிர்சோலை பில்களே அதிகமிருக்க... அய்யனார் கேஸ் ஏஜன்சியின் பில்லைக் குனிந்து எடுத்தான் பரத்.

“போலாம் சுசி. கல்யாணியோட சூளைமேடு அட்ரஸ் கிடைச்சிடுச்சி” என்று தான் எடுத்ததைக் காட்டியவன், “இந்த கேஸ் ஏஜன்சில எழுதிக் கொடுத்துதான் புது ஏஜன்சிக்கு கேஸ் கனெக்‌ஷன் மாத்தணும்” என்றான்.

அவர்கள் வெளியே வரும்போது எதிரே வந்த அவள், “அதுக்குள்ள பாத்துட்டீங்களா?” என்றாள்.

“இதென்ன தாஜ்மஹாலா?” என்று கேட்டால் கோபித்துக்கொள்வாள் என்பதால், “பார்த்துட்டோம். எங்க ஸ்டாஃபை அனுப்பிப் பார்க்கச் சொல்றோம்” என்று மட்டும் சொல்லிக் காரை நோக்கி நடந்தான் பரத்.

இருவரும் காரில் அமர்ந்ததும் மூன்று விநாடி சிந்தனைக்குப் பிறகு, “நெக்ஸ்ட் மீட் செய்யவேண்டியது மாயாவோட சிஸ்டர் லாவண்யா” என்றான் பரத்.

“மாயாவோட அம்மா வீடு ராயபுரத்துல இருக்கு பரத்.”

“ஆனா, ஏர்போர்ட்டுக்குப் பக்கமா இருந்தா வசதின்னு கிண்டில ஒரு அப்பார்ட்மெண்ட்ல இவ மட்டும் தனியா இருக்கா.”

“எப்படித் தெரியும்?”

“போன் செஞ்சப்ப சொன்னா... சில பேரு அழகா இருப்பாங்க. ஆனா, குரல் சகிக்காது. லாவண்யாவுக்கு என்ன ஒரு ஸ்வீட் வாய்ஸ் தெரியுமா?”

“பரத்... லாவண்யாகிட்ட கிக்கி பிக்கின்னு வழியாமப் பேசணும். ஒழுங்கு மரியாதையா மூஞ்சை மட்டும் பார்த்துப் பேசணும். ரைட்?”

“முயற்சி பண்றேன்” என்ற பரத்தை தோளில் செல்லமாகக் குத்தினாள் சுசிலா.

* * *

லாவண்யாவுக்கு அன்று ஃபிளைட் இல்லை என்பதால் விடுமுறை அனுபவித்தலாக லேட்டாக எழுந்து லேட்டாக குளித்து, மீண்டும் நைட்டியே அணிந்து லேட்டாக சாப்பிட்டு,

சோம்பலாக சோஃபாவில் காலை நீட்டிப்படுத்து, தமிழ் வார இதழில் புரட்டிப் புரட்டி ஜோக் மட்டும் படித்தாள்.

அழைப்பு மணி ஒலித்தபோது அலுப்புடன் எழுந்து, ஸேஃப்ட்டி செயினை மாட்டிவிட்டுக் கதவைக் கொஞ்சமாகத் திறக்க...

அடுத்த ஃபிளாட் மாதவன் அகலமாகச் சிரித்தபடி, "குட் மார்னிங் லாவண்யா" என்றார். தலையில் எல்லா திசையிலிருந்தும் பற்றாக்குறை முடிகளை இழுத்துவைத்து முழு வழுக்கையை கால் வழுக்கையாகக் காட்டப் பிரயத்தனப்பட்டிருந்தார். கழுத்துக்கும் மார்புக்குமே அரை டின் பவுடர் போட்டு வாசனையுடன் நின்றார்.

அசோஸியேஷன் செகரெட்டரி என்பதால் மரியாதைக்காக கதவைத் திறந்து, "குட் மார்னிங் சார்" என்றாள்.

"ஒரு விஷயம் சொல்லணுமே" என்று உள்ளே வரும் ஆயத்தத்தில் ஸ்லிப்பர்களைக் கழற்ற... வேறு வழியில்லாமல், "வாங்க" என்றவள் அவசரமாகச் சென்று சோஃபாவில் கிடந்த உள்ளாடை, ஈரத் துண்டைப் பொறுக்கி ஒளித்தாள்.

அவர் அமர்ந்துகொண்டு, "நீயும் உக்காரு லாவண்யா" என்றார்.

உட்கார்ந்தால் கச்சா எண்ணெய், பொருளாதார சரிவு, மோடியின் ஆட்சி, பாலியல் குற்றங்கள் என்று அரை மணி நேரம் போட்டுத் தள்ளிவிடுவார். நடுநடுவில்...

"இந்த கலர்லகூட நெய்ல் பாலீஷ் வருதா?"

"நைட்டு தூக்கம் சரியில்லையோ?"

"நல்ல ரொமாண்ட்டிக் ஃபிலிம்ஸ் சஜஸ்ட் பண்ணேன்."

"உனக்கு நல்ல முகவெட்டும்மா. நடிக்கலாமே?"

– போன்ற கமெண்ட்டுகளாலும், உடல் முழுக்க தத்தித் தாவும் பார்வைகளாலும் தன் கள்ள நோக்கத்தை வெளிப்படுத்திவிடுவார்.

புரிந்தும் புரியாதது போல நடந்துகொள்ள வேண்டும். பாலீஷாகக் கத்தரித்து அனுப்ப வேண்டும். விமானப் பயணங்களில் போன்

நம்பர் வாங்க முயற்சிக்கும் பல வாடிக்கையாளர்களை அழகாக சமாளித்துப் பழகிய லாவண்யாவுக்கு, அவரைக் கையாள்வது சுலபம் என்பதால் முகத்தை முறித்துப் பேசுவதில்லை.

"சரோஜாக்கா ஊர்ல இல்லையா?" என்றாள் லாவண்யா.

"ஆமாம். எப்படித் தெரியும்? போரடிக்குது. பாரேன்... திடகாத்திரமா இருக்கேன். எனக்கெல்லாம் ரிட்டயர்மெண்ட் கொடுக்கலாமா?"

"அமெரிக்காவல இருக்கற பேரன், பேத்திகிட்ட கால் பேசுனா பொழுது போய்டுமே..."

"என்னை தாத்தான்னு ஞாபகப்படுத்தறியா? பரவால்லை. அவங்ககிட்ட பேசணும்னா நைட்லதானே பேசணும். இப்ப தூங்கிட்டிருப்பாங்களே... ஏன் நிக்கிறே... உக்காரேன்."

"இல்ல சார். நான் கிளம்பணும். ஒரு லன்ச் மீட்டிங் இருக்கு. சொல்லுங்க... என்ன விஷயம்?"

"என் கொழுந்தியா கல்கத்தால இருக்கா. அவ கம்பெனில ஆறு மாசம் மட்டும் இங்க உள்ள ஹெட் ஆபீஸ்ல ஏதோ டிரெய்னிங் மாதிரி போட்ருக்காங்க. நீ சிங்கிளாதானே இருக்கே... உன்னோட அவ தங்கலாமா லாவண்யா? ரெண்ட் ஷேர் பண்ணிக்குவா."

"உங்க வீட்லயே தங்க வைக்கலாமே சார்?"

"அது சரியா வராதும்மா. நேரம் கெட்ட நேரத்துக்கு வருவா, போவா. பிரைவசி வேணும்னு பார்க்கறோம்."

"ஸாரி சார். அதே பிரைவஸி எனக்கும் வேணும். வேற ஒண்ணும் இல்லையே... நான் ரெடியாகி புறப்படணும். இல்லன்னா கொஞ்ச நேரம் பேசிட்டிருக்கலாம்."

"நீ புறப்படற வரைக்கும் நான் புக்கு படிச்சிட்டிருக்கேனே..."

இப்போது அழைப்பு மணி ஒலிக்க... வந்து கதவைத் திறந்தாள் லாவண்யா. வாசலில் நின்றிருந்தார்கள் பரத்தும் சுசிலாவும்.

"போன் செஞ்சிருந்தேன். பரத். இவங்க சுசிலா."

"யெஸ்... யெஸ்... வெல்கம். உள்ள வாங்க" என்றவள் மாதவனிடம், "நாம அப்புறம் பேசலாமா சார்?" என்றாள்.

ஏமாற்றமான முகத்துடன் எழுந்துகொண்ட மாதவன் நடந்து வெளியேற... இவர்கள் உள்ளேற... கதவு மூடப்பட்டதும், "மொதல்ல உங்களுக்கு ரொம்ப தேங்ஸ். பக்கத்து வீடு சார். அசோஸியேஷன் செகரெட்டரின்ற உரிமைல அடிக்கடி வந்து கடலை போடறார். மூஞ்சிக்கு நேரா சொல்ல முடியல. நல்லவேளையா நீங்க வந்து கட் பண்ணி விட்டீங்க. உக்காருங்க... இதோ வர்றேன்."

இரண்டே நிமிடங்களில் ஒரு நீளமான ஸ்கர்ட், டாப்ஸ் என்று மாறி, கூந்தலை ஒரு ரப்பர் வளையத்திற்குள் ஒழுங்குபடுத்தி வந்து அமர்ந்து, "கோகுல் சொன்னார்... உங்ககிட்ட கேஸை ஒப்படைச்சிருக்கேன்னு. சொல்லுங்க சார். மாயாவைக் கொலை செஞ்சது யாருன்னு ஏதாச்சும் க்ளூ கிடைச்சதா?" என்றாள் படபடப்பாக.

"டூ எர்லிங்க. சஸ்பெக்ட்ஸ் லிஸ்ட் மட்டும் பெருசாகிட்டே இருக்கு" என்றாள் சுசிலா.

"அப்படின்னா போலீஸ் மீடியால சொல்லிருக்கற மனநலம் சரியில்லாத ர.சி அப்படின்ற ஒரு ஆசாமின்ற தியரி பொய்யா?"

"அப்படியும் முழுசா ரூல் அவுட் பண்ணிட முடியாது. போலீஸ் ஆபீசர்ஸ் உங்களை நிறைய கேட்ருப்பாங்க. நாங்க கேக்கப்போறதும் அதே கேள்விகளா இருக்கலாம். கொஞ்சம் போரடிக்கலாம். ஆனா, பொறுமையா கோவாப்பரேட் பண்ணுவீங்களா லாவண்யா?"

"ஷ்யூர். ஹவ் அபவுட் க்ரீன் டீ?"

அவர்களின் பதிலை எதிர்பார்க்காமல் எழுந்து கிச்சனுக்கு அவள் போய்விட... பரத் சுற்றிலும் பார்வையை ஓட்டினான்.

அந்தச்சதுரமான வெர்ட்டிஃபைட் டைல்ஸ் போட்ட ஹால், மகா ஒல்லி டி.வி, வெளிச்சமான ஜன்னல், தொட்டிப் பூச்செடிகள், திரைச்சீலை உயரும்போதெல்லாம் தெரிந்து மறைந்த நீல வானம், ஓரமாக இருந்த ரெஃப்ரிஜிரேட்டர், அதன் கதவின்மீது

ஒட்டிவைத்திருந்த அவள் பணிபுரியும் விமான நிறுவனத்தின் பெயர் போட்ட மேக்னெட் என்று பார்த்தவன், அதனருகில் இருந்த மற்றொரு மேக்னெட்டில் சிரிக்கும் கோமாளிக்குக் கீழே ஜே.கே.பில்டர்ஸ் என்று பெயர் பார்த்து புருவம் சுருக்கினான்.

"சுசி... கோகுல்தாஸ் கம்பெனி பேர் என்ன?" என்றான் கிசுகிசுப்பான குரலில்.

"கோகுல் பில்டர்ஸ்!"

"அப்ப ஜே.கே பில்டர்ஸ் யாரு?"

"அதுவும் பாபுலர் கம்பெனிதான் பரத். ஜே.குமரப்பன் நடத்தற நிறுவனம்."

"ஓ... இந்த குமரப்பன்தானே எலெக்ஷன்ல வந்துடக்கூடாதுன்னு மத்தவங்க மீட்டிங் போட்டாங்க?"

"ஆமாம்."

"அவரோட கம்பெனி காம்ப்ளிமெண்ட் அயிட்டம் எதுக்கு இந்த வீட்ல இருக்கு? லாவண்யாவுக்கும் அந்த கம்பெனிக்கும் என்ன சம்பந்தம்?" என்றான் பரத்.

33

“அவரோட கம்பெனி காம்ப்ளிமெண்ட் எதுக்கு இந்த வீட்ல இருக்கு? லாவண்யாவுக்கும் அந்த கம்பெனிக்கும் என்ன சம்பந்தம்?” என்றான் பரத்.

“அதானே?” என்ற சுசிலா, ஒரு சுவர் முழுக்க மாட்டியிருந்த லாவண்யாவின் பல புகைப்படங்களை ஈடுபாட்டுடன் பார்த்த அவன் கண்களுக்கு முன்னால் கை நீட்டி மறைத்தாள்.

“போதும். பார்வையாலயே...”

“பார்வையாலயே? கம்ப்ளீட் இட் சுசி.”

“வேணாம்.”

“பெண்களின் அழகை ரசிக்கிறவங்களுக்கு இதய நோய் வராதாம். ஒரு ஆராய்ச்சி சொல்லுது.”

“ஓகோ... இதயத்துக்கு நோய் வரக்கூடாதுன்னுதான் ரசிக்கிறீங்களாக்கும்... படவா!”

“சுசி... நீ படவான்னு திட்டி ரொம்ப நாளாச்சி. ஒண்ணு புரிஞ்சுக்கோ. நான் எந்தப் பொண்ணைப் பார்த்தாலும் நூத்துக்கு எத்தனை மார்க்னு யோசிப்பேன். நூறு என்ன தெரியுமா? நீதான்.”

“எவரெஸ்ட்ல ஸ்வெட்டர் இல்லாம நிக்கிறப்ப ஐஸ்க்ரீம் மழை பேஞ்ச மாதிரி இருக்கு!”

“ஹவ் ஸ்வீட்... சுசி... இதையே ஒரு வார்த்தைக்குக் கீழ் ஒரு வார்த்தையா எழுதினா கவிதை!”

“நான் அப்படியே கிறங்கிட்டேன்னு நம்பிட்டீங்களாக்கும்?”

“நம்புறியோ இல்லையோ... நான் சொன்னது நிஜம். எங்க சத்தியம் செய்யட்டும்? ஷில்பா நாயர் மாதிரி நெஞ்சுல சத்தியம்

செய்யச் சொன்னாலும் சரிதான்" என்றவன், அவசரமாக நாக்கைக் கடித்துக்கொண்டான்.

"வாட்? ஷில்பா நாயர் எப்போ நெஞ்சுல சத்தியம் செய்யச் சொன்னா?" என்றாள் கோபமாக.

"நான் ஏதோ உளர்றேன்... பால்கனில பார்த்தியா எல்லா கலர்லயும் ரோஸஸ்!"

சுசிலா உடனே எழுந்து அந்தத் தொட்டிச் செடிகளைப் பார்க்கப் போனவள், சில பூக்களை போட்டோ எடுக்கவும் துவங்கினாள்.

"சுசி... க்ரீன் டீ வந்துடுச்சி."

லாவண்யா ட்ரேயில் மூன்று அழகான கப்களுடன் வந்திருக்க... சுசி, "லவ்லி ரோஸஸ்!" என்றபடி டீ எடுத்துக்கொண்டாள்.

"ஏர் ஹோஸ்ட்டஸ் ஆகறது லட்சியமா இருந்திச்சா?"

"இல்ல, மாடலாகணும்னு ஆசை. பல ஃபேஷன் ஷோஸ்ல கலந்துக்கிட்டேன். ரெண்டு மூணு ஆட் நடிச்சேன். அந்த லைன்ல பெருசா க்ளிக் ஆகலை. இந்த கோர்ஸ் முடிச்சேன். ஜாப் கோகுல்தான் வாங்கிக் கொடுத்தார்."

"யெஸ்... ஐ ரிமம்பர்... ஒரு சாக்லெட் விளம்பரத்துல நீங்க ட்டூ பீஸ் ஸ்விம் சூட்ல தண்ணிக்கடியில சாக்லேட் சாப்பிடுவீங்க... 'எங்கும் மாறாத சுவையுடன்'னு வாய்ஸ் ஓவர் வரும், கரெக்ட்டா?"

"வாவ்... பரவால்லையே... ஞாபகம் வெச்சிருக்கீங்களே..."

"எனக்கு ரொம்ப பிடிச்ச விளம்பரம் அது. உங்க ஸ்விம் சூட் கலர்கூட ஆலிவ் க்ரீன். ரைட்?"

"கிரேட்... இப்படியே பேசிட்டிருந்தா என் அக்காவைக் கொலை செஞ்சவனைக் கண்டுபிடிச்சிடுவீங்களா சார்?"

'நோஸ் கட் வாங்கினீங்களா?' என்கிற அர்த்தத்தில் சுசிலா ரகசியமாக தன் மூக்கின் மேல் ஒரு விரலால் கட் செய்தாள்.

"கடுமையான கேள்விகளுக்கு முன்னால உங்களை ரிலாக்ஸ் மூடுக்குக் கொண்டுவரணும்னுதான்..." என்றான் பரத்.

லாவண்யா இயல்பாக கால் மேல் கால் போட்டுக்கொண்டு, "கடுமையான கேள்வி ஒன் ப்ளீஸ்?" என்றாள்.

"ஓகே, சீரியஸ். நீங்க யாரையாவது சந்தேகப்படறீங்களா?"

"யெஸ். திடீர்னு காணாமப் போய்ட்ட டிரைவர் சித்தார்த்."

"இந்த விபரம் எல்லாம் உங்களுக்கு எப்படி தெரியும்?"

"கொலை செய்யப்பட்டது என் சிஸ்டர் சார். எனக்கு க்யூரியாசிட்டி இருக்காதா? அடிக்கடி கோகுல், வெங்கட் எல்லார்ட்டயும் பேசிக்கிட்டுதான் இருக்கேன்."

"ஓ... சித்தார்த் பத்தி அப்புறம் வர்றேன். கோகுல்தாஸ் பத்தி உங்க ஒபீனியன் என்ன?"

"கடவுள் பாதி... காமுகன் பாதி!"

"மாயா அவரைக் கல்யாணம் செஞ்சிக்கிறதுக்கு முன்னாடியே இது உங்களுக்குத் தெரியுமா?"

"தெரிஞ்சிருந்தா வேணாம்னு சொல்லிருப்பேனே..."

"பின்னே எப்படித் தெரியும்?"

"மாயாதான் சொன்னா."

"ஐ ஸீ... என்ன சொன்னாங்க?"

"ப்ரீத்தி கபூர் மேட்டர் உங்களுக்கு ஏதாவது தெரியுமா?"

பரத் சுசிலாவைப் பார்த்தான். அவள் சொல்லலாம் என்பதற்குத் தலையசைக்க, சொன்னான் பரத்.

"கோகுல் சாரே சொன்னார். கொலை நடந்த அன்னிக்கு அந்த விவகாரம் சம்பந்தமா மாயாவுக்கும் அவருக்கும் வாக்குவாதம் வந்ததையும் மறைக்காம சொன்னார். அது தவிர... ப்ரீத்தி கபூர் ஓவர் பொஸசிவ்னும் சொன்னார். நான் மனோஜ் கபூரை டைவர்ஸ் செய்றேன், நீங்களும் மாயாவை டைவர்ஸ் செய்ங்கன்னு சொன்னதாகவும் சொன்னார். ப்ரீத்தி கபூரோட மாயா போன்லயோ இல்ல நேர்லயோ சண்டை போட்டதுண்டா?"

“இல்லை. நான் என்னடி செய்யட்டும்னு கேட்டா... உன் உரிமையை விட்டுக் கொடுக்கக்கூடாது. கோகுலை கண்டிச்சி கேளுன்னு சொன்னேன்” என்றவள் தயங்கி, “அவளுக்கு இன்னொரு பெரிய பிரச்னை இருந்திச்சி. இதை போலீஸ்ல சொல்லலை. உங்ககிட்ட சொல்லலாம்னு நினைக்கிறேன்” என்றாள்.

“ப்ளீஸ்...” என்றான் பரத்.

“கொலை நடக்கறதுக்கு கொஞ்ச நாள் முன்னாடி திடீர்னு எனக்கு போன் செஞ்சி உடனே என்னைப் பார்க்கணும்னு சொன்னா. ஏர்போர்ட்டுக்கே வந்து என்னை பிக்கப் பண்ணிக்கிட்டா. ஒரு பாருக்குப் போனோம். ரஞ்சித் ரொம்ப தொந்தரவு கொடுக்கறதா சொன்னா. உங்களுக்கு ரஞ்சித் யாருன்னு தெரியுமா?”

“சித்தார்த்னு பேர் மாத்திக்கிட்டு டிரைவரா மாயா வீட்ல சேர்ந்தவன். சிங்கப்பூர்லர்ந்து வந்தவன். ஒரு ஆக்சிடெண்ட்ல மூணு நாள் ஒரு ஹாஸ்பிடல்ல இருந்துட்டு டிஸ்சார்ஜ் ஆனவன். அதுக்கப்பறம் அவனைப் பத்தி எந்தத் தகவலும் இல்லை. இந்த அளவுக்குத் தெரியும்” என்றாள் சுசிலா.

“எப்படியும் கண்டுபிடிச்சிடுவீங்க. நானே சொல்லிடறது நல்லது. அவன் என் ஃபிரெண்டுங்க. அவனை நான்தான் மாயாவுக்கு அறிமுகப்படுத்தினேன். திடீர்னு பார்த்தா அவங்க ரெண்டு பேரும் லவ் பண்ண ஆரம்பிச்சுட்டாங்க.”

“ஓ... இப்படி ஒண்ணு இருக்கா?” என்றான் பரத்.

“ரெண்டு பேருக்கும் பல விஷயங்கள் ஒத்துவரலை. அடிக்கடி சண்டை. ஒரு நாள் ‘லெட் அஸ் பிரேக் அப்’ன்னு சொல்லி பிரிஞ்சிட்டாங்க. அவன் சிங்கப்பூருக்கு வேலைக்குப் போயிட்டான். இவகிட்ட கோகுல் லவ் ப்ரொப்போஸ் செஞ்சப்போ குழம்பினா. பிரேக் அப் மேட்டர் அவர்கிட்ட சொல்லட்டுமான்னு கேட்டா. லூசா நீன்னு கேட்டேன். அதை மறைச்சிதான் மேரேஜ் பண்ணிக்கிட்டா.”

“அப்புறம்?”

“இவ ரொம்ப பெரிய இடத்துல கல்யாணம் செஞ்சுக்கிட்டது தெரிஞ்சு திடீர்னு வந்து நிக்கிறான்.”

“கல்யாணமாகி எத்தனை மாசம் கழிச்சி?”

“மாசம் இல்லை. ரெண்டு வருஷம் கழிச்சி. லேட்டாதான் தகவல் தெரிஞ்சிருக்கு போலிருக்கு.”

“என்ன... பிளாக்மெயிலா?”

“ஆமாம். கேட்டது பணம் இல்லை, வாழ்க்கை.”

“புரியல.”

“கோகுல்தாஸை விட்டு இவனோட ஓடி வந்துடணுமாம். இவ எப்படி சம்மதிப்பா? திடீர்னு கோகுல்தாஸ்கிட்ட ஏதோ ரீல் விட்டு இம்ப்ரெஸ் செஞ்சி இவ வீட்லயே டிரைவரா சேர்ந்துட்டான். மறுபடி அதே டார்ச்சர். ஒரு கட்டத்துல இவ மனசை மாத்திக்கமாட்டான்னு புரிஞ்சதும், ஒதுங்கிடறேன் பணம் கொடுன்னு கேட்ருக்கான்.”

“மாயா கொடுத்தாங்களா?”

“அவன் லட்சத்துல கேட்ருந்தா கொடுத்திருப்பா. அஞ்சி கோடி கேட்ருக்கான்.”

“எதுக்கு சினிமா எடுக்கவா? டூ மச்!”

“பார்ல மீட் செஞ்சப்போ இதெல்லாம் எங்கிட்ட சொல்லிட்டு ஒரு நல்ல ரவுடி தெரியுமான்னு கேட்டா.”

“ரவுடி எப்படிங்க நல்லவனா இருப்பான்? அவன் என்ன சினிமா ஹீரோவா?”

“அய்யோ, இப்படி கடிக்கிறீங்களே... சொன்னபடி கரெக்ட்டா வேலை முடிக்கிறவனை அவ மீன் செஞ்சா சார்.”

“ஸாரி... கண்ட்டினியூ... ரஞ்சித் ஏன் ஹாஸ்பிட்டலுக்குப் போய் வைத்தியம் செஞ்சிக்கிட்டான்னு இப்ப புரியுது. அது நீங்க ஏற்பாடு செஞ்ச ரவுடியோட வேலைதானே?”

“ஆமாம். நங்கநல்லூர்ல பத்ரின்னு ஒரு ரவுடி எனக்குத் தெரியும். அவன் போன் நம்பர் கொடுத்தேன். ஒரு லட்சம் கொடுத்து ரஞ்சித்தை அடிக்கச் சொன்னது மாயா.”

“இருங்க. வழக்கமாரவுடின்னாலேகாசிமேடு, ராயபுரம்னுதானே ஏரியா சொல்லுவாங்க. நீங்க நங்கநல்லூர்னு சொல்றீங்களே...”

“என்ன பரத் கேள்வி இது... ஒருவேளை அவன் அனுமார் பக்தனா இருப்பானோ என்னவோ...” என்றாள் சுசிலா.

“அடிச்சிட்டு ஊரைக்காலிபண்ணிட்டுப்போயிடு, இல்லைன்னா கொன்னுடுவேன்னு மிரட்டச் சொன்னாளாம். அதே மாதிரி அவன் செஞ்சிட்டான். அவன் பயந்துபோய் திடுதிப்புன்னு எங்கயாவது ஓடிப் போயிருக்கலாம். இல்ல... ஆத்திரப்பட்டு மாயாவைக் கொலை செஞ்சிட்டு தலைமறைவாகியிருக்கலாம்.”

“ரெண்டாவது சொன்னீங்களே... இதுக்குதான் வாய்ப்பு அதிகம். ஏன்னா... ‘ர.சி’ அப்படின்னு போட்டு போலீஸுக்கு சவால் விடற மாதிரி ரெண்டாவது லெட்டர் ஒண்ணும் கோகுல் சார் கார்ல வெச்சிட்டுப் போயிருக்கான். எனக்கு அந்த ரவுடி பத்ரி நம்பர் கொடுங்க.”

சுசிலா தன் போனில் நோட் செய்ததும் எழுந்துகொண்டார்கள்.

“இதுக்கும் இந்த கேஸுக்கும் என்ன சம்பந்தம்னு கேக்காம பதில் சொல்வீங்களா லாவண்யா? இந்தக் கோமாளி மேக்னெட் யாரு உங்களுக்குக் கொடுத்தது?” என்றான் பரத், ரெஃப்ரிஜிரேட்டரின் கதவில் இருந்த ஜே.கே.பில்டர்ஸ் பெயர் போட்ட மேக்னெட்டைக் காட்டி.

“மாயாதான் கொடுத்தா.”

“மாயாவா? அவங்க கம்பெனி பேரு கோகுல் பில்டர்ஸ்தானே? இது தொழில்முறையில கோகுலுக்கு எதிரி கம்பெனியாச்சே?”

“மாயா பத்தி ஃபுல்லா விசாரிக்கலையா நீங்க? கல்யாணத்துக்கு முன்னாடி நாலு மாசம் அவ ஜே.கே.பில்டர்ஸ்ல வேலை பார்த்தா... அப்புறம்தான் கோகுல் கம்பெனில ஜாய்ன் செஞ்சா.”

பரத் மனதில் இந்தத் தகவல் உடனே நூறு புதிய கேள்விகளை உற்பத்தி செய்தது.

34

பரத் மனதில் இந்தத் தகவல் உடனே நூறு புதிய கேள்விகளை உற்பத்தி செய்தது. அதில் முதல் கேள்வியாக மேலே வந்து வெளிப்பட்டது இது:

“மாயா எதுக்காக அந்தக் கம்பெனிலேர்ந்து விலகினாங்கன்னு உங்களுக்குத் தெரியுமா லாவண்யா?”

“அதைவிட பெட்டர் சேலரில கோகுல் பில்டர்ஸ்ல ஓபனிங் இருந்திச்சின்னு சொன்னா.”

“அதான் நிஜமான காரணமா?” என்றாள் சுசிலா.

“வேற எதுவும் காரணம் இருக்க முடியும்னு எனக்கு சந்தேகப்படத் தோணலையே... எனக்கு கன்வின்சிங்காதான் இருந்திச்சி.”

“நீங்க ஃபிரெண்ட்ஸ் மாதிரி பழகுவோம்னு சொன்னதால கேக்கறேன். ரஞ்சித்தோட மாயாவுக்கு ஏற்பட்ட காதல் கல்யாணத்துக்கு முன்னாடி. அது பிரேக் அப் ஆயிடுச்சி. கல்யாணத்துக்கு அப்புறம் மாயாவுக்கு யார் மேலயாச்சும் ஒரு ஈர்ப்பு ஏற்பட்டதா சொல்லிருக்காங்களா?”

“நான்சென்ஸ்! கோகுல்தாஸை அவளும் விரும்பினதாலதான் அவரோட காதலை ஏத்துக்கிட்டா. அப்படிப்பட்டவளை இந்த மாதிரி களங்கப்படுத்தாதீங்க சார்.”

“ஒரு வழக்குன்னு வந்துட்டா சம்பந்தப்பட்டவங்களோட இமேஜ் பத்திக் கவலைப்பட்டா உண்மை கிடைக்காதுங்க லாவண்யா. காரணம் இல்லாம இப்படில்லாம் நாங்க கேக்க மாட்டோம். ஒருவேளை உங்களுக்குத் தெரியாம இருக்கலாம்.”

“மாயா அப்படிப்பட்டவ இல்லை.”

“சரி... விடுங்க. இஃப் யூ டோன்ட் மைண்ட்... லாவண்யா, ஆர் யூ சிங்கிள்?” என்ற பரத், “இந்தக் கேள்வியை நீங்க சாய்ஸ்ல வேணும்னாலும் விடலாம்” என்றான் சிரித்தபடி.

“ஒன்ஸ் மேரீட். பட்... இப்ப சிங்கிள்தான். ஐ ம் எ டைவர்ஸி.”

“வெல். கடைசியா ஒரு கேள்வி. ஏதாவது ஒரு வகையில நீங்க கோகுல்தாஸை சந்தேகப்படறீங்களா?”

“நிச்சயமா இல்லை. சப்போஸ் என் சிஸ்டரைக் கொலை செய்யணும்னு அவர் முடிவெடுத்தா, இப்படி அவரேவா செய்வார்? ஒரு சின்ன ஃபங்ஷனைக்கூட துல்லியமா திட்டம் போட்டு நடத்தற அவர் ஒண்ணும் அத்தனை முட்டாள் இல்லை சார்.”

“எல்லாக் கொலைகளும் திட்டம் போட்டு நடக்கறதில்லைங்க. ஆனா, எமோஷனலா நடந்த ஒரு கொலையைத் திட்டம் போட்டு மறைக்க முடியும்.”

“வாட் டூ யூ மீன்?”

“உணர்ச்சிவசப்படாம எல்லா வாய்ப்புகளையும் தள்ளி நின்னு மூணாவது மனுஷனோட கோணத்துல நாங்க பார்க்கறோம்.”

“சார்... நீங்க போலீஸா, இல்லை கோகுலோட லாயரா?”

“கோகுல் ஒரு கேஸோட வந்து தன்னை டிஃபண்ட் செய்யச் சொல்லலைங்க. உண்மையைக் கண்டுபிடிக்கச் சொல்லிருக்கார். அந்தப் ப்ராசஸ்ல இப்படி கேள்வி வரத்தான் செய்யும். யூ நோ... போலீஸோட சந்தேக லிஸ்ட்ல கோகுலும் இருக்கார். அதனால்தான் அவர் எங்ககிட்டயே வந்தார்” என்றாள் சுசிலா.

“சுத்த பைத்தியக்காரத்தனம். அவர் மாயா மேல வெச்சிருந்த பிரியமும் பாசமும் எல்லையில்லாதது. அவர் கொடுத்த சுதந்திரமும் அப்படித்தான். அவருக்கு இருக்கற அந்த லேடீஸ் வீக்னெஸ் தவிர ரொம்ப நல்லவர் சார். யாருக்கும் கிடைக்காத ராணி வாழ்க்கை. அந்த விஷயத்துல எனக்கே மாயா மேல பொறாமை உண்டு. நானும் சரி... எங்க குடும்பத்துலயும் சரி... யாரும் கோகுலை ஒரு பர்செண்ட்கூட இதுல சம்பந்தப்படுத்தி யோசிக்க மாட்டோம்.”

“அட... ஏன் இப்படி டென்ஷனாயிட்டிங்க? ஒரு ஆர்க்யூமெண்ட்டுக்காகத்தான் சொன்னேன்.”

“அதே ஆர்க்யூமெண்ட்டுக்காகக் கேக்கறேன். போலீஸ் அவரை சந்தேகப்படறதுக்கு என்ன ஆதாரம் வெச்சிருக்காங்க சார்?”

“அது... அவங்களுக்குத்தான் தெரியும்.”

“யூ ஆர் கனெக்ட்டட் வித் தெம். அது எல்லாருக்கும் தெரியும். போலீஸோட கோணம் என்னன்னு தெரியாம எந்த கேஸ்லயும் நீங்க இறங்க மாட்டீங்க சார். சும்மா சொல்லுங்க.”

“இந்த நிமிஷம் வரைக்கும் கோகுல்தாஸ் மேல குற்றம் சுமத்தறதுக்கு எந்த சாட்சியோ, ஆதாரமோ அவங்ககிட்ட இல்லைன்றதுதான் நிஜம்.”

இருவரையும் வாசலுக்கு வந்து வழியனுப்பிய லாவண்யா, அவர்கள் லிஃப்ட்டை நோக்கி நகர்ந்ததும், கதவை மூடிக்கொண்டு வீட்டுக்குள் சென்று மொபைலைக் கையிலெடுத்தாள்.

“ஹலோ மாமா” என்றாள்.

எதிர்முனையில் தன் அலுவலக அறையில் புத்தம் புது ரோஜா மாலையுடன் புன்னகைத்த மாயா படத்திற்கு ஊதுபத்தி காட்டிக்கொண்டிருந்த கோகுல்தாஸ், “சொல்லும்மா லாவண்யா” என்றார்.

“பரத், சுசிலா வந்துட்டு இப்பதான் போறாங்க மாமா.“

“என்ன சொல்றாங்க?”

“போலீஸுக்கு மட்டும் இல்ல மாமா... இவங்களுக்கும் உங்க மேல லேசா சந்தேகம் இருக்கற மாதிரி தெரியுது.”

“போச்சுடா! எதை வெச்சி சொல்றாங்க?”

“போலீஸ்கிட்டயும் சரி... இவங்ககிட்டயும் சரி... எந்த ஆதாரமும் இல்லை. ஆனா, சந்தேகம் இருக்கு.”

“போலீஸுக்கு இருக்குன்னுதான் எனக்குத் தெரியுமே. இவங்களுக்குமா என் மேல சந்தேகம்?”

“மாமா... இதை நீங்க செய்யலைன்னு உங்க மனசாட்சிக்குத் தெரியும். அப்படி இருக்கறப்ப உங்களுக்கு எதிரா என்ன ஆதாரம் கிடைச்சிட முடியும்? நீங்க எதுக்கு பிரைவேட்டா இவங்களை அப்பாயிண்ட் செஞ்சீங்க மாமா?”

“போலீஸ் என்ன நினைக்குது, அவங்க மூவ்மெண்ட் என்னன்னு தெரிஞ்சிக்கணும்னுதான் இவங்களை ஃபிக்ஸ் செஞ்சேன்.”

“அது எதுக்கு நீங்க தெரிஞ்சிக்கணும்?”

“போலீஸ் பத்தி உன்னைவிட எனக்கு நல்லாத் தெரியும் லாவண்யா. இந்த கேஸ்ல என்னை இழுத்துவிடணும்னு ஒரு பிரஷர் வந்திச்சின்னு வெச்சிக்கோ... அதுக்குத் தகுந்த மாதிரி சில ஆதாரங்களை அவங்களே செட்டப் செஞ்சி என்னை மாட்டிவிடலாம்.”

“புரியலை மாமா. உங்களை இதுல மாட்டிவிடணும்னு யாரு பிரஷர் கொடுப்பா?”

“தேர்தல் சமயத்துல நான் எந்தக் கட்சிக்கு ஆதரவா வெளில தெரியாம பணம் கொடுத்தேன்னு கண்டுபிடிச்சிடுவாங்கம்மா.”

“ஆட்சில இருக்கற கட்சிக்கு ஆதரவா இருக்கறதுதானே ஒரு பிசினஸ்மேனுக்கு நல்லது?”

“அப்படித்தான் நானும் இருக்கறது பழக்கம். ஆனாலும் சில அரசியல்வாதிகளுக்கு என்னைக் கண்டா ஆகாது. கவர்மெண்ட் புராஜெக்ட் ஒண்ணு. ஆயிரம் வீடு கட்டிக்கொடுக்கற திட்டம். சரியான கொட்டேஷன்தான் கொடுத்தேன். தனிப்பட்ட முறையில பர்செண்ட்டேஜும் பேசியாச்சு. ஆனாலும் எனக்குக் கிடைக்கலை.”

“ஏன்?”

“ஒரே பதில்தான். பிரஷர்! போலீஸ் எனக்கெதிரா ஏதாச்சும் மூவ் பண்ணா... அதுக்கு முன்னாடி ஆன்டிசிபேட்டரி பெயில் வாங்க வேண்டியிருக்கும். புரிஞ்சுதா?”

“எனக்கென்னவோ நீங்க ஓவரா டென்ஷனாகறீங்களோன்னு தோணுது மாமா...”

"இன்னிக்கு என்ன டூட்டி இல்லையா?"

"ஆமாம்."

"மறுபடி எப்போ டூட்டி?'

"நாளைக்கு நைட் ஃபிளைட்."

"ஓகேம்மா."

லாவண்யா போனை வைத்துவிட்டு திரும்பியவள் பார்வையில் ரெஃப்ரிஜிரேட்டரில் ஒட்டியிருந்த ஜே.கே.பில்டர்ஸ் பெயருடனிருந்த கோமாளி மேக்னெட் பட்டது.

இந்தக் கம்பெனியிலிருந்து விலகியதற்கு மாயா சொன்ன காரணம் சரியாகத்தானே இருந்தது? பரத் கேட்டது போல வேறு காரணம் ஏதாவது இருக்க முடியுமா?

* * *

லிஃப்ட் வரைக்கும் போன பரத் திரும்பி மீண்டும் லாவண்யா ஃபிளாட்டை நோக்கி நடக்க,

"என்னாச்சி? எதையாச்சும் மறந்துட்டீங்களா?" என்றாள் சுசிலா.

"அந்த அசோஸியேஷன் மாமாவைக் கொஞ்சம் விசாரிக்கணும்" என்றான்.

கதவைத் திறந்த மாதவன் கையில் வைத்திருந்த ஆங்கிலப் புத்தகத்தின் அட்டையில், ஒரு ரிப்பன் அளவிற்குக்கூட உடையில்லாமல் நின்றாள் அந்த வெள்ளை முடிப் பெண்.

பரத் பார்ப்பதைப் பார்த்து அவசரமாக மூடி ஓரமாக வைத்துவிட்டு, சுசிலாவின் பனியன் வாசகம் படிக்க முற்பட்டார்.

"சார்... லாவண்யா அவங்க ஃபிளாட்டை விக்கிறதா சொன்னாங்க. அதான் பாக்க வந்தோம். டெர்ம்ஸ் பேசிட்டிருக்கோம். செக், கேஷ் ரெண்டும் வருது. அவங்க எப்படிங்க? நல்ல நாணயமான டைப்புதானா?" என்றான் பரத்.

அவனுடைய உடனடி கட்டுக் கதையை ரசித்தாள் சுசிலா.

“நல்ல பொண்ணு சார். ஆனா, ஃபிளாட்டை விக்கப்போறதா எங்கிட்ட சொல்லவே இல்லையே?”

“யாருக்குமே சொல்லலைன்னு சொன்னாங்க. நீங்க எதுவும் கேட்டுடாதீங்க. டைவர்சின்னு சொன்னாங்க. அவங்ககிட்டயே டீட்டெய்ல் கேக்கறது நல்லா இருக்காது பாருங்க. உங்களுக்குத் தெரியுமா?”

“அவரு ஒரு பைலட் ஆபீஸர் சார். அவினாஷ்னு பேரு. மனுஷன் ஒரு வார்த்தை பேசறதுக்கு லட்ச ரூபா கொடுக்கணும். குட் மார்னிங் சொன்னாக்கூட தலையை மட்டும் ஆட்டிட்டுப் போவான். லாவண்யா குற்றால அருவி கொட்டற மாதிரி பேசற பொண்ணு. எப்படித்தான் லவ் பண்ணிக் கல்யாணம் செஞ்சாங்களோ?”

“என்ன பிரச்னை? ஏன் பிரிஞ்சாங்க?”

“அது தெரியாது சார்.”

“பிரிஞ்சது எப்போ?”

“ஒரு வருஷம் இருக்கும் சார். சின்ன வயசு சார். குழந்தையும் இல்ல. எதுக்குத் தனியா இருக்கணும்? மறுபடி கல்யாணம் செஞ்சிக்கம்மான்னு சொல்லிட்டிருக்கேன்.”

“உங்களையா?” என்றான் பரத் அப்பாவியாக.

“சார்... எனக்கு பேரன், பேத்தி இருக்காங்க.”

அவரிடம் விடைபெறும் முன் காதருகில் கிசுகிசுப்பாக, “அந்த புக்குல இருநூறாம் பக்கத்துலேர்ந்து ஒரு அம்பது பக்கம் விளையாடிருப்பாரு சார் ஆதர். தனியா இருக்கறப்ப மட்டும் படிங்க” என்று சொல்லிவிட்டு வந்தான் பரத்.

காரில் பயணம் செய்யும்போது பரத், “கோகுல்தாஸை சந்தேகப்படறீங்களான்னு கேட்டதுக்கு ஏன் லாவண்யாவுக்கு அவ்வளவு கோபம் வந்துச்சி சுசி?” என்றான்.

“லேடீஸ் வீக்னெஸ் இருந்தாலும் கோகுல்தாஸை ரொம்ப நல்லவர்னு சொன்னா. அதுமட்டுமில்ல, மாயாவுக்கு அமைஞ்ச

வாழ்க்கை நானே பொறாமைப்பட்ட வாழ்க்கைன்னும் சொன்னா'' என்றாள் சுசிலா.

"நோட்டட். லாவண்யாவும் பைலட் ஆபீஸர் அவினாஷும் ஏன் பிரிஞ்சாங்கன்னு தெரிஞ்சா நல்லாருக்கும் சுசி'' என்று சொன்னபோது, பரத்திற்கு வந்த போனில் லாவண்யாவின் பெயர் தெரிந்தது.

35

"லேடீஸ் வீக்னெஸ் இருந்தாலும் கோகுல்தாஸை ரொம்ப நல்லவர்னு சொன்னா. அது மட்டுமில்ல... மாயாவுக்கு அமைஞ்ச வாழ்க்கை நானே பொறாமைப்பட்ட வாழ்க்கைன்னும் சொன்னா" என்றாள் சுசிலா.

"நோட்டட். லாவண்யாவும் பைலட் ஆபீஸர் அவினாஷும் ஏன் பிரிஞ்சாங்கன்னு தெரிஞ்சா நல்லாருக்கும் சுசி" என்று சொன்னபோது பரத்திற்கு வந்த போனில் லாவண்யாவின் பெயர் தெரிந்தது.

காரை சீரான வேகத்தில் செலுத்தியபடி, ப்ளூ டூத் ஆன் செய்து காரின் ஸ்பீக்கர் வழியாகப் பேசினான், "சொல்லுங்க லாவண்யா..."

"என்ன சார் நினைச்சிட்டிருக்கீங்க நீங்க? என்னோட பர்சனல் மேட்டரை எல்லாம் எதுக்கு விசாரிக்கிறீங்க?" என்ற அவள் குரலில் எரிமலையின் சூடு இருந்தது.

"நீங்க சிங்கிளான்னு கேட்டது ஒரு தப்பா? அதுக்கு அப்பவே கோபப்பட்டிருக்கலாமே... ஏங்க லேட்டா கோபப்படறீங்க?"

"நான் அதைச் சொல்லலை. பக்கத்து ஃபிளாட் மாதவன் சார்ட்ட எதுக்கு என்னைப் பத்திக் கேட்டீங்க? என் ஃபிளாட்டை விக்கிறதா நான் எப்போ சொன்னேன்? நானும் அவினாஷும் எதுக்காகப் பிரிஞ்சிருந்தா உங்களுக்கென்ன சார்? திஸ் ஈஸ் டூ மச்."

பரத் அவளின் நெருப்பு வார்த்தைகளால் கொஞ்சமும் பாதிப்பில்லாமல் கிண்டலாகச் சிரித்தான்.

"உங்களுக்கும் எங்களுக்கும் ஏழு ஜென்ம பந்தமா என்ன? எல்லாரையும் அனலைஸ் பண்றது... ஈஸ் பார்ட் ஆஃப் அவர்

ஜாப் மேடம். அந்த மாமா பத்த வைப்பாருன்னு எதிர்பார்த்தேன். இவ்வளவு அர்ஜெண்ட்டா நடக்கும்னு எதிர்பார்க்கலை.''

"என்னை எதுக்கு அனலைஸ் செய்யணும்னு கேக்கறேன்.''

"ஏன் செய்யக் கூடாதுன்னு சொல்லுங்க...''

"ஓ... அப்படின்னா நானும் உங்க சஸ்பெக்ட்ஸ் லிஸ்ட்ல வர்றேன்னு அர்த்தமா?''

"இதுவரைக்கும் இல்லை'' என்று சிரித்தான்.

"மிஸ்டர் பரத்... சிரிக்காதீங்க. எரிச்சலா இருக்கு.''

"நான் சிரிச்சா எரிச்சலா இருக்குன்னு சொல்ற முதல் பொண்ணு நீங்கதான் லாவண்யா. வாங்க பழகலாம். அப்புறம் எரிச்சல் வராது.''

"ஹலோ... உங்க ரொமாண்ட்டிக் ஒன் லைனர்ஸை எங்கிட்ட வெச்சிக்காதீங்க. உங்ககிட்ட நான் இனிமே எதுவும் பேச விரும்பலை. எதுக்காகவும் என்னைக் காண்டாக்ட் பண்ணாதீங்க.''

"தேவைப்பட்டாலொழிய நான்...''

"போனை வைங்க சார்!''

சட்டென்று அவள் போனைக் கத்தரித்தாள்.

"சுசி... லாவண்யாவோட கோபத்தோட பர்செண்ட்டேஜ் ரொம்ப அதிகமா இல்லை?'' என்றான்.

"அதான் ஏன்னு புரியலை.''

"அதனாலேயே இன்னும் கொஞ்சம் விபரமா தெரிஞ்சிக்கணும்னு எனக்குத் தோணுதே...''

"அதிருக்கட்டும். அவ டென்ஷனா கத்தறா. அவகிட்டப் போயி வா பழகலாம்னு பன்ச் அடிக்கிறீங்க? இந்த நோஸ் கட் தேவையா பரத்?''

“அதென்னவோ அழகான பொண்ணுங்க எவ்வளவு கோவிச்சிக்கிட்டாலும் உறைக்கவே மாட்டேங்குது” என்றான் பரத்.

* * *

அந்த கேஸ் ஏஜன்சியில் கல்யாணி பெயரில் இருந்த கேஸ் கனெக்‌ஷனை மாற்றச் சொல்லி அவளே தன் கைப்பட எழுதிக்கொடுத்த புதிய சூளைமேடு விலாசத்தைப் பெறுவதில் ஒரு சிரமமும் இல்லை.

ஆனால், சூளைமேட்டின் சிக்கலான அடைசலான தெருக்களில் அந்த விலாசத்துக்குரிய வீட்டைக் கண்டுபிடிப்பதில்தான் எக்கச்சக்க சிரமம் இருந்தது.

ஏழெட்டு பேரை விசாரித்து, தொலைதூரத்தில் காரை நிறுத்திவிட்டு நடந்து நடந்து, மூக்கைப் பிடித்துக்கொண்டு மூத்திர சந்துகள் வழியாகக் கடந்து... ஒரு நபர் ஏறும்போது ஒரு நபர் இறங்கினால் டிராஃபிக் ஜாம் ஆகும் அகலக் குறைவான மாடிப்படிகளில் ஏறி, முதல் மாடிப் போர்‌ஷன் வாசலுக்கு வந்துநின்று முதலில் மனதிற்குள் ‘அப்பாடா!’ சொல்லிக்கொண்டு கதவைத் தட்டினான் பரத்.

அருகில் மூச்சு வாங்க... அதனால் ‘Conditions Apply’ என்கிற எழுத்துகளும் ஏறி இறங்க நின்றாள் சுசிலா.

பாதி சமையலிலிருந்து வந்த ஒரு அம்மா கையில் கரண்டியுடன் கதவைத் திறந்து, “என்ன வேணும்?” என்றாள். பூண்டு வாசனை காற்றில் மிதந்தது. அங்கிருந்து தெரிந்த சமையல் மேடையின் ஓரத்தில் சோப்பு டப்பா சைஸ் ரேடியோவிலிருந்து பண்பலையில் ஒலிம்பிக் வேகத்தில் பேசினாள் ஒரு பெண்.

‘சென்னை நகரத்துல ஃபிளாட்ஃபாரத்துல நடந்து போறப்ப சந்திக்கிற பிரச்னைகளைப் பத்திக் கேட்ருந்தோம். அடுத்த காலர்கிட்ட பேசறதுக்கு முன்னாடி எவர் க்ரீன் இளையராஜாவோட எவர் க்ரீன் மெலடியை கேட்ருவமா?’

“கல்யாணியோட அம்மாவா?” என்றான் பரத்.

“ஆமாம்.”

“கல்யாணியைப் பார்க்கணும்.”

“காய்கறி வாங்கப் போயிருக்கா. இப்ப வந்துடுவா. நீங்க?”

“கோகுல் பில்டர்ஸ்லேர்ந்து வந்திருக்கோம். அவங்களுக்குச் சேரவேண்டிய சம்பள பாக்கியைக் கொடுத்துட்டு வரச் சொன்னாங்க.”

உடனே அந்த அம்மாவின் நீளமான வாய் அகலமான சிரிப்பை அணிந்துகொண்டது.

வளையோசை கலகலகலவென கவிதைகள் படித்திட...

“உள்ள வாங்க சார். வாங்கம்மா.”

உள்ளே அவசரமாக வீடு மாறி வந்த தன் அடையாளமாக இன்னும் பிரிக்கப்படாத அட்டைப் பெட்டிகள் சணல் முடிச்சுகளுடன் ஒரு பக்கம் இருந்தன. இரண்டு இரும்பு மடக்கு நாற்காலிகளை எடுத்து வந்து பிரித்துப் போட்டபடி, “உக்காருங்க. இந்த அட்ரஸ் எப்படித் தெரியும்?” என்றாள்.

“கல்யாணிதான் போன் செஞ்சி கொடுத்தாங்க.”

“நானா திடீர்னு விலகறதால பாக்கி சம்பளம் வராதுன்னு சொல்லிட்டிருந்தாளே. பரவால்ல... உங்க ஓனருக்கு நல்ல மனசு. அவகிட்டதான் கொடுப்பீங்களா? போய்க் கூட்டிக்கிட்டு வரட்டுமா?”

“மெதுவா வரட்டும். ஏம்மா உங்க பொண்ணு திடீர்னு அங்கேர்ந்து விலகினாங்க?”

“எங்கிட்ட விபரமா சொல்லலை. வேற வேலையில் சீக்கிரமே சேர்ந்துடுவேன் கவலைப்படாதம்மான்னு மட்டும்தான் சொன்னா.”

“வீட்டை எதுக்கு மாத்தினீங்க?”

“அதுவும் அவ எடுத்த முடிவுதான். சம்பாரிக்கிற பொண்ணு. நான் என்ன கேக்க முடியும்?”

“வெளிப்படையா சொல்லுங்கம்மா. எங்க ஆபீஸ்ல ஏதாச்சும் பிரச்னையா?”

“ஒண்ணும் புரியலை சார். ஆனா, ரெண்டு நாளாவே அவ முகம் வாட்டமா இருக்கு. எதையோ யோசிக்கிறா. கேட்டா எதுவும் சொல்ல மாட்டேங்கறா.”

இப்போது மாடிப்படிகளில் செருப்பு சத்தம் கேட்டது. தொடர்ந்து வீட்டுக்குள் காய்கறிக் கூடையுடன் நுழைந்த கல்யாணி, இவர்களைப் பார்த்து திடுக்கிட்டது அப்பட்டமாகத் தெரிந்தது.

“யாரும்மா இவங்க?” என்றாள் தன் அம்மாவிடம்.

“என்னம்மா இது... உன் ஆபீஸ்லேர்ந்து வந்திருக்காங்க. உனக்குத் தெரியாதா?”

“தெரியாதும்மா. யார் சார் நீங்க?” என்றாள் கல்யாணி காட்டத்துடன்.

புன்னகையுடன் எழுந்த பரத் அவள் அருகில் வந்து, “ஓகோ... அப்போ கோகுல் சார் ஆபீஸ் ரிசப்ஷன்ல எங்கிட்ட ஒரு ரகசியம் சொல்லணும்னு போன் நம்பர் வாங்கினது நீங்க இல்லைன்னு சொல்லப் போறீங்களா கல்யாணி? அப்ப அது யாரு உங்க ட்வின் சிஸ்டரா?” என்றான்.

“நீங்களே யாருன்னு தெரியாதுன்னு சொல்றேன். நீங்க என்னென்னவோ சொல்றீங்களே...”

“பின்றீங்களே... சீரியல்ல ட்ரை பண்ணுங்க... சரி... அதெல்லாம் வேணாம். திடீர்னு வேலையை விட்டு ஏன் நின்னீங்க? ஏன் திடீர்னு வீட்டை மாத்தினீங்க?”

“அது என் பர்சனல் விஷயம் சார். உங்ககிட்ட எதுக்கு சொல்லணும்? ப்ளீஸ்... கொஞ்சம் வெளில போறீங்களா?”

சுசிலா அவளின் தோளில் ஆதரவாகக் கை வைத்து, “யாராச்சும் உன்னை மிரட்டினாங்களா கல்யாணி? பயப்பட வேணாம். நாங்க இருக்கோம்” என்றாள்.

“இதப் பாருங்க... நீங்க யாருன்னே தெரியலை. நீங்க கேக்கற எதுவும் புரியலை. வெளில போங்க. இல்லன்னா போலீஸுக்கு போன் பண்ணுவேன்.”

“அய்யோ! போலீஸா? ரொம்ப பயமா இருக்கே!” என்று சிரித்த பரத், “சுசி... வா, போலாம்” என்றான்.

“எப்படி பரத்? எவ்வளவு கஷ்டப்பட்டு அட்ரஸ் கண்டுபிடிச்சி வந்தோம். இப்படி அழிச்சாட்டியமா தெரியவே தெரியாதுன்னு இந்தப் பொண்ணு சொல்லுது.”

“கல்யாணிகிட்ட என் நம்பர் இருக்கு. தேவைப்பட்டா எனக்கு அவங்களே போன் செய்வாங்க... வா...”

பரத் வேகமாக வெளியேற, சில விநாடிகள் சற்றேத் தயங்கிவிட்டு சுசிலா அவனைத் தொடர்ந்தாள்.

கார் புறப்பட்டதும் பரத் காதில் இயர்போன் மாட்டி எதையோ கேட்டபடி பயணிக்க... சுசிலா அரை மணி நேரத்திற்குப் பிறகு அந்த அலங்காரமான ஐஸ்க்ரீம் கடை வாசலில் காரை நிறுத்தினாள்.

கூட்டமில்லாத அந்த நேரத்தில் தனிமையான பகுதிக்குச் சென்று அமர்ந்ததும், பரத் மில்க் ஷேக் சொல்ல... சுசிலா ஃபலூடா சொன்னாள்.

மெனு கார்ட் மீது சிந்தனையுடன் விரல்களைத் தட்டிக்கொண்டிருந்த பரத், ”கல்யாணி ஏன் இப்படி விநோதமா நடந்துக்கிட்டான்னு சொல்லு சுசி” என்றான்.

“அவ உங்க நம்பர் வாங்கினது யாருக்கோ தெரிஞ்சிடுச்சி. அவ நம்மகிட்ட எதையும் உளறக்கூடாதுன்னு நினைச்சாங்க. அவளைக் கடுமையா மிரட்டி வேலையை ரிசைன் பண்ணச் சொல்லிட்டாங்க. வீட்டையும் காலி பண்ணச் சொல்லிட்டாங்க.”

“இப்ப ரெண்டு கேள்விகள். நம்மகிட்ட உளறக்கூடிய அளவுக்கு கல்யாணி வெச்சிருக்கிற அந்த முக்கியமான விஷயம் என்ன? அவளை மிரட்டினது யார்?”

“அங்க அல்ட்டிமேட் பவர் கோகுல்தாஸுக்குத்தானே பரத்?”

“ஆமாம். அவருக்கு நிச்சயமா பல முகங்கள் இருக்கு சுசி. நமக்குக் காட்றது ஒண்ணு. இந்த கேஸ்ல நம்மை அப்பாயிண்ட்

செஞ்சிட்டு, தொடர்ந்து நம்மையே வாட்ச் பண்ணிக்கிட்டும் இருக்கார். நம்மை அவர் உளவாளிகளா பயன்படுத்தறார்."

"எப்படிச் சொல்றீங்க பரத்?"

"லாவண்யா வீட்ல அவ டீ ரெடி செய்யப் போனப்போ நீ பால்கனில இருந்த செடியெல்லாம் பார்த்துட்டிருந்தே. டீப்பாய் மேல அவ போன் இருந்துச்சி. எடுத்து நோண்டினேன். ஆண்ட்ராய்ட் போன்தான். பேட்டர்ன் லாக் எதுவும் இல்லை. அவசரமா பேரிங்(pairing) பண்ற ஆப் டவுன்லோடு செஞ்சேன். என் போன்லேர்ந்து அவ போனை ரிமோட் கண்ட்ரோல் பண்ற மாதிரி செட் பண்ணிட்டேன். அவளோட போன் கால்ஸ் எல்லாம் என் போன்ல ரெக்கார்ட் பண்ண கமாண்ட்ஸ் கொடுத்தேன். நாம் புறப்பட்டதுமே யாருக்கு போன் செஞ்சா தெரியுமா?"

"யாருக்கு செஞ்சா?"

"கோகுல்தாஸ்க்கு போன் செஞ்சா."

"செஞ்சி? என்ன பேசுனா?"

"அவங்க ரெண்டு பேரும் பேசுனதைத்தான் இப்ப நான் கார்ல வர்றப்ப கேட்டுக்கிட்டு வந்தேன். நீயும் கேளு" என்று தன் போனில் பதிவு செய்த உரையாடலை சுசிலாவிடம் இயர் போனில் கொடுத்து கேட்கச் சொன்னான் பரத்.

அவள் மாட்டிக்கொண்டு கேட்கத்துவங்க... பரத் அசுவாரசியமாக பக்கத்து மேஜையைப் பார்த்தான். அங்கே மூன்று இளைஞர்கள் அரட்டையடித்தபடி ஐஸ்க்ரீம் சாப்பிட்டார்கள்.

"இந்த சித்தார்த் எங்கதான் போயிருப்பான்?" என்று அவர்கள் பேச்சிலிருந்து ஒரு வரி பரத் காதில் விழ...

ஆர்வமாகக் கவனித்தான்.

36

அந்த அலங்காரமான ஐஸ்க்ரீம் கடையில்...

பரத் அசுவாரசியமாக பக்கத்து மேஜையைப் பார்த்தான்.

அங்கே மூன்று இளைஞர்கள் அரட்டையடித்தபடி ஐஸ்க்ரீம் சாப்பிட்டார்கள்.

"இந்த சித்தார்த் எங்கதான் போயிருப்பான்?" என்று அவர்கள் பேச்சிலிருந்து ஒரு வரி பரத் காதில் விழ...

ஆர்வமாகக் கவனித்தான்.

"ஹாஸ்பிடல்லேர்ந்து டிஸ்சார்ஜ் ஆனவன் நேரா நம்ம மேன்ஷனுக்கு வரவேண்டியதுதான?" என்றான் ஷார்ட்ஸ், காலர் இல்லாத டி ஷர்ட் அணிந்தவன்.

அவர்கள் தலைமறைவாக இருக்கும் ரஞ்சித் பற்றிதான் பேசுகிறார்கள் என்பது தெளிவாகப் புரிய... கூர்ந்து கவனித்தான் பரத்.

"ஒருவேளை மறுபடி சிங்கப்பூருக்கே போய்ட்டானா?" பட்டனுக்கு பட்டன் விலகி உள்ளே அணிந்திருக்கும் பனியனைக் காட்டும் சட்டை அணிந்த குண்டுப் பையன் கேட்டான்.

"பேஸ்ட்டும், ஷேவிங் க்ரீமுமே நம்மகிட்ட கடன் வாங்குவான். ஃபிளைட் டிக்கெட்டுக்கு காசு ஏது அவன்கிட்ட?" சிகரெட்டால் கறுத்த உதடுகளுடன் கண்கள் உள்ளடங்கியவன் எதிர் கேள்வி கேட்டான்.

"ஷில்பா மேடம் கொடுத்திருக்கலாம்."

பரத்தின் ஆர்வம் இன்னும் கூடியது.

ஷில்பாவா? ஷில்பா நாயரா? அவள் எங்கே இதில் கனெக்ட் ஆகிறாள்?

“அவன் கதைக்கு அஞ்சி லட்சம் தரப்போறதா ஷில்பா மேடம் சொன்னாங்க. அப்படி இருக்கறப்ப அவன் எதுக்காக சிங்கப்பூர் போகணும்?”

“அதில்லைடா. சித்தார்த் நம்மகிட்ட மனசுவிட்டுப் பேசறதில்லை. அவன் ஏதோ ஒரு விவகாரத்துல மாட்டிருக்கான்.”

“எப்படிச் சொல்றே?”

“ஹாஸ்பிட்டல்ல இருந்த அவனை நாம் போய்ப் பார்த்தப்போ அவன் பைக் ஸ்லிப்பாகி ஆக்சிடெண்ட் ஆயிடுச்சின்னுதானே சொன்னான்? ஆனா, அவன் பைக்குல ஒரு ஸ்கிராட்ச்கூட இல்லை.”

“அப்படின்னா?”

“எங்கயோ செமத்தியா வாங்கியிருக்கான்... இல்லன்னா போலீஸ் நம்ம மேன்ஷனுக்கு அவனைத் தேடிக்கிட்டு வந்து விசாரிக்குமா?”

அவர்களின் உரையாடல்களிலிருந்து சைதாப்பேட்டையில் ரஞ்சித் தங்கியிருந்த மேன்ஷனில் இவர்களும் தங்கியிருப்பவர்கள் என்பது தெளிவாகப் புரிந்தது.

ஏதோ கதை என்கிறார்கள். ஷில்பா மேடம் என்கிறார்கள். ஐந்து லட்சம் என்கிறார்கள்.

இதற்கெல்லாம் விளக்கம் வேண்டுமே...

பரத் எழுந்து நேராக அவர்களிடம் வந்தான்.

“எக்ஸ்க்யூஸ் மீ... மே ஐ ஜாய்ன் யூ... கொஞ்சம் பேசணும்” என்று அறிமுகப்படுத்திக்கொண்டு அருகிலிருந்த நாற்காலியை எடுத்து அவர்களருகே போட்டுக்கொண்டு அமர்ந்தான்.

“போலீஸ் மட்டுமில்லை. சித்தார்த்தை நானும் தேடறேன். நீங்க பேசிட்டிருந்ததைக் கேட்டேன். ஷில்பா மேடம்னு

சொன்னீங்களே... அது யாரு? அவங்களுக்கும் சித்தார்த்துக்கும் என்ன சம்பந்தம்?''

"ஷில்பா நாயர்னு ஒரு மாடல் சார். இப்ப ரெண்டு சினிமால நடிச்சிட்டிருக்காங்க. நாங்க மூணு பேரும் சினிமால அசிஸ்டென்ட் டைரக்டர்ஸ். எங்க ரூமுக்கு அடுத்த ரூம்லதான் அந்த சித்தார்த் தங்கியிருந்தான். எங்களோட கார்ட்ஸ் விளையாடுவான். சரக்கடிப்பான். ஆனா, தன்னைப் பத்தி அதிகம் பேச மாட்டான்.''

"சரி...''

"ஒரு நாள் அவன் ஒரு கதை சொன்னான். சூப்பரா இருந்திச்சி. அவனைக் கூட்டிக்கிட்டுப் போய் ஷில்பா மேடத்துக்கிட்ட கதை சொல்லச் சொன்னோம். அவங்களுக்கும் பிடிச்சிப் போச்சி. சின்ன பட்ஜெட்ல அவங்களே தயாரிக்கலாம்னு நினைச்சாங்க. திடீர்னு பார்த்தா ஆளையே காணோம்.''

"அவனைக் கண்டுபிடிக்க நீங்க முயற்சி எதுவும் செய்யலையா?''

"என்ன முயற்சி செய்றது? போன் செஞ்சா அவன் ட்ரீட்மெண்ட் எடுத்த ஹாஸ்பிடல்ல எடுத்துப் பேசறாங்க. பில் பாக்கிக்கு வெச்சிக்கங்கன்னு போனைக் கொடுத்துட்டுப் போயிருக்கான். திரும்பி வரவே இல்லைன்னு சொல்றாங்க. எங்க போனான்னு தெரியலை. போலீஸ் வந்து அவனை விசாரிக்குது.''

மேலும் சில கேள்விகள் கேட்ட பரத் சிந்தனையில் ஆழ்ந்தான்.

ஷில்பா நாயரைச் சந்தித்து விசாரித்தால் கூடுதலாக தகவல்கள் கிடைக்கும். அவளை சந்திக்க வேண்டும் என்றால் சுசிலா சம்மதிக்க மாட்டாளே... போனில் பேசினால் போதும் என்பாள். ஷில்பாவோ பார்வையாலேயே சாப்பிடுகிறாள். நீ வேண்டும் என்று ஓப்பன் இன்விடேஷன் வைப்பதோடு மயக்கும் வார்த்தைகளால், உடல் மொழிகளால் வலை வீசுகிறாள். போன தடவையே நேரோ எஸ்கேப். ஆனால், சந்தித்துதான் ஆகவேண்டும்.

அந்த இளைஞர்களிடம் பெயர்களும் எண்களும் வாங்கிக்கொண்டு நன்றி சொல்லிவிட்டு, மீண்டும் தன்

மேஜைக்குத் திரும்பிய பரத், ஷில்பா நாயரை எடிட் செய்துவிட்டு குஞ்சன் நாயர் என்று பெயர் மாற்றி தகவல்களைப் பகிர்ந்துகொண்டான்.

“ஸோ... நெக்ஸ்ட் நாம் சந்திக்கப் போறது குஞ்சன் நாயரா?”

“நாம் இல்ல... நான்! நான் மட்டுமே!”

“ஏன்?”

“அந்தக் குஞ்சன் நாயர் ஒரு கஞ்சா நாயராம். சதா ட்ரக் போதையிலேயே இருப்பாராம். பொண்ணுங்களை திடீர்னு கட்டிப்பிடிச்சிருவாராம்.”

“அப்படின்னா நீங்க மட்டும் போய் விசாரிங்க பரத்.”

“குஞ்சன் நாயரை மீட் பண்றதுக்கு முன்னாடி ரெண்டு மீட்டிங்க்ஸ் இருக்கு சுசி. டாக்டர் திலகா, ஆக்டர் சக்சேனா” என்றான் பரத்.

* * *

சில மாதங்களுக்கு முன்...

மனநல மருத்துவர் தியாகராஜன் அசப்பில் லலிதா ஜுவல்லரி அதிபர் மாதிரியே இருந்தார். நிரந்தரமாகவே வழுக்கையா, இல்லை... வளர வளர மொட்டை அடிப்பாரா என்று தெரியவில்லை. மேஜைக்கு நேர் மேலிருந்து தொங்கும் ட்ராப் லைட் வெளிச்சத்தைப் பிரதிபலித்தது. கதவு, ஜன்னல் நீங்கலாக மொத்தப் பரப்பளவிலும் ஷெல்ஃப் அடித்து புத்தகங்களை அடுக்கி வைத்திருந்தார். ஏழடிக்கு மேலே அடுக்கப்பட்டிருக்கும் புத்தகங்களை எடுக்க ஓர் அலுமினிய ஏணி ஓரத்தில் நின்றது.

மெலிசான ஒரே ஒரு துணி மட்டும் உடம்பில் கிடக்க, மூன்றடிக்கு நின்ற பளிங்காலான பெண் உயர்த்திய ஒற்றைக் கையில் ஒரு விளக்கு அவரின் ரசனையை அறிவித்தது.

உள்ளே பாயும் ரத்தம் கொஞ்சம் வெளியே காட்டும் மெல்லிய விரல்களால் லேப்டாப்பில் ஒரு வரி டைப் செய்துவிட்டு

நிமிர்ந்தார். அவருடைய ரிம்லெஸ் கண்ணாடி வழியாக மேஜைக்கு இந்தப் பக்கம் ஒரு மாணவன் போல மரியாதையாக கைகட்டி அமர்ந்திருந்த சக்சேனாவைப் பார்த்தார்.

"ஒருவேளை இப்போ பெட்டரா இருக்கோம்னு டேப்லெட்ஸ் எடுக்கறதை நிறுத்திட்டீங்களோ?"

"டு பீ ஃபிராங்க்... ஒரு மூணு மாசமா எடுத்துக்கலை சார். ஒண்ணும் பிரச்னையில்லையேன்னுதான்..."

"தப்பு. மத்த மெடிசின்ஸ் வேற... எங்க மெடிசின்ஸ் வேற. இப்படில்லாம் சட்டுன்னு நிறுத்தக்கூடாது. நூறு மில்லிகிராம்லேர்ந்து தொண்ணூறு மில்லிகிராம், எண்பது மில்லிகிராம்னு பொறுமையா குறைச்சிக்கிட்டே வரணும். வில் டேக் மன்த்ஸ்."

"இந்த தடவை எமோஷனல் அவுட் பர்ஸ்ட் அதிகமா இருக்குது டாக்டர்."

"எக்ஸ்பிளெய்ன்..."

"முந்தி எல்லாம் நான் நினைச்ச ஒரு விஷயம் நடக்கலைன்னா... இல்லை என்னை யாராச்சும் எதிர்த்துப் பேசினா, சீறிப்பாய்ற அந்தக் கோபத்தை அவங்ககிட்ட நேரடியா காட்டவே மாட்டேன். செல்போனைத் தூக்கிப்போட்டு உடைப்பேன். ஃபிளவர் வேஸ் மாதிரி கைக்குக் கிடைக்கிறதை தரையில் வீசுவேன்..."

"அதைதான் ஆறு மாச ட்ரீட்மெண்ட்ல டோட்டலா கண்ட்ரோல் செஞ்சோமே சக்சேனா... இப்போ என்னாகுது?"

"சம்பந்தப்பட்டவங்களையே அட்டாக் பண்றேன்."

"ஓ மை காட்!"

"வீட்ல மூணு வேலைக்காரங்களை அடிச்சி அவங்க வேலையை விட்டு நின்னுட்டாங்க. டிரைவரை ரத்தம் வர்றவரைக்கும் அடிச்சு, அவன் போலீஸுக்குப் போய்ட்டான். அப்புறம் ஒரு லட்சம் கொடுத்து மேட்டர் வெளில தெரியாம சரி செஞ்சேன்."

“ஐ ஸீ...”

“ஒருத்தர் மேல வெறுப்பு வந்தா அவங்களுக்கு ஏதாச்சும் டேமேஜ் செய்யணும்னு துடிப்பா இருக்கு டாக்டர். இது முட்டாள்தனம், தப்புன்னு புரியுது. ஆனாலும் அதையும் மீறி நடந்துக்கறேன்.”

“ரீசனிங் மைண்ட் அப்ப வேலை செய்யாது சக்சேனா”

“ஒரு பத்திரிகை நிருபர் என்னைப் பத்தி தப்பா எழுதிட்டான் டாக்டர். வழக்கமா இதுவும் ஒரு பப்ளிசிட்டின்னு விட்ருவேன். கண்டுக்க மாட்டேன். இந்த தடவை என்ன செஞ்சேன்... என் இன்ஃப்ளூயன்ஸை யூஸ் செஞ்சி அவனை வேலைலருந்து தூக்கிட்டேன்.”

“இவ்வளவு நடந்திருக்கு. மாத்திரையும் நிறுத்திருக்கீங்க. ஏன் முதல் சம்பவம் நடந்தப்பவே எங்கிட்ட வரலை?”

“எனக்குள்ளேயே டாக்டர்கிட்ட போகாதேன்னு ஒரு நெகட்டிவ் சஜஷனும் வந்திச்சி. இந்த எக்ஸ்ட்ரீமிட்டி ஒரு லெவலைத் தாண்டுதுன்னு புரிஞ்சதால உங்ககிட்ட ஓடிவந்துட்டேன்.”

“அப்படி என்ன தாண்டிச்சி?”

“ஒரு சொந்த படம் எடுக்கறேன். அதுக்கு ஹீரோயின் செட்டாகலை. அப்போ மிஸஸ் மாயா கோகுல்தாஸ் அறிமுகமானாங்க. அத்தனை அழகு அவங்க. நடிக்கறீங்களான்னு கேட்டேன். விருப்பமில்லைன்னு சொன்னாங்க. பலவிதமா வற்புறுத்தினேன். உறுதியா நோ சொல்லிட்டாங்க. ஷி ஹேஸ் எவ்ரி ரைட் டு ஸே நோ. ஆனா, அவங்க சொன்ன நோ எனக்குப் பெரிய அவமானமா ஃபீல் ஆச்சி. அவங்களை நினைச்சாலே எனக்குள்ளே உச்சமா ஒரு வெறுப்பு. நான் யாரு... என்ன ஒரு பொசிஷன்ல இருக்கேன்... எனக்கு எப்படி நோ சொல்லலாம்னு எக்ஸ்ட்ரீம் கோபம்.”

“பல பேர் இருக்கறப்ப அவங்க நோ சொன்னாங்களா?”

“இல்லை டாக்டர். தனிப்பட்ட முறையிலதான் கேட்டேன். நான் கேட்டதும், அவங்க மறுத்ததும் எங்க ரெண்டு

பேருக்குதான் தெரியும். இதை நான் சொல்லியே ஆகணும். அவளைக் கொல்லுடா அப்படின்னு எனக்குள்ளே ஒரு கில்லிங் இன்ஸ்ட்டிங்ட் ஸ்ட்ராங்கா ஏற்பட்டுடுச்சி டாக்டர்'' என்ற சக்சேனாவின் முகம் இதைச் சொல்லும்போது விகாரமாக மாறியதை டாக்டர் கவனித்தார்.

37

“இதை நான் சொல்லியே ஆகணும். அவளைக் கொல்லுடா அப்படின்னு எனக்குள்ளே ஒரு கில்லிங் இன்ஸ்ட்டிங்ட் ஸ்ட்ராங்கா ஏற்பட்டுடுச்சி டாக்டர்” என்ற சக்சேனாவின் முகம் இதைச் சொல்லும்போது விகாரமாக மாறியதை டாக்டர் கவனித்தார்.

“அப்படி எதுவும் அட்டெம்ப்ட் செஞ்சுடலைதானே?”

“செஞ்சுடுவேனோன்னு பதற்றமா இருக்கு டாக்டர். எனக்குத் தொடர்ச்சியா ஷூட்டிங் இருக்கு. இல்லைன்னா கொஞ்ச நாளைக்கு ஏதாச்சும் வெளிநாட்டுக்கு ஓடிப்போய்டலாமான்னு தோணுது...”

“சீரியஸா அது நல்ல யோசனை. உங்க ஷூட்டிங்ஸை கேன்சல் செய்ய முடியாதா?” என்றார் டாக்டர் தியாகராஜன்.

“இம்ப்பாசிபிள்... என்னை நம்பி கோடி கோடியா இன்வெஸ்ட் செஞ்சிருக்காங்க. என் சொந்தப் படம் ஒண்ணும் ஷூட்டிங்ல இருக்கு. ஹ்யூஜ் மணி கடன் வாங்கிருக்கேன். பர்சனலாவும் பெரிய பிராப்ளமாயிடும் டாக்டர்.”

அவனைக் குறிந்து உள்ளே எழுந்த லேசான கவலையை முகத்தில் வெளிப்படுத்தாமல், “பிரெய்ன்ல ஒரு கிளாரிஃபிகேஷன் எனக்குத் தேவைப்படுது. ஒரு சி.டி ஸ்கேன் நாளைக்குப் பண்ணிரலாம். ரிசல்ட் பார்த்துட்டு ட்ரீட்மெண்ட் முடிவு செய்யலாம். டோண்ட் வொர்ரி. அதுவரைக்கும் என் பழைய பிரிஸ்க்ரிப்ஷன்படி மறுபடி மெடிசின்ஸ் ஸ்டார்ட் பண்ணிடுங்க” என்றார் டாக்டர்.

‘இவர் கெடக்கறார். அந்த மெடிசின்ஸ் எதுவும் நீ எடுத்துக்காதே சக்சேனா!’ என்று அவன் மனதில் துவங்கிய ஒரு லேசான

எதிர்ப்புக் குரல் பெரிதாகி மீண்டும் மீண்டும் ஓங்கி எதிரொலித்தது.

* * *

வயிறு தள்ளிய மனைவிகளும், அதற்குக் காரணமான கணவர்களும் ஜோடி ஜோடியாக அமர்ந்திருந்தார்கள். டாக்டர் திலகாவின் அறைக்குள்ளிருந்து அவ்வப்போது வெளிப்பட்ட மூக்குத்தி போட்ட நர்ஸ், "நெக்ஸ்ட் சுபத்ரா... உள்ளே போங்க. லதா... நீங்க டெஸ்ட்டுக்கு யூரின் கொடுத்துட்டு வந்துடுங்க" என்று பரபரப்பாக இயங்கினார்.

சுவர்களில் துளி அழுக்கில்லை. ஆங்காங்கே நிறுவனங்கள் சிபாரிசு செய்த மருந்து விளம்பரத்துடன் கூடிய சார்ட்டுகள் தொங்கின. ஒரு பக்கத்தில் குறைந்த சத்தத்தில் ஓடிய தொலைக்காட்சி மியூசிக் சேனலில் தனுஷும் சாய் பல்லவியும் விரல்களில் குட்டி ஷூ மாட்டி டான்ஸ் ஆடிக்கொண்டிருக்க...

மின்விசிறியின் காற்று போதாமல் நியூஸ் பேப்பரால் விசிறிக்கொண்ட பரத், சுசிலாவின் காதருகில், "உனக்கு இவங்களை மாதிரி இங்க வந்து உக்காரணும்னு ஆசையே இல்லையா சுசி?" என்றான்.

'Sorry... can't excuse!' என்கிற பெயின்ட்டிங் எழுத்துகள் தாங்கிய பனியன் அணிந்திருந்த சுசிலா, "அதான் வந்து உக்காந்திருக்கனே..." என்றாள்.

"நான் சொன்னதோட அர்த்தம் புரியாத மாதிரி நடிக்காத. ஒரு பெரிய கூட்டம் கேட்டுக்கிட்டே இருக்கு சுசி. இன்னும் டிலே பண்ணினா அவங்களே தாலி, மாலை எல்லாம் வாங்கிட்டு வந்து கட்டச் சொல்லி மிரட்டுவாங்க போலிருக்கு."

"டாக்டர் திலகாகிட்ட என்ன கேக்கப்போறோம்?"

"பேச்சை மாத்தறே பார்த்தியா? சரி... வேற கேக்கறேன். இப்பல்லாம் நீ போடற டி ஷர்ட்ல பழைய மாதிரி ரொமாண்ட்டிக்கா மேட்டர்ஸ் இல்லைன்னு சொல்றாங்களே... அநியாயத்துக்கு டீசன்டா இருக்காம். முந்தி மாதிரி பெப்பர், சால்ட் தூக்கலாப் போட்டு வேணுமாம்."

"ஏய்! நான் என்ன ஆம்லெட்டா விக்கிறேன்?"

பரத் பதில் சொல்ல வாயைத் திறந்தபோது கதவைத் திறந்து வந்த மூக்குத்தி போட்ட நர்ஸ்,

"நெக்ஸ்ட்... சுசிலா போங்க" என்றாள்.

சுசிலாவுடன் பரத்தும் உள்ளே நுழைந்தபோது, கிளவுஸ் கழற்றி டஸ்ட் பின்னில் போட்டுவிட்டு வாஷ்பேஸினில் லிக்விட் சோப் போட்டு கை கழுவிய டாக்டர் திலகாவின் இடுப்பு மடிப்பு, பரத்தை தொந்தரவு செய்தது. அவர் சுழல் நாற்காலியில் அமர்ந்ததும், மேஜை அதை மறைத்து அந்தத் தொந்தரவை நீக்கியது.

"சொல்லும்மா... எத்தனை நாள் தள்ளிப் போயிருக்கு? செல்ஃப் டெஸ்ட் செஞ்சிட்டியா?"

"அதெல்லாம் செய்றதுக்கு வேற ஒரு விஷயம் நடக்கணுமே டாக்டர்? ஒரு லிமிட்டுக்கு மேல அலோ பண்றதில்லை டாக்டர். நீங்கதான் எடுத்துச் சொல்லணும்" என்றான் பரத்.

டாக்டர் புரியாமல் பார்க்க...

"ஸாரி டாக்டர்... நான் பேஷண்ட் இல்ல" என்றாள் சுசிலா.

"லெட் மி எக்ஸ்பிளெய்ன் டாக்டர். நான் பரத். இவங்க சுசிலா. டிடெக்டிவ்ஸ். மிசஸ் மாயா கோகுல்தாஸ் மர்டர் கேஸை நாங்க விசாரிக்கிறோம். அது சம்பந்தமா உங்களையும் விசாரிக்கணும். உங்க செக்ரெட்டரிட்ட டைம் கேட்டோம். கொடுக்கலை. அப்பறம் பேஷண்ட்டுனு சொல்லி டைம் வாங்கினோம்" என்றான் பரத்.

"திஸ் ஈஸ் டூ பேட். வெளில எவ்ளோ பேஷண்ட்ஸ் வெய்ட் பண்றாங்க பார்த்தீங்களா? என் டைமை வேஸ்ட் பண்றீங்க."

"அஸ் எ பேஷண்ட் எங்ககிட்டயும் ஐந்நூறு ரூபா கலெக்ட் செஞ்சிருக்காங்க. ஒரு பேஷண்ட்டுக்கு பத்து நிமிஷம் எடுத்துக்கறீங்க. அதே பத்து நிமிஷம் எங்களுக்கும் போதும்."

எரிச்சலை மறைத்துக்கொண்ட டாக்டர் திலகா, "இதுல என்னை எதுக்கு விசாரிக்கணும்?" என்றார்.

“மாயாவோட கருவை டெர்மினேட் செய்ய எவ்ளோ பேமெண்ட் வாங்கினீங்கன்னு விசாரிக்கணும்.”

“வாட் நான்சென்ஸ்? அப்படில்லாம் எதுவும் நடக்கலையே...!”

“ஆர் யூ ஷ்யூர் டாக்டர்? நிஜம் மட்டும் பேசறது நல்லது. உங்க ஹாஸ்பிடல் ரெக்கார்ட்ஸை போலீஸ் சப்போர்ட்டோட நாங்க செக் பண்ண முடியும்.”

“தாராளமா பண்ணிக்கலாம்.”

“அப்படின்னா ரெக்கார்ட்ஸ்ல எண்ட்ரி வராம செஞ்சீங்கன்னு எடுத்துக்கலாமா?”

“யூ ஆர் கிராஸிங் தி லிமிட். அப்படி எதுவும் நடக்கவே இல்லைன்னு சொல்றேன்ல?”

“டாக்டர்... மிஸ்டர் கோகுல்தாஸுக்கு உடனே குழந்தை வேணும்னு விருப்பம். ஆனா, மாயாவுக்கு அதுல இஷ்டம் இல்லை. அதனால மாயா அவருக்குத் தெரியாம கருத்தடை மாத்திரைகள் சாப்ட்டுட்டு வந்தாங்க. அதை நீங்கதானே பிரிஸ்க்ரைப் செஞ்சிருக்க முடியும்?”

சில விநாடிகள் அமைதியாக இருந்த டாக்டர் திலகா, “யெஸ்” என்றார்.

“மாயாஎன்பேஷண்ட்டே இல்லன்னு சொல்லிடுவீங்களோன்னு நினைச்சேன். வெரிகுட். மாயா கொலை செய்யப்பட்ட அன்னிக்கு காலையில அப்பாயிண்ட்மெண்ட் வாங்கிருந்தாங்க. ரைட்?”

“ஞாபகம் இல்லை.”

“அவங்க போன்ல அன்னிக்கு உங்களோட பேசினதுக்கான கால் ரெக்கார்ட் இருக்கு டாக்டர்.”

“யெஸ்... போன் பண்ணிருந்தா.”

“எதுக்கு?”

“இப்ப நான் சொல்றது கோகுல்தாஸுக்குப் போகுமா?”

“போக வேணாம்னு நீங்க சொன்னீங்கன்னா போகாது.”

“மாயா கர்ப்பத் தடைக்கு மாத்திரை சாப்பிடறதை கோகுல்தாஸ் கண்டுபிடிச்சிட்டாராம். கடுமையா சத்தம் போட்ருக்கார். அதனால ஐயூசிடி ஃபிக்ஸ் பண்றீங்களான்னு கேட்டு வந்தா. அப்போ நான் மும்பைல இருந்தேன். அதனால வீடியோ கால்லதான் பேசினோம்.”

“ஐயூசிடி அப்படின்னா?”

“இட்ஸ் எ காண்ட்ராசெப்டிவ் டிவைஸ். தமிழ்ல வாட் டு யூ கால்... யெஸ்... லூப்னு சொல்லுவோம்.”

“ஓ... மாயா அதை ஃபிக்ஸ் பண்ணிக்கிட்டாங்களா?”

“இல்லை. அதுல சில பிராப்ளம்ஸ் இருக்கு. அதை நான் சஜஸ்ட் செய்யல. கோகுல்தாஸ்கிட்ட மனசு விட்டுப் பேசு. ஒரு வருஷம் போகட்டும்னு பேசி அவரை கன்வின்ஸ் பண்ணுன்னு அட்வைஸ் செஞ்சேன்.”

“அவ்வளவுதானா?”

“வாட் எல்ஸ்?”

“தடாலடியா டெர்மினேஷன் அது இதுன்னு ஆரம்பிச்சிக் கேட்டா ஏதாச்சும் பிரேக் த்ரூ கிடைக்கும்னு பாத்தோம். புஸ்ஸூனு ஆயிடுச்சே. அன்னிக்கு நைட்டுதான் அவங்க கொலை செய்யப்பட்டாங்க. நியூஸ் உங்களுக்கு எப்படித் தெரிஞ்சது?”

“டி.வி-ல பார்த்துதான் தெரிஞ்சிக்கிட்டேன். ரொம்ப ஷாக்கிங்கா இருந்திச்சி. இன்ஃபேக்ட் அன்னிக்கு ஈவினிங் மும்பைலேர்ந்து ஒரு கான்ஃபெரென்ஸ்ல கலந்துகிட்டு நான் ரிட்டன் ஆன அதே ஃபிளைட்ல கோகுல்தாஸை மீட் செஞ்சேன்.”

பரத் நிமிர்ந்து அமர்ந்தான்.

“அப்படியா?”

“எனக்கு பக்கத்து சீட்ல அவர் இருந்தார். அதான் முதல் தடவை அவரை நான் சந்திக்கிறேன். முதல்ல எனக்கு அவரை அடையாளம் தெரியலை. நானே கேட்டுத் தெரிஞ்சிக்கிட்டேன்.”

“மாயா என் பேஷண்ட்தான்னு சொன்னீங்களா?”

“அவ கோகுல்தாஸ்க்கு தெரியாம எங்கிட்ட கன்சல்ட் பண்ணிட்டிருந்தா. அதை எப்படி நான் சொல்வேன்?”

“வேற என்ன பேசுனீங்க?”

“மாயா, நான் எல்லாம் ஒரு சோஷியல் அமைப்புல இயங்கிட்டிருந்தோம். அவளை எனக்கு ரொம்ப நாளாத் தெரியும். அவளுக்கு பணக்காரங்கன்னாலே பிடிக்காது. வெறுப்பா பேசுவா. அப்படிப்பட்டவ எப்படி உங்க காதலை ஏத்துக்கிட்டான்னு அவரைக் கேட்டேன்.”

“என்ன சொன்னாரு?”

“காதல் அதையெல்லாம் பார்க்காதுன்னு சொன்னாரு. நான் கேட்ட அந்தக் கேள்வி அவருக்குப் பிடிக்கலை. அதனால அதுக்கப்பறம் அவர் எங்கிட்ட சரியாப் பேசலை.”

“இந்தக் கொலையை யார் செஞ்சிருப்பாங்கன்னு நினைக்கிறீங்க? எனி கெஸ்?”

“யாரோ மனநலம் சரியில்லாத ர.சி அப்படின்னு பேர் உள்ள ஒரு ஆசாமி கொலை செஞ்சிட்டு தலைமறைவா இருக்கறதாதானே படிச்சேன்.”

“ஸ்கிப் இட். மாயா தன் பர்சனல் இஷ்யூஸ் ஏதாச்சும் உங்ககிட்ட டிஸ்கஸ் செஞ்சதுண்டா?”

“ஒரு மேட்டர் சொன்னா. நடிகர் சக்சேனா இல்ல... அவரு படத்துல நடிக்கச் சொல்லி கம்ப்பெல் பண்றதா சொன்னா. இஷ்டமில்லன்னு பதில் சொன்னதுக்கப்பறமும் விடாம டார்ச்சர் பண்றான், அவனை எப்படி அவாய்ட் பண்றதுன்னு கேட்டா.”

மாயா இறந்த தினம் அன்று இரவு மாயாவை சக்சேனா போனில் அழைத்ததும், பிறகு மாயா சக்சேனாவை அழைத்ததும் மாயாவின் போனில் கால் ஹிஸ்டரியில் பார்த்தது நினைவுக்கு வந்தது.

“நீங்க என்ன சொன்னீங்க?”

"அவன் எத்தனை கோடி கொடுத்தாலும் ஒத்துக்காதே, அவனோட எந்த ஃபிரெண்ட்ஷிப்பும் வெச்சுக்காதேன்னு சொன்னேன்."

"ஏன்?"

"அவனைப் பத்தி வெளில தெரியாது. சக்சேனா ஒரு சைக்கோ பேஷண்ட். என் ஃபிரெண்ட் டாக்டர் தியாகராஜன்தான் அவனோட சைக்கியாட்ரிஸ்ட்" என்றார் டாக்டர் திலகா.

சக்சேனாவை சந்திப்பதற்கு முன்பு சைக்யாட்ரிஸ்ட் தியாகராஜனை சந்திக்க வேண்டும் என்று நினைத்துக்கொண்டான் பரத்.

38

சக்சேனாவின் முதுகில் இரும்பு ரோப்பைக் கட்டினார்கள். அவனோடு மோதப்போகிற வில்லன் நடிகருக்கும் கட்டினார்கள்.

சண்டையில் உடைய சுகர் கிளாஸ் பொருத்திய கண்ணாடித் தடுப்புகள் தயாராக இருந்தன. அட்டைப் பெட்டிகள், கள்ளிப் பெட்டிகள், ட்ரம்கள் என்று ஒரு குடோனுக்கான செட் ப்ராப்பர்ட்டீஸ் சுற்றிலும் அடுக்கப்பட்டிருந்தன.

ஃபைட் மாஸ்டரின் உதவியாளர்கள் இருவர் அந்த ஷாட்டுக்கான செட்டப்பை செய்துகாட்டிக்கொண்டிருக்க... இந்தப் படப்பிடிப்பில் தனக்கு அதிக வேலை இல்லாததால் செட்டுக்கு வெளியே நின்று சிகரெட் பிடித்தார் இயக்நநர்.

செட்டுக்குள் ஓரமாக அமர்ந்து காத்திருந்த பரத், சுசிலா நோக்கி கூலர் வைக்கப்பட்டிருந்தது. புரொடக்ஷன் பையன் கொண்டுவந்து கொடுத்த காஃபியை மறுத்தார்கள்.

கையில் பேடுடன் நின்ற உதவி இயக்குநரை அருகில் அழைத்த பரத், “வில்லனோட குடோனா இது?” என்றான்.

“ஆமாம் சார்.”

“வில்லன் இல்லீகலா என்ன தொழில் பண்றான்?”

“ஹ்யூமன் ஆர்கன் சார்.”

“கிட்னியையும், ஹார்ட்டையும் அட்டைப் பெட்டில போட்டு அனுப்புவானா? இந்த ட்ரம்முல என்ன அனுப்புவான், ரத்தமா?”

“சார்... கிண்டலடிக்காதீங்க சார்” என்று அவன் விலகினான்.

சுசிலா ஒலித்த தன் போனைப் பார்த்து, “தயாளன் சார் கூப்புடறாரு பரத்... அப்பறம் பேசறோம்னு சொல்லவா?” என்றாள்.

“நான்தான் அவரைக் கூப்ட்ருந்தேன். அவர் பிஸியா இருந்தார். பேசிடறேன்... கொடு” என்று வாங்கிய பரத், “ஹாய் சார்... ரஞ்சித்தைக் கண்டுபிடிக்கிறதா இல்லையா சார்?” என்றான்.

“எங்களுக்கென்னவேண்டுதலா? தண்ணிகாட்டிக்கிட்டிருக்கான். ரஞ்சித் தங்கிருந்த ரூம்ல கைப்பற்றின அவனோட பொருள்கள்லேர்ந்து அவன் கைரேகை, டி.என்.ஏ எல்லாம் கலெக்ட் செஞ்சிருக்கோம். பிடிச்சிடுவோம்.”

“நான் ஒரு புக் கொடுத்தனுப்பிச்சேனே...”

“அதை லேபுக்கு அனுப்பி பிரிண்ட்ஸ் எடுத்தாச்சு. அதுல ரஞ்சித்தோட கைரேகை இல்லை.”

“இருக்காதுன்னு எதிர்பார்த்தேன் சார்.”

“அப்படின்னா மாயாவுக்குக் கல்யாணத்துக்கு அப்புறம் வேற ஒருத்தர் மேல ஒரு ஈர்ப்பு ஏற்பட்டிருக்குன்னு சொல்றீங்களா பரத்?”

“அப்படித்தான் நினைக்க வைக்குது அந்தப் புத்தகம். அப்புறம்... மாயாவோட ஆபீஸ்ல உள்ள சிசிடிவி ஃபுட்டேஜ் எல்லாம் நீங்க ஏற்கனவே செக் செஞ்சிருப்பீங்க... அதில...”

“வெய்ட்... வெய்ட்... பரத்... அந்த பில்டிங்ல கோகுல்தாஸ் சாரோட ஆபீஸ்லதான் ஏகப்பட்ட கேமராஸ் இருக்கு. மாயாவோட ஆபீஸ் ஒரு தனி ஃப்ளோர். அங்க நோ கேமராஸ் அட் ஆல்.”

“அப்படியா? கொலை நடந்த அன்னிக்கு மாயா ஆபீஸுக்கு வந்திருக்காங்க. அன்னிக்கு அவங்க யாரையெல்லாம் சந்திச்சாங்கன்னு தெரிஞ்சிக்கணும் சார்.”

“அது சின்ன ஆபீஸ்தான் பரத். ஹார்ட்லி அஞ்சி பேர்தான் அங்க வேலை பாக்கறாங்க. மாயாவுக்கு ஒரு தனி ரூம். ஒரு ஹால். அவ்வளவுதான். அந்த ஆபீஸ்ல விசிட்டர்ஸ் எண்ட்ரி புக் அப்படின்னு எதுவும் மெயின்டெய்ன் செய்யலை.”

“சார்... அங்க கார் பார்க்கிங்ல உள்ள செக்யூரிட்டி வர்ற போற அத்தனை காரையும் எண்ட்ரி போடறதைக் கவனிச்சேன். அந்த

டேட்டுக்கான எண்ட்ரி மட்டும் கொஞ்சம் கலெக்ட் செஞ்சி எனக்கு ஒரு காப்பி மெயில் செய்ய முடியுமா ப்ளீஸ்...''

''அதைவிட வேற என்ன வேலை பரத்? இப்ப நீங்க எங்க இருக்கீங்க?''

''சக்சேனாவுக்காக ஒரு ஷூட்டிங் ஸ்பாட்ல வெய்ட் பண்றோம். அவர் டிஷ்யூம் டிஷ்யூம் எஃபெக்ட்ஸ் எதுவும் இல்லாம சண்டை போட்டுட்டு வந்து மீட் பண்றேன்னு சொல்லிருக்கார்.''

''என்னதான் உங்க ஹன்ச் பரத்?''

''சுத்திக்கிட்டே இருக்கோம் சார். உண்மையைச் சொல்லணும்னா இன்னும் ஒரு திசை தெரியலை'' என்றவன் போனை கட் செய்துவிட்டு சுசிலாவின் காதில் ஏதோ சொன்னான்.

அவள் தலையசைத்துவிட்டு வெளியே சென்று மரங்களின் நிழல்களில் வரிசையாக நிறுத்தப்பட்டிருந்த பணக்கார கார்களின் அருகில் வந்தாள்.

தோளில் ஒரு லெதர் பேகுடன் நின்று போன் பேசிய புரொடக்ஷன் அசிஸ்டெண்ட்டைப் பார்த்து சின்னதாகச் சிரித்தாள்.

அவன், ''அப்புறம் பேசறேன்'' என்று கத்தரித்துவிட்டு, ''என்ன மேடம்?'' என்று எக்ஸ்ட்ராவாகச் சிரித்தான்.

''சக்சேனாவோட கார் எது? சும்மா அது முன்னாடி நின்னு ஒரு செல்ஃபி எடுத்துக்கணும்.''

''அதோ நிக்குது பாருங்க கறுப்பு ரேஞ்ச் ரோவர். நான் எடுத்துக் கொடுக்கவா? போனைக் கொடுங்க.''

சுசிலா அந்த கார் முன்னால் எண்ணை மறைக்காமல் நிற்க... அவன் கிளிக் செய்தான்.

''வேற என்ன கார்லாம் வெச்சிருக்கார் அவர்?''

''பென்ஸ் இருக்கு. அது வெளியூர் போனாதான் எடுப்பாரு.''

''செல்ஃப் டிரைவிங்னா இந்த வண்டிதான் எடுப்பார். இல்ல?''

“கரெக்ட். அவரோட பயங்கர ஃபேன் போலருக்கே... ஆக்டிங் இண்ட்ரெஸ்ட் இருக்கா? நம்பர் கொடுங்க. நல்ல கேரக்டர் வர்றப்ப கோத்து விட்டுடறேன்.”

“அதெல்லாம் ஆர்வம் இல்ல. ராமநாதன்தானே உங்க பெயர்?”

“இல்லையே, மேகநாதன்...”

“அந்தப் பெயர் சொல்லிதான் அங்க யாரோ கூப்புட்டாங்க.”

அவன் ஓட்டமாய் விலகிச்செல்ல, சுசிலா மீண்டும் செட்டுக்குள் வந்து பரத் அருகில் அமர்ந்துகொண்டாள்.

ஒரு மணி நேரம் கழித்து படப்பிடிப்பில் டீ பிரேக் விட... அவர்களிடம் வந்த சக்சேனா தன் வேனிட்டி வேனுக்கு அழைத்துவந்தான்.

“ஏதாச்சும் சாப்புடக் கொடுத்தாங்களா? வில் யூ மைண்ட் இஃப் ஐ ஸ்மோக்?”

இரண்டுக்கும் பொதுவான பதிலாக, “நோ இஷ்யூஸ்” என்ற பரத் அவன் பற்றவைத்து முடிக்கக் காத்திருந்து, “வெளிப்படையா சொல்லுங்க... ஏதாச்சும் ஒரு வகையில மாயா கொலையில நீங்க சம்பந்தப்பட்டிருக்கீங்களா?” என்றான்.

“என்ன சார் எடுத்ததுமே ஆட்டம் பாம் போடறீங்க? போலீஸ்கூட இப்படி என்னை விசாரிக்கலை. எங்கிட்ட வர்றதுக்கு முன்னாடி நீங்க நிறைய விசாரிச்சிட்டுதான் வந்திருப்பீங்க. அவங்ககிட்ட சொன்னதுதான் உங்ககிட்டயும் சொல்ல முடியும். நான் மாயாவை என் படத்துல நடிக்க முடியுமான்னு கேட்டேன். அஃப்கோர்ஸ் கொஞ்சம் வற்புறுத்தவும் செஞ்சேன். அவங்க முடியவே முடியாதுன்னு சொன்னதுல எனக்கு கொஞ்சம் வருத்தம்தான். திடீர்னு அவங்க கொலை நியூஸ் தெரிஞ்சதும் ஷாக் ஆயிட்டேன். தட்ஸ் ஆல்.”

“அவ்வளவுதானா?”

“அவ்வளவுதான். வாட் எல்ஸ்?”

“உங்களை சந்திக்க வர்றதுக்கு முன்னாடி உங்க சைக்கியாட்ரிஸ்ட் தியாகராஜனை சந்திச்சிட்டு வர்றோம். ஒரு மணி நேரம்

நடந்த என்கொயரியை அவரோட பர்மிஷனோட ரெக்கார்ட் பண்ணிருக்கோம். லைக் டு லிசன்?"

சக்சேனாவின் முகம் மாறியது. சிகரெட்டை ஆஷ்ட்ரே எடுத்து நசுக்கிய தீவிரத்தில் குரூரம் இருந்தது.

"பாஸ்டர்ட்!" என்றான் கோபமாக.

"டாக்டரையா திட்றீங்க?"

"பேஷண்ட்டைப் பத்தி எப்படி அவர் வெளில சொல்லலாம்?"

"அசாதாரணமான சூழ்நிலைல சொல்லலாம். கொலை ஒரு மேஜர் க்ரைம் சக்சேனா. அவர் மறைச்சாதான் தப்பு! உங்களுக்கு நோ சொன்ன மாயாவைக் கொலை செய்ற துடிப்பு இருந்ததா நீங்களே சொல்லிருக்கீங்க."

"அதுக்காக? செஞ்சேன்னு அர்த்தமா? அஞ்சு வயசுக் குழந்தையை ரேப் செஞ்சி சாவடிச்சான்னு செய்தி பார்க்கறப்ப அந்த ராஸ்கலை கொலை செய்யணும்னு உங்களுக்குத் தோணினதில்லையா? செஞ்சிருக்கீங்களா?"

"சினிமா டயலாக்கா? நல்லாருக்கு. கூல்... ரெண்டே கேள்விக்கு பதில் சொல்லுங்க. கொலை நடந்த அன்னிக்கு நைட்டு 7.27-க்கு நீங்க மாயாவுக்கு போன் செஞ்சி பேசிருக்கீங்க. 8.05-க்கு மாயா உங்களுக்கு போன் செஞ்சி பேசிருக்காங்க. என்ன பேசினீங்க?"

துப்பாக்கி முனையில் மிரட்டப்படுவது போல ஸ்தம்பித்துப் போய் பார்த்தான் சக்சேனா. நடுங்கும் விரல்களால் இந்த முறை அனுமதி கேட்காமல் மற்றொரு சிகரெட் பற்றவைத்து ஊதினான்.

"யோசிச்சி சொல்றீங்களா? இன்னொரு கேள்வி கேட்டுடறேன். அதுக்கும் பதில் யோசிச்சிட்டு மொத்தமா சொல்லுங்க. கொலை நடந்த அன்னிக்கு மத்தியானம் 1.30-க்கு அண்ணா நகர்ல மாயாவோட ஆபீஸுக்கு நீங்க வந்திருக்கீங்க. மறுக்க முயற்சிக்க வேணாம். உங்க ரேஞ்ச் ரோவர் கார் அந்த பில்டிங் பார்க்கிங்ல பதினைஞ்சி நிமிஷம் நின்னிருக்கு. செக்யூரிட்டி கேட்ல வந்த நேரம், போன நேரம் எல்லாம் ரெக்கார்ட் ஆயிருக்கு. என் போலீஸ் ஃபிரெண்ட் இப்பதான் சுடச்சுட அந்த ரெக்கார்ட்

அனுப்பி வெச்சாரு. எதுக்கு நேர்ல போனீங்க? அப்ப என்ன பேசினீங்க?''

பூனையால் துரத்தப்பட்ட எலி ஒரு கார்னரில் மாட்டி எந்தப் பக்கமும் தப்பமுடியாமல் தவிக்கும் நிலையை உணர்ந்தான் சக்சேனா.

"ஐம் கார்னர்ட்... ஐம் கார்னர்ட்... ஐம் கார்னர்ட்'' இதையே திருப்பித் திருப்பி சொல்லத் துவங்கினான் சக்சேனா.

அவன் சமநிலைக்கு வரட்டும் என்று அமைதி காத்தார்கள் பரத்தும் சுசிலாவும். வேனின் கதவைத் திறந்து உள்ளே வந்த உதவி இயக்குநர், "சார்... ஷாட் ரெடி'' என்றான்.

"எனக்கு இன்னும் எத்தனை ஷாட்ப்பா?''

"ரெண்டே ஷாட்தான் சார். மிச்சமெல்லாம் டூப் ஷாட்ஸ்தான்.''

"எக்ஸ்க்யூஸ் மீ... ஹாஃப் என் அவர்ல முடிஞ்சிடும். முடிச்சிக் குடுத்துட்டு வந்துடறேன். இங்கயே வெய்ட் பண்ணுங்க. பேசலாம். ஏய்... இவங்களுக்கு ஸ்நாக்ஸ் கொடுக்கச் சொல்லு'' என்று சொல்லிவிட்டு சக்சேனா வேனிலிருந்து இறங்கிச் சென்றான்.

"பரத்... ஒத்துக்கிட்டு ஸ்டேட்மெண்ட் கொடுக்கறப்போ தயாளன் சார் நம்மோட இருந்தா நல்லதில்ல?'' என்றாள் சுசிலா.

"மொதல்ல சக்சேனா நம்மகிட்ட பேசட்டும்.''

ஒரு மணி நேரத்திற்கும் மேலாக ஆனதால் பரத், சுசிலா வேனை விட்டு இறங்கிப் பார்த்தபோது, சக்சேனாவின் ரேஞ்ச் ரோவர் கார் அங்கு இல்லை. விசாரித்தபோது, "சார் புறப்பட்டுப் போய் ரொம்ப நேரமாச்சே!'' என்றார்கள்.

39

ஒரு மணி நேரத்திற்கும் மேலாக ஆனதால் பரத், சுசிலா வேனை விட்டு இறங்கிப் பார்த்தபோது, சக்சேனாவின் ரேஞ்ச் ரோவர் கார் அங்கு இல்லை. விசாரித்தபோது, "சார் புறப்பட்டுப் போய் ரொம்ப நேரமாச்சே!" என்றார்கள்.

"என்ன பரத் இது... எஸ்கேப்பா? மிஸ் பண்ணிட்டமா?" என்றாள் சுசிலா.

"சக்சேனா என்ன சாதாரண ஆளா? எவ்வளவு பெரிய நடிகன்...? ஜஸ்ட் லைக் தட் அப்படில்லாம் எஸ்கேப் ஆயிட முடியுமா? போன் பண்ணிப் பார்ப்போம். ஏதாச்சும் ஒரு நியாயமான காரணம் இருக்கலாம்."

பரத், சக்சேனாவை போனில் அழைத்தான். எடுக்கவில்லை. மீண்டும் அழைத்தான். எடுக்கவில்லை. மீண்டும் அழைத்தான். எடுக்கப்பட்டது.

"ஓ... மை காட்! மிஸ்டர் பரத்... உங்களை கேரவன்ல வெய்ட் பண்ணச் சொல்லிட்டுப் போனேன்ல? டோட்டலா மறந்துட்டேன். ஐம் எக்ஸ்ட்ரீம்லி ஸாரி. இஃப் யூ டோண்ட் மைண்ட்... வீட்டுக்கு வந்துடறீங்களா?" என்றதில் அப்பட்டமாக நடிப்பு இருந்தது.

போனை கட் செய்த பரத், "மறந்துட்டானாம்" என்றான்.

"இது நியாயமான காரணமா எனக்குத் தெரியலை பரத்."

"டைம் பர்ச்சேஸ் பண்றான். எதுக்குன்னுதான் தெரியலை. வீட்டுக்கு வரச்சொல்றான். போய்ப் பார்ப்போம்" என்ற பரத் காரை நோக்கி நடந்தான்.

* * *

சக்சேனாவின் பங்களாவின் முகப்பின் ஒவ்வொரு இஞ்சிலும் பகட்டும் பணமும் முகத்தில் அடித்தது. செக்யூரிட்டி போன் செய்து கேட்டுக்கொண்டு அனுமதித்தான். உள்ளே நடக்க... ஏழு நட்சத்திர ஹோட்டலுக்கு இணையாக உள் அலங்காரம் இருந்தது. வாசலிலிருந்து வழிநடத்தின உதவியாளர் ஒரு விசாலமான ஹாலின் கதவைத் திறந்து, "போங்க" என்றான்.

அங்கே மெகா சைஸ் சோஃபாக்களில் ஒன்றில் கோட் போட்டு பைப் வைத்து புகை பிடித்துக்கொண்டிருந்த ஒரு சிவப்பு வழுக்கை ஆசாமி இவர்களை அலட்சியப் பார்வை பார்த்து, "உக்காருங்க. ஐம் த்ரிபாதி. சக்சேனாவோட லீகல் அட்வைசர். எதுவா இருந்தாலும் எங்கிட்டப் பேசுங்க. வாட்ஸ் யுவர் பிராப்ளம்?" என்றார்.

பரத்திற்கு சக்சேனா டைம் பர்ச்சேஸ் செய்ததற்கான காரணம் புரிந்துவிட்டது.

"நானும் லாயர்தான். பரத். ஷி இஸ் சுசிலா. மாயா மர்டர் மேட்டரை பிரைவேட்டா இன்வெஸ்டிகேட் பண்ணிட்டு இருக்கோம். பாதி பேசிட்டு இருந்தப்போ சக்சேனா எங்களை அம்போன்னு விட்டுட்டு வந்துட்டாரு. அவர்கிட்டதான் தொடர்ந்து பேசணும்."

"அவர் பிஸியா இருக்காரு. இப்பப் பேச முடியாது. அவரை சம்பந்தமே இல்லாம இந்த மர்டர்ல கனெக்ட் பண்ணிப் பேசினீங்களாம்... ஹவ் கேன் யூ மிஸ்டர் பரத்?"

"வொய் ஷூட் நாட் ஐ மிஸ்டர் த்ரிபாதி? எங்கிட்ட சில எவிடென்ஸ் இருக்கு. அதுக்கு அவர் கன்வின்சிங்கா பதில் சொல்லிட்டாப் போதும்."

"அப்படின்னு எதுவும் கட்டாயம் இல்லையே... யூ ஆர் நாட் போலீஸ்..."

"பட் கனெக்ட்டட் வித் போலீஸ் சார். ஒரு பிரைவேட் இன்வெஸ்டிகேட்டர் பிரசன்ட் செய்ற எவிடென்சஸ் நம்ம கோர்ட்ல அட்மிட் ஆகுதுன்னு லாயரான உங்களுக்கு சொல்ல வேண்டியதில்லைன்னு நினைக்கிறேன்."

த்ரிபாதி தன் உருண்டையான மூக்கின் முனையை உள்ளங்கையால் பரபரவென்று தேய்த்துக்கொண்டார்.

"நான் சுப்ரீம் கோர்ட் லாயர். டோண்ட் டீச் மீ. சக்சேனா எவ்வளவு பெரிய செலிபிரிட்டின்னு புரியும்ல? அவரோட ரெபுடேஷன் எந்த வகையிலயும் பாதிக்கப்படக் கூடாது."

"ஸோ?"

"உங்களுக்கு வேண்டியது பதில் இல்லை. என்ன வேணும்னு எனக்குத் தெரியும். சொல்லுங்க. அவர் நேம் இதுல எங்கயும் வந்துடக் கூடாது. என்ன எதிர்பார்க்கறீங்க?"

"லாயர்னு சொன்னீங்க. லாயர் இல்லையா? புரோக்கரா?" என்ற பரத் ஒலித்த தன் போனை எடுத்து, "சார்... நேரா உள்ள வாங்க சார். லெஃப்ட்ல ரெண்டாவது ஹால்ல இருக்கோம்" என்றவன் த்ரிபாதியிடம், "ஒன் மினிட். இப்ப நான் எதிர்பார்க்கறது இவரைத்தான்" என்றான்.

கதவைத் தள்ளிக்கொண்டு உள்ளே வந்தார் யூனிஃபார்மிலிருந்த சப் இன்ஸ்பெக்டர் தயாளன்.

த்ரிபாதி ஆடிப்போனார்.

"சார்... சக்சேனா போலீஸ்கிட்டதான் பேசுவாராம். அப்படின்னு இந்த புரோக்கர்... ஸாரி... லாயர் த்ரிபாதி சொல்றார். சக்சேனா பேர் இந்த கேஸ்ல வராம இருக்கறதுக்கு எங்களுக்கு எவ்வளவு வேணும்னு கேக்கறாரு சார்."

தயாளன் அமர்ந்து த்ரிபாதியை ஒரு எலி போல பார்த்தார்.

"சக்சேனாவை நான் ஏற்கெனவே மீட் பண்ணி விசாரிச்சிருக்கேன். இப்ப சில டெவலப்மெண்ட்ஸ். அரெஸ்ட் வாரன்ட்லாம் எதுவும் இல்ல. மறுபடியும் கொஞ்சம் விசாரிக்கணும். தட்ஸ் ஆல். அவரை கோவாப்பரேட் செய்யச் சொல்லுங்க. ஆன் சஸ்பிஷன் அவரை நாங்க ஸ்டேஷனுக்கு வரவழைச்சும் விசாரிக்க முடியும். அப்போ மீடியா எட்டிப்பாக்கறதை நாங்க ஒண்ணும் செய்ய முடியாது. பரவால்லையா?" என்றார் தயாளன் கெத்தாக.

முகம் மாறிய த்ரிபாதி போன் செய்து குசுகுசுவென்று பேசியதும், அடுத்த நிமிடம் சக்சேனா அங்கே வந்து கால் மேல் கால் போட்டு அமர்ந்துகொண்டு, "மாயாவோட கொலைக்கும் எனக்கும் எந்த சம்பந்தமும் இல்லை. இப்ப என்ன தெரியணும் உங்களுக்கு?" என்றான் கடுப்பாக.

"நீங்க சொல்றது உண்மைதானான்னு தெரியணும். நாங்க கேட்ட கேள்விகளை ரிபீட் செய்ய வேண்டியதில்லைன்னு நினைக்கிறேன்."

"அன்னிக்கு மாயா ஆபீஸுக்கு ஏன் போனேன்... ரெண்டு தடவை போன்ல என்ன பேசினோம்? அதானே வேணும் உங்களுக்கு? சொல்றேன். சொல்லித் தொலைக்கிறேன். ஐ நீட் எ சிகரெட்" என்று பற்றவைத்துக்கொண்டான். சொல்லத் துவங்கினான்.

* * *

கோகுல்தாஸ் பில்டர்ஸின் பிரமாண்டமான அலுவலகக் கட்டடத்தின் அண்டர்கிரவுண்டில் இருந்த பார்க்கிங் பகுதியில் தனிமையான மூலை தேடி தன் ரேஞ்ச் ரோவர் காரை நிறுத்தினான் சக்சேனா.

போனை எடுத்து, "ஹாய் மாயா... சக்சேனா பேசறேன். உன் ஆபீஸ் பேஸ்மெண்ட் பார்க்கிங்லேர்ந்து பேசறேன்" என்றான்.

"ஓ... என்ன விஷயம்?"

"கொஞ்சம் பேசணும். உன் டிசைனிங் பில்லை செட்டில் செய்யலைன்னு நீ கோபமா இருக்கேன்னு தெரியும். இப்ப எனக்கு உன் மேல எந்த வருத்தமும் இல்லை. சமாதானமா போயிடலாம்னு முடிவு செஞ்சிட்டேன். செக் எடுத்துட்டு வந்திருக்கேன். நேரா உன் ஆபீஸுக்கு வர நான் ரெடி. கூட்டம் கூடிடும். பரவால்லையா?"

"வேணாம். நானே வர்றேன்."

சில நிமிடங்கள் கழித்து வந்த மாயாவுக்கு டிரைவிங் சீட்டில் அமர்ந்து பாட்டு கேட்டுக்கொண்டிருந்த சக்சேனா காரின் கதவைத் திறந்துவிட்டான்.

அவள் ஏறி அமர்ந்ததும், ஒரு கவரும் பூக்காகிதம் சுற்றிய ஒரு பார்சலும் நீட்டினான்.

"இது செக். நாம ஃபிரெண்ட்ஸாயிடலாம் மாயா. அதுக்கு அடையாளமா ஒரு சின்ன கிஃப்ட். மறுக்காம வாங்கிக்கணும்."

தயக்கத்துடன் வாங்கிக்கொண்டாள்.

"எனக்கு மெண்ட்டலி சில டிசாடர்ஸ் இருக்கு மாயா. இதுவரைக்கும் யாரும் எதுக்கும் எங்கிட்ட 'நோ' சொல்லிக் கேக்காமயே பழகிட்டேன். எது நினைச்சாலும் நினைச்சி முடிக்கிறதுக்குள்ளேயே அது நடந்துடும். விரும்பினதெல்லாம் நிமிஷத்துல கிடைச்சிடும். நீ மறுத்தது பெரிய அப்செட்டா மனசுல விழுந்துடுச்சி. அது கோபமா மாறிச்சி. கொஞ்சம் ரூடா நடந்துகிட்டேன். அதுக்கெல்லாம் மொத்தமா ஹார்ட்ஃபெல்ட் ஸாரி."

எவ்வளவு பெரிய நடிகன். கோடிக்கணக்கான ரசிகர்கள் உலகம் முழுவதும். ஒருமுறை பக்கத்தில் நின்று பார்க்க மாட்டோமா, ஒருமுறை கை குலுக்க மாட்டோமா, ஒரு புகைப்படம் எடுத்துக்கொள்ள மாட்டோமா என்று வாழ்நாள் ஏக்கத்துடன் கோடிக்கணக்கில். இப்படி நேரில் வந்து இதைச் சொல்ல வேண்டும் என்று அவசியமே இல்லை.

"பரவால்ல விடுங்க சார். எப்படி திடீர்னு சேஞ்ச் ஆனீங்க?"

"தெரப்பி! நடுவுல விட்டிருந்த மைண்ட்டை காம் பண்ற மெடிசின்ஸை மறுபடி எடுத்துக்க ஆரம்பிச்சதும் மனசு கூலாயிடுச்சி. இப்ப உனக்கு என் மேல கோபம் போயிடுச்சா?"

"ஷ்யூர்" என்றாள் மாயா.

ஃப்ரெண்ட்ஸ்?" என்று கை நீட்டினான்.

"ஃப்ரெண்ட்ஸ்!" என்று புன்னகையுடன் அவன் கையைக் குலுக்கினாள்.

"ஷூட்டிங்லேர்ந்து லன்ச் பிரேக்ல வந்திருக்கேன். நான் போகணும். புறப்படறேன். அப்புறம்... ஒரு சின்ன ரெக்வெஸ்ட்... இந்த கிஃப்ட்டை நீ உன் வீட்ல போயிதான்

பிரிச்சிப் பார்க்கணும். நான் நைட்டு ஏழு மணிக்கு போன் பண்றேன். அப்பதான் பிரிக்கணும்.''

"என்ன இவ்வளவு கண்டிஷன்ஸ்?''

"காரணம் இருக்கு மாயா'' என்று சிரித்த சக்சேனா அவள் இறங்கிக்கொண்டதும், கையசைத்துவிட்டு காரை ஸ்டார்ட் செய்து புறப்பட்டான்.

* * *

தன் பங்களாவில் இருந்த அழகான பாரில் மது அருந்தியபடி இருந்த சக்சேனா மணி ஏழைக் கடப்பதைக் கவனித்து போனை எடுத்தான். மாயாவை அழைத்தான்.

படுக்கையறையில்ரெஃபிரெஷ்னர்ஸ்பிரேசெய்துகொண்டிருந்த மாயா போனை எடுத்தாள்.

"ஹாய் மாயா.''

"ஹாய் சார்.''

"நோ சார்... கால் மி சக்சேனா... அப்பதான் தொடர்ந்து பேசுவேன். ஆர் வி நாட் ஃப்ரெண்ட்ஸ்?''

"ஓகே... ஹாய் சக்சேனா.''

"கிஃப்ட்டை இன்னும் பிரிக்கலைதானே?''

"நான் போன் செய்றப்பதான் பிரிக்கணும்னு நீங்கதானே சொன்னீங்க?'' என்றாள் அருகில் மேஜை மீதிருந்த அந்தப் பார்சலைப் பார்த்தபடி.

"கமான்... இப்ப பிரிக்கலாம். நான் வெய்ட் பண்றேன்.''

மாயா அந்தப் பார்சலைப் பிரித்தாள். உள்ளே கருஞ்சிவப்பு நிறத்தில் அழகான காஸ்ட்லி ஸாரியும் ஒரு தமிழ்ப் புத்தகமும் இருந்தன. புத்தகத்தின் தலைப்பைப் பார்த்தாள்.

காதல் என்றுமே தோற்பதில்லை.

"ஸாரி நல்லா இருக்கா மாயா?''

“நல்லாருக்கு. தேங்ஸ்.”

“அந்த புக் எனக்குப் பிடிச்ச நாவல். அதுல எனக்கு ரொம்பப் பிடிச்ச லைன்ஸை எல்லாம் அண்டர்லைன் பண்ணிருக்கேன். அதை மட்டும் படியேன். படிச்சிட்டு என்னைக் கூப்புடு. உன் காலுக்காக நான் வெய்ட் பண்றேன்.”

போனைவைத்துவிட்டுகிளாஸைமீண்டும்நிரப்பிக்கொண்டான் சக்சேனா.

கொஞ்ச நேரம் கழித்து மாயாவிடமிருந்து அழைப்பு வர... ஆர்வத்துடன் எடுத்தான் சக்சேனா.

“ஹாய் மாயா... படிச்சியா?”

“ம்” என்றாள்.

“கல்யாணத்துக்கு அப்புறம் ஆணுக்கு வேற பொண்ணுங்க மேல ஈர்ப்பு வரலாம்னா... பொண்ணுக்கு மட்டும் ஏன் வராதுன்னு ஸ்ட்ராங்கா அந்த ஆதர் கேட்ருப்பாரு. அந்தக் கருத்துல நீ உடன்படறியா மாயா?”

ஒரு சிறிய அமைதிக்குப் பிறகு, “யெஸ்” என்றாள் மாயா.

40

"**க**ல்யாணத்துக்கு அப்புறம் ஆணுக்கு வேற பொண்ணுங்க மேல ஈர்ப்பு வரலாம்னா... பொண்ணுக்கு மட்டும் ஏன் வராதுன்னு ஸ்ட்ராங்கா அந்த ஆதர் கேட்ருப்பாரு. அந்தக் கருத்துல நீ உடன்படறியா மாயா?" என்றான் போனில் சக்சேனா.

ஒரு சிறிய அமைதிக்குப் பிறகு, "யெஸ்" என்றாள் மாயா.

"மாயா... என்னை நினைச்சா எனக்கே விநோதமா இருக்கு. உன் மேல கடுமையான கோபத்துல இருந்தேன். இப்போ அப்படியே நேர்மாறான உணர்வுகள்."

"சக்சேனா... இப்போ நானும் ஒரு நிஜத்தை சொல்லட்டுமா? நான் உங்க தீவிரமான ஃபேன். உங்க படங்கள் எனக்கு ரொம்பப் பிடிக்கும். உங்களை சந்திப்பேன், பேசுவேன்னு எதிர்பார்க்கவே இல்லை. நடிக்கச் சொல்லி கேட்டப்போ இம்மீடியட்டா என் மனசுல தோணினதைச் சொல்லட்டுமா?"

"சொல்லு!"

"இந்த சந்திப்பு என் கல்யாணத்துக்கு முன்னாடி நடந்திருக்கக் கூடாதான்னு தோணிச்சி. உடனே சரின்னிருப்பேன். நான் ரசிக்கிற ஹீரோவுக்கு ஜோடியா நடிக்கிறதுன்னா... எத்தனை பெரிய வாய்ப்பு அது! யாருக்குக்கிடைக்கும்? நான்கோகுல்கிட்ட கேட்டேன். அவர் ரொம்ப ஸ்ட்ரிக்ட்டா கூடவே கூடாதுன்னு தடுத்துட்டார். அவரை மீறி நான் என்ன செய்ய முடியும்?"

"உனக்கு அதுல விருப்பம்னு நான் நல்லா புரிஞ்சிக்கிட்டதாலதான் மறுபடி மறுபடி வற்புறுத்தினேன். நிஜமா சொல்லு. இப்போ என் மேல உனக்கு எந்தக் கோபமுமில்லையே...?"

"சத்தியமா இல்லை. என்னடா இவரு புரிஞ்சுக்காம நடந்துக்கறாரேன்னு கோபமாதான் இருந்தேன். எப்ப நீங்க நேர்லயே வந்து ஸாரின்னு சொன்னீங்களோ, அந்த நிமிஷமே உங்க மேல மரியாதை வந்துடுச்சி."

"உன் அழகை என் லாபத்துக்காகப் பயன்படுத்திக்கணும்னு நினைச்சேன். அது எவ்வளவு பெரிய தப்புன்னு இப்போ ஃபீல் பண்றேன். இப்போ கோகுல்தாஸை நினைச்சா எனக்கு ஓரே பொறாமையா இருக்கு மாயா."

இதற்கு பதில் சொல்லாமல் சின்னதாகச் சிரித்தாள் மாயா.

"மீட் செய்யணும் மாயா. நிறையப் பேசணும்."

"என்ன சொல்றதுன்னு தெரியல. என்னை நடிக்கிறீங்களான்னு கேட்டப்போ அந்த சந்திப்பு என் கல்யாணத்துக்கு முன்னாடி நடந்திருக்கக் கூடாதான்னு நினைச்சதா சொன்னேன். அதே மாதிரி..."

"அதே மாதிரி?"

"இந்த உரையாடலும் என் கல்யாணத்துக்கு முன்னாடி நடந்திருக்கக் கூடாதான்னு தோணுது. என் மனநிலை உங்களுக்குப் புரிஞ்சிருக்கும்னு நினைக்கிறேன். லெட் அஸ் நாட் காம்ப்ளிகேட்."

"மாயா... நல்லாப் புரியுது. அந்த புக்கை முழுக்க ஒரு வரி விடாம நீ படிக்கணும். குறிப்பா கிளைமாக்ஸ். இன்னொரு நாள் பேசறேன். குட் நைட். டேக் கேர்."

"யூ டூ... குட் நைட்."

அதன்பிறகும் சில விநாடிகள் தன் போனைப் பார்த்துக்கொண்டிருந்துவிட்டு வைத்தான் சக்சேனா.

* * *

சொல்லி முடித்த சக்சேனா பொதுவாக தயாளன், பரத், சுசிலா மூவரையும் பார்த்து, "மாயா மேல திடீர்னு எனக்கு காதல் ஏன் வந்துச்சி, எப்படி வந்துச்சின்னு எனக்குத் தெரியாது. ஆனா, வந்துச்சி. அவ பேச்சுலேர்ந்து அவளோட கல்யாண வாழ்க்கை

சந்தோஷமா இல்லைன்னு மட்டும் புரிஞ்சுகிட்டேன். அது சரியா, முறையான்னெல்லாம் நான் யோசிக்கலை. மாயாவுக்கு கோகுல்கிட்டேர்ந்து விடுதலை கொடுக்கணும், எனக்கு சொந்தமாக்கிக்கணும்னு தோணிச்சி. இப்ப சொல்லுங்க... அவளைப் போயி நான் எதுக்கு கொலை செய்யப் போறேன்?'' என்றான்.

பெரிய மௌனம் வந்து விழுந்தது.

சக்சேனா பங்களாவிலிருந்து புறப்பட்டு அருகாமை சாலையோரத்தில் இளநீர் குடித்தபடி நின்றார்கள் பரத், சுசிலா, தயாளன்.

“ஸ்ட்ரேஞ்ச்” என்றான் பரத்.

“எதைச் சொல்றீங்க?'' என்றார் தயாளன்.

“கொலை செய்யணும்னு உச்சமான கோபம் ஏற்பட்ட ஒரு பொண்ணு மேல 180 டிகிரி மாறிப்போயி சூப்பர் ஃபாஸ்ட்டா காதல் வருமா என்ன?''

“மனுஷ மனசு விசித்திரமானது பரத். அதுலயும் சக்சேனாவுக்கு ஏற்கெனவே பிரச்னைக்குரிய மனசு!'' என்றாள் சுசிலா.

“அவன் சொன்ன எல்லாத்தையும் அப்படியே நம்பலாம்னு சொல்றீங்களா ரெண்டு பேரும்?''

“கன்வின்சிங்கா இருக்கே? அந்த புக் ஏன் புத்தக ஷெல்ஃப்ல மறைச்சி வைக்கப்பட்டிருந்திச்சின்னு இப்ப கிளியராகுது. அந்த புதுப் புடவை யார் கொடுத்ததுன்னும் கிளியராகுது.''

“சரி... இவனுக்குதான் விநோதமான மனசு. மாயாவுக்குமா? தன் பில்லை செட்டில் செய்யாத சக்சேனா மேல கேஸ் போடலாமான்னு நினைச்சவ... நேர்ல வந்து ஸாரி கேட்டு ஒரு புடவை கொடுத்து, போன்ல ஸ்வீட்டாப் பேசிட்டா மயங்கிடுவாளா? அவளும் ஒரு மாதிரியாதானே பேசியிருக்கா? அப்படில்லாம் பேசியிருக்க முடியுமா?''

“முடியும் பரத். அவ ஏற்கெனவே சக்சேனாவோட ஃபேன். நடிக்கிறதுக்கும் ஆசைப்பட்டிருக்கா. கோகுல்தான்

தடுத்துட்டாரு. ஆனா, அவ தன் கல்யாணத்தையும் கோகுலையும் ரொம்ப மதிச்சிருக்கா."

"அஃப்கோர்ஸ். அதனாலதான் ரஞ்சித் எல்லாத்தையும் விட்டுட்டு வந்துடு, எங்கயாவது போயிடலாம்னு சொன்னப்பவும் சம்மதிக்கல."

"தான் மதிக்கிற, நேசிக்கிற கோகுல் தனக்கு துரோகம் செய்றார்னு தெரிஞ்சதும் அந்த மனசு நொறுங்கிப்போயிருக்காதா? இவர் எப்படி வேணாலும் இருப்பாரு, ஆனா, நான் மட்டும் சரியா இருக்கணுமா அப்படின்னு ஒரு இயல்பான கோபம் ஏற்படாதா? அந்த மனநிலையில் இருந்த சமயம், தனக்குப் பிடிச்ச சக்சேனா மன்னிப்பு கேட்டு அன்பா பேசினதால அவ தடுமாறிப் போயிருக்கலாம்" என்றாள் சுசிலா.

"எனக்குத் தெரியாம நீ எப்போ சைக்காலஜி படிச்சே சுசி? இது நிஜம்தானான்னு மாயாவை கிராஸ் எக்ஸாமின் செய்ய முடியாது. என்ன பண்றது? இப்போதைக்கு ஒத்துக்கத்தான் வேணும்" என்று சிரித்த பரத், "தயாளன் சார்... நூறு பர்செண்ட் கன்ஃபர்ம் பண்ணிக்கிறதுக்கு ஒண்ணு செய்ங்க. அந்த புக்ல சக்சேனாவோட ஃபிங்கர் பிரிண்ட் இருக்கான்னு செக் பண்ணிடுங்க" என்றான்.

"அதுக்கு சக்சேனாவோட பிரிண்ட் கலெக்ட் செய்யணுமே..."

ஒரு குட்டி ஸிப்லாக் பாலித்தீன் பைக்குள் போடப்பட்டிருந்த ஒரு சிகரெட் துண்டை தன் பேண்ட் பாக்கெட்டிலிருந்து எடுத்து நீட்டிய பரத், "கேரவன்ல அவனுக்காக வெய்ட் செஞ்சப்ப எடுத்து வெச்சேன்" என்றான்.

* * *

அவசரமாக சந்திக்க வேண்டும் என்று இவர்கள் கேட்டு... கோகுல்தாஸ் சம்மதித்து வரச்சொன்னதால், தற்சமயம் அண்ணா நகரில் அவரது அலுவலகம் நோக்கி காரில் விரைந்து கொண்டிருந்தார்கள் பரத், சுசிலா.

முன் வண்டிகள் சட்சட்டென்று நின்றதால் திடீரென்று போக்குவரத்து பழக்கூழ் ஆகி... ச்சே... இப்படி வராதே...

போக்குவரத்து ஜாமாகி, ஒரே இடத்தில் ஆறு நிமிடங்களாகக் காத்திருந்தபோது ஒரு காலி மனையைப் பார்த்தான்.

பக்கத்து பக்கத்து ஃபிளாட்காரர்களின் திறந்தவெளி குப்பைத் தொட்டியாக மாற்றப்பட்டு, மனையெங்கும் குப்பை மேடுகளாக இருந்தன. 'விற்பனைக்கு! தொடர்புக்கு' என்று தமிழிலும் ஆங்கிலத்திலும் போன் நம்பருடன் எழுதி போர்டு வைத்திருந்தார்கள்.

"சுசி... அந்த போர்டை சட்டுனு கிளிக் செய்யேன்" என்றான் டிரைவிங் சீட்டிலிருந்த பரத்.

அனிச்சையாக க்ளிக் செய்தபடி, "இங்கல்லாம் கிரவுண்டு என்ன விலை தெரியும்ல? நாமெல்லாம் நினைச்சிக்கூடப் பார்க்க முடியாது" என்றாள் சுசிலா.

"நமக்கில்லை. அண்ணா நகர்ல லேண்ட் பாத்துக்கிட்டிருக்கேன்னு நம்ம மோனி சொன்னிச்சி."

"மோனியா? அது யாரு?"

"நம்ம ஆபீஸ் பில்டிங்ல பியூட்டி பார்லர் வெச்சிருக்கே... என்ன நீ அடிக்கடி மறந்துடறே?"

"அடப்பாவி! மோனிகால்ல அவ பேரு? மோனின்றீங்க?"

"சுசிலாவை சுசின்னுதானே சொல்றேன்."

"ஏய்! நானும் அவளும் ஒண்ணா?"

"சீச்சீ! நீ நூறுன்னா... அவ நூத்துக்கு எண்பதுதான்."

"பேரை சுருக்கிக் கூப்புடற அளவுக்கு நெருங்கியாச்சா?"

"ராத்திரி தூக்கம் வர்றதுக்கு லேட் ஆகுது சுசி. அப்பப் பார்த்து போன் பண்ணி எனக்கும் தூக்கம் வரலை, என்ன படம் பாக்கலாம்னு கேக்கும். சஜஸ்ட் செய்வேன்."

"படம் தலைப்பு மட்டும் சொல்லாம, மொத்த கதையும் சொல்வீங்களே நீங்க..."

“அவ சுத்த சோம்பேறிம்மா. படம் பார்க்க அலுப்பு. கதை கேக்கறா. சொல்லாம என்ன பண்றது?”

“பரத்... முதல் வேலையா நான் உங்க போனை பேரிங் (*pairing*) பண்ணப் போறேன்.”

“நோ! அது தனி மனித சுதந்திரத்துக்கு எதிரானது.”

“லாவண்யா போன்ல நீங்க செய்யலை?”

“அது தொழில் தர்மம் சுசி. சரி... இந்த மாயா மர்டர் கேஸ்ல உனக்கு ஏதாச்சும் வெளிச்சம் தெரியுதா?”

சாலையில் போக்குவரத்து நெரிசல் சரியாகிவிடவே, பரத் கியரையும் பேச்சையும் மாற்றினான்.

“சந்தேக லிஸ்ட் பெருசாகிட்டே இருக்கே பரத்” என்ற சுசிலா, லூசாகியிருந்த கூந்தலை ஹேர் பாண்ட்டை நீக்கி விரல்களாலேயே சரிசெய்துகொண்டு, மீண்டும் டைட்டாகப் போட்டுக்கொண்டாள்.

“யார், யாருன்னு சொல்லிக்கிட்டே வாயேன்” என்றான்.

“பிரைமரி சஸ்பெக்ட் அந்த ரஞ்சித்.”

“யெஸ்... முன்னாள் காதலன். பேரை மாத்திக்கிட்டு திட்டம் போட்டு மாயா வீட்லயே டிரைவரா சேர்ந்தவன். அநியாயமா அஞ்சி கோடி கேட்டவன். ரவுடிகிட்ட அடிவாங்கி ஹாஸ்பிடல்ல இருந்தவன். அவனுக்கு கொலை வெறி வர்றது படு நியாயம். நெக்ஸ்ட்?”

“கோகுல்தாஸ்!”

“யெஸ். அவரும்தான் லிஸ்ட்ல இருந்தாகணும். லவ் பண்ணி கல்யாணம் செஞ்சிருந்தாலும், மாயா அவரை சில சமயம் எடுத்தெறிஞ்சிப் பேசறதும்... அவர் விருப்பத்துக்கு எதிரா நடந்துக்கறதும் பிடிக்கலை. குழந்தை வேணாம்னு அவளாவே முடிவு செஞ்சி மாத்திரை சாப்ட்டுட்டு வந்ததுல ஒரு மகா கோபம் வந்துடுச்சி.”

“ப்ரீத்தி கபூர் மேல இருக்கற காம மயக்கம் ஒரு பக்கம். அந்த அம்பையர் மாயாவுக்குத் தெரிஞ்சிபோயி, அசைக்கமுடியாத ஆதாரத்தோட கேள்வி கேட்ட ஆத்திரத்துல அவளை அறைஞ்சேன்னு மட்டும்தான் சொன்னார். அந்தக் கோபம் விஸ்வரூபம் எடுத்து கொலையில முடிஞ்சிருக்கலாம். அதுக்கும் சான்ஸ் இருக்கு.”

“அப்சல்யூட்லி. அந்த போர்ஷனை மட்டும் நம்மகிட்ட எடிட் செஞ்சிருக்கலாம். அவரை சந்தேக லிஸ்ட்லேர்ந்து சுலபமா விலக்கிட முடியாது சுசி” என்றான் பரத்.

41

“அப்சல்யூட்லி. அந்த போர்ஷனை மட்டும் நம்மகிட்ட எடிட் செஞ்சிருக்கலாம். அவரை சந்தேக லிஸ்ட்லேர்ந்து சுலபமா விலக்கிட முடியாது சுசி” என்றான் பரத்.

“இந்த இடத்துல உங்களை ஒண்ணு கேக்கணுமே பரத்.”

“என்ன?”

“டாக்டர் திலகாகிட்ட பேசிட்டிருந்தப்ப... குழந்தை வேண்டாம்னு மாயா ரகசியமா கர்ப்பத்தடை மாத்திரை சாப்ட்டதும், அது தெரிஞ்சி கோகுல்தாஸ் அவளைக் கண்டிச்சதும் நீங்கதான் சொன்னீங்க. அது எப்படி உங்களுக்குத் தெரியும்?” என்றாள் சுசிலா, அடிக்கண்களால் பார்த்தபடி. முகத்தில் அரை கிலோ சந்தேகமும், அரை கிலோ கோபமும் கலந்து எட்டிப்பார்த்தது.

அந்த விஷயம் ஷில்பா நாயர் சொன்னதாயிற்றே... நான் ஷில்பா நாயரை காட்டேஜில் சந்தித்துப் பேசியது சுசிலாவுக்குத் தெரியாதே...

பரத் என்ன பதில் சொல்வது என்று அவசரமாக யோசித்தான்.

“உங்களைத்தான் கேக்கறேன் பரத்” வார்த்தையில் அக்னி நட்சத்திர அனல் வீசியது.

“இரும்மா. அதான் யோசிக்கிறேன். தயாளன் சொன்னாரோ...?”

“அவர் அதைப்பத்திப் பேசவே இல்லையே...”

“கரெக்ட்டு. வேற எப்படி எனக்கு அந்த மேட்டர் தெரியும்?”

“அதானே நானும் கேக்கறேன்.”

“அப்படித்தான் இருக்கணும்னு ஒரு கெஸ் வொர்க்ல அடிச்சி விட்டேனோ?”

“ஹலோ... எதையோ மறைக்கிறீங்க... எங்கே என் கண்ணைப் பார்த்துச் சொல்லுங்க” பாகுபலி ராஜமாதாவின் உத்தரவாகச் சீறினாள்.

“உன் கண்ணைப் பார்த்து டிரைவ் செஞ்சா ஆக்சிடெண்ட் ஆகிடும்மா.”

“ஒழுங்கா சரியான பதில் வேணும் எனக்கு. எனக்குத் தெரியாம யாரையோ சந்திச்சி விசாரிச்சிருக்கீங்க. உண்டா, இல்லையா?”

“விட்டா ஷில்பா நாயரை உனக்குத் தெரியாம மீட் செஞ்சேன்னு சொல்வே போலிருக்கே...”

“நான் மறந்தே போயிட்டேன். லாவண்யா வீட்ல ஷில்பா நாயர் மாதிரி நெஞ்சுல சத்தியம் செய்யச் சொன்னாலும் சரின்னு சொன்னீங்களே... அதுக்கும் சரியான விளக்கம் அப்ப நீங்க சொல்லலை.”

“சுசி... அது அப்பவே முடிஞ்சி போச்சி. ஃபிளாஷ்பேக்குக்குப் போயி தேடி எடுத்துட்டு வந்தெல்லாம் சண்டை போடறது யுத்த தர்மம் இல்ல.”

“இப்ப நீங்க பதில் சொல்ல வேண்டியது ரெண்டு கேள்விக்கு. சமாளிக்காதீங்க பரத்.”

“காட் இட். முதல் கேள்விக்கு பதில் கண்டுபிடிச்சிட்டேன். கர்ப்பத்தடை மாத்திரை மேட்டர் கோகுல்தாஸே சொன்னார்.”

“அவர் எங்க சொன்னார்?”

“உன்னை வெளில அனுப்பிட்டு நாங்க மட்டும் பேசினோமே... அப்ப சொன்னார் போலிருக்கு.”

“ஓகே. இது ஏத்துக்கற மாதிரிதான் இருக்கு. ரெண்டாவது கேள்விக்கு பதில்?”

“இப்ப சீரியஸா டிஸ்கஸ் பண்ணிட்டிருக்கோம். ஒரு கான்சன்ட்ரேஷன் வேணாம்? நம்ம அடுத்த சஸ்பெக்ட் யாருன்னு சொல்லு!”

“உங்களை...”

அவன் கழுத்தை கைகளால் பொய்யாக நெரித்துவிட்டு, “டிஸ்கஷனைத் தொடரலாம். அடுத்த சஸ்பெக்ட்... ப்ரீத்தி கபூர்” என்றாள்.

“ஒருவேளை மாயா திடீர்னு செத்துட்டா என்னைக் கல்யாணம் பண்ணிக்குவீங்களான்னு கேட்ட புண்ணியவதியாச்சே... கல்கத்தாவுக்கு அடிக்கடி டிராவல் செய்ற மனோஜ் கபூரை ஆள் வெச்சி தீர்த்துடலாமான்னு யோசிச்ச புனிதமான பொண்டாட்டி! அவளுக்கும் பக்காவான மோட்டிவ் இருக்கு. நெக்ஸ்ட்?”

“லாவண்யா!”

“ரீசன் சொல்லு!”

“அவளோட லவ் லைஃப் புட்டுக்கிச்சி. டைவர்ஸாகி தனியா வாழ்ந்துட்டிருக்கா. மாயாவுக்கு அமைஞ்ச வாழ்க்கை மேல அப்பட்டமான பொறாமை! கோகுல்தாஸ்க்கு இருக்கற லேடீஸ் வீக்னஸைப் பொருட்படுத்தாம சப்போர்ட்டாப் பேசறா. கோகுல்தாஸோட நல்ல தொடர்புல இருக்கறா!”

“அவ்வளவுதானா?”

“வேற யாரு?”

“நாம இன்னும் சந்திக்காத கோகுல்தாஸோட தொழில் எதிரி குமரப்பனை விட்டுட்டியே...”

“அவர் எதுக்கு மாயாவைக் கொலை செய்யணும்?”

“இந்த மீட்டிங்ல நான் கேக்கற சில கேள்விகளுக்கு கோகுல்தாஸ் நிஜமான பதில்கள் சொன்னா, என்னால குமரப்பனை லிஸ்ட்ல சேர்க்க சரியான மோட்டிவ் சொல்ல முடியும் சுசி” என்று பரத் சொன்னபோது, கோகுல்தாஸின் அலுவலகக் கட்டடம் உள்ள தெருவில் அவர்களின் கார் நுழைந்தது.

* * *

சில மாதங்களுக்கு முன்...

ரஞ்சித் அந்த ஹாஸ்பிடலின் ரிசப்ஷனில் நின்றிருந்தான். கையில் ஒரு சின்னக் கட்டும், நெற்றியில் ஒரு பிளாஸ்த்ரியும் இருந்தன.

"பணம் கொஞ்சம் குறையுது. ஒரு மணி நேரத்துல வந்து கட்றேன். என்னை நம்புங்க" என்றான்.

"ஸாரி... அப்படில்லாம் செய்ய முடியாது சார். யாருக்காச்சும் போன் செஞ்சி பணம் எடுத்துட்டு வரச்சொல்லுங்க" என்றாள் அந்த கேஷியர் பெண்மணி.

"எனக்கு யாரும் இல்லைங்க. நான் தங்கியிருக்கற ரூம்ல அயர்ன் பாக்ஸ், வாட்ச் இதெல்லாம் இருக்கு. நானே போயி அதெல்லாம் வித்துதான் பணம் எடுத்துட்டு வரணும். புரிஞ்சிக்கங்க."

"மேனேஜ்மெண்ட்டுக்கு நான் பதில் சொல்ல முடியாது சார். அதை நீங்க புரிஞ்சிக்கங்க."

கடுப்பான ரஞ்சித் தன் போனைத் தூக்கிப் போட்டான்.

"பாக்கி கட்ட வேண்டியது ரெண்டாயிரத்து சொச்சம்... இந்த போன் எட்டாயிரம். வெச்சிக்கங்க. பணத்தைக் கொடுத்துட்டு வாங்கிக்கறேன்" என்று சொல்லிவிட்டு விடுவிடுவென்று அந்த ஹாஸ்பிடலை விட்டு வெளியேறினான் அவன்.

அவனுக்குள் உச்சமான கோபம் அலைந்தது.

அருகில் இருந்த ஒரு பூங்காவுக்குள் நுழைந்தான். பைப்பில் தண்ணீர் குடித்தான். வேப்ப மரத்திலிருந்து உதிர்ந்திருந்த வேப்பம் பழங்கள், இலைகளைக் கையால் ஒதுக்கிவிட்டு ஒரு சிமெண்ட் பெஞ்சில் அமர்ந்தான்.

'மாயா! உன்னை நான் எத்தனை உண்மையாக நேசித்தேன். நீயும் என்னை அப்படித்தான் நேசித்தாய். ஒரு நாள் சந்திக்கவில்லை என்றாலோ, போனில் பேசவில்லை என்றாலோ ஏங்கிப்போனோம்.

ஓடிப்போய் திருமணம் செய்துகொள்ளலாம் என்று சொன்னேன். நீதான் தயங்கினாய். குடும்பம் என்றாய்... கடமைகள் என்றாய்.

நான் வேலை பார்த்த சிட்ஃபண்ட்ஸ் நிறுவனத்தில் ஐந்து லட்சம் கையாடல் நடந்தது. அதில் எனக்குத் துளியும் பங்கில்லை. ஆனால், நிறுவனம் என் பெயரையும் சேர்த்து புகாரில் கொடுத்ததால், போலீஸ் ஸ்டேஷனுக்கு அழைத்துச் செல்லப்பட்டேன். செய்யாத தவறுக்கு அடியும் உதையும் வாங்கினேன். பேப்பரில் திருட்டுப் பட்டம் கட்டி என் பெயரும் வந்தது.

மூன்று மாதம் ஜெயில் தண்டனை அனுபவித்துவிட்டு திரும்பி வந்த என்னைப் புறக்கணித்தாய். நான் தப்பு செய்யவில்லை என்று பலமுறை சத்தியம் செய்தபோதும் நீ நம்பவில்லை. நம் காதல் முறிந்துவிட்டது என்று கடுமையாகக் கத்தி அவமானப்படுத்தினாய்.

மனம் வெறுத்துப்போய் சிங்கப்பூர் சென்றேன். பிரிவு உன் மனதை மாற்றும் என்று பெரிதும் நம்பினேன். ஆனால்... கொழுத்த பணக்காரர் கோகுல்தாஸை நீ திருமணம் செய்துகொண்டாய் என்று அறிந்ததும் உன் மீது பல மடங்கு கோபம் எழுந்தது.

புறப்பட்டு வந்தேன். கெஞ்சிப் பார்த்தேன். மிரட்டிப் பார்த்தேன். உன்னிடமே வேலைக்குச் சேர்ந்தும் பார்த்தேன். எதற்கும் மசியவில்லை நீ. உன் நினைவிலேயே என் வாழ்க்கையைத் தொலைத்த எனக்கு நியாயம் தேவை மாயா.

உனக்கு ஒரு அபராதம் மாதிரிதான் ஐந்து கோடி கேட்டேன். ஏற்பாடு செய்கிறேன் என்று என்னிடம் சொல்லிவிட்டு, ஆளை வைத்து என்னை அடிக்கச் சொன்னது ஒரு காதலி செய்யும் வேலையா?

மூன்று பேர்! என்னை வழிமறித்து வம்பிழுத்து அப்படிப் போட்டு அடித்தார்கள். கிட்டத்தட்ட செத்துவிட்டேன். அடித்துவிட்டு அந்த ரவுடிகள் சொன்னார்கள்... நான் இந்த ஊரைவிட்டே போய்விட வேண்டுமாம்.

முடிவு செய்துவிட்டேன் மாயா. நான் இந்த ஊரைவிட்டுப் போகத்தான் போகிறேன்.

உடனே இல்லை. உன்னைக் கொலை செய்துவிட்டு!

ஆமாம். இனிமேல் நான் உன் மீது கொஞ்சமும் இரக்கம் காட்ட முடியாது. கோகுல் சார் ஊரில் இல்லை. மும்பை போயிருக்கிறார். இதுதான் எனக்கு சரியான சந்தர்ப்பம்.

நாளை ஒரு நாள்தான் நீ உயிருடன் இருக்கப் போகிறாய் மாயா!›

தன் மீது விழுந்த ஒரு வேப்பம் பழத்தைத் தட்டிவிட்ட ரஞ்சித் தன் திட்டத்தை எப்போது, எப்படி செயல்படுத்துவது என்று தீவிரமாக யோசிக்கத் துவங்கினான்.

* * *

கோகுல்தாஸ் இந்த முறை பரத், சுசிலாவை வரவேற்றதில் நட்புப் புன்னகை குறைந்திருந்தது. லேசான கடுகடுப்பை அவரால் முகத்திலிருந்து மறைக்க முடியவில்லை.

"உங்களுக்கு இருபது நிமிஷம்தான் டைம். ஒரு ஜூம் மீட்டிங் இருக்கு. சீக்கிரம் பேசிடலாம். போன்லயே பேசிருக்கலாம்... பரவால்ல... சொல்லுங்க. எதுக்கு என்னை அவசரமா மீட் செய்யணும்னு சொன்னீங்க?" என்றார் வாட்ச்சைப் பார்த்துக்கொண்டு.

"சார்... உங்க போனை போலீஸ் ஒட்டு கேக்கலாம்னு நீங்கதான் சொன்னீங்க. மிட் நைட்கூட போன்ல பேச எங்களுக்கு ஓகே. நீங்க வேலையைப் பாருங்க" என்று எழுந்துவிட்டான் பரத்.

"ஸாரி... நான்தான் அதை மறந்துட்டேன். கூல்..."

"உங்களுக்காக நீங்க சொல்லித்தான் நாங்க வேலை பாக்கறோம். அதை மைண்ட்ல வெச்சிக்கிட்டு நீங்கதான் கூலா பேசணும்" என்றாள் சுசிலா.

"கூலாவே கேக்கறேன். போலீஸை விடுங்க. அதெப்படி நீங்களே என்னை சந்தேகப்படலாம்?"

"நாங்க ஒண்ணும்..."

பரத் முடிப்பதற்குள் இடைமறித்தார் கோகுல்தாஸ்.

"மழுப்பாதீங்க பரத். லாவண்யா எனக்கு போன் செஞ்சிட்டா."

“உங்களை சந்தேகப்படற மாதிரி காட்டிக்கிட்டா அவங்க ரியாக்ஷன் எப்படி இருக்குன்னு பார்த்தோம் சார். அது ஒரு ஸ்ட்ரேட்டஜி சார். வி நோ... ஹவ் டு ஃபிரேம் கொஸ்டின்ஸ்.”

“அவளையும் சந்தேகப்பட்டு பக்கத்து வீட்ல எல்லாம் விசாரிச்சிருக்கீங்க. இதெல்லாம் நல்லா இல்லையே...”

“ஒண்ணு செய்ங்க சார். நாங்க யாரை சந்தேகப்படலாம், யாரை சந்தேகப்படக்கூடாதுன்னு ஒரு லிஸ்ட் கொடுத்துடுங்க. ஓப்பனா சொல்றேன் சார். நீங்க எங்ககிட்ட முழுமையா எல்லாத்தையும் சொல்லிடலை. சில விஷயங்களை மறைச்சிருக்கீங்க.”

“இல்லை... ப்ரீத்தி கபூர் அஃபையர் வரைக்கும் சொன்னனே...”

“சரி, இப்ப நான் கேக்கற சில கேள்விகளுக்கு நூறு சதவிகிதம் உண்மையான பதிலைச் சொல்ல முடியுமா உங்களால?”

“ஷ்யூர்.”

“டு ஸ்டார்ட் வித்... கேள்வி ஒண்ணு! உங்களை இம்ப்ரெஸ் செஞ்சி டிரைவரா வேலைக்குச் சேர்ந்த சித்தார்த்தோட ஒரிஜினல் பேரு ரஞ்சித் அப்படிங்கறதும், அவன் மாயாவோட முன்னாள் காதலன்றதும் உங்களுக்குத் தெரியுமா தெரியாதா?” என்றான் பரத்.

கோகுல்தாஸ் மேஜை மீது இருந்த வாட்டர் பாட்டிலை எடுத்து கடகடவென்று குடித்தார்.

42

“டு ஸ்டார்ட் வித்... கேள்வி ஒண்ணு! உங்களை இம்ப்ரெஸ் செஞ்சி டிரைவரா வேலைக்குச் சேர்ந்த சித்தார்த்தோட ஒரிஜினல் பேரு ரஞ்சித் அப்படிங்கறதும், அவன் மாயாவோட முன்னாள் காதலன்றதும் உங்களுக்குத் தெரியுமா, தெரியாதா?” என்றான் பரத்.

கோகுல்தாஸ் மேஜை மீது இருந்த வாட்டர் பாட்டில் எடுத்து கடகடவென்று குடித்தார்.

இதுவரை கண்களைப் பார்த்துப் பேசிக்கொண்டிருந்த கோகுல்தாஸ் மேஜையைப் பார்த்தபடி, “தெரியும்” என்றார் இறுக்கமாக.

அவரிடமிருந்து தெரியாது என்கிற பதிலை எதிர்பார்த்த பரத், சுசிலா இருவருமே லேசாக அதிர்ச்சியுற்றார்கள்.

“தெரிஞ்சுமா சார் நீங்க அவனுக்கு வேலை கொடுத்து வெச்சிருந்தீங்க?”

“அப்பத் தெரியாது. கொலை நடந்ததுக்கு அப்புறம்தான் எனக்குத் தெரியும். முன்னாடியே தெரிஞ்சிருந்தா அந்த ராஸ்கலை நானே என் கையால கொலை செஞ்சிருப்பேன்...” என்றார் ஆத்திரத்துடன்.

“எப்படித் தெரிஞ்சிக்கிட்டீங்க சார்?” என்றாள் சுசிலா.

“கொலை நடந்து நாலு நாள் கழிச்சி மாயாவோட தங்கை லாவண்யா என்னை வீட்ல வந்து சந்திச்சா...” என்று துவங்கினார்.

* * *

பங்களாவின் மொட்டைமாடியில் ஒரு ஊஞ்சலில் அமர்ந்து தனியாக மது அருந்திக்கொண்டிருந்தார் கோகுல்தாஸ்.

மாலை நேர இதமான தென்றலையும்... அழகாகப் பராமரிக்கப்பட்டிருந்த சிறிய பூந்தோட்டத்திலிருந்து வீசிய சுகந்தமான வாசனையையும் அனுபவிக்கும் மனநிலையில் அவர் இல்லை.

புடவையின் சரசரப்பு சத்தத்தில் நிமிர்ந்து பார்த்தார்.

அவரை நோக்கி வந்து எதிரிலிருந்த மூங்கில் சேரில் அமர்ந்த லாவண்யா கொஞ்ச நேரம் அமைதியாக இருந்தாள்.

"மாமா... ஆபீஸுக்கு போக ஆரம்பிச்சீங்கன்னா கொஞ்சம் சோகம் குறையுமே... சதா இப்படிக் குடிச்சிக்கிட்டே இருந்தா உங்க உடம்பு என்ன ஆகறது?"

"அவளைக் கல்யாணம் செஞ்சதும்தான் என் வாழ்க்கையே பூர்த்தியானதா நினைச்சேன். அவளை தேவதை மாதிரி வெச்சிருந்தேன். என்னோட சில தப்பான பழக்கங்களைக்கூடக் கொஞ்சம் கொஞ்சமா மாத்திக்கணும்னு ஒரு முடிவுல இருந்தேன். இப்படி ஆயிடுச்சே..."

"அவ நோய் வந்து பத்து நாள் ஹாஸ்பிடல்ல படுத்திருந்து போயிருந்தாக் கூட எல்லாரோட மனசும் தயாராகியிருக்கும் மாமா."

"அதான் தாங்கமுடியலை."

"மாமா... ஒரு முக்கியமான விஷயம்..." என்று நிறுத்தினாள்.

"சொல்லும்மா..."

"போலீஸ் எங்கிட்ட விசாரிச்சாங்க. யாரையாச்சும் சந்தேகப்படறீங்களான்னு கேட்டாங்க. இல்லைன்னு சொன்னேன். ஆனா, ஒருத்தன் மேல சந்தேகம் இருக்கு மாமா" என்றாள்.

போதையில் லேசாகச் சிவந்திருந்த அவரின் கண்கள் மேலும் சிவக்க, "யாரும்மா அது?" என்றார் ஆத்திரமாக.

"மாமா... இப்ப நான் சொல்லப்போற விஷயம் உங்களுக்கு அதிர்ச்சியா இருக்கும். அக்கா இப்போ உயிரோட இல்லைன்றதாலதான் இதெல்லாம் சொல்றேன். இப்ப உங்களுக்குத் தெரியலாம். தெரியறதுதான் நல்லது."

"என்னம்மா பெருசா பீடிகை போடறே?"

"விஷயமும் பெருசு மாமா. உங்க கல்யாணத்துக்கு முன்னாடி மாயாவுக்கு ஒரு காதல் இருந்திச்சி. அது பிரேக் அப் ஆகி அவன் சிங்கப்பூர் போயிட்டான். சமீபத்துல அவன் சிங்கப்பூர்லேர்ந்து திரும்பிவந்து அக்காவுக்கு டார்ச்சர் கொடுத்தான். அவன் யாருன்னு தெரிஞ்சா இன்னும் ஷாக் ஆயிடுவீங்க. உங்ககிட்ட டிரைவரா வேலை பார்த்த சித்தார்த். அவன் நிஜப் பேரு ரஞ்சித்."

அதிர்ச்சியில் வார்த்தையே வராமல் அப்படியே உறைந்து போனார் கோகுல்தாஸ்.

"ராஸ்க்கல்! என்னை முட்டாளாக்கிட்டானே!"

"அவன் அக்காவை அஞ்சி கோடி பணம் கேட்டு மிரட்டினான் மாமா. அக்காவுக்கு உங்ககிட்ட சொல்ல பயம். அவனை அடிச்சி மிரட்டி ஊரைவிட்டே ஓடச்செய்யணும்னு எங்கிட்ட வந்தா. நான் ஒரு ரவுடியை சிபாரிசு செஞ்சேன். அவனுக்கு ஒரு லட்சம் கொடுத்தா அக்கா."

"அப்பறம்?"

"அந்த ரவுடி அடிச்ச அடியில அவன் ஹாஸ்பிடல்ல மூணு நாள் ட்ரீட்மெண்ட் எடுத்துக்கிட்டு டிஸ்சார்ஜ் ஆனவன்தான்... இன்னிய வரைக்கும் எங்க இருக்கான்னே தெரியலை. அவன்தான் மாமா இந்தக் கொலையை செஞ்சிட்டு தலைமறைவா இருக்கான்னு நினைக்கிறேன். இதை போலீஸ்ல சொன்னா அக்காவோட பேருக்கு களங்கம் ஏற்படும்னுதான் சொல்ல விரும்பலை."

"என்னம்மா நீ... இவ்வளவு நடந்திருக்கு... அவளுக்குத்தான் எங்கிட்ட சொல்ல பயம்... நீயாவது சொல்லிருக்கக் கூடாதா? அந்தக் கம்னாட்டியை செதில் செதிலா வெட்டிப் போட்ருப்பனே..."

“உங்க கோபம் எனக்குத் தெரியும் மாமா... அப்படி ஏதாச்சும் செஞ்சிட்டு நீங்க உள்ளே போயிட்டா என்னாகறது மாமா?”

“அட... நீ வேறம்மா... கொலை செய்றவன் எல்லாம் மாட்டிக்கிறானா? எல்லாக் கொலையையும் கண்டுபிடிச்சிட முடியுமா? எனக்கு எத்தனை சைட்ல பில்டிங் வேலை நடக்குது. கொன்னு பொணத்தை அஸ்திவார பள்ளத்துல போட்டு கான்க்ரீட்டைக் கொட்டிவிட்டேன்னு வையி... எந்த ஜென்மத்துல கண்டுபிடிக்க முடியும்?”

“டென்ஷனாகாதீங்க மாமா. அதே சமயம் என்னடா ஒரு பெரிய உண்மையைச் சொல்லாம மறைச்சிட்டாளேன்னு அக்கா மேல வெறுப்பும் வேணாம் மாமா.”

“லாவண்யா, சுமாரான பொண்ணுங்க பின்னாடியே பசங்க சுத்தறானுங்க. மாயா ஒரு பேரழகிம்மா. அவளுக்கு ஸ்கூல்ல, காலேஜ்லன்னு அம்பது பசங்களாச்சும் வலை வீசிருப்பானுங்க. காதலிக்கிறதும், பிடிக்கலைன்னா பிரேக் அப் பண்ணிக்கிறதும் இப்ப சகஜமாயிடுச்சேம்மா. இதுகூட புரிஞ்சுக்க முடியாதவனா நான்? மாயாவே ரஞ்சித் மேட்டரை எங்கிட்ட சொல்லிருந்தாலும் நான் அவளைத் தப்பாவே நினைச்சிருக்க மாட்டேன். என் மனசைப் புரிஞ்சுக்காமலேயே போயிட்டாளே...” லேசாக விம்மலுடன் அழத் துவங்கினார் கோகுல்தாஸ்.

* * *

சொல்லிமுடித்த கோகுல்தாஸின் கண்கள் இப்போதும் கசிய... கைக்குட்டை எடுத்து துடைத்துக்கொண்டு மூக்கை உறிஞ்சிக்கொண்டார்.

“இப்ப இன்னொரு உண்மையைச் சொல்லட்டுமா? போலீஸ் அந்த ரஞ்சித்தைக் கண்டுபிடிச்சா ஜெயிலுக்குக் கூட்டிட்டுப் போயிடும். ஆனா, அந்தப் பொறுக்கிக்கு என் கையால தண்டனை கொடுக்கணும்னு நினைச்சிதான் உங்களைக் கண்டுபிடிக்கச் சொன்னேன்.”

“நோ... நோ... அதெல்லாம் தப்பு சார். ரஞ்சித்தான் குற்றவாளின்னா அவனுக்கு உண்டான தண்டனையை சட்டம்தான் கொடுக்கணும் சார்” என்றான் பரத்.

திடீரென்று நாடக மேடையில் விழுவதைப்போல ஒரு மௌனத்திரை வந்து தொங்கியது.

"ட்வெண்ட்டி மினிட்ஸ் முடிஞ்சிடுச்சி. நீங்க ஏதோ ஜூம் மீட்டிங் இருக்குன்னு சொன்னீங்க. நாங்க புறப்படலாமா?"

"நிறைய கேக்கணும்னு சொன்னீங்க. ஒரு கேள்விதானே கேட்டீங்க. நான் அந்த மீட்டிங்ல கலந்துக்கலைன்னு சொல்லிடறேன். ஒரு நிமிஷம்..." கோகுல்தாஸ் போனில் யாரிடமோ ஏதோ குறிப்புகள் சொல்லிவிட்டுத் திரும்பி, "இன்னும் என்ன கேள்விகள்?" என்றார்.

"இன்ஸ்பெக்டர் கார்த்திகேயனுக்கு நீங்க ரெண்டு லட்ச ரூபாய்க்கு ஒரு பைக் வாங்கிக் கொடுத்தீங்களா சார்?"

இந்தக் கேள்வி அவரை அதிர்ச்சிப்படுத்தியது.

"உங்களை என்னமோன்னு நினைச்சேன். எல்லா இடத்துலயும் புகுந்து புறப்படறீங்களே பரத். நம்ம ஆபீஸ் ஸ்டாஃப் ஒருத்தர் பேர் போட்டு வாங்கிக் கொடுத்தேன்."

"எதுக்கு சார் அவருக்கு லஞ்சம்?"

"திருட்டுப் போன சிமெண்ட் மூட்டைகளை மெனெக்கெட்டு கண்டுபிடிச்சிக் கொடுத்தார் சார். அதுக்காகக் கொடுத்தேன்."

"அதுக்காகத்தான் கொடுத்தீங்களா?"

"வேற என்ன?"

"சப் இன்ஸ்பெக்டர் தயாளன் இந்தக் கொலையில் உங்களை சம்பந்தப்படுத்தி ஒரு சந்தேகத்தை விலக்காமயே இருக்கார்னு நீங்களே சொன்னீங்க. இந்தச் சூழ்நிலையில நீங்க இன்ஸ்பெக்டருக்கு பைக் கொடுத்தா யாருமே அர்த்தம் வேற மாதிரிதானே யோசிப்பாங்க?"

"சத்தியமா நான் அதுக்காகத்தான் கொடுத்தேன். இது ரகசியமான விஷயமாச்சே பரத். இது எப்படி உங்களுக்கு?"

பதில் சொல்லாமல் புன்னகைத்த பரத், "இப்ப நான் கேக்கற அடுத்த கேள்விக்கும் உங்களுக்கு எப்படித் தெரியும்னு எதிர்

கேள்வி கேக்காம பதில் சொல்லுங்க. மதுரவாயில்ல ஆயிரம் வீடு கட்ற கவர்மெண்ட் ப்ராஜெக்ட் உங்களுக்குக் கிடைக்கலை. அது யாருக்குக் கிடைச்சது?''

பரத் கேட்க வேண்டாம் என்று சொன்ன கேள்வியை தன் அதிர்ச்சியான முகபாவனையாலேயே கேட்ட கோகுல்தாஸ், "ஜே.கே.பில்டர்ஸ் குமரப்பனுக்கு'' என்றார்.

"ஏன் உங்களுக்குக் கிடைக்கலை?''

"நான் மினிஸ்டர் வரைக்கும் பேசி வெச்சிருந்தேன். அவன் சி.எம் வரைக்கும் போயிருக்கணும். ப்ரஷர்னுதான் எனக்கு பதில் சொன்னாங்க. இதெல்லாம் தொழில்ல சகஜம்தான். இந்த மாதிரி எனக்கு வரவேண்டிய சில ப்ராஜெக்ட்ஸ் அவனாலயே மிஸ்ஸாயிருக்கு. ஆல் இன் தி கேம்.''

"உங்க அசோஸியேஷன் தேர்தல்ல தலைவரா குமரப்பன் வந்துடக்கூடாதுன்னு ட்ரை பண்ணீங்களே... அதுல யார் ஜெயிச்சது சார்?''

"அவன்தான் ஜெயிச்சான். வெறும் பதினேழு ஓட்டு வித்தியாசத்துலதான் ஜெயிச்சான். பல பேரை பாங்காக் டூரெல்லாம் கூட்டிக்கிட்டுப்போயி கவுத்துட்டான்.''

"மாயா உங்க கம்பெனில சேர்றதுக்கு முன்னாடி ஜே.கே பில்டர்ஸ்ல மூணு மாசம் வேலை பார்த்தது உங்களுக்குத் தெரியுமா சார்?''

"அட... அப்படியா? இது தெரியாதே எனக்கு... எங்கிட்ட இந்த விஷயத்தை மாயா சொன்னதே இல்லையே... நிஜமாவா?''

"லாவண்யாதான் சொன்னாங்க. உங்க ஆபீஸ்ல சேர்றப்ப அவங்க கொடுத்த அப்ளிகேஷனை வெங்கட் மூலமா வாங்கினேன். ஆனா, அதுல ப்ரீவியஸ் எக்ஸ்பீரியன்ஸ் அப்படின்ற இடத்துல நில் அப்படின்னுதான் போட்ருக்காங்க.''

தன் மொபைல் 'வாட்ஸ்அப்'பிலிருந்து அந்த விண்ணப்பத்தை அவருக்குக் காட்டினான் பரத்.

வாங்கிப் பார்த்த கோகுல்தாஸ் குழப்பத்தில் ஆழ்ந்தார்.

“இந்தத் தகவலை எதுக்கு பரத் அவ எங்கிட்ட மறைச்சா?”

“நீங்கதான் சொல்லணும்”

“எனக்கு இந்தத் தகவல் ரொம்ப அதிர்ச்சியா இருக்கு பரத். ஒருவேளை அவ மறைச்சதுக்கு இதுதான் காரணமா இருக்குமா?”

“எது சார்?” என்றான் பரத்.

43

"இந்தத் தகவலை எதுக்கு பரத், மாயா எங்கிட்ட மறைச்சா?" என்றார் ஆச்சர்யத்துடன் கோகுல்தாஸ்.

"நீங்கதான் சொல்லணும்."

"எனக்கு இந்தத் தகவல் ரொம்ப அதிர்ச்சியா இருக்கு பரத். ஒருவேளை அவ மறைச்சதுக்கு இதுதான் காரணமா இருக்குமா?"

"எது சார்?" என்றான் பரத்.

"தன்னோட போட்டி கம்பெனில வேலை பார்த்தவ அப்படின்றதுக்காக நான் வேலை கொடுக்காமப் போயிட்டா என்ன பண்றது அப்படிங்கற தயக்கம் காரணமா இருக்கலாமா?"

"நியாயமான காரணம்தான். நிஜமா அவங்க அப்ளிகேஷன்ல தன் முன் அனுபவத்தைக் குறிப்பிட்டிருந்தா சேர்த்திருக்க மாட்டீங்களா சார்?"

"கண்டிப்பா மாட்டேன்."

"ஒரு சங்கடமான கேள்வி. கொலை நடந்த சமயத்துல மூணு நாள் நீங்க மும்பை போயிருந்தீங்க இல்லையா?"

"ஆமாம். நான் வந்த அன்னிக்கு நைட்டுதானே கொலை நடந்துச்சி... அதுக்கென்ன?"

"வந்து... அந்த ட்ரிப் பிஸினஸ் ட்ரிப்பா... இல்லை உங்களோட ப்ரீத்தி கபூர் இருந்தாங்களா?"

"நோ... நோ... அது ப்யூர்லி அஃபீஷியல் ட்ரிப். சொல்லப்போனா அப்போ ரெண்டு நாள் ட்ரிப்பா ப்ரீத்தியும் மனோஜும் சென்னை வந்திருந்தாங்க."

"எதுக்கு?"

“ஒரு மேரேஜ் ஃபங்ஷன். ஆக்சுவலி ஊர்ல இருந்திருந்தா நானும் போயிருக்க வேண்டிய மேரேஜ். காமன் ஃபிரெண்ட். ஸ்டீல் இண்டஸ்ட்ரீஸ் குருமூர்த்தி மகளோட கல்யாணம்.”

பரத் சிந்தனையில் ஆழ்ந்தான்.

“என்ன யோசிக்கிறீங்க பரத்?”

“ஒன் ஆஃப் தி சஸ்பெக்ட்ஸ் ப்ரீத்தி கபூர். அவங்க அந்த சமயத்துல சென்னையில் இருந்தது எதேச்சையா அமைஞ்சதுன்னு எடுத்துக்கணுமான்னு யோசிச்சேன்.”

“பரத்... ப்ரீத்தி இருக்காளே... அதிர்ச்சி தர்ற மாதிரி அப்பப்ப பேசுவாளே ஒழிய, செயல்ல இறங்கற துணிச்சல் கிடையாது.”

“எதுக்கும் மேரேஜ் சம்பந்தப்பட்ட டீட்டெய்ல்ஸ் கொடுங்க சார். அப்புறம்... உங்க ஆபீஸ் ஸ்டாஃப் கல்யாணி திடீர்னு ஏன் வேலையை விட்டு நின்னாங்கன்னு உங்களுக்குத் தெரியுமா?”

“பர்சனல் ரீசன்ஸ்னு போட்டு மெயில்லதான் லெட்டர் அனுப்பியிருந்தாங்க.”

“அவங்க தன் வீடு, போன் நம்பர் எல்லாத்தையும் மாத்திட்டாங்க சார்” என்ற பரத், கல்யாணி தன்னிடம் அவன் போன் நம்பர் வாங்கியது துவங்கி... தேடிப்பிடித்து நேரில் சென்றபோது பிடிவாதமாகத் தன்னைத் தெரியவே தெரியாது என்று சாதித்த வரைக்கும் விரிவாகச் சொன்னான்.

“அப்படின்னா மாயா கொலை சம்பந்தமா அவகிட்ட ஏதோ ஒரு முக்கியமான தகவல் இருக்குன்னுதானே அர்த்தம்? அதை உங்ககிட்ட சொல்லிடக் கூடாதுன்னு யாரோ மிரட்டிருக்காங்க. பரத்... இதை போலீஸ்ல இன்ஃபார்ம் செய்ய வேணாமா?”

“செய்யணும். அதுக்குதான் உங்களை அர்ஜெண்ட்டா மீட் செய்ய வந்தோம். ஒரு கொலை தொடர்பா தனக்குத் தெரிஞ்ச தகவலை சொல்லாம மறைக்கிறதும் சட்டப்படி குற்றம் சார்.”

கோகுல்தாஸ் உடனே இன்ஸ்பெக்டர் கார்த்திகேயனுக்கு போன் செய்தார். அவரிடம் பரத்தை முழு விபரங்களையும் சொல்லச் சொன்னார். பரத் மீண்டும் அத்தனையும் சொன்னான்.

* * *

மூன்லைட் ஏஜன்சீஸ் அலுவலகம்.

பரத், சுசிலா இருவரும் கத்தை கத்தையாக இருந்த போலீஸ் தரப்பு விசாரணை அறிக்கைகளையும், தடயவியல் அறிக்கைகளையும், வரிவரியாகப் படித்துக்கொண்டிருந்தார்கள்.

பரத் பென்சிலால் ஓர் இடத்தில் சுழித்துவிட்டு நிமிர்ந்தான்.

"சுசி... வாட்ச்மேன் கந்தசாமி, வேலைக்காரன் துரைராஜ் ரெண்டு பேருமே ஒரே மாதிரி ஸ்டேட்மெண்ட் கொடுத்திருக்காங்க. அதாவது, சரக்கடிச்சி முழு போதையில் அவங்க இருந்தப்ப, கையும் களவுமா கோகுல்தாஸ் பார்த்துட்டார். அவர் அவசரமா குப்தா வீட்டுக்குப் போக வேண்டியிருந்ததால வந்து பேசிக்கிறேன்னு சொல்லிட்டுப் போயிருக்கார்."

"யெஸ்... நானும் படிச்சேன்."

"ரெண்டு பேருமே போதையில மட்டையாகிட்டாங்க. கோகுல்தாஸ், இன்ஸ்பெக்டர் கார்த்திகேயன், வெங்கட் மூணு பேரும் வந்து எழுப்பினப்பதான் எந்திரிச்சிருக்காங்க."

"ரைட். அவங்க போதையில் இருந்ததால் என்னால தடையே இல்லாம மாயா ரூமுக்கு சுலபமா போக முடிஞ்சதுன்னு கொலைகாரனே தன் ரெண்டாவது லெட்டர்ல எழுதிருக்கானே... அதுல உங்களுக்கு என்ன சந்தேகம்?"

"சரக்கடிச்ச போதையில அவ்வளவு தூரமா மட்டையாவாங்க? அதுவும் கோகுல்தாஸ் பார்த்து கண்டிச்சிட்டுப் போனதுக்கு அப்புறமாவது அலெர்ட்டா இருந்திருக்க வேணாமா?"

"அவங்களை இதுல மெனக்கெட்டு இன்வால்வ் செய்யணும்னு எனக்குப் படலை பரத். போலீஸ் அவங்க ரெண்டு பேர் குடும்பப் பின்னணி பத்தில்லாம் விசாரிச்சிருக்காங்க. எளிமையான ஆளுங்க பரத். அவங்களுக்கு என்ன மோட்டிவ் இருந்துடப் போகுது?"

"நான் அப்படி யோசிக்கலை சுசி. அவங்க அடிச்சது சரக்குதானா இல்லை அதுல யாராவது வேற ஏதாவது மிக்ஸ் பண்ணி? சரி... விடு. ரொம்ப ஓவரா யோசிக்கிறேனோ?"

பரத் எழுந்து சென்று வாட்டர் கூலரிலிருந்து தண்ணீர் பிடித்துக் குடித்தான்.

"சுசி, டீ போடப்போறேன்... உனக்கு?"

"யெஸ்... ப்ளீஸ்..."

ஏற்கெனவே காய்ச்சிய பால் மிச்சமிருந்ததால் அதை ஸ்டவ்வில் சுட வைத்தான் பரத்.

"ரெண்டுங்கெட்டான்னு ஒரு படம் வந்துச்சா என்ன?" என்றாள் சுசிலா.

"ஆமாம். அது ஒரு அடல்ட்ஸ் ஒன்லி மூவி. ஏன் திடீர்னு அதைப்பத்திக் கேக்கறே?"

"அன்னிக்கு நைட் உதயம் தியேட்டர்ல இந்தப் படம் பார்த்துட்டு திரும்பினப்பதான் சிமெண்ட் கோடவுன்ல திருட்டு நடந்ததைப் பார்த்ததா மேனேஜர் வெங்கட் சொல்லிருக்காரு."

"அந்தப் படம் நான் நெட்ல பார்த்தேன் சுசி. அந்தப் படத்தை தடை செய்யணும்னு பெண்கள் அமைப்பு போராட்டமெல்லாம் நடத்துனாங்களே... படத்துல டபுள் மீனிங்கே இல்ல..."

"பின்னே என்ன பிரச்னை?"

"எல்லாமே சிங்கிள் மீனிங்தான். விஷூ வல்லயும் அப்படித்தான். நைட் எஃபெக்ட்ல ஒரு ஹீரோ தூக்கம் வராம பெட்ல புரள்வான். எந்திரிப்பான். பாத்ரூமுக்குப் போவான். போயி..."

"போதும். பால் பொங்குது பாருங்க."

ஸ்டவ்வை அணைத்துவிட்டு இரண்டு கோப்பைகளில் டீயுடன் வந்து அமர்ந்தான். சிந்தனையுடன் பருகத் துவங்கினார்கள்.

"சுசி... கெட் வெல் ஹாஸ்பிடல்லேர்ந்து ரஞ்சித்தோட போனைக் கைப்பற்றி ஆராயச் சொல்லி தயாளன் சார்ட்ட சொன்னோமே... அதைப்பத்தி அவர் எதுவுமே சொல்லலையே... அவருக்கு போன் போடு."

சுசி போட்டுக் கொடுத்து பரத் கேட்டதும் தயாளன் சொன்னார், "அந்த போனை யாரோ பாக்கி பணத்தைக் கொடுத்து

வாங்கிட்டுப் போய்ட்டதா சொல்லிட்டாங்க பரத். உங்ககிட்ட அதைச் சொல்ல மறந்துட்டேன்."

"யார் வாங்கிட்டுப் போனது?"

"அங்க ஹாஸ்பிடல் ரிசப்ஷன்ல இருந்த பொண்ணு அவன் பேரு அட்ரஸ் எதுவும் வாங்கி வெச்சுக்கலைன்னு சொல்லிட்டா. அதனால அதுல ஃபர்தரா மூவ் பண்ண முடியலை."

"எப்ப வாங்கிட்டுப் போயிருக்காங்க சார்?'

"ஒரு வாரத்துக்கு முன்னாடி பரத்."

"அந்த போன்ல ஏதோ விஷயம் இருக்கு சார். இல்லைன்னா கொலை நடந்து இத்தனை நாள் கழிச்சி

ஹாஸ்பிடலுக்கு சேரவேண்டிய பாக்கிப் பணத்தைக் கட்டி ஒருத்தன் எதுக்கு வாங்கிட்டுப் போகணும்?"

"அந்த போன் நம்பரைப் போட்டு லொக்கேஷன் கண்டுபிடிக்க முயற்சி செஞ்சேன் பரத். எந்த சிக்னலும் கிடைக்கலை. சிம் கார்ட் எடுத்துட்டாங்க."

"ஓகே சார். தேங்க் யூ."

பேசிவிட்டு வைத்த பரத்துக்கு ஐஸ்க்ரீம் கடையில் சந்தித்த, சினிமாவில் உதவி இயக்குநர்களாக இருக்கும் இளைஞர்களின் நினைவு வந்தது. அவர்களின் எண்களை ஸ்டோர் செய்ததும் நினைவுக்கு வந்தது.

அதில் சதீஷ் என்பவனை அழைத்தான்.

"ஹாய் சதீஷ். ஐம் பரத். ஐஸ்க்ரீம் ஷாப்ல மீட் செஞ்சோமே... சித்தார்த் பத்திப் பேசினோமே..."

"யெஸ் சார்... காட் இட். சொல்லுங்க..."

"சித்தார்த்தோட போனை அந்த ஹாஸ்பிட்டல்ல பில் கிளியர் செஞ்சி உங்கள்ல யாராச்சும் வாங்கிட்டு வந்தீங்களா?"

"இல்லையே சார்."

“இப்ப வரைக்கும் உங்களுக்கு சித்தார்த்தோட வேர் அபவுட் பத்தி எந்த க்ளூவும் கிடைக்கலை. அப்படித்தானே?”

“யெஸ் சார். ஒரு தகவலும் இல்லை.”

“தேங்க் யூ.”

“சுசி... ரஞ்சித்தோட போனை ஹாஸ்பிடல்லேர்ந்து வாங்கிட்டுப் போனது யாருன்னு தெரிஞ்சாகணும். போய்ட்டு வந்துடலாம், வா” என்றான்.

* * *

சைதாப்பேட்டை கெட் வெல் மருத்துவமனை அத்தனை பிஸியாக இல்லை. ரிசப்ஷனில் வைக்கப்பட்டிருந்த தொலைக்காட்சியை இரண்டே பேர் பார்த்துக்கொண்டிருக்க... அங்கே ஒரு சிசிடிவி கேமரா இருப்பதை கவனித்தபடி ரிசப்ஷனை அணுகினான் பரத்.

அந்தப் பெண்ணிடம் அறிமுகப்படுத்திக்கொண்டதும், அவள் மென்மையாக பதில் சொன்னாள்.

“ஆக்சுவலா என் சம்பளத்துலேர்ந்து பணம் பிடிச்சிட்டாங்க. கடுப்பா இருந்தேன். ஒருத்தர் வந்து பணம் கட்றேன், போனைக் கொடுங்கன்னு கேட்டதும் தூக்கிக் கொடுத்துட்டேன். அவர் பேரு அட்ரஸ் எல்லாம் கேக்கணும்னு தோணலை.”

“தேதி, நேரம் நினைவிருக்கா?”

“போன வெள்ளிக்கிழமை சார். காலையில ஒரு பத்து மணி இருக்கும்.”

“இந்த சிசிடிவி கேமரா ஃபுட்டேஜ் செக் பண்ணலாமா? யார்கிட்ட பர்மிஷன் கேக்கணும்?”

“ஸாரி சார். ஒரு மாசமாவே அது வொர்க் பண்ணலை. சர்வீஸ் பண்றதுக்கு ஆள் வரலை.”

“என்னம்மா இது... சரி... அவன் எப்படி இருந்தான்? மறுபடி பார்த்தா அடையாளம் சொல்லிடுவியா?”

“நல்ல ஹைட் சார். ஜிம் பாடி சார். டைட்டா டி ஷர்ட், ஜீன்ஸ் பேண்ட் போட்டுருந்தான். தலை கலைஞ்சிருந்திச்சி. ரவுடி மாதிரியே இருந்தான். முரட்டுத்தனமாதான் இருந்துச்சி பேச்சும்.”

பரத்திற்குள் சட்டென்று ஒரு மணி அடித்தது.

விலகி வந்து தயாளனுக்கு போன் செய்தான்.

“சார்... நங்கநல்லூர்ல ரவுடி பத்ரி போட்டோ உங்க கிரிமினல்ஸ் டேட்டா பேஸ்ல இருக்குமா?”

“அவன் மேல நிறைய கேஸ் இருக்கே. அவன் நொட்டோரியஸ் பரத். உடனே அனுப்பறேன். எதுக்குன்னு கேட்டா அப்பறம் சொல்றேன்னு சொல்வீங்களே...”

“என் பதிலையும் நீங்களே சொல்லிட்டீங்களே...”

சில நிமிடங்களில் தயாளன் போனில் அனுப்பிய ரவுடி பத்ரியின் போட்டோவை அந்தப் பெண்ணிடம் காட்டியதுமே, “இவனேதான் சார்” என்றாள் அந்தப் பெண்.

44

நுங்கநல்லூர்.

வளைந்து வளைந்து சென்ற முக்கிய சாலையின் இடுப்பில் புறப்பட்ட கிளைச் சாலை ஒன்றின் வழியாகப் பயணித்து, திரும்பித் திரும்பி ஒரு ஹவுசிங் போர்டு குவார்ட்டர்ஸ் பகுதிக்கு வந்து சைரன் தாங்கிய போலீஸ் கார் நின்றதும், அதிலிருந்து தயாளன் மற்றும் நான்கு கான்ஸ்டபிள்கள் இறங்கினார்கள்.

பின்னாலேயே வந்து நின்ற காரிலிருந்து பரத், சுசிலா இறங்கினார்கள்.

அங்கே சின்ன மைதானத்தில் அரை டிராயர்கள் குச்சி நட்டு, ரப்பர் பந்தில் கிரிக்கெட் ஆட... தெருமுனையில் பெண்கள் சளசளவென்று பேசியபடி பைப்பில் கலர் கலர் குடங்களில் தண்ணீர் பிடித்தார்கள். வேப்ப மரத்தடியில் நின்றபடி கேரம் விளையாடிய இளைஞர்கள் திரும்பிப் பார்த்தார்கள். பெட்டிக்கடையும், டீக்கடையும் சங்கமமாகியிருந்த கடையில் சில பெருசுகள் பீடி பிடித்தபடி அரசியல் பேசியதை, சுவிட்ச் போட்டது போல நிறுத்தினார்கள்.

இரண்டு கான்ஸ்டபிள்கள் மட்டும் குறிப்பிட்ட வீட்டுக்குப் போய்விட்டுத் திரும்பி, “இங்க இல்ல சார். வீடு பூட்டிருக்கு. காலி செஞ்சி ஒரு மாசமாச்சாம்” என்றார்கள்.

“போங்க... இந்த ஏரியால ஒருத்தர் விடாம கேளுங்க... புதுசா எங்க மாறிப்போனான்னு தெரியணும்.”

கான்ஸ்டபிள்கள் டீக்கடைக்கும், கேரம் விளையாடியவர்களிடமும் விரைய... தயாளன் பரத்தைப் பார்த்து, “இவனுங்க இடத்தை மாத்திக்கிட்டே இருப்பானுங்க பரத். பிடிச்சிடலாம்” என்றார்.

"சார்... ரஞ்சித்தை அடிக்கச் சொல்லி ஏற்பாடு செஞ்சது மாயா. வாங்குன காசுக்கு அவன் அடிச்சான் சரி. இப்ப மாயா இல்லை. அந்த போனை கலெக்ட் செய்யச் சொல்லி அவனுக்கு உத்தரவு கொடுத்தது யாரா இருக்கும்?"

"நாலு வெச்சா கக்கிடுவான்."

"வெக்கிறதுக்கு ஆளைக் காணமே..."

ஒரு மணி நேரத்திற்கும் மேலாக அங்கே பலரிடம் விசாரித்தும் யாருக்கும் பத்ரியின் புதிய இருப்பிடம் தெரியவில்லை. அல்லது பயத்தில் சொல்லத் தயங்கினார்கள்.

"இங்க மஃப்டில ஆள் போடறேன் பரத். வைன் ஷாப்பு, பாருன்னு விசாரிக்கச் சொல்றேன். நீங்க புறப்படுங்க. பிடிச்சதும் சொல்றேன்."

ஏமாற்றத்துடன் பரத், சுசிலா தங்கள் காரில் புறப்பட்டார்கள்.

* * *

மீண்டும் தங்கள் அலுவலகத்திற்கு வந்ததும் சற்றே சலிப்புடன் பீன் பேகில் சரிந்தான் பரத்.

"என்ன சுசி... இந்த கேஸ் இப்படி தண்ணி காட்டுது...?"

"பரத்... ஒரு சூத்திரதாரி பின்னால இருந்துகிட்டு அழகா கயிறை இயக்கிட்டிருக்கான்."

"அது பொண்ணாவும் இருக்கலாம் சுசி."

"யூ மீன்... ப்ரீத்தி கபூர்? மாயா கொலை நடந்த அன்னிக்கு ப்ரீத்தி கபூர் சென்னையில் இருந்தது எதேச்சைதானான்னு ஒரு பெரிய கேள்வி வருது."

"ப்ரீத்தி கபூர் மேல கோகுல்தாஸே சந்தேகப்பட்டார். அவரே அவ பேசுவாளே ஒழிய செயல்ல இறங்க மாட்டான்னு காண்டக்ட் சர்ட்டிஃபிகேட்டும் கொடுக்கறார். அதிரடியா ஒரு வேலை செய்யவா?"

“நான் மட்டும் மும்பை போயி அவளை நேருக்கு நேர் சந்திச்சுட்டு வரட்டுமான்னு கேப்பீங்க. அதானே?”

“பார்த்தியா... நான் எவ்ளோ சீரியசா பேசிட்டிருக்கேன். நீதான் சைட் டிராக் பண்றே. பட்... நீ சொன்னதும் நாட் எ பேட் ஐடியா.”

“ஓகே... ஓகே... நீங்க சொல்ல வந்ததைச் சொல்லுங்க.”

“நான் ஒரு பிளாக் மெயிலர். என்கிட்ட ப்ரீத்தி கபூரை இந்தக் கொலையில் சம்பந்தப்படுத்தற மாதிரி ஒரு பக்காவான ஆதாரம் கிடைச்சிருக்கு. அப்போ நான் என்ன செய்வேன்?”

“புரிஞ்சிடுச்சி” என்று சிரித்த சுசிலா, உடனே மேஜையின் டிராயரிலிருந்து ஒரு செல்போனும், ஒரு சின்ன டப்பாவுக்குள்ளிருந்து இந்த மாதிரி மறைமுகமான வேலைகளுக்கென்றே பயன்படுத்தும் பல சிம் கார்டுகளில் ஒன்றையும் எடுத்துக்கொடுத்தாள்.

பரத் அதை அந்த போனில் பொருத்தி ப்ரீத்தி கபூரை அழைக்க... பல ரிங்குகளுக்குப் பின் எடுத்தாள் ப்ரீத்தி கபூர்.

“ஹலோ...”

“ப்ரீத்தி கபூர் மேடம்தானே பேசறீங்க?”

”யா!”

“வணக்கம்மா. நான் சென்னையிலேர்ந்து பேசறேன். என் பேரு எக்ஸ், ஒய், இஸட் ஏதாச்சும் வெச்சுக்கங்க. மேட்டர்தான் ரொம்ப முக்கியம். உங்களோட பர்சனல் மேட்டர் ஒண்ணு எங்கிட்ட மாட்டிருக்கு. அதை நானே லபக்குன்னு முழுங்கிக்கறதா... இல்லை போலீஸ்ல கொடுத்துடறதான்னு யோசிக்கிறேன் மேடம்.”

“வாட் நான்சென்ஸ்!” என்றாள் காட்டமாக.

“கரெக்ட்டு. நீங்க உங்க ஹஸ்பண்ட் மனோஜ் கபூர் சாருக்கு தவணை முறையில் அப்பப்போ துரோகம் செஞ்சிட்டிருக்கீங்களே... அது நான்சென்ஸ்தானே?”

“ஹூ த ஹெல் ஆர் யூ?” என்றாள் கோபமாக.

“எனக்கும் இங்கிலீஷ் வரும். ஆனா, இந்த ஸ்பீட்ல வராது. தெரியாத்தனமா நான் கொஞ்சம் ஹேக்கிங் படிச்சிட்டேன். கொஞ்ச நாளாவே உங்க போனை ஒட்டுக்கேக்கறேன் மேடம். பில்டர் கோகுல்தாஸ்கூட நீங்க கொஞ்சிப் பேசற அடல்ட்ஸ் ஒன்லி டயலாக்ஸ் எல்லாம் பக்காவா ரெக்கார்ட் செஞ்சி வெச்சிருக்கேன். போன்ல மட்டும் இல்ல... உங்க ஹீல்ஸ் இல்ல ஹீல்ஸ்... அதுலயும் பக் பண்ணி வெச்சிருந்தேன். இப்ப தேடிப் பாக்காதீங்க. எடுத்துட்டேன். என்ன ஒரு கள்ளத்தனம்!”

“ப்ளீஸ்... யாருன்னு சொல்லு” என்றவளின் குரலில் காட்டம், கோபம் எல்லாம் காணாமல் போயிருந்தது.

“நான் யாருன்றது முக்கியமா? இல்லை எனக்கு என்னல்லாம் தெரியும்ன்றது முக்கியமா? கல்கத்தாவுக்கு கோர்ட் விஷயமா அடிக்கடி போற மனோஜ் கபூரை கூலிப் படை வெச்சி கொன்னுடலாமான்னு யோசிச்ச டேஞ்சரஸ் பார்ட்டியாச்சே நீங்க!”

“அது... அது... சும்மா தமாஷுக்கு...”

அங்கே வியர்ப்பதை இங்கே யூகிக்க முடிந்தது.

“மாயா செத்தா என்னைக் கல்யாணம் செஞ்சுக்குவீங்களான்னு கோகுல்தாஸ்கிட்ட கேட்டதும் தமாஷ்தானா மேடம்?”

“கம் ஸ்ட்ரைட்...”

“நேரா வா பேசிக்கலாம்னு சொல்றீங்களா?”

“என்ன செய்யணும்னு நேரடியா சொல்லுன்னேன்.”

“இருங்க... சென்னைல குருமூர்த்தி சார் வீட்டு கல்யாணத்துக்கு வந்துட்டு அப்படியே டூ இன் ஒன்னா மாயா கொலை மேட்டரையும் முடிச்ச சாமர்த்தியம் சூப்பருங்க!”

“நோ! அந்தக் கொலையில எனக்கு சம்பந்தம் இல்லை.”

“ஆனா, எங்கிட்ட ஆதாரம் இருக்கே.”

“சான்ஸ் இல்லை.”

“டென்ஷனாகாதீங்க மேடம். நமக்குள்ள டீல் ஒத்துவரலைன்னாதான் நான் போலீஸ்கிட்ட போவேன்.”

“ஹலோ! பேசறது யாருன்னு எனக்குப் புரிஞ்சி போச்சி. நீ ஒரு டிடெக்டிவ். சரியா?” என்று ப்ரீத்தி கபூர் கேட்க... பரத், சுசிலா இருவரும் ஆச்சர்யப்பட்டார்கள்.

பரத் மௌனமாக இருக்கவே, அவளே தொடர்ந்தாள்.

“மனோஜுக்கு என் மேல லேசா சந்தேகம் வர ஆரம்பிச்சிடுச்சின்னு எனக்குத் தெரியும். என்னைக் கேட்டா நான் இல்லவே இல்லைன்னு மறுக்கப் போறதில்லை. யெஸ், எனக்கும் கோகுலுக்கும் அஃபையர் இருக்கு, அதுக்கு இப்ப என்ன செய்யணும்னு கேப்பேன். ஆனா, என்னைக் கேள்வி கேக்க அவருக்கு ஆதாரம் வேணுமே. ஹி ஈஸ் எ ஸ்மார்ட் கை. அதனால உன்னை நியமிச்சி என்னை வேவு பாக்கச் சொல்லிருக்கலாம். என் கெஸ் கரெக்ட்டுதானா?”

“பிரில்லியண்ட்டுங்க நீங்க. சரி... பத்ரிக்கு எவ்வளவு செட்டில் செஞ்சீங்க?” என்று ஸ்ட்ராங்காக அடித்துக் கேட்டான் பரத்.

“பத்ரி? யாரு பத்ரி?”

“நங்கநல்லூர் ரவுடி. அவனை விட்டுதானே மாயாவைக் கொலை செய்யச் சொன்னீங்க? எப்படி செய்யணும்னு அழகா திரைக்கதை அமைச்சதும் நீங்கதானே... அவனை விட்டு ரஞ்சித்தோட போனை ஹாஸ்பிடல்லேர்ந்து கலெக்ட் பண்ணச் சொன்னதும் நீங்கதான்னு எனக்குத் தெரியும்.”

“ஹலோ! எனக்கு பத்ரியையும் தெரியாது. ரஞ்சித்தையும் தெரியாது. கோகுலோட எனக்குத் தொடர்பு இருக்கறதை பகிரங்கமா ஒத்துக்கறேன். ஆனா, மர்டருக்கும் எனக்கும் எந்த சம்பந்தமும் இல்லை. நீ கலெக்ட் செஞ்ச எவிடென்ஸ் எல்லாம் எடுத்துக்கிட்டு உனக்கு ஜாப் அசைன் செஞ்ச மனோஜ்கிட்டப் போய் கொடுத்துடு. அவரை டைவர்ஸ் செய்ற பிளான்லதான் இருக்கேன். அது சீக்கிரம் நடக்கறதுக்கு உதவியா இருக்கும். தேங்க் யூ ஃபர் யுவர் சர்வீசஸ். வைக்கிறேன்” என்று ப்ரீத்தி கபூர் போனை வைத்துவிட்டாள்.

"என்ன ஒரு டஃப் லேடி!" என்றாள் சுசிலா.

பரத் பெருமூச்சு விட்டான்.

எழுந்து அலுவலகத்தின் பால்கனிக்கு வந்து எதிரே நீலமாய் விரிந்த வங்காள விரிகுடாவைப் பார்த்தான். அவனருகில் வந்து நின்ற சுசிலா, "நான் ஒண்ணு சொல்றேன்... சிரிக்கக் கூடாது" என்றாள்.

"என்ன?"

"இன்னொரு நபரையும் சஸ்பெக்ட்ஸ் லிஸ்ட்ல சேர்க்க முடியுமா பரத்? ஐ மீன்... மனோஜ் கபூர்."

"கை கொடு சுசி. ஜஸ்ட் இப்பதான் எனக்கும் ஒரு தாட் ஓடிச்சி. கொலை நடந்த அன்னிக்கு மனோஜ் கபூரும் சென்னையில்தான் இருந்தார். ஆனா... இடிக்குது சுசி. கோகுல்தாஸ் கொலை செய்யப்பட்டிருந்தா அவரை சம்பந்தப்படுத்தலாம். பர்ஃபெக்ட்டா மோட்டிவ் இருக்கு. மாயா மர்டர்ல அவரை எப்படி கனெக்ட் பண்றது?"

"எனக்கும் மோட்டிவ் தெரியலை."

"கச்சடாவா ஒரு மோட்டிவ் தோணுது..."

"சொல்லுங்க..."

"அடேய் கோகுல்தாஸ்! என் பொண்டாட்டியை நீ அனுபவிக்கிறியா? உன் பொண்டாட்டியை நான் அனுபவிக்கிறேன் பாரு!"

"ச்சீ!"

"நான்தான் கச்சடான்னு சொல்லிட்டேன்ல... நீதானே சொன்னே... மனுஷ மனசு ரொம்ப விசித்திரமானதுன்னு. அப்படி அனுபவிக்கிறதுக்காக நேரா மாயா வீட்டுக்குப் போறார். மாயா கத்தியை எடுத்துட்டா. தள்ளிவிடறா. கோபத்துல ஹேங்கரை மாட்டி கழுத்தை நெரிச்சிடறார்..."

"அந்த லெட்டர்?"

"ஒரு சீரியல் கில்லர்னு போலீஸ் நினைக்கட்டும்னு எழுதி வெச்சிட்டுப் போயிட்டார். மனோஜ் கபூர் கைரேகை கலெக்ட் செஞ்சா இந்த கச்சடா மோட்டிவுக்கு உயிர் கொடுக்கலாமா... இல்லை அழிச்சிடலாமான்னு முடிவு செய்யலாம்."

அப்போது ஒலித்த போனில் தயாளன் பேசினார்.

"பரத்... பத்ரியை மடக்கியாச்சி. நம்ம ஸ்டேஷன்லதான் வெச்சிருக்கேன். புரட்டி எடுத்துட்டேன். கடற்கரைக்கு வரச்சொல்லி சந்திச்சிருக்கா மாயா. ரஞ்சித்தை அடிக்கவும் மிரட்டவும் சொல்லி ஒரு லட்சம் கொடுத்திருக்கா."

"அதுதான் தெரிஞ்ச விஷயமாச்சே சார். ரஞ்சித் போனை எடுத்துட்டு வரச்சொன்னது யாரு?"

"அதான் ஆச்சர்யமா இருக்கு பரத். மாயாவோட சிஸ்டர் லாவண்யா பத்தாயிரம் கொடுத்து அந்த போனை எடுத்துட்டு வரச் சொல்லிருக்கா..." என்றார் தயாளன்.

45

"ரஞ்சித் போனை எடுத்துட்டு வரச்சொன்னது யாரு?" என்றான் பரத் ஆர்வமாக.

"மாயாவோட சிஸ்டர் லாவண்யா பத்தாயிரம் கொடுத்து அந்த போனை எடுத்துட்டு வரச்சொல்லியிருக்கா" என்றார் தயாளன்.

"வாட்... லாவண்யாவா?" என்றான் சின்ன அதிர்ச்சியுடன்.

"ஆமாம். இவனும் கொண்டுபோய் ஒப்படைச்சுட்டான்."

"லாவண்யாவை விசாரிச்சீங்களா சார்?"

"மூணு தடவை போன் செஞ்சேன். எடுக்கலை. ஃபிளைட் சர்வீஸ்ல செக் செஞ்சேன். இன்னிக்கு டூட்டி அவளுக்கு. இண்டர்நேஷனல் ஃபிளைட். துபாய் போயிட்டு ரிட்டன் ஆயிட்டிருக்கா. நைட் ஏழு மணிக்கு லேண்டிங். இறங்கினதும் காண்டாக்ட் செய்யச் சொல்லி மெசேஜ் கொடுத்திருக்கேன்."

"வெரிகுட் சார். மெசேஜ் லாவண்யா நம்பருக்குத்தானே கொடுத்திருக்கீங்க?"

"ஆமாம்."

"அதை அவ இன்னும் பார்க்கலைதானே?"

"மெசேஜ் இன்னும் அவ போனுக்கே ரீச் ஆகலையே. சிங்கிள் பிளாக் டிக்குலதான் இருக்கு."

"டெலிட் செஞ்சிடுங்க சார். என்னோட சஸ்பெக்ட்ஸ் லிஸ்ட்ல அவளும் இருக்கா. அவ அலெர்ட் ஆயிடக்கூடாது. அவளை சர்ப்ரைஸா மடக்கறதுதான் நல்லது. நைட் ஏழு மணிக்கு ஏர்போர்ட்டுக்கு வந்துடுங்க. நானும் உங்களோட ஜாய்ன் பண்றேன்" என்றான் பரத்.

வைத்துவிட்டு சுசிலாவிடம், "லாவண்யாவோட போனை ‹பேர்› பண்ணிருந்தோமே... கால் ஹிஸ்ட்ரி செக் செய்யணும். ரெக்கார்டிங்ஸ் செக் செய்யணும். அப்புறம்... அவ எக்ஸ் ஹஸ்பண்ட் பைலட் அவினாஷை உடனே சந்திக்க முடியுமா? ட்ரை பண்ணு" என்று பரபரப்பாக குறிப்புகள் சொன்னான்.

* * *

சில மாதங்களுக்கு முன்...

ஸ்டெல்லா பாண்டியன் அந்த பப்ளிக் பூத்திலிருந்து வெளியே வந்தாள். அவள் மனதில் ப்ரீத்தி கபூரின் மீது அளவுக்கு மீறிய ஆத்திரம் பொங்கியது.

என்ன பெண் இவள்? மாயா சொன்னதற்காக போன் செய்து தன்னை மாயாவின் நலம் விரும்பி என்று அறிமுகப்படுத்திக்கொண்டு, இனிமேல் மாயாவின் வாழ்க்கையில் தலையிடக் கூடாது, கோகுல்தாஸுடன் பழகுவதை நிறுத்திக்கொள்ள வேண்டும் என்றெல்லாம் மிரட்டலாகப் பேசினால்... கொஞ்சம்கூட லட்சியம் செய்யவில்லையே.

'நீ யாராய் இருந்தாலும் சரி, இதற்கெல்லாம் நான் கவலைப்பட மாட்டேன், உன்னால் முடிந்ததைச் செய்துகொள்' என்று முகத்தில் அடித்ததைப் போல சொல்லிவிட்டாளே!

அவளுக்கு அத்தனை திமிரா? கோகுல்தாஸையும் நேரடியாகக் கேட்டு கண்டிக்க மாயாவால் முடியாது. ப்ரீத்தி கபூரும் ஒதுங்கப் போவதில்லை.

எனில் இந்தப் பிரச்னைக்கு என்னதான் வழி?

மனோஜ் கபூர் கம்பெனியிலிருந்துதான் பெயின்ட் வாங்கிக்கொண்டிருப்பதால் அவரின் எண் இருக்கிறது. ஓரிரு முறை பேசியுமிருக்கிறேன். அவரிடமே பேசினால்தான் என்ன?

ஸ்டெல்லா பாண்டியன் உடனே ஒரு முடிவெடுத்தாள். மீண்டும் பூத் உள்ளே சென்றாள்.

தன் மொபைலில் பார்த்துக்கொண்டு மனோஜ் கபூரின் நம்பரைப் போட்டாள்.

"ஹலோ... கோன் ஹை?" என்றான் மனோஜ் கபூர்.

"ஹிந்தி டோன்ட் நோ. தமிழ் தெரியுமா?"

"தெர்யும். ஆர் பேசறது?"

"அது வேணாம். உங்க ஃபிரெண்டுன்னு நினைச்சுக்கங்க. உங்களுக்குத் தெரியாம ஒரு பெரிய தப்பு நடந்துட்டிருக்கு."

"மேரா ஆபீஸ்லயா?"

"ஆபீஸ்ல இல்லை. உங்க வாழ்க்கையில. இன் யுவர் ஃபேமிலி லைஃப். உங்க வொய்ஃப் ப்ரீத்தி உங்களுக்கு துரோகம் செய்றாங்க."

"க்யா போல்தா? நோ... பொய் பேசறே நீ."

"இல்ல... சத்தியம் பேசறேன். அவங்க செய்ற தப்பால பலரோட நிம்மதி கெடுது. பில்டர் கோகுல்தாஸ் தெரியுமா?"

"யா! குட் ஃபிரெண்ட் ஆஃப் மீ."

"அவரு குட் ஃபிரெண்டு இல்ல. பேட் ஃபிரெண்டு. அவரும் உங்க ப்ரீத்தியும் சேர்ந்துதான் உங்களுக்கு துரோகம் செய்றாங்க."

எதிர்முனையின் மௌனம், அதிர்ச்சியை வெளிப்படுத்தியது.

"ஸாரி... உங்களுக்கு இந்த அதிர்ச்சியைக் கொடுத்ததுக்கு. எங்கிட்ட ஆதாரம்கூட இருக்கு. நம்பிக்கை இல்லைன்னா நீங்க உங்க வொய்ஃபை கண்காணிச்சாலே கண்டுபிடிச்சிடலாம்."

"நீங்க யாருனு சொல் கூடாதா?"

"எனக்குப் பிரச்னையாயிடும். வேணாம். ப்ரீத்திய தண்டிக்கச் சொல்லி நான் கேக்கலை. கண்டிச்சி வைங்கன்னு சொல்றேன். நான் வெச்சிடறேன்."

போனை வைத்துவிட்டாள்.

ஸ்டெல்லா பாண்டியனுக்கு இப்போது மனம் மிகவும் நிம்மதியாக இருந்தது.

மனோஜ் கபூரிடம் பேசியதை மாயாவிடம் சொல்லக் கூடாது என்று முடிவெடுத்துக்கொண்டு புறப்பட்டாள்.

* * *

இரவு ஏழு மணி.

சென்னை சர்வதேச விமான நிலையம்.

ஒளி வெள்ளத்துடன் இருந்த பார்க்கிங் பகுதியில் கார்களை நிறுத்திவிட்டுக் காத்திருந்தார்கள் பரத், சுசிலா மற்றும் தயாளன். தவிர இரண்டு பெண் காவலர்கள். தயாளன் பி.டி வண்டி எடுத்து வந்திருந்தார்.

தயாளனும் காவலர்களும் மஃப்டியில் இருந்தார்கள்.

"சார்... ஆர் யூ ஆர்ம்ட்?" என்றான் பரத்.

"யெஸ்" என்று தன் பேண்ட் பாக்கெட்டின் உப்பலைத் தொட்டுக்காட்டினார்.

"என்ன சார் ஆச்சி அந்த கல்யாணி மேட்டர்?"

"நீங்க கொடுத்த சூளைமேடு அட்ரஸ்லயும் இல்லை, மறுபடி காலி பண்ணிட்டானு சொன்னனே பரத்."

"அது சொன்னீங்க. மறுபடி மாறிப்போன இடத்தைக் கண்டுபிடிக்க முடியலையா என்ன? வெளிநாட்டுக்கேவா போய்ட்டா?"

"ரெண்டு கான்ஸ்டபிள்ஸ் இதே வேலையா அவளைத் தேடிக்கிட்டுதான் இருக்காங்க பரத். நேர்ல போன நீங்க மிரட்டியாவது கேட்டிருக்கலாம்."

"பொய் கேஸ் போடுவேன்னு சொல்லி மிரட்டறதுக்கு நான் என்ன போலீஸா சார்?"

மொபைலில் செக் செய்துகொண்டிருந்த சுசிலா இடைமறித்து, "அந்த ஃபிளைட் லேண்ட் ஆயிடுச்சி பரத்" என்றாள்.

"நானே பேசறேன்" என்ற பரத் லாவண்யாவின் எண்ணை அழைத்தான். எடுக்கவில்லை.

காத்திருந்தான். அவளே அழைத்தாள்.

"எப்படி இருக்கீங்க லாவண்யா?" என்றான் கேஷுவலாக.

"ஃபைன். என்ன வேணும் உங்களுக்கு?" என்றாள் கடுமையாக.

"உங்களை மீட் செய்யணும்."

"எனக்கு விருப்பம் இல்லை."

"ஜஸ்ட் அஞ்சி நிமிஷம்தான். எங்க இருக்கீங்க நீங்க?"

"நான் எங்க இருந்தா என்ன?"

"துபாய் போயிட்டு ஜஸ்ட் இப்பதான் லேண்ட் ஆகியிருக்கீங்கன்னு தெரியும். வெளில வர்றதுக்கு ஒரே ஒரு வழிதான். நான் இங்கதான் வெய்ட் பண்றேன்."

"என்ன விஷயம்? போன்லயே கேளுங்களேன்..."

"நீங்க ஊர்ல இல்லாததால உங்களுக்குத் தெரியல. உங்க தோஸ்த் நங்கநல்லூர் பத்ரியை போலீஸ் பிடிச்சிட்டாங்க. அவன் ஏதேதோ உளர்றானாம்."

லாவண்யா உடனே மௌனமானாள்.

"உங்க முன்னாள் ஹஸ்பண்ட் அவினாஷையும் மீட் செஞ்சோம். ஒரு போதை மருந்து கடத்தல்ல உடந்தையா இருந்தீங்களாமே... அரெஸ்ட் ஆகி ஜெயிலுக்குப் போகவேண்டிய உங்களை ரொம்ப மெனெக்கெட்டு பலருக்கு லஞ்சமெல்லாம் கொடுத்து காப்பாத்துனாராமே..."

"அது... இப்ப எதுக்கு அதெல்லாம்?" ஒவ்வொரு வார்த்தையும் உடைந்து போய் சன்னமாக வந்தது.

"மீட் பண்ணலாமா? இப்ப சொல்லுங்க."

“ம்” என்றாள்.

கத்தரித்த பரத் உடனே, “வாங்க... போலாம்” என்றான்.

இரண்டு கார்களும் புறப்பட்டன.

சில நிமிடங்கள் கழித்து...

இரண்டு கார்களும் சாலையில் சென்றுகொண்டிருந்தன.

சுசிலா காரை டிரைவ் செய்ய, அருகில் தயாளன் அமர்ந்திருந்தார். பின் சீட்டில் பரத்தும் லாவண்யாவும் அமர்ந்திருந்தார்கள்.

விமான நிறுவனத்தின் சீருடையிலேயே இன்னும் இருந்த லாவண்யா கைக்குட்டையால் தன் கழுத்தில் ஒற்றிக்கொண்டு, “மிஸ்டர் பரத்... வாட் ஈஸ் திஸ்? எனக்கு எதுவும் புரியலை. எங்க போறோம்? இவர் யாரு? எதுவும் சொல்லமாட்டீங்களா?” என்றாள்.

“ஸ்டேஷனுக்குப் போய் டீட்டெய்லா பேசிக்கலாமே...”

“ஓ மை காட்! ஸ்டேஷனுக்கா? அப்படின்னா இவர்...?”

“சப் இன்ஸ்பெக்டர் தயாளன். மாயா மர்டர் கேஸை இவர்தான் இன்வெஸ்டிகேட் பண்றார்.”

“என்னை எதுக்கு? நான் என்ன செஞ்சேன்? ஹவ் டேர்? மாயா மர்டர் கேஸ்ல என்னை எப்படி சந்தேகப்படலாம்?”

“மேடம் எதுவுமே புரியாத மாதிரி கேக்கறாங்க... பரவால்ல... சொல்லுங்க பரத்” என்றார் தயாளன்.

“விஜய் சேதுபதி மாதிரி... ஒரு கதை சொல்லட்டுமா லாவண்யா? உக்களுக்கு எக்கச்சக்கமா பணம் வேணும்னு ஆசை. அவினாஷுக்கு பொன் செய்யும் மருந்தான போதுமென்ற மனசு. அடிக்கடி உங்களுக்குள்ளே சண்டை. போதை மருந்து கடத்தல் மேட்டர்ல மாட்டின உங்களை காப்பாத்துனாரே ஒழிய, உங்களோட வாழப் பிடிக்கலை. டைவர்ஸ் வாங்கிட்டுப் பிரிஞ்சிட்டார். முரட்டு கோடீஸ்வரரான கோகுல்தாஸ், உங்க அக்காவுக்கு கணவரா அமைஞ்சதுல உங்களுக்குப் பொறாமை. மாயாவோ லூசு மாதிரி எல்லா பர்சனல் மேட்டரையும்

உங்ககிட்ட கொட்டிட்டா... அஞ்சி கோடி கேட்டு மிரட்டற ரஞ்சித் மேட்டர் உள்பட. அவனை அடிச்சி மிரட்ட ஆள் சொல்லிவிட்டதே நீங்கதான்.''

''அதுக்காக?'' என்றாள் கோபமாக.

''வெய்ட். முடிச்சிடறேனே... மாயாவை கொலை செஞ்சிட்டா கொஞ்ச நாள் கழிச்சி அந்த இடத்துக்கு நீங்க வரலாம்னு ஒரு கணக்கு போட்டீங்க. பத்ரியை கூட்டு சேர்த்துக்கிட்டீங்க. மாயாவை கொலை செஞ்சிட்டு போலீஸை டைவர்ட் செய்றதுக்காகஅப்படிஒருலெட்டர்வெச்சிட்டுவரச்சொன்னதும் உங்க பிளான்தான்.''

''கடவுளே! போதும் நிறுத்துங்க உங்க கற்பனையை!''

''அப்படில்லாம் எதுவும் நடக்கலைன்னு சொல்லப்போறீங்களா?''

''சத்தியமா இல்லை. ஒரு ட்ரக் பார்ட்டி முப்பது லட்சம் தர்றேனு சொன்னதும் நான் சபலப்பட்டு தப்பு செஞ்சது நிஜம். அதுக்கு தண்டனையா ஒரு நல்ல லவ்வபிள் ஹஸ்பண்ட் என்னைப் பிரிஞ்சி போயிட்டாரு. இன்னிக்கு வரைக்கும் நான் செஞ்ச தப்புக்காக ஃபீல் பண்ணிட்டு இருக்கேன். மாயா சொல்லிதான் எனக்கு இந்த வேலையே கிடைச்சது. மாயாவையும், கோகுல் மாமாவையும் நான் தெய்வத்துக்கு மேலா மதிக்கிறேன். என்னைப் போயி...'' லாவண்யா தொண்டை அடைக்க விசும்பினாள்.

''சரி... ரஞ்சித் போன்ல என்ன இருக்கு?''

''வாட் டு யூ மீன்?''

''இங்கிலீஷ்ல கேக்கணுமா? பத்தாயிரம் பணம் கொடுத்து நங்கநல்லூர் பத்ரியை அனுப்பி ரஞ்சித் ட்ரீட்மெண்ட் எடுத்த சைதாப்பேட்டை கெட் வெல் ஹாஸ்பிடல்லேர்ந்து கலெக்ட் பண்ணிக்கிட்டு வரச் சொன்னீங்களே... அந்த போன்லதான் என்ன இருக்குன்னு கேக்கறேன். இதுக்கு மேல விளக்கமா கேக்க முடியாது.''

லாவண்யா ஒரு நிமிடம் அமைதி காத்தாள்.

"அது... அது... அந்த போன் வேணும்னு கேட்டது கோகுல் மாமாதான். அவர் சொல்லிதான் நான் பத்ரியை அனுப்பி வாங்கிக் கொடுத்தேன்."

எல்லோருமே அதிர்ந்துபோனார்கள்.

46

“அது... அது... அந்த போன் வேணும்னு கேட்டது கோகுல் மாமாதான். அவர் சொல்லிதான் நான் பத்ரியை அனுப்பி வாங்கிக் கொடுத்தேன்” என்றாள் லாவண்யா.

எல்லோருமே அதிர்ந்துபோனார்கள்.

“அந்த போன் அவருக்கு எதுக்கு?” என்றான் பரத்.

“மாயாவை ரஞ்சித் அப்பப்போ மிரட்டிக்கிட்டே இருந்தான் இல்லையா? எதை வெச்சி மிரட்டினான்னா... வந்து... மாயா அவனை லவ் செஞ்சப்போ அவனோட இருந்த சில பர்சனல் மொமெண்ட்ஸை எடுத்து வெச்சிருந்தான். அதை வெச்சிதான் மிரட்டினதும்... அஞ்சி கோடி கேட்டதும்...”

“யெஸ்...”

“அந்த போட்டோஸ் எப்படியாச்சும் அந்த போன்லேர்ந்து லீக் ஆயிட்டா செத்துப்போன மாயா பேருக்குதானே அசிங்கம்... அதனாலதான் பணம் கட்டிட்டு அதை வாங்கிட்டு வரச்சொன்னார்.”

பரத், தயாளன் இருவரும் ஒருவரை ஒருவர் பார்த்துக்கொண்டார்கள்.

“இப்ப அந்த போன் எங்க இருக்கு?”

“கோகுல் மாமாகிட்ட ஒப்படைச்சிட்டேன்.”

அதற்கு மேல் அவளிடம் என்ன கேட்பது என்று தோன்றாமல் அமைதியானான் பரத்.

தயாளன் அவள் பக்கம் திரும்பினார்.

“லாவண்யா... பத்ரி, ரஞ்சித்தை அடிச்சதையும், ஹாஸ்பிடலேர்ந்து போன் வாங்கிட்டு வந்ததையும் மட்டும்தான் சொன்னான். மாயா கொலை பத்தி அவன் எதுவும் சொல்லலை. அதுல அவனுக்கு சம்பந்தம் இல்லைன்னுதான் சாதிச்சான். அவன் கொலை செய்ற பார்ட்டி இல்லைன்னு எனக்குத் தெரியும். உங்க வாய்லேர்ந்து ஏதாச்சும் உண்மை வருதான்னு பார்க்கதான் பரத்தை அப்படில்லாம் கேக்கச் சொன்னேன். இப்ப சொன்னதையெல்லாம் ஸ்டேஷனுக்குப் போனதும் ஒரு ஸ்டேட்மெண்ட்டா எழுதிக்கொடுத்துட்டு நீங்க போகலாம்” என்றார்.

சுசிலா காரை ஓரமாக நிறுத்தியதும், அவரும் லாவண்யாவும் இறங்கி பின்னாலேயே வந்து நின்ற பி.டி காரில் ஏறிக்கொண்டு போனதும், பரத் முன் சீட்டுக்கு வந்தான்.

“கேஸ் முடிஞ்சதுன்னு நினைச்சேன் சுசி.”

“லாவண்யா பொய் சொல்ற மாதிரி தெரியலை பரத். இப்ப எங்க போகலாம்?”

“கோகுல் சாரைப் பார்க்கணும். இப்ப அவர் எங்க இருக்கார்னு தெரிஞ்சுக்கறேன்” என்று போனை எடுத்தான் பரத்.

* * *

அந்தப்பத்துமாடிஅடுக்குமாடிக்கட்டடத்தின்பில்டிங்சைட்டில் இரவிலும் மகா பெரிய விளக்குகள் போட்டு வேலைகள் நடந்து கொண்டிருந்தன. டைனோசர் போல ராட்சச கிரேன்கள் பெரிய பில்லர்களைத் தூக்கி வைத்துக்கொண்டிருந்தன.

பரத், சுசிலா இருவருக்கும் ஹெல்மெட் கொடுத்து, நான்கு பக்கமும் திறப்புடனிருந்த ஒரு தற்காலிக லிஃப்ட்டில் பயணிக்கச்செய்து, கட்டடத்தின் உச்சித் தளத்தில் மேஜை போட்டு அமர்ந்து என்ஜினீயர்களிடம் பேசிக்கொண்டிருந்த கோகுல்தாஸிடம் அழைத்துவந்தார்கள்.

அவர்களை அனுப்பிவிட்டு இவர்களை அமரச்சொன்னார். போனிலேயே கொஞ்சம் பேசிவிட்டதால் இப்படித் துவங்கினான் பரத்.

“அந்த போன்ல டெலிட் செய்யவேண்டியதை எல்லாம் டெலிட் செஞ்சிட்டீங்களா சார்?”

“ஜஸ்ட் நாலே நாலு போட்டோஸ்தான். அதை அவன் போன் மெமரில வைக்கலை. மெமரி கார்ட்ல வெச்சிருந்தான். அந்த கார்டை நெருப்புல போட்டு எரிச்சுட்டேன்.”

“அந்த போன்ல வேற ஏதாச்சும் க்ளூஸ் தெரிஞ்சுதா சார்?”

“நான் போட்டோஸ் இருந்த கேலரில அவசரமா பார்த்தேன். நிறைய காண்டாக்ட் நம்பர்ஸ் இருந்திச்சி.”

“அந்த போனை போலீஸ்ல ஒப்படைக்கிறது நல்லது சார். ஒரு டீம் போட்டு அதுல உள்ள ஒவ்வொரு காண்டாக்ட்டையும் விசாரிச்சா... இப்ப அவன் தலைமறைவா இருக்கற இடத்தைக் கண்டுபிடிக்க ஒரு வாய்ப்பு இருக்கு.”

“என் கார்லதான் இருக்கு. போறப்ப வாங்கிட்டுப் போங்க. நீங்களே போலீஸ்ல ஒப்படைச்சிடுங்க” என்றார் கோகுல்தாஸ்.

* * *

அந்த ஹோட்டலில் சூப், ஸ்டார்ட்டர், மெயின் கோர்ஸ் என்று தேர்வுசெய்து ஆர்டர் செய்தபிறகு, சொற்பக் கூட்டமாய் இருந்தாலும் ரசித்து வாசித்துக்கொண்டிருக்கும் அந்தப் புல்லாங்குழல் வித்வானைப் பார்த்தான் பரத்.

“இந்த ராகம் என்னனு உனக்குத் தெரியுமா சுசி?”

“தெரியாது. உங்களுக்குத் தெரியுமா என்ன?”

“எனக்கும் தெரியாது. அந்த மோனிகா இருக்காளே... அவ கர்னாட்டிக் மியூசிக் தெரிஞ்சவ. ராகம் தெரிஞ்சா சாட் பண்றப்ப ஒரு பிட்டு போடலாமேன்னு கேட்டேன்.”

“படவா! சேட்டிங் போய்க்கிட்டுதான் இருக்கா?”

“ஒன்லி டெக்ஸ்ட் சாட். ப்யூர் வெஜ் சுசி.”

“நம்பிட்டேன். சரி... ஒவ்வொரு சஸ்பெக்ட்ஸா கழண்டுகிட்டே வர்றாங்களே... சக்சேனா, ப்ரீத்தி கபூர், லாவண்யா எல்லா

விக்கெட்டும் விழுந்துடுச்சி. அப்போ கோகுல்தாஸையும் நம்ம சந்தேக லிஸ்ட்லேர்ந்து எடுத்துடலாமா?'' என்றாள் சுசிலா.

''இல்ல சுசி. இன்னும் என்னால அவரை முழுமையா நம்ப முடியலை. கொலை நடந்தப்பறம் லாவண்யா சொல்லிதான் மாயா, ரஞ்சித் காதல் மேட்டர் தெரியும்னு அவர் சொல்றதை என்னால நம்ப முடியலை.''

''உங்க சந்தேகம் நிஜம்னா... நம்ம கோகுல்தாஸ் ஒரு உலக மகா நடிகர் பரத்!'' என்றாள் சுசிலா.

''பிராசிகியூஷன் தரப்பு லாயர் மாதிரி நான் மடக்கி மடக்கி கேள்விகள் கேக்கறதை அவர் ரசிக்கலை சுசி.''

''இந்த கேஸ்லேர்ந்து நாம அம்பேல் ஆயிடறது நல்லது பரத்.''

''ஏன் அப்படி சொல்றே?''

''கொலைகாரன் யாருன்னு நாம் கண்டுபிடிச்சி சொன்னதும் அவனை அவர் கொலை செய்யத்தான் போறார்னு தோணுது.''

''சுசி... நான் ஒரு கெஸ் சொல்றேன். சரியா இருக்கான்னு பாரேன். கோகுல்தாஸுக்கு ரஞ்சித் மாயாவோட காதல் மேட்டர் முன்னாடியே தெரிஞ்சிடுது. எப்படின்னு கேக்காதே. அவன் அஞ்சி கோடி கேட்டு மாயாவை மிரட்டறதும் தெரிஞ்சிடுச்சி.''

''சரி... தெரிஞ்சிடுச்சி.''

''ஹாஸ்பிடல்லேர்ந்து டிஸ்சார்ஜ் ஆன அவனை என்னோட வான்னு கூட்டிக்கிட்டுப் போறாரு... எங்க? தன்னோட ஏதோ ஒரு பில்டிங் சைட்டுக்கு. கொன்னுடறாரு. அன்னிக்கு அவர் ஜஸ்ட் லைக் தட் ஒரு ஃப்ளோல லாவண்யாகிட்ட என்ன சொன்னார்னு நினைவிருக்கா?''

''என்ன சொன்னர்?''

''எல்லா கொலையையும் போலீஸால கண்டுபிடிச்சிட முடியாதுன்னு சொன்னார். அதுமட்டும் இல்ல... பில்டிங் அஸ்திவாரத்துக்காக தோண்டற பள்ளத்துல தள்ளி கான்க்ரீட் கலவையைப் போட்டா எந்த ஜென்மத்துல பாடியைக் கண்டுபிடிக்க முடியும்னு கேட்டாரு.''

"யெஸ்..."

"அதே மாதிரி ரஞ்சித்தை கொலை செஞ்சி கான்க்ரீட் சமாதியாக்கியிருந்தா? அதுக்கப்பறம் மாயாவைக் கொன்னுட்டு போலீஸை டைவர்ட் பண்றதுக்கு சைக்கோ சீரியல் கொலைகாரன் மாதிரி லெட்டர் எழுதிவெச்சிட்டு பில்டர் குப்தா வீட்டுக்கு மீட்டிங்குக்குப் போயிருந்தா? ஒரு கோர்வையா இருக்குதா?"

"ஒரு முக்கியமான ஓட்டை இருக்கு பரத்..."

"என்னது?"

"ரஞ்சித் ஹாஸ்பிடல்லேர்ந்து டிஸ்சார்ஜ் ஆனது என்னிக்கு? கொலை நடந்ததுக்கு முதல் நாள். கோகுல்தாஸ் மும்பைல மூணு நாள் பிஸினஸ் விஷயமா இருந்துட்டு மறுநாள்தானே ஊர் திரும்பினார். அது பொய்யில்லை. அவர் ஊர் திரும்பின அன்னிக்கு அதே ஃபிளைட்ல அவரோட டிராவல் செஞ்ச டாக்டர் திலகாகூட சொன்னாங்களே..."

"அவர் அன்னிக்குதான் ஊர் திரும்பினதுக்கு வாட்ச்மேன், வேலைக்காரன், மேனேஜர்னு நூறு சாட்சிகள் இருக்கு சுசி. அவர் ஒருவேளை முதல் நாளும் ஒரு தடவை ஃபிளைட்ல வந்து திட்டப்படி ரஞ்சித்தைக் கொலை செஞ்சிட்டு மறுபடி ஃபிளைட்ல மும்பை போயிருந்தா?"

"திஸ் ஈஸ் எ வேலிட் பாய்ண்ட்."

"நோட் பண்ணிக்கோ. அந்தத் தேதில மும்பாய் டு சென்னை, சென்னை டு மும்பாய் எல்லா ஃபிளைட்ஸ்லயும் டிராவலர்ஸ் லிஸ்ட் செக் செய்யணும். மும்பைல அவர் எங்க தங்கியிருந்தார்னு தெரிஞ்சிக்கிட்டு, அந்த ஹோட்டல்லயும் விசாரிக்கணும்" என்றான் பரத்.

ஆர்டர் செய்த ஐட்டங்களை அழகான பீங்கான் தட்டுக்களில் கொண்டுவந்து மேஜை முழுக்க பரப்பினார்கள்.

அவர்கள் பாதி சாப்பிட்டுக்கொண்டிருந்தபோது பரத்தின் போன் ஒலித்தது. புது எண்ணாக இருந்தது.

"யார் பரத்?"

"நியூ நம்பர்"

"யாரா இருந்தாலும் எடுக்காதீங்க. முதல்ல ரசிச்சுச் சாப்பிடுங்க."

அதே எண்ணிலிருந்து மறுபடியும் அழைப்பு வந்து.

பரத், "ஹலோ" என்றான்.

"சார்... நான் கல்யாணி பேசறேன்" என்றவளின் குரலில் பதற்றம் இருந்தது.

"என்னம்மா மறுபடியும் வீடு மாத்திட்டே போலிருக்கே..."

"என்னை மன்னிச்சிடுங்க சார். அன்னிக்கு நான் அப்படி நடந்துக்கிட்டிருக்கக் கூடாது. நானும் எங்கம்மாவும் உயிரோட இருக்க முடியாதுன்னு மிரட்டினதாலதான் ரொம்ப பயமா இருந்திச்சி."

"புரிஞ்சிக்கிட்டேன். இப்போ பயம் போயிடுச்சா?"

"இப்பவும் பயமாதான் இருக்கு. மாயா மேடம் கொலை சம்பந்தமா எனக்குத் தெரிஞ்ச ஒரு தகவலை சொல்லாம இருக்கறது உறுத்தலாவே இருக்கு. அதனால என்ன ஆனாலும் சரின்னு துணிஞ்சிதான் போன் பண்ணிட்டேன்."

"வெரிகுட். இப்ப எங்க இருக்கேன்னு சொல்லு. உனக்கு போலீஸ் பாதுகாப்பு தரச்சொல்றேன்ம்மா."

"இப்ப அமிஞ்சிக்கரைல இருக்கோம் சார். என் வீட்லேர்ந்துதான் பேசறேன். பேசினப்பறம் அட்ரஸ் அனுப்பறேன்."

"சரி... என்ன சொல்லணுமோ தைரியமா சொல்லு."

"சார்... மாயா மேடம் கொலை நடந்த அன்னிக்கு ஈவினிங் ஆறு மணிக்கு எல்லாரும் ஆபீஸை விட்டுப் புறப்பட்டுக்கிட்டிருந்த சமயம். மாயா மேடம் எங்கம்மாவோட கண் ஆபரேஷனுக்கு பணம் தர்றேன்னு சொல்லிருந்ததால அதை வாங்கறதுக்காக அவங்க ஆபீஸ் ஃப்ளோருக்குப் போனேன். அவங்க ஆபீஸ் ஹால்ல யாருமே இல்லை. ஸ்டாஃப் எல்லாரும் போயாச்சு.

மேடம் ரூம் கதவு லேசா திறந்திருந்துச்சி. எட்டிப்பார்த்தேன். நான் பார்த்த காட்சியை என்னால நம்பவே முடியலை."

சட்டென்று போன் இணைப்பு கட்டானது.

பரத் அந்த எண்ணுக்கு அழைக்க... போன் அடித்துக்கொண்டேயிருக்க... கல்யாணி எடுக்கவில்லை.

"சுசி... சம்திங் ராங். போனை யாரோ பிடுங்கியிருக்கணும். எடுக்க மாட்டேங்கறா..."

பரத் உடனே தயாளனை அழைத்தான்.

"சார்... ஒரு நம்பர் சொல்றேன். அமிஞ்சிக்கரையில் லாஸ்ட் கால் லொகேஷன் ட்ரேஸ் பண்ணச் சொல்லுங்க. அந்த அட்ரஸை எனக்கு அனுப்பிட்டு நீங்களும் அங்க வாங்க. கல்யாணி மஸ்ட் பி இன் ட்ரபிள்" என்றான்.

47

பரத் உடனே தயாளனை அழைத்தான்.

“சார்... ஒரு நம்பர் சொல்றேன். அமிஞ்சிக்கரையில லாஸ்ட் கால் லொக்கேஷன் ட்ரேஸ் பண்ணச்சொல்லுங்க. அந்த அட்ரஸை எனக்கு அனுப்பிட்டு நீங்களும் அங்க வாங்க. கல்யாணி மஸ்ட் பி இன் ட்ரபிள்” என்ற பரத் போனை வைத்துவிட்டு சுசிலாவிடம், “சுசி... புறப்படலாம்” என்றான்.

“அட்ரஸ் வரவேணாமா?”

“அமிஞ்சிக்கரை நோக்கிப் போய்க்கிட்டே இருக்கலாம். அதுக்குள்ள அட்ரஸ் வந்துடும்.”

பில் செட்டில் செய்துவிட்டுப் புறப்படும் அவசரத்திலும் பரத் அந்தப் புல்லாங்குழல் கலைஞரிடம் சென்று, “நல்லா வாசிச்சீங்க. நன்றி” என்று சொல்லிவிட்டு வந்தான்.

சுசிலா அமிஞ்சிக்கரையை நோக்கி வேகமாக காரைச் செலுத்த, அருகில் பரத் அடிக்கடி போனை எடுத்துப் பார்த்தபடி பதற்றத்துடன் இருந்தான்.

* * *

கொலை நடந்த இரவில்...

லேசாகப் பெய்துகொண்டிருந்த மழையின் துளிகள் சாலை விளக்கின் மஞ்சள் வெளிச்சத்தில் வைர ஊசிகளாக இறங்கின.

அந்த பாரில் குடிகாரர்கள்... தவறு... மதுப்பிரியர்கள் சந்தோஷம், துக்கம் இரண்டையும் உரத்த குரலில் வெளிப்படுத்தினார்கள். நண்பர்களுடன் வந்தவர்கள் ஆர்ப்பாட்டம் செய்ய... தனியாக வந்தவர்கள் கமுக்கமாக இருந்தார்கள். பிரதேசமெங்கும் சிகரெட் புகை, மேகம் போல உலவியது.

ஒரு தனிமையான மூலையில் அமர்ந்து குடித்துக்கொண்டிருந்தான் ரஞ்சித். போதை நன்றாக ஏறியிருந்தது. ஆனால், கவிழ்ந்துவிடும் நிலையில் இல்லை. தெளிவாகவே இருந்தான்.

கடை ஊழியன் ஒருவன் வந்து பொதுவாக நின்று, "டைமாச்சு. பத்து நிமிஷத்துல பாரை மூடணும். புறப்படுங்க" என்றான்.

மிகச் சிலர் மட்டுமே புறப்படத் துவங்க... ரஞ்சித் பாரை மூடும் வரைக்குமே இருந்து கடைசி ஆளாக வெளியே வந்தான்.

மழை நின்றிருந்தது. ஆனால், மரங்களின் இலைகளிலிருந்தும், மின்சாரக் கம்பிகளிலிருந்தும் மழையின் கொசுறு சொட்டிக்கொண்டிருந்தது. இருட்டு சாலையில் வெளிச்சக் கீற்றுகளையும், தேங்கிய நீரையும் விசிறியபடி வாகனங்கள் விரைந்தன.

மாலையில் பிளாட்ஃபாரக் கடையில் வாங்கி இடுப்பில் செருகியிருந்த ஆறு இஞ்ச் நீள கத்தியைத் தொட்டுப் பார்த்துக்கொண்ட ரஞ்சித், அரை கி.மீ தொலைவிலிருந்த கோகுல்தாஸ் பங்களாவை நோக்கி மெதுவாக நடக்கத் துவங்கினான்.

முக்கிய சாலையிலிருந்து பிரிந்த கிளைச் சாலையில் இருந்த அந்த பங்களாவை நெருங்கும்போது, சாலையில் முற்றிலும் நடமாட்டம் நின்று போயிருந்தது. ஒரு குப்பைத் தொட்டிக்கருகே எதையோ இழுத்து தின்றுகொண்டிருந்த ஒரு நாய் மட்டுமே இருந்தது. சுவரில் விளம்பர போஸ்டர்களில் சில மழையில் ஊறி பாதி மடிந்து, கவிழத் தயாராய் இருந்தன.

முன் வாசல் பிரதான கேட்டை நெருங்கும்போது, வாட்ச்மேன் கந்தசாமி ஓட்டமாய் வந்து இரட்டைக் கதவுகளை விரிய திறப்பதைப் பார்த்து அருகிலிருந்த மின்சார டிரான்ஸ்ஃபார்மர் பின்னால் பதுங்கினான் ரஞ்சித். கவனித்தான்.

கோகுல்தாஸ் காரை அவரே ஓட்டிக்கொண்டு விருட்டென்று புறப்பட்டுப் போவதைப் பார்த்தான். மீண்டும் கதவுகள் மூடப்பட்டன.

கோகுல்தாஸ் நாளைதானே மும்பாயிலிருந்து திரும்புவதாகத் திட்டம்? அதனால்தானே இன்றிரவை என் கொலைத் திட்டத்திற்குத் தேர்ந்தெடுத்தேன்... எப்போது வந்தார்? இப்போது இந்த நேரத்தில் எங்கே செல்கிறார்? மீண்டும் வீட்டுக்கு எப்போது திரும்புவார்?

வந்த வழியாகவே மெதுவாக திரும்பி நடந்த ரஞ்சித் குழப்பமான மனதுடன் அடுத்து என்ன செய்யலாம் என்று யோசித்தான்.

அரை மணி நேரத்திற்கும் மேலாக அங்குமிங்கும் இலக்கில்லாமல் நடந்துகொண்டிருந்த ரஞ்சித் ஒரு முடிவுக்கு வந்தான்.

மறுபடியும் போவது... உள்ளே கோகுல்தாஸ் இப்போது சென்ற கார் நின்றிருந்தால் அவர் திரும்பிவிட்டார் என்று அர்த்தம். அப்படியிருந்தால் திட்டத்தை தள்ளிவைத்துவிட வேண்டும்.

ஒருவேளை... அவரின் கார் போர்ட்டிகோவில் இல்லை என்றால், ஏற்கெனவே திட்டமிட்டபடி பங்களாவின் பின்புற காம்பௌண்ட் சுவர் வழியாக உள்ளே குதித்து... சிமெண்ட் பைப் வழியாக மாயாவின் படுக்கையறை பால்கனிக்குப் போய் முடித்துவிட வேண்டும்.

ரஞ்சித் மறுபடியும் கோகுல்தாஸ் பங்களாவுக்கு நடந்தான். தூரத்திலிருந்து பார்த்தபோதே கோகுல்தாஸ் ஓட்டிச்சென்ற கார் இன்னும் திரும்பவில்லை என்பது தெரிந்தது.

கேட் அருகில் நாற்காலியில் கந்தசாமி தலை ஒரு பக்கமாகத் தொங்க, உறக்கத்திலோ போதையிலோ சரிந்திருப்பதைப் பார்த்தான்.

சத்தம் வராமல் விக்கெட் கேட்டைத் திறந்து உள்ளே நடந்தான். பூனைப் பாதம் வைத்து பங்களாவின் பிரதான வாசல் கதவை நெருங்க... அதன் கதவு கொஞ்சமாகத் திறந்திருப்பதைப் பார்த்து ஆச்சர்யப்பட்ட ரஞ்சித், கர்ச்சீப் சுற்றிய கையால் கதவை மெதுவாகத் தள்ளி உள்ளே வந்தான்.

ஹாலின் ஒரு ஓரத்தில் வேட்டி விலகினதுகூட தெரியாமல் துரைராஜும் போதை மயக்கத்தில் கவிழ்ந்து கிடப்பதைப் பார்த்தான்.

இன்று என்ன என் அதிர்ஷ்ட நாளா?

இடுப்பில் செருகிய கத்தியை கையில் எடுத்து அதை உறுதியாகப் பிடித்துக்கொண்டு மாயாவின் படுக்கையறையை நோக்கி ஒவ்வொரு படியாக ஏறினான் ரஞ்சித்.

* * *

பரத்தின் கார் லயோலா கல்லூரியைத் தாண்டி அமிஞ்சிக்கரையை நெருங்கியபோது தயாளன் அழைத்தார்.

"அட்ரஸ் அனுப்பிருக்கேன். எனக்கு ரொம்ப பக்கம்ன்றதால உடனே வந்துட்டேன். ஸாரி பரத்... கல்யாணி ஈஸ் மர்டர்ட். அவங்கம்மா பழனிக்குப் போயிருக்காங்க. தனியாதான் இருந்திருக்கா. பத்து நிமிஷம் முன்னாடிதான் நடந்திருக்கணும். நாய் சொல்லிருக்கேன். வாங்க, நேர்ல பேசுவோம்."

சுசிலா அதிர்ச்சியில் காரை ஓரமாக நிறுத்திவிட்டாள்.

"என்ன பரத்... இப்படி ஆயிடுச்சி?"

"பாவம்... சின்னப் பொண்ணு. இன்னும் கல்யாணம் ஆகலை. எத்தனை கனவுகள் இருந்திருக்கும்..."

"இன்னிக்குப் பேச துணிச்சல் வந்த அவளுக்கு, அன்னிக்கே வந்திருக்கலாம்."

"இப்ப நீ ஸேஃபா இருக்கியா, நீ பேசறதை யாரும் கண்காணிக்கலைதானே அப்படின்னு நான் கேட்டிருந்தா அவ சுதாரிச்சிருப்பா. அவ டீட்டெய்லா சொல்ல ஆரம்பிச்சதால, நானும் நடுவுல தொந்தரவு செய்யாம பொறுமையா கேக்க ஆரம்பிச்சிட்டேன்."

"ஸோ சேட்" என்றாள் சுசிலா.

அவர்கள் முக்கிய சாலையில் காரை நிறுத்திவிட்டு, ஒரு சந்துக்குள்ளிருந்த அந்த தனி வீட்டிற்கு வந்தபோது வாசலில்

கும்பல் சேர்ந்திருந்தது. இரண்டு கான்ஸ்டபிள்கள் லத்தியைச் சுழற்றி அவர்களை விரட்டிக்கொண்டிருந்தார்கள்.

இன்னும் லேப் ஆசாமிகள் வந்திருக்கவில்லை. வீட்டின் வாசலில் நின்று கழுத்து வியர்வையை கர்ச்சீப்பால் துடைத்துக்கொண்டிருந்த தயாளன், ஷூ இல்லாமல் சாக்ஸ் கால்களுடன் இருந்தார். பரத்தையும் ஷூ கழற்றி சாக்ஸ் கால்களுடன் வரச்சொல்லி உள்ளே அழைத்துச் சென்றார்.

சின்ன வீட்டின் முன் கூடத்திலேயே கால்களைப் பரப்பி விழுந்துகிடந்த கல்யாணி நைட்டி அணிந்திருந்தாள். கடைசி நிமிட மூச்சுக்காற்றுப் போராட்டத்தில் வாய் திறந்திருந்தது. கூந்தல் கற்றைகள் பாதி முகத்தை மறைத்திருந்தன.

அவள் கழுத்தில் ஒரு அலுமினிய ஹேங்கர்!

“அதே மாதிரி கொலை. அதே மாதிரி அதே கையெழுத்துல லெட்டர்|” என்று எதிரெதிர்முனைகளில் லேசாகப் பிடித்துக்காட்டினார் தயாளன்.

‘அன்புள்ள காவல் அதிகாரியே...

என் வேட்டைக்கு அடுத்த பலியாக திமிர் பிடித்த இவள். திமிரில் ஆண் என்ன... பெண் என்ன... இனிமேல் மமதை கொண்ட ஆண்களையும் இந்த சமுதாயத்தில் விட்டுவைப்பதில்லை என்று முடிவெடுத்து விட்டேன். உங்களுக்குக் கிடைக்கப்போகிற அடுத்த பிணம் ஒரு ஆணாகவும் இருக்கலாம். காத்திரு காவல்துறையே...!

இப்படிக்கு,

வேட்டைக்காரன்...

ர.சி’

- என்று அந்தக் கடிதத்தில் எழுதப்பட்டிருந்தது.

மிக எளிமையாக இருந்த அந்த சின்ன ஹாலில் ஒரு பக்கத்தில் நிறுத்திவைக்கப்பட்டிருந்தமரபீரோவின்இரட்டைக்கதவுகளில் ஒரு கதவின் கண்ணாடி உடைந்து கீழே சில்லுகள் கிடந்தன. ஒரு சில ரத்தத் துளிகளும். ஒரு பக்கம் ஒரு செல்போனும் கிடந்தது.

"ஒரு ஸ்ட்ரக்ளிங் நடந்திருக்கணும் பரத்."

"கல்யாணி உடம்புலயோ, தலையிலயோ காயம் எதுவும் இல்லை. கொலைகாரனை இவ தள்ளிவிட்டிருக்கணும். அவன் போய் மோதி கண்ணாடி உடைஞ்சிருக்கணும். இந்த ரத்தம் அவனோடதுதான்."

"யெஸ்... அப்படித்தான் தெரியுது."

"நியரஸ்ட் ஹாஸ்பிடல்ஸ்ல விசாரிக்கணும்."

"செஞ்சிடலாம். ஆனா, எப்படிப்பட்ட காயம்னு தெரியலை. காயம் பெருசா இருந்தாதான் ஹாஸ்பிடல் போவான். ஆமாம், கல்யாணி உங்ககிட்ட என்ன பேசுனா பரத்?"

நடந்த உரையாடலை ஒரு வார்த்தை மாறாமல் அப்படியே சொன்னான் பரத்.

"கொலை நடந்த அன்னிக்கு ஈவினிங்னா சொன்னா?"

"ஆமாம் சார்."

"மாயா ரூம்ல அப்படி என்ன காட்சி பார்த்தா?"

"திஸ் ஈஸ் மை கெஸ் சார். அங்க மாயாவைக் கொலை செய்ய ஒரு முயற்சி நடந்திருக்கலாம். இவ அதைப் பார்த்துட்டு கத்தியிருக்கலாம். கொலைகாரன் ஓடிப்போயிருக்கலாம். தன்னை இவ பார்த்துட்டாளேன்னு அவன் இவளைத் தொடர்ந்து மிரட்டியிருக்கலாம்" என்றாள் சுசிலா.

"அப்படித்தான் இருக்கணும். அவன் இவளுக்குத் தெரிஞ்சவனா, தெரியாதவனா?"

"எப்படியும் இருக்கலாம். ஆனா, இப்போ நமக்கு பக்கத்துலயே இருந்துக்கிட்டு விளையாடிக்கிட்டிருக்கான் சார்" என்றான் பரத்.

"ஹூ தி ஹெல் ஈஸ் ஹி?"

"ர.சி-ன்னு பேர் போட்டிருக்கறதால அவன் ரஞ்சித் அப்படின்னு ஒரு கெஸ் பண்றோம். வேற யாரோ போலீஸை டைவர்ட் செய்யத்தான் ஒரு மெண்டல் எழுதற மாதிரி இந்த லெட்டர்ஸ் எழுதி வைக்கிறான் அப்படின்னும் கெஸ் பண்றோம். அப்படி

இல்லாம இதெல்லாம் நிஜமாவே ஒரு மெண்டல்காரனோட வேலையா இருந்தா? அந்தக் கோணத்தை நாம மிஸ் பண்றமா?"

"மிஸ் பண்ணலை பரத். கவர்ன்மெண்ட், பிரைவேட்னு கிட்டதட்ட இருபது சைக்கியாட்ரிஸ்ட்ஸை விசாரிச்சிட்டேன். எதுவும் லீடு கிடைக்கலை."

பரத் அந்த இடத்தை மீண்டும் நுணுக்கமாகப் பார்த்தபோது அவன் கண்ணில் பட்டது அந்த சின்னப் பொருள்.

குனிந்து அமர்ந்து கையில் எடுக்காமல் உற்றுப் பார்த்தான்.

அரை இஞ்ச் நீளத்தில் வெள்ளை நிறத்தில் விதை போல இருந்த அந்த பிளாஸ்டிக் வஸ்துவை உடனே அடையாளம் கண்டுகொண்டான்.

"சார்... இதைப் பாருங்க... நோஸ் பேட். இது மூக்குக் கண்ணாடில கண்ணாடி மூக்குல அழுத்தாம இருக்கறதுக்காக நடுவுல ரெண்டு இருக்கும். பீரோல அவன் மோதினப்போ அவன் போட்டிருந்த கண்ணாடிலேர்ந்து எகிறி விழுந்திருக்கணும். ஸோ... அவன் கண்ணாடி போடறவன் சார்."

சுசிலா உடனே, "பரத்... கோகுல்தாஸ் வீட்டு வேலைக்காரன் துரைராஜ் கண்ணாடி போடறவன்தானே?" என்றாள்.

48

அரை இஞ்ச் நீளத்தில் வெள்ளை நிறத்தில் விதை போல இருந்த அந்த பிளாஸ்டிக் வஸ்துவை பரத் உடனே அடையாளம் கண்டுகொண்டான்.

"சார்... இதைப் பாருங்க. நோஸ் பேட். இது மூக்குக் கண்ணாடில கண்ணாடி மூக்குல அழுத்தாம இருக்கறதுக்காக நடுவுல ரெண்டு இருக்கும். பீரோல அவன் மோதினப்போ அவன் போட்டிருந்த கண்ணாடிலேர்ந்து எகிறி விழுந்திருக்கணும். ஸோ... அவன் கண்ணாடி போடறவன் சார்."

சுசிலா உடனே, "பரத்... கோகுல்தாஸ் வீட்டு வேலைக்காரன் துரைராஜ் கண்ணாடி போடறவன்தானே?" என்றாள்.

"அவனை நீங்க ஸ்டேஷனுக்குக் கூட்டிட்டு வந்து டீட்டெய்லா விசாரிச்ச ரிப்போர்ட் முழுக்கப் படிச்சேன். அவனை சந்தேகப்பட்ட எதுவும் இல்லைன்னுதான் எனக்குப்பட்டது."

"யெஸ் பரத்... கொலை நடந்த சமயம் அவன் அங்க இருந்தான்ற ஒரு காரணம் தவிர வேற எப்படியும் அவனை என்னால தொடர்புபடுத்த முடியலை" என்றார் தயாளன்.

"எதுக்கும் கிளியர் செஞ்சிக்கலாமே. பரத்... கோகுல் சாருக்கு போன் போடுங்க. இப்போ வீட்ல துரைராஜ் இருக்கானான்னு கேளுங்க. இருந்தா அவன் ஏதாச்சும் காயத்துக்கு கட்டு போட்ருக்கானான்னும் கேளுங்க."

"கொலை செஞ்சவன் மேல கோகுல் சார் பழி வாங்கற வெறில இருக்காரு. அதனால போன்ல கேக்கறது சரியில்ல சுசி. நேர்லயே போய்ப் பார்த்துடலாம்" என்றான் பரத்.

"இங்க நான் பார்த்துக்கறேன். நீங்க போய்ட்டு வாங்க பரத்" என்றார் தயாளன்.

“சார்... அந்த நோஸ் பேட் முக்கியம்” என்று சொல்லிவிட்டுப் புறப்பட்டான் பரத்.

* * *

கொலை நடந்த இரவில்...

படுக்கையில் மாயா உறக்கம் வராமல் புரண்டுகொண்டிருந்தாள்.

சக்சேனாவுடன் போனில் பேசியது மனதிற்குப் பிடித்திருந்தது. கூடவே ஒரு குற்ற உணர்ச்சியும் எட்டிப்பார்த்தது.

அவன்தான் உரிமை எடுத்துக்கொண்டு பிரியம் காட்டிப் பேசினாலும்... நானும் எப்படி நெகிழ்ந்துபோய் பேசலாம்?

ரசிகை என்கிற நிலையிலிருந்து கொஞ்சம் தாண்டிப் போய்தான் நானும் பேசினேனோ?

நான் திருமணமானவள் அல்லவா? வரம்பு மீறினால், பிறகு கோகுலைக் கண்டிக்கவோ, கேள்வி கேட்கவோ எனக்கெப்படி உரிமை இருக்கும்?

கோகுல் எனக்குத் தெரியாதென்று நினைத்துக்கொண்டு ரகசியமாக செய்துவரும் துரோகத்திற்கு, நான் காட்டும் ஒரு விதமான எதிர்ப்பாக என்னையும் அறியாமல் இப்படியெல்லாம் பேசினேனோ?

அந்த துரோகத்தை மனதிற்குள்ளேயே போட்டுப் புழுங்கிக்கொண்டே இருப்பதால்தான் ஒரு வக்கிரப் பிசாசு குடிவந்துவிட்டதோ?

அந்தப் புத்தகத்தில் அதன் ஆசிரியர் கேட்பதும் ஒரு வகையில் நியாயமாகத்தானே இருக்கிறது?

மனம்தான் இறுதியான நீதிபதி. நியாயமா, சரியா, முறையா என்பதையெல்லாம் கடந்து பாசாங்கில்லாத உண்மை என்ன?

திடீரென்று சக்சேனாவின் மீது என் மனம் இப்போது ஈர்க்கப்பட்டிருப்பதுதான் நிஜம். சத்தியம்.

இன்று விதையாக விழுந்திருக்கும் இந்த எண்ணத்தை மரமாக வளர்ப்பதும், அல்லது இது தேவையில்லாத விஷ விதை என்று தூக்கி வீசுவதும் என்னிடம்தான் இருக்கிறது.

கோகுல் மும்பையிலிருந்து திரும்பி வரட்டும். இதுவரை தயங்கியது போதும். முகத்திற்கு நேராகப் பளிச்சென்று அவர் எனக்கு செய்து வரும் துரோகத்தைப் பற்றிக் கேட்டுவிட வேண்டும்.

அதற்கு அவர் சொல்லப்போகிற பதிலில்தான் இருக்கிறது என் மன ஊசலாட்டத்திற்கான விடை.

'ஏதோ முட்டாள்தனமாக நடந்துகொண்டுவிட்டேன். இனிமேல் சத்தியமாக இது தொடராது. என்னை மன்னித்துவிடு' என்று அவர் மனம் உணர்ந்து பேசினால் மன்னிப்பதுதான் சரி.

வேறுவிதமாகப் பேசினால்...?

பேசமாட்டார் என்று நம்புவோமே...

பலவிதமான கேள்விகளாலும், எண்ணங்களாலும் அலைக்கழிக்கப்பட்ட மாயா நெடுநேரம் கழித்து கண்ணயர்ந்தாள்.

* * *

பரத், சுசிலாவின் கார் கோகுல்தாஸ் வீட்டை அடையும்போது இரவு மணி பத்தைக் கடந்திருந்தது.

"என்னாச்சி? ட்டு ஹவர்ஸ் முன்னாடிதானே பில்டிங் சைட்ல மீட் செஞ்சோம்?" என்று ஆச்சர்யத்துடன் வரவேற்ற கோகுல்தாஸ், லுங்கி, டி ஷர்ட்டில் இருந்தார்.

அங்குமிங்கும் பார்வையை ஓடவிட்ட பரத், "சொல்றேன். முதல்ல உங்க சர்வண்ட் துரைராஜைக் கூப்புடுங்க சார்" என்றான்.

"ஊர்ல திருவிழான்னு லீவு சொல்லிட்டு ஊருக்குப் போயிருக்கான் பரத். நாலு நாள் கழிச்சுதான் வருவான். மொதல்ல உக்காருங்க."

"இருக்கட்டும் சார். அவனுக்கு எந்த ஊரு சார்?"

“தஞ்சாவூருக்குப் பக்கத்துல வல்லம். எதுக்கு திடீர்னு அவனைப் பத்திக் கேக்கறீங்க?”

“அவன் எப்போ போனான்?”

“மூணு நாளாச்சி.”

“அவன் இங்கயே தங்கியிருந்தானா சார்?”

“ஆமாம். அவனும், கந்தசாமியும் பின்னாடி சர்வண்ட் குவார்ட்டர்ஸ்ல தங்கிருக்காங்க. அதுக்கு என்ன?”

“துரைராஜுக்கு போன் செஞ்சி இப்ப அவன் வல்லத்துலதான் இருக்கானான்னு நைஸா பேசி செக் பண்ணுங்க சார்.”

கோகுல்தாஸ் அழைக்க, துரைராஜின் எண் ‹ஸ்விட்ச்ட் ஆஃப்› என்று தகவல்தான் வந்தது.

“ஊர்ல அவனோட சொந்தக்காரங்க, ஃபிரெண்ட்ஸ் யார் நம்பராச்சும் வெச்சிருக்கீங்களா?”

“அவன் பொண்டாட்டி சரளா நம்பரே எங்கிட்ட இருக்கே...”

“கூப்புட்டுப் பேசுங்களேன்.”

இரண்டாவது அழைப்பிலேயே சரளா எடுத்துவிட்டாள்.

“அய்யா... சொல்லுங்கய்யா...”

“சரளா... துரைராஜ்கிட்ட உடனே பேசணும். அவன் நம்பர் ஆஃப்ல இருக்கு. பக்கத்துல இருக்கானா? குடு.”

“என்னய்யா சொல்றீங்க... எனக்குப் புரியலையே... அவரு அங்க உங்க வீட்லதானேங்கய்யா இருக்காரு?”

“வல்லத்துல இப்ப திருவிழா எதுவும் நடக்குதாம்மா?”

“திருவிழால்லாம் பங்குனி மாசத்துலதானேங்கய்யா நடக்கும்? இப்ப எதும் இல்லையே...”

“ஊர்ல திருவிழான்னு எங்கிட்ட சொல்லிட்டு மூணு நாள் முன்னாடி புறப்பட்டான்ம்மா. அங்கயும் வரலைன்னா எங்க போனான் அவன்?”

"அய்யோ! சத்தியமா எனக்கு எதுவும் தெரியாதுங்களேய்யா..."

"அவன் போன் செஞ்சா உடனே என்னைக் கூப்புடச் சொல்லு" என்று வைத்துவிட்டு பரத்தைப் பார்த்தார்.

வாட்ச்மேன் கந்தசாமியை அழைத்து பல கேள்விகளால் துளைத்தபோதும், அவன் தனக்கு துரைராஜ் எங்கே போயிருக்கிறான் என்று தெரியாது என்று சாதித்தான்.

துரைராஜ் தங்கியிருந்த சர்வண்ட்ஸ் குவாட்டர்ஸில் இருந்த அவனுடைய பொருள்கள் அத்தனையையும் சோதனை செய்து பார்த்தபோதும் எந்த க்ளூவும் கிடைக்கவில்லை.

"பரத்... விவரமாதான் சொல்லுங்களேன். எதுக்காக துரைராஜை சந்தேகப்படறீங்க?" என்றார் கோகுல்தாஸ்.

"உங்க ஆபீஸ்லேர்ந்து ரிசைன் செஞ்சிட்டுப் போனாளே, கல்யாணி... அவளைக் கொன்னுட்டாங்க சார். கழுத்துல ஹேங்கர். மறுபடி ஒரு லெட்டர்..." என்று முழு விபரங்களையும் சொன்னதும் ஆச்சர்யப்பட்டார் கோகுல்தாஸ்.

"துரைராஜ் இங்க என் வீட்ல வேலை பார்க்கறவன். கல்யாணி என் ஆபீஸ்ல வேலை பார்த்தவ. அவளை இவன் எதுக்காகக் கொலை செய்யணும்? அவன் மாயாவைக் கொல்றதுக்கும் என்ன காரணம் இருக்க முடியும்?"

"துரைராஜ் மட்டும் கிடைச்சிட்டான்னா அவன் ரத்தக் காயத்தோட இருந்தான்னா... அவன்தான் சார் கொலைகாரன். காரணத்தை அவனே சொன்னாத்தான் புரியும்" என்ற பரத் உடனே தயாளனை அழைத்தான்.

இங்கு நடந்தவற்றைச் சுருக்கமாகச் சொல்லிவிட்டு, "துரைராஜ் போன் நம்பர் அனுப்பறேன். லொக்கேஷன் ட்ராக் பண்ணச் சொல்லுங்க சார்" என்றான் பரத்.

"பரத்... கண்ணாடி போடறவன்ற அடிப்படையில பார்த்தா என் பர்சனல் மேனேஜர் வெங்கட்கூடத்தான் கண்ணாடி போடறவன்" என்றார் கோகுல்தாஸ்.

"அட... ஆமாம் சார். சட்டுன்னு நினைவுக்கு வரலை."

"ஆனா... அவன் ரொம்ப சின்சியர் மேன். ஒரு தப்பு சொல்ல முடியாது. டெடிகேட்டட் அண்ட் லாயல்."

"யாருக்குள்ள இன்னொரு முகம் ஒளிஞ்சிருக்குன்னே சொல்ல முடியாது சார். செக் பண்ணிடலாம் சார்."

"போன் பண்ணவா?"

"போன் வேணாம். அலர்ட் ஆயிடலாம். அவன் எங்க தங்கியிருக்கான்? அட்ரஸ் கொடுங்க."

"இன்னும் கல்யாணம் ஆகலை. கோயம்பேடு மார்க்கெட் பக்கத்துல ஒரு வீட்டோட மாடி போர்ஷன்ல தங்கியிருக்கான். அட்ரஸ் ஆபீஸ் ரெக்கார்ட்ஸ்லதான் இருக்கும். ஆனா, எனக்கு இடம் தெரியும். பல தடவை நான் அவனை ட்ராப் பண்ணியிருக்கேன்."

"இஃப் யூ டோண்ட் மைண்ட்... எங்களோட வரமுடியுமா சார்? ப்ளீஸ்..."

"அவன் இதுல இன்வால்வ் ஆகியிருக்க முடியாது. சான்ஸே இல்லை. ஆனாலும் கிளியர் பண்ணிக்கணும் இல்லையா? வர்றேன். ட்டூ மினிட்ஸ் வெய்ட் பண்ணுங்க."

கோகுல்தாஸ் மாடி அறைக்கு வந்து லுங்கியிலிருந்து பேண்ட்டுக்கு மாறி, டி ஷர்ட்டைக் கழற்றிவிட்டு சட்டை அணிந்துகொண்டார்.

ஒரு கப்போர்டின் கதவைத் திறந்தார். உள்ளே சுவருடன் பதிக்கப்பட்டிருந்த லாக்கரை ஆறு எண்கள் போட்டுத் திறந்தார்.

உள்ளிருந்து க்ளாக் 17 மாடல் 9 எம்.எம் பிஸ்டலை எடுத்தார். லாக்கரை மூடிவிட்டு, பிஸ்டலை பேண்ட் பாக்கெட்டில் வைத்துகொண்டு வெளியேறினார்.

* * *

கோயம்பேடு.

ஓய்வுபெற்ற ரயில்வே அதிகாரி ராமானுஜம் தன் போர்ஷனில் மனைவி சகிதம் டி.வி-யில் சீரியல் பார்த்துக்கொண்டிருந்தார்.

மாடி போர்ஷனிலிருந்து டமாரென்று ஏதோ விழுந்த சத்தம் கேட்கவே, திடுக்கிட்டு டி.வி-யை நிறுத்தினார்.

“மாடில என்னடி சத்தம்?”

“நானும் உங்ககூடதானே இருக்கேன். எனக்கென்ன தெரியும்? போய்ப் பாருங்க.”

“எவனாச்சும் திருடன் கிருடன் வந்துட்டானா? வெங்கட் வீட்டுக்கு வந்துட்டாரா?”

“மாடிப்படி அடியில அவரோட பைக் நிக்குதே... அப்ப வந்துட்டார்னுதானே அர்த்தம்? வழுக்கி விழுந்துட்டாரா? அட... போய்ப் பாருங்களேன்...”

ராமானுஜம் எதற்கும் இருக்கட்டும் என்று ஒரு கம்பை எடுத்துக்கொண்டு வெளியே வந்து சைடில் இருந்த மாடிப்படிகளில் ஏறும்போதே, “வெங்கட் சார்... வெங்கட் சார்” என்றார்.

எந்த பதிலும் வராததால் தயக்கத்துடன் வாசலுக்கு வந்தார். கதவு திறந்தேயிருக்க... உள்ளே மெதுவாக எட்டிப்பார்த்து உச்சமாக அதிர்ந்தார்.

“வைதேஹி! இங்க வந்து பாருடி!” என்று கத்தினார்.

இரண்டு மர நாற்காலிகள் உடைந்து கவிழ்ந்து கிடக்க... ஒரு எவர்சில்வர் டம்ளர் கிடக்க... தரையில் பால் கொட்டியிருக்க... பேண்ட், சட்டைகள் மாட்டி வைத்திருந்த ஒரு மர ஸ்டாண்டுக்கு அடியில் ஒரு சட்டை மட்டும் தரையில் கிடக்க... இந்தக் குழப்பங்களுக்கு நடுவில் தலையில் ரத்தக் காயத்துடன் கிடந்தான் வெங்கட்.

அவன் கழுத்தில் ஒரு அலுமினிய ஹேங்கர்!

49

"**வை**தேஹி! இங்க வந்து பாருடி!" என்று கத்தினார் ராமானுஜம்.

இரண்டு மர நாற்காலிகள் உடைந்து கவிழ்ந்து கிடக்க... ஒரு எவர்சில்வர் டம்ளர் கிடக்க... தரையில் பால் கொட்டியிருக்க... பேண்ட், சட்டைகள் மாட்டி வைத்திருந்த ஒரு மர ஸ்டாண்டுக்கு அடியில் ஒரு சட்டை மட்டும் தரையில் கிடக்க... இந்தக் குழப்பங்களுக்கு நடுவில் தலையில் ரத்தக் காயத்துடன் கிடந்தான் வெங்கட்.

அவன் கழுத்தில் ஒரு அலுமினிய ஹேங்கர்!

ராமானுஜம் போட்ட கத்தலில் பதறிப்போய் தட்டுத் தடுமாறி படியேறி வந்து மூச்சு வாங்கிய வைதேஹி ஹாலின் காட்சியைப் பார்த்துவிட்டுத் திடுக்கிட்டார்.

"அய்யோ! வெங்கட் ஏங்க இப்படி படுத்துக்கிடக்கான்?"

"படுத்துக்கிடக்கானா...? பேச்சு மூச்சு இல்லாம செத்துக்கிடக்கான். அவன் கழுத்துல பாரு... எவனோ கொலை பண்ணிட்டுப் போயிருக்கான்... கதவைத் தொடாத... நம்ம கைரேகை எதுவும் எங்கயும் படக்கூடாது. சத்தம் போடாம வீட்டுக்குப் போயிடலாம்."

"போயி?"

"கதவை சாத்திட்டு படுத்துடலாம். இங்க நாம வந்ததையோ பாத்ததையோ யார்கிட்டயும் மூச்சு விடாத..."

வைதேஹியின் கையைப் பிடித்து இழுத்துக்கொண்டு கீழே வந்துவிட்டார் ராமானுஜம்.

"என்னங்க இப்படிப் பேசறீங்க?"

“பின்னே? போலீஸ்காரன் நூறு கேள்வி கேப்பான்டி. கோர்ட்டுக்கு அலையணும்.”

“நல்லா இல்லங்க நீங்க பேசறது. இது நம்ம வீடுங்க. எப்படியும் நம்மை விசாரிக்கத்தான் செய்வாங்க. மொதல்ல போலீஸுக்கு போன் போடுங்க... எதுக்கு பயப்படணும்? இதுல நமக்கு என்ன சம்பந்தம்?”

வைதேஹி விரட்டியதும் அரை மனதுடன் கண்ட்ரோல் ரூம் எண்ணை அழைத்தார் ராமானுஜம்.

* * *

ராஜீவ் காந்தி அரசினர் மருத்துவமனை.

அவசர சிகிச்சை பிரிவு.

அந்தக் கட்டடத்திற்கு வெளியே ஒரு மரத்தடியில் பரத், சுசிலா தங்கள் காரில் சாய்ந்து நின்றிருந்தார்கள்.

அவர்களை நோக்கி வந்த காரிலிருந்து அவர்களைப் பார்த்து அருகில் நிறுத்தச்சொல்லி இறங்கினார் தயாளன்.

வேகமாக அவர்கள் அருகில் வந்தார்.

“என்னாச்சி? வெங்கட் பிழைச்சிட்டானா?”

“கொஞ்சம் க்ரிட்டிக்கல்னுதான் சொல்றாங்க. வோக்கல் கார்ட்ஸ், ஜேகுலார் வெய்ன், தைராய்ட் கிளாண்ட் இதுல பெரிய டேமேஜ் இல்ல. மைல்ட் இண்டெர்னல் ஹெமரேஜ்தான். ஆனா, காலர் போன் லேசா கிராக் ஆகியிருக்கு” என்றான் பரத்.

“சர்ஜரி ஈஸ் கோயிங் ஆன்” என்றாள் சுசிலா.

“சீன் ஆஃப் கிரைம் பார்த்தீங்களா நீங்க?”

“யெஸ். நாங்க போனப்பவே அந்த ஏரியா போலீஸ் இன்ஸ்பெக்டர் பழனிவேல் வந்துட்டார். கீழ் போர்ஷன்ல இருக்கற ஹவுஸ் ஓனர்தான் பார்த்துருக்காங்க. வெங்கட் செத்துட்டார்ன்னே நினைச்சு போலீஸுக்கு மட்டும் போன் பண்ணிட்டாங்க. பழனிவேல்தான் பல்ஸ் இருக்கறதைப்

பார்த்துட்டு ஆம்புலன்ஸுக்குச் சொல்லி உடனே இங்க அட்மிட் பண்ணினார்.''

''வெங்கட் வீட்லயும் ஒரு போராட்டம் நடந்திருக்கா?''

''ஆமாம். ஃபர்னிச்சர் எல்லாம் உடைஞ்சிருக்கு. அங்கயும் ஒரு லெட்டர் வெச்சிட்டுப் போயிருக்கான்.''

''மறுபடியும் ஒரு லெட்டரா?'' பெருமூச்சு விட்டார் தயாளன்.

''இதோ பாருங்க...''

பரத் தன் போனில் படம் எடுத்த அந்த லெட்டரை பெரிதுப்படுத்திக்காட்ட... தயாளன் வாய்விட்டுப் படித்தார்.

''காவல்துறை அதிகாரிக்கு...

ஒரே தினத்தில் அடுத்தடுத்து இரட்டை அதிர்ச்சிகளைக் கொடுத்துவிட்டேன். விழி பிதுங்கப் போகிறீர்கள். மற்றும் ஒரு திமிர் பிடித்த ஜென்மத்தை மேலுலகத்திற்கு அனுப்பிவைத்து விட்டேன்.

நாளைக் காலையில் செய்தித்தாள்களில் எல்லாம் நான்தான் இருப்பேன். தொலைக்காட்சி செய்திகளில், விவாதங்களில் நான்தான் இருப்பேன். இது மூன்றாவது கொலை. காவல்துறை என்னதான் செய்துகொண்டிருக்கிறது என்று உங்களைத்தான் மக்கள் திட்டப்போகிறார்கள். பாவம் நீங்கள்.

இப்படிக்கு

மேலும் வேட்டையைத் தொடரப்போகும்... ர.சி''

தயாளன் மீண்டும் பெருமூச்சு விட்டார்.

''என்ன மாதிரி சைக்கோ பரத் இவன்? முதல் கொலைக்கும் இரண்டாம் கொலைக்கும் ஏன் இத்தனை நாள் வித்தியாசம்? ஏன் ஒரே நாள்ல அடுத்தடுத்து ரெண்டு கொலைகள்?''

''அவன் சைக்கோவே இல்லை சார். அப்படி நம்மையெல்லாம் மறுபடி மறுபடி நம்பவைக்கிறான்.''

''எதை வெச்சி சொல்றீங்க?''

"சென்னையில திமிர் பிடிச்சவங்க எல்லாரும் கோகுல்தாஸைச் சுத்தி மட்டும்தான் இருக்காங்களா என்ன? மாயா, கோகுல்தாஸ் மனைவி. கல்யாணியும் வெங்கட்டும் அவரோட ஸ்டாஃப். அவன் வெளில வேற யாரையுமே ஏன் டார்கெட் செய்யலை?"

"பாய்ண்ட்!"

"நிச்சயமா அவன் சைக்கோ இல்ல."

"வெங்கட் சரியாகி பேசினா எல்லா உண்மையும் புரிஞ்சிடும். ஆபரேஷன் முடிஞ்சி எப்போ வெங்கட்டை இண்ட்டராகேட் செய்ய முடியும் பரத்?"

"எப்படியும் த்ரீ, ஃபோர் அவர்ஸ் ஆயிடும்... ஒரே ஒரு கான்ஸ்டபிளை மட்டும் நிறுத்திட்டு பழனிவேல் போயிருக்கார். ஹி வில் பீ பேக்."

"அவருக்கு ப்ரீவியஸ் மர்டர்ஸ் பத்தி சொன்னீங்களா?"

"லேசா ப்ரீஃப் செஞ்சிட்டேன்."

"பழனிவேல் என் பேட்ச்மேட்தான். நான் பாத்துக்கறேன். நீங்க புறப்படுங்க பரத்."

"இல்ல சார். நாங்க இங்கயே வெய்ட் பண்றோம். இப்போ கொலைகாரனைப் பொறுத்தவரைக்கும் வெங்கட் இறந்துட்டதா நினைச்சிதான் லெட்டர் எழுதிவெச்சிட்டுப் போயிருக்கான். உயிர் இருக்குன்னு அவனுக்குத் தெரிஞ்சிட்டா வெங்கட்டைத் தேடி இங்க வரலாம்."

"யூ ஆர் ரைட்."

"ஒரு கான்ஸ்டபிள் பத்தாது. சிவில் ட்ரெஸ்ல வெப்பன்ஸோட ஏழெட்டு பேரைப் போடுங்க சார். கூடுமான வரைக்கும் மீடியாவுக்கு நியூஸ் கொடுக்கறதை டிலே செய்ய முடியுமான்னும் பாருங்க."

"ஷ்யூர். வெங்கட்டுக்கு சொந்தக்காரங்க?"

"திண்டுக்கல்ல அப்பா மட்டும் இருக்கார். ரிட்டயர்ட் வாத்தியார். கோகுல் சார்ட்ட நம்பர் வாங்கி நானே போன் பண்ணிட்டேன்.

எழுபத்தி நாலு வயசாம். டென்ஷன் கொடுக்க வேணாம்னு உயிரைக் காப்பாத்தியாச்சுன்னே சொல்லிட்டேன்."

"உங்களோட வந்ததா சொன்னீங்களே... கோகுல் சார் எங்க இப்போ?"

"அவரும் ரொம்ப ஷாக்காயிட்டார். இங்க ஹாஸ்பிடலுக்கு வர்றேன்னுதான் சொன்னார். வீட்டுக்குப் போங்க, தகவல் அப்டேட் பண்றோம்னு சொல்லி அனுப்பி வெச்சிட்டோம். அப்புறம் சார்... அந்த துரைராஜ் போனோட லொக்கேஷன்?" என்றாள் சுசிலா.

"கண்ட்ரோல் ரூம்ல தகவல் கொடுத்தேன்ம்மா. இன்னும் ரிப்ளை வரலை. வந்துடும். நான் ஆபரேஷன் தியேட்டர் வரைக்கும் போய்ட்டு வர்றேன்."

தயாளன் கட்டடத்திற்குள் நடக்க... பரத், சுசிலா தங்கள் காருக்கு அருகில் வந்து நின்றார்கள்.

"சுசி... கோகுல்தாஸ் சார் ஒப்படைச்ச ரஞ்சித்தோட போனை இன்னும் நாம் செக் செய்யவே இல்லை. அதை நீ பார்த்துக்கிட்டு இரு. நான் போய் சூடா ஒரு டீ குடிச்சிட்டு வர்றேன்."

"நல்லா இருந்தா எனக்கும் வேணும் பரத்."

"வாங்கிட்டு வர்றேன்."

பரத் தூரத்தில் இருந்த அந்த டீக்கடைக்கு நடந்தான்.

அந்த நேரத்திலும் டீக்கடையில் ஏழெட்டு பேர் பன்னும் வடையும் தின்றுகொண்டு டீ குடித்தார்கள். ஆர்டர் சொல்லிவிட்டு ஒரு காலத்தில் சிவப்பு நிறத்தில் இருந்த பிளாஸ்டிக் நாற்காலியில் அமர்ந்து காத்திருந்தான்.

அருகில் சிகரெட் பிடித்தபடி அரட்டையடித்த இரண்டு இளைஞர்களின் பேச்சில் கவனம் சென்றது.

"ஒரு வீடியோ கிளிப் அனுப்பிருந்தனே... எப்படி இருந்திச்சி?"

"சூப்பர் மச்சி. நெட்லயே எக்கச்சக்கமா இருக்கு. பயமா இருக்குடா. அப்பா என் போனை செக் பண்றாரு. பிரவுசிங் ஹிஸ்ட்ரியை ஞாபகமா அழிக்க வேண்டியிருக்கு."

“போன்ல அழிச்சாலும் போனை ஹேக் செஞ்சா ஈஸியா எடுத்துட முடியும் மச்சி.”

“அந்தப் பயத்தாலதான் யாரும் ஊர்ல இல்லாதப்போ பேசாம சி.டி போட்டுப் பார்த்துடறேன்.”

“டேய்... நாம ரெண்டு பேரும் திருட்டுத்தனமா நைட் ஷோவுக்குப் போயி... ஆடியன்ஸ் பத்து பேர்கூட இல்லைன்னு ஷோ கேன்சலாச்சில்ல... அந்தப் படம் இப்ப ஓடிடி-ல வந்துருக்கு தெரியுமா?”

“எந்தப் படத்தைச் சொல்றே?”

“ரெண்டுங்கெட்டான் படம்டா... சூப்பர் சீன்ஸாம்.”

டீயை ஊதி ஊதிப் பருகியபடி சுவாரசியமான அவர்களின் உரையாடலை ரசித்துக்கொண்டிருந்த பரத் ‘ரெண்டுங்கெட்டான்’ என்று படத்தின் பெயரைக் கேட்டதும் யோசித்தான்.

இந்தப் படத்தைப் பற்றி சமீபத்தில் எதற்காகவோ ஒரு பேச்சு வந்ததே... எதற்கு வந்தது? நான் பேசினேனா? அல்லது யாராவது என்னிடம் சொன்னார்களா?

போன் அழைப்பு அவன் சிந்தனையைத் தடுத்தது.

“சொல்லுங்க தயாளன்...”

“துரைராஜோட போன் லாஸ்ட் சிக்னல் குற்றாலம்னு காட்டுதாம். அங்கே பாண்டியன் லாட்ஜ்னு அட்ரஸும் பிடிச்சிட்டாங்க. குற்றாலம் ஸ்டேஷன்ல பேசிட்டேன். அந்த லாட்ஜ்ல துரைராஜை மடக்கச் சொல்லிருக்கேன்.”

“வெரிகுட் சார்.”

காகிதக் கோப்பையில் கொடுக்கப்பட்ட சுசிலாவுக்கான டீயை மேலே ஒரு காகிதம் போட்டு மூடி எடுத்துக்கொண்டு காருக்கு வந்த பரத், “சுசி... துரைராஜைப் பிடிக்கப்போறாங்க” என்று விபரம் சொன்னான்.

“அப்ப துரைராஜ் குற்றவாளி இல்லை! ஒரு மணி நேரத்துக்கு முன்னாடி சென்னையில கொலை செஞ்சிட்டு ஒரே ஜம்ப்ல குற்றாலத்துக்குப் போறதுன்னா அது பேயாலதான் முடியும்.”

“குற்றாலத்துல போனை வெச்சிட்டு இல்ல யார்கிட்டயாச்சும் குடுத்தனுப்பிட்டு அவன் இங்க சுத்திக்கிட்டு இருக்கலாமில்லையா? குற்றாலம் போலீஸ்லேர்ந்து தகவல் வரட்டும். நீ டீ குடி.”

ரஞ்சித்தின் போனில் போட்டோ கேலரியில் ஒவ்வொரு போட்டோவாக நகர்த்திப் பார்த்துக்கொண்டிருந்த சுசிலா, “இந்த போட்டோவுக்கு என்ன அர்த்தம்?” என்றாள்.

“என்ன?” வாங்கிப் பார்த்தான்.

அது ஒரு செல்ஃபி புகைப்படம். ஒரு வீட்டின் ஹாலில் மர நாற்காலிகளில் எதிரெதிராக உட்கார்ந்து ரஞ்சித்தும் வெங்கட்டும் மது அருந்திக்கொண்டிருந்தார்கள்.

டீப்பாயில் சோடா, மது பாட்டில், ஆம்லெட், மிக்சர் என்று இருக்க... ரஞ்சித்தின் வலது கை பாதி மட்டுமே தெரிந்ததால்... அந்த செல்ஃபி படத்தை எடுத்தது ரஞ்சித் என்பது புரிந்தது.

“அட! வெங்கட்டும் ரஞ்சித்தும் சேர்ந்து உக்கார்ந்து தண்ணியடிக்கிற அளவுக்கு நெருக்கமா பழகிருக்காங்களா?” என்றான் ஆச்சர்யத்துடன் பரத்.

50

அது ஒரு செல்ஃபி புகைப்படம். ஒரு வீட்டின் ஹாலில் மர நாற்காலிகளில் எதிரெதிராக உட்கார்ந்து ரஞ்சித்தும் வெங்கட்டும் மது அருந்திக்கொண்டிருந்தார்கள்.

டீப்பாயில் சோடா, மது பாட்டில், ஆம்லெட், மிக்சர் என்று இருக்க... ரஞ்சித்தின் வலது கை பாதி மட்டுமே தெரிந்ததால்... அந்த செல்ஃபி படத்தை எடுத்தது ரஞ்சித் என்பது புரிந்தது.

"அட! வெங்கட்டும் ரஞ்சித்தும் சேர்ந்து உக்கார்ந்து தண்ணியடிக்கிற அளவுக்கு நெருக்கமா பழகிருக்காங்களா?" என்றான் ஆச்சர்யத்துடன் பரத்.

"அதான் எனக்கும் புரியலை. வெங்கட், கோகுல்தாஸோட பர்சனல் மேனேஜர். ரஞ்சித் ஒரு டிரைவர். ரெண்டு பேரும் எப்படி ஃபிரெண்ட்லியா சேர்ந்து டிரிங் பண்ணுவாங்க?" என்றாள் சுசிலா.

"இந்தப் படத்துல இவங்க சரக்கடிக்கிற வீடு வெங்கட்டோட வீடுதான்சுசி. இதே மரநாற்காலிதான்அங்கஉடைஞ்சிகிடந்துச்சி. பின்னாடி பாரு... அதே ரெட் கலர் ரெஃப்ரிஜிரேட்டர்."

"ஆமாம். இப்ப என்னோட கேள்வி... வெங்கட், ரஞ்சித்தை டிரைவர்னு நினைச்சிதான் பழகினானா? இல்ல... மாயாவோட எக்ஸ் லவ்வர்ன்ற உண்மை தெரிஞ்சி பழகிருக்கானா?"

"வெங்கட் பேசினாதான் பதில் தெரியும் சுசி."

"நான் ஒரு யூகம் சொல்லட்டுமா பரத்?"

"சொல்லு..."

"ரஞ்சித் டிரைவரா ஆக்ட் பண்ணிட்டிருக்கான்னு வெங்கட் கண்டுபிடிச்சிட்டான். நான் மிரட்டி அஞ்சி

கோடி வாங்கப்போறேன்... அதுல உனக்கும் பெரிய பங்கு கொடுக்கறேன், யார்கிட்டயும் சொல்லிடாதேன்னு ரஞ்சித் சொல்லிருக்கலாம். அந்த டீலுக்கு வெங்கட் சம்மதிச்சி சைலண்ட்டா இருந்துட்டான். ஆனா, மாயா பணம் கொடுக்காம அடியாளை விட்டு அடிச்சதால வெறியான ரஞ்சித் மாயாவைக் கொன்னுட்டு... தன்னைப் பத்தி தெரிஞ்ச வெங்கட்டையும் விட்டுவைக்க வேணாம்னு இவனையும் கொல்ல நினைச்சிட்டான்.''

''கரெக்ட்டாதான் இருக்கு. பார்க்கலாம்'' என்ற பரத் கொட்டாவியை மென்றான்.

* * *

குற்றாலம்.

இருபத்தி நான்கு மணி நேரமும் ஓய்வின்றி கொட்டும் அருவிகளில், இருபத்தி நான்கு மணி நேரமும் குளித்துக்கொண்டிருந்த சுற்றுலாப் பயணிகள், ஊர் முழுக்க ஈர உடைகளுடன் திரிந்துகொண்டிருந்தார்கள்.

மோட்டார் பைக்கில் காக்கி பேண்ட்டும், வெள்ளை சட்டையுமாக வந்து, பாண்டியன் லாட்ஜ் வாசலில் இறங்கினார் சப் இன்ஸ்பெக்டர் வெள்ளைத்துரை.

நேராக ரிசப்ஷனுக்கு வந்தார்.

''சென்னைலேர்ந்து வந்து துரைராஜ்னு எவனாவது ரூம் போட்ருக்கானாய்யா?'' என்றார் அதிகாரமாக.

''அந்தப் பேர்ல ரூம் எதுவும் புக் ஆகலைங்களே சார்'' என்றான் அந்த மேனேஜர்.

''துரைராஜோட போன்ல கடைசி கால் உங்க லாட்ஜ் லொக்கேஷன்லேர்ந்துதானே போயிருக்கு தம்பி'' என்ற வெள்ளைத்துரை போனில் வந்திருந்த துரைராஜின் போட்டோவைக் காட்டி, ''நல்லாப் பார்த்துச் சொல்லுப்பா. இவன்தான்.''

“இவரும் இன்னும் ரெண்டு பேரும் இங்கதான் ரூம் போட்டு தங்கிருக்காங்க சார். ஆனா, இவர் பேர்ல ரூம் போடலை.”

“எந்த ரூம்? வா... வந்து காமி.”

“இப்ப ரூம் பூட்டிருக்கு சார். குளிக்கப் போயிருக்காங்க.”

“சரி... வரட்டும்.”

ஓரமாக அமர்ந்த வெள்ளைத்துரை அங்கிருந்த செய்தித்தாளை எடுத்துக்கொண்டு, காலையில் படிக்காத செய்திகளை படித்தபடி காத்திருந்தார்.

* * *

தயாளன் போனில் அழைத்தார்.

தங்கள் காருக்குள் அமர்ந்திருந்த பரத் எடுத்தான்.

“சொல்லுங்க சார்.”

“பரத்... குற்றாலம் போலீஸ் துரைராஜை மடக்கி ஸ்டேஷனுக்குக் கொண்டுவந்து விசாரிச்சிட்டாங்க.”

“அங்கதான் இருக்கானா அவன்?”

“ஆமாம். அவன் ஹார்ம்லெஸ் பரத். ரெண்டு கூட்டாளிங்களோட சேர்ந்து குற்றாலத்துக்கு சீசனை என்ஜாய் பண்ணப் போயிருக்கான். அதைச் சொன்னா லீவு கிடைக்காதுன்னு ஊர்ல திருவிழான்னு பொய் சொல்லிருக்கான்.”

“சரிதான்... அவனை விட்றச் சொல்லுங்க” என்றான் பரத்.

இரண்டு மணி நேரம் கழித்து...

மீண்டும் தயாளன் அழைத்தார்.

“பரத்... வெங்கட் ஈஸ் நவ் வெரி மச் கான்ஷியஸ்.”

“வெரிகுட் சார். அவுட் ஆஃப் டேஞ்சரா?”

“யெஸ். விசாரிக்கலாம்னு சொல்லிட்டாங்க.”

பரத், சுசிலா உடனே காரை லாக் செய்துவிட்டு வெங்கட்டைச் சந்திக்க விரைந்தார்கள்.

* * *

கழுத்தைச் சுற்றி கட்டு போட்டு சாய்வாகப் படுக்கவைக்கப்பட்டிருந்த வெங்கட்டுக்கு ஒருபுறம் ரத்தமும், ஒருபுறம் டெக்ஸ்ட்ரோஸும் ஏறிக்கொண்டிருந்தன.

டியூப் லைட்டைச் சுற்றிய ஈசல்களில் ஒன்றைப் பிடிக்கும் உத்தேசத்துடன் சுவரில் ஒரு பல்லி தயாராகக் காத்திருந்தது.

தயாளனும் பரத்தும் மாறி மாறிக் கேட்ட கேள்விகளுக்கு வார்த்தைக்கு வார்த்தை இடைவெளி எடுத்துக்கொண்டுதான் வெங்கட்டால் பேச முடிந்தது.

"என்ன நடந்துச்சிங்க வெங்கட்?"

"நைட்டு பால் சாப்ட்டுட்டுதான் படுப்பேன். பாலை கலக்கிட்டு வந்து உக்காந்தேன். கதவை யாரோ தட்னாங்க. தூக்கம் வரலைன்னு ஹவுஸ் ஓனர் வந்து கொஞ்ச நேரம் பேசிட்டுப் போவார். அவராத்தான் இருக்கும்னு திறந்தேன்."

"ம்..."

"திறந்ததுமே என் நெஞ்சுல உதைச்சான். எகிறிப்போய் விழுந்தேன். நான் சுதாரிச்சி எந்திரிக்கிறதுக்கு முன்னாடி என் கழுத்துல ஹேங்கரை மாட்டி இறுக்க ஆரம்பிச்சான். நான் முடிஞ்சவரைக்கும் போராடுனேன். அவன் முரட்டுப் பிடியை விடவே இல்லை. என்னால மூச்சு விட முடியலை. முழி பிதுங்கிடுச்சி. அப்படியே கண்ணு இருட்டாக ஆரம்பிச்சி தொப்புன்னு கீழ விழுந்ததுதான் தெரியும்."

"யார் அவன்?"

"தெரியலையே... கண்ணு மட்டும் தெரியற மாதிரி முகத்தை மூடி மாஸ்க் போட்ருந்தான். கைல கிளவுஸ் போட்ருந்தான். செம ஹைட்டு. நிச்சயம் ஆறடிக்கு மேலதான் இருப்பான்."

"அந்த ஹைட்ல உங்க ஆபீஸ்ல யாராச்சும் வேலை பார்க்கறாங்களா?"

"நிச்சயமா இல்லை சார்."

"முகமூடி போட்டுட்டு வந்திருக்கான்னா உங்களுக்கு அடையாளம் தெரிஞ்சவனாதான் இருக்கணும். இல்லையா?"

"இருக்கலாம் சார்."

"தாக்கினப்போ ஏதாச்சும் பேசுனானா?"

"எதுவுமே பேசலை."

"ஹேங்கர் உங்க வீட்ல இருந்ததுதானே?"

"ஆமாம் சார். ஸ்டாண்ட்ல சட்டை, பேண்ட்லாம் மாட்டி வெச்சிருந்தேன். அதிலேர்ந்துதான் எடுத்தான்."

"அவன் எந்த வாகனத்துல வந்தான்னு தெரியுமா? ஐ மீன்... பைக் எதுவும் வந்து நின்ன சத்தம் கேட்டுச்சா?"

"கவனிக்கலை சார்."

"சரி... காணாமப் போய்ட்ட டிரைவர் சித்தார்த்தோட உங்களுக்கு எந்த மாதிரி பழக்கம் இருந்திச்சி வெங்கட்?" என்றான் பரத்.

"ஒரு டிஸ்ட்டன்ஸ் வெச்சிதான் பழகினேன்."

ரஞ்சித் போனில் இருந்த செல்ஃபி படத்தைக் காட்டி, "இதான் டிஸ்ட்டன்ஸ் வெச்சிப் பழகறதா?" என்றான் பரத்.

"தப்புதான் சார். நானும் அவனும் கார்ல அஃபீஷியலா டிராவல் பண்றப்ப கொஞ்சம் பர்சனலா பேசுவான். நானும் பேச்சிலர். அவனும் பேச்சிலர். எனக்கு கம்பெனி இல்லன்னு நான்தான் கூப்ட்டேன். ஒரு ரெண்டு தடவைதான். அதுவும் வீட்ல வெச்சிதான் ட்ரிங் செஞ்சோம்."

"பர்சனலா அவன் என்ன சொன்னான்?"

"ஒரு லவ் ஃபெயிலியர்னு சொன்னான். அதனாலதான் மனசு வெறுத்து ரெண்டு வருஷம் சிங்கப்பூர் போனதா சொன்னான்."

"அவன் லவ்வர் யாருன்னு தெரியுமா?"

"இல்ல சார். அதை அவன் சொல்லலை."

"எதுக்கு திரும்பி வந்தான்னு சொன்னானா?"

"அங்க வேலை பிடிக்கலைன்னு சொன்னான்."

"உங்களைத் தாக்குனது யாருன்னு உங்களால ஏதாச்சும் யூகம் செய்ய முடியுதா?"

"மாயா மேடத்தை கொன்னவன்தான் சார். அவங்களையும் ஹேங்கரைக் கழுத்துல போட்டுதானே கொன்னான்?"

"சரி... அவன் எதுக்கு உங்களைக் கொல்ல நினைக்கணும்?"

"தெரியலையே சார். பயமா இருக்கு சார்."

"டோண்ட் வொர்ரி... தைரியமா இருங்க. நெருங்கிட்டோம். பிடிச்சிடுவோம்" என்றார் தயாளன்.

* * *

மறுநாள்.

செய்தித்தாள்கள் அனைத்திலும் தலைப்புச் செய்தியாக கல்யாணியின் கொலையும், வெங்கட்டின் மீதான கொலை முயற்சியும்தான் இடம் பெற்றிருந்தன.

எதிர்க்கட்சித் தலைவர் ஐம்பது சேனல்களின் மைக்குகளுக்கு நடுவில் பாதி மட்டுமே முகம் தெரிய உரக்கக் கத்தினார்.

"சட்டம், ஒழுங்கு எந்த லட்சணத்துல இருக்குன்னு பாருங்க. ஒரு பெரிய கோடீஸ்வரர் கோகுல்தாஸ். அவருக்கே நியாயம் கிடைக்கலை. சாதாரண பொண்ணு கல்யாணியோட சாவுக்கா நியாயம் கிடைக்கப் போகுது? மனநிலை சரியில்லாதவன் கொலை செய்றான்னு காவல்துறை மக்கள் காதுல முழமுழமா பூ சுத்துது. யாரையோ காப்பாத்தப் பாக்கறாங்க. இந்த வழக்குகளை உடனே சி.பி.ஐ கிட்ட ஒப்படைக்கணும்."

தொலைக்காட்சியில் சேனல் மாற்றினான் பரத். இன்னொரு சேனலிலும் இதே செய்திதான் ஓடிக்கொண்டிருக்க... வால்யூமை இன்னும் குறைத்து வைத்துவிட்டு எழுந்து கைகளைக் கோர்த்து உயர்த்தி சோம்பல் முறித்தான். கொட்டாவி விட்டான். முதல் நாள் இரவில் சரியான உறக்கமில்லாததால் கண்கள் எரிந்தன.

சோஃபாவில் சரிந்து உறங்கிய சுசிலாவை எழுப்பப் போய், பிறகு வேண்டாமென்று அவனே காஃபி போட்டுக்கொண்டு

செய்தித்தாள் புரட்டியவனை டி.வி-யில் ஓடிய ஒரு செய்தி ஈர்த்தது.

“ராஜா... அந்தக் காலி மனையில என்ன பிரச்னை? விபரமா சொல்லுங்க” என்றாள் ஸ்டுடியோவில் இருந்த செய்தியாளினி.

“வணக்கம் தமிழ்ச்செல்வி” என்று ஸ்பாட்டிலிருந்து சேனலின் பெயர் தாங்கிய மைக் பிடித்த அந்த ராஜா கேமரா பார்த்து மூச்சு விடாமல் பேசினான்.

“இப்ப நான் நிக்கிற இந்தத் தெரு, அண்ணா நகர்ல முக்கியமான தெரு. வாஸ்து சரியில்லாததால இந்த காலி மனை பல வருஷமா விலை போகாம இருந்திருக்கு. இதை சமீபத்துல ஒரு நகைக்கடை அதிபர் வாங்கியிருக்காரு. சுத்தியும் இருக்கற அடுக்குமாடிக் குடியிருப்புக்காரங்க இந்த மனையைத் திறந்தவெளிக் குப்பைத் தொட்டி மாதிரி யூஸ் செஞ்சிருக்காங்க. மலை மாதிரி குமிஞ்சிருந்த நாலு லாரி குப்பையை இன்னிக்கு அள்ளியிருக்காங்க. அப்போ குப்பைக்கு நடுவிலேருந்து ஒரு அழுகிப்போன சடலம் கிடைச்சிருக்கு. காவல்துறைக்கு தகவல் கிடைச்சதும் உடனே வந்து சடலத்தைக் கைப்பற்றி மருத்துவமனைக்கு அனுப்பிருக்காங்க. மேல் விபரம் எதுவும் இன்னும் கிடைக்கலை தமிழ்ச்செல்வி.”

அந்தத் தெரு, அண்ணா நகரில் கோகுல்தாஸ் பங்களா இருக்கும் தெரு என்பதும், அந்த மனையைப் பார்த்ததும் விளம்பர போர்டை போட்டோ எடுக்க சுசிலாவிடம் சொன்னதும் பரத்திற்கு நினைவு வந்தது.

அங்கே அழுகிய பிணம் கிடைத்திருக்கிறதென்றால்?

அது யாருடையது?

மாயா, கல்யாணி கொலைகளில் தொடர்புடையதா அல்லது சம்பந்தமே இல்லாததா?

பரத் பரபரவென்று யோசித்தான்.

51

“வணக்கம் தமிழ்ச்செல்வி” என்று ஸ்பாட்டிலிருந்து சேனலின் பெயர் தாங்கிய மைக் பிடித்த அந்த ராஜா கேமரா பார்த்து மூச்சு விடாமல் பேசினான்.

“இப்ப நான் நிக்கிற இந்தத் தெரு அண்ணா நகர்ல முக்கியமான தெரு. வாஸ்து சரியில்லாததால இந்த காலி மனை பல வருஷமா விலை போகாம இருந்திருக்கு. இதை சமீபத்துல ஒரு நகைக்கடை அதிபர் வாங்கியிருக்காரு. சுத்தியும் இருக்கற அடுக்கு மாடிக் குடியிருப்புக்காரங்க இந்த மனையை திறந்தவெளிக் குப்பைத் தொட்டி மாதிரி யூஸ் செஞ்சிருக்காங்க. மலை மாதிரி குமிஞ்சிருந்த நாலு லாரி குப்பையை இன்னிக்கு அள்ளியிருக்காங்க. அப்போ குப்பைக்கு நடுவிலேருந்து ஒரு அழுகிப்போன சடலம் கிடைச்சிருக்கு. காவல் துறைக்கு தகவல் கிடைச்சதும் உடனே வந்து சடலத்தைக் கைப்பற்றி மருத்துவமனைக்கு அனுப்பிருக்காங்க. மேல் விபரம் எதுவும் இன்னும் கிடைக்கலை தமிழ்ச்செல்வி.”

அந்தத் தெரு அண்ணா நகரில் கோகுல்தாஸ் பங்களா இருக்கும் தெரு என்பதும், அந்த மனையைப் பார்த்ததும் விளம்பர போர்டை போட்டோ எடுக்க சுசிலாவிடம் சொன்னதும் பரத்திற்கு நினைவு வந்தது.

அங்கே அழுகிய பிணம் கிடைத்திருக்கிறதென்றால்?

அது யாருடையது?

மாயா, கல்யாணி கொலைகளில் தொடர்புடையதா அல்லது சம்பந்தமே இல்லாததா?

பரத் பரபரவென்று யோசித்தான்.

உடனே தயாளனுக்கு போன் செய்தான்.

“குட் மார்னிங் சார்.”

“என்னத்த குட் மார்னிங். மார்ச்சுவரில நின்னுட்டிருக்கேன். காலி மனையில் ஒரு பாடி கிடைச்சிருக்கு. டோட்டலி டீகம்ப்போஸ்ட்.”

“டி.வி-ல நியூஸ் பார்த்துட்டுதான் கூப்ட்டேன். பாடி கிடைச்ச அந்தக் காலி மனை இருக்கற அதே தெருவோட இன்னொரு எண்ட்லதானே சார் கோகுல்தாஸோட பங்களா இருக்கு?”

“ஆமாம். அதனால?”

“சும்மா கேட்டேன். நம்ம கேஸோட சம்பந்தப்பட்டதாவும் இருக்கலாம். இது வேற மேட்டராவும் இருக்கலாம்.”

“எப்படி சம்பந்தப்படுத்துவீங்க?”

“கிடைச்சிருக்கற டெட் பாடி ஆணா, பொண்ணா சார்?”

“அதைக்கூட லேபுலதான் கண்டுபிடிச்சி சொல்லணும் பரத். அந்த அளவுக்கு மூஞ்செல்லாம் அழுகி அம்பது பர்செண்ட்டுக்கு மேல ஸ்கெலிட்டனா இருக்கு.”

“அப்படியா? அப்போ டி.என்.ஏ வெச்சிதான் ஐடெண்டிஃபை செஞ்சாகணும், இல்லையா?”

“ஆமாம்.”

“சரி... நீங்க அதைப் பாருங்க. சட்டுன்னு என்னால எந்த ஒரு யோசனைக்கும் போக முடியலை. சார்... நம்ம கேஸை சிபிஐ-க்கு ஒப்படைச்சுடுவாங்களா என்ன?”

“சான்ஸ் இருக்கு. இங்க என்னைக் கூப்புடறாங்க. நான் அப்பறம் கூப்புடவா பரத்... எக்ஸ்க்யூஸ் மீ...”

“பரவால்ல சார். கேரி ஆன்” என்று திரும்பிய பரத், சுசிலா எழுந்து தன் கூந்தலை சரிசெய்து கிளிப் மாட்டுவதைப் பார்த்தான்.

“என்னாச்சு பரத்? எனி நியூஸ்?” என்றாள்.

“மறுபடி ஒரு பொணம்” என்று விபரம் சொன்னான்.

“ஓ மை காட்! இன்னும் பத்து நிமிஷம் தூங்கட்டுமா? நாலு மணிக்கு ரெண்டுங்கெட்டான் நேரத்துல வந்து படுத்தமா... கண்ணு கெஞ்சுது.”

பரத்திற்கு பொறி தட்டியது.

“சுசி... ரெண்டுங்கெட்டான் அப்படின்னு ஒரு படம். அதைப்பத்தி நாம எதுக்காச்சும் பேசினமா?”

“கொலை நடந்த அன்னிக்கு நைட் ஷோ அந்தப் படம் பார்த்துட்டு திரும்பினப்பதான் சிமெண்ட் திருட்டுப் போனதைப் பார்த்தேன்னு போலீஸ்ல கொடுத்த ஸ்டேட்மெண்ட்ல சொல்லிருந்தான் வெங்கட். அதுக்கு என்ன?”

பதில் சொல்லாமல் சிந்தனையுடன் அவளையே பார்த்தான்.

“என்ன பரத்? எனி ஹன்ச்?”

“அந்த போட்டோவை மறுபடி பாக்கணும்.”

“எந்த போட்டோவை?”

“ரஞ்சித் போன் எங்க?” பரபரத்தான் பரத்.

சுசிலா எடுத்துக் கொடுக்க... ரஞ்சித்தும், வெங்கட்டும் மது அருந்தும் அந்தப் படத்தைப் பார்த்தான். பெரிதுபடுத்திப் பார்த்தான்.

“சுசி... வெங்கட் வீட்ல இருக்கற ரெஃப்ரிஜிரேட்டர் கதவுல என்ன இருக்குன்னு பாரு...”

சுசிலா ஆர்வமாகப் பார்த்தாள்.

“அட! லாவண்யா வீட்ல பார்த்த அதே கோமாளி மேக்னெட். ஆர்.கே. பில்டர்ஸ் பேர் போட்ருக்கே... என்ன அர்த்தம்?”

“ஆர்.கே.பில்டர்ஸ் குமரப்பன் மறுபடி மறுபடி வர்றாரே... தன்கிட்ட வேலை பார்த்து நேர்மையில்லாம நடந்துகிட்டதால வெளியே அனுப்பப்பட்ட குமரப்பனை தன் தொழில் எதிரியா நினைக்கிறார் கோகுல்தாஸ். அவர் சங்கத் தேர்தல்ல ஜெயிச்சிடக் கூடாதுன்னு அவருக்கு எதிரா வேலை பார்த்தார் கோகுல்தாஸ். அந்த குமரப்பன் கம்பெனில கொஞ்ச காலம் வேலை பார்த்தவ

மாயா. இப்போ வெங்கட் தங்கியிருந்த ரூம்லயும் குமரப்பன் கம்பெனியோட அன்பளிப்பு அயிட்டம் இருக்கு."

"அது மட்டும் இல்ல பரத். கோகுல்தாஸுக்குக் கிடைக்க வேண்டிய ஆயிரம் வீடு கட்ற மதுரவாயல் ப்ராஜெக்ட்டும் குமரப்பனுக்குத்தான் கிடைச்சது."

"அப்போ கிங் பின் குமரப்பனா இருக்கறதுக்கு நிறைய சான்ஸ் இருக்கு சுசி."

சொடக்கு போட்டான் பரத்.

"அதிரடியா ஒரு வேலை செய்வோமா?" என்றான்.

* * *

காவல் துறையின் கஸ்டடியில் இருக்கும் வெங்கட்டின் வீட்டுக்கு அனுமதியுடன் சென்ற பரத், சுசிலா ஒரு மணி நேரம் அங்கு சோதனை செய்தார்கள். என்ன பரபரப்பான தருணமாக இருந்தாலும் சுசிலா அணிந்திருந்த பனியனில் என்ன வாசகம் எழுதப்பட்டிருந்தது என்பதைக் குறிப்பிடாவிட்டால் தெய்வக் குற்றமாகி விடும் என்பதால் *'Forerunners'* – என்று இருந்தது என்பதைச் சொல்லிவிடலாம்.

* * *

அந்த வங்கியின் கிளைக்குள் பரத், சுசிலா சென்றார்கள். மேனேஜரை சந்தித்துப் பேசினார்கள். கற்றையான ஒரு ஸ்டேட்மெண்ட்டுடன் வெளியே வந்தார்கள்.

* * *

ஜே.கே.பில்டர்ஸ் குமரப்பனின் அலுவலகத்தில் தகவல் சொல்லி அனுப்பிவிட்டு அறைக்கு வெளியே காத்திருந்தார்கள் பரத்தும், சுசிலாவும்.

"ஒத்துக்குவார்ன்னு எதிர்பார்க்கறீங்களா பரத்?" என்று அவன் காதருகில் கிசுகிசுத்தாள் சுசிலா.

"அவருக்கு வேற வழி இல்ல."

"தயாளன் சாரையும் வரச் சொல்லிருக்கலாமே?"

"இல்ல... இப்ப வேணாம்."

டை கட்டின செகரெட்டரி வெளியே வந்து இவர்களை அழைக்க, எழுந்து அறைக்குள் சென்றார்கள்.

சினிமாவுக்கு செட் போட்டது போல அறையின் ஒரு புறத்தில் செயற்கையாக அமைக்கப்பட்டிருந்த செடிகள், குட்டி மரங்களுக்கு நடுவில் நிஜமான குட்டி அருவியில் தண்ணீர் கொட்டிக்கொண்டிருந்தது. கீழே சேகரமான நீர் ரகசியமாக பதுக்கப்பட்டிருந்த மோட்டார் மூலம் மீண்டும் மேலே பயணித்து மறுபடி மறுபடி அருவியாகக் கொட்டியது.

குமரப்பனின் கிருதாக்களில் மட்டும் பூரணமாக வெள்ளை. மற்ற மிச்ச முடிகளில் பிரௌன் நிறத்தில் சாயம் பூசி லட்சம் பேருக்கு நடுவில் சுலபமாக அடையாளம் காண முடியும்படியாக இருந்தார்.

"யெஸ்" என்ற அவரின் ஒற்றைச் சொல்லில் ஒரு அதட்டல் ஒளிந்திருந்தது.

"மாயா கொலை கேஸை விசாரிக்கிறோம்."

"தெரியும். தி கிரேட் பரத், சுசிலா."

"ரைட்."

"இதுல நான் எங்க வர்றேன்?"

"மாயா கொஞ்ச நாள் உங்க ஆபீஸ்ல வேலை பார்த்திருக்காங்க. அப்பறம்தான் கோகுல்தாஸ் ஆபீஸுக்குப் போனாங்க."

"ஸோ வாட்?"

"மாயா ஏன் இங்கேர்ந்து விலகினாங்க சார்?"

"இப்பல்லாம் யாரும் எங்கயும் நிரந்தரமா நங்கூரம் பாய்ச்சி வேலைல நிக்கிறதில்லங்க. பெட்டர் ஆப்பர்ச்சூனிட்டி, பெட்டர் பே ஸ்கேல் கிடைச்சா தாவிக்கிட்டேதான் இருப்பாங்க."

"நீங்க கோகுல்தாஸ்கிட்ட வேலை பார்த்துட்டு விலகினவர்தான?"

"விலகலை. விலக்கப்பட்டேன்."

"நீங்க அங்க இருந்தப்போ சில தவறுகள் செஞ்சதா..."

"அப்படித்தான் அவர் ஊர் பூரா சொல்லிக்கிட்டுத் திரியறார். நான் சீக்கிரமா தொழில் நுணுக்கங்கள் கத்துக்கிட்டு அவருக்கு சமமா... ஏன் அவருக்கு மேல சிந்திச்சதும், முடிவுகள் எடுத்ததும் அவருக்குப் பிடிக்கலை. என்னை வெளில அனுப்பக் காரணம் தேடினார். வேற ஒருத்தன் செஞ்ச தப்புல எனக்கும் கூட்டு இருக்குன்னு அவனை சொல்ல வெச்சி என்னை வெளில அனுப்பினார்."

"நிஜமாவா?"

"சத்தியமா! நான் தனியா தொழில் துவங்கினப்பறம் என் வளர்ச்சியைத் தடுக்கறதுக்கு எத்தனையோ உள்ளடி வேலைகள் செஞ்சிக்கிட்டே இருந்தார் சார். எனக்கு மெட்டீரியல்ஸ் சப்ளை செய்றவங்ககிட்ட தப்பா சொல்றது, எனக்கு ஓ.டி கொடுக்க வேணாம்னு பேங்க் மேனேஜர்ஸ்கிட்ட சொல்றதுன்னு ஏகப்பட்ட குடைச்சல்கள் கொடுத்துக்கிட்டே இருந்தார். அதையெல்லாம் மீறிதான் நான் ஜெயிச்சிருக்கேன்."

"அப்போ அவர் மேல இயல்பாவே உங்களுக்கு ஒரு தீராத கோபம் எப்பவுமே உண்டு. அப்படித்தானே?"

"ஆமாம். அதுக்காக அவர் பொண்டாட்டியை நான்தான் கொலை செஞ்சேன்னு சொல்லப் போறீங்களா? நான்சென்ஸ்!"

"அப்படி நேரடியா சொல்ல முடியாது. கேரம் போர்டுல நாம குறி வெச்சி அடிக்கிற ஒரு காய் நாமே எதிர்பார்க்காம வேற ஒரு காயைத் தட்டி பாக்கெட் பண்ணிடுமில்லையா... அந்த மாதிரி..."

"அந்த மாதிரி?" என்றபோது முகம் சிவந்தார் குமரப்பன்.

"செயின் ஆஃப் ஆக்ஷன்ஸ் அண்ட் ரியாக்ஷன்ஸ்! இதைக் கொஞ்சம் பார்க்கறீங்களா?"

வங்கியில் பெற்ற ஸ்டேட்மெண்ட் கற்றையை அவர் முன்னால் வைத்தான் பரத்.

மிக லேசாக நடுங்கிய விரல்களால் காகிதங்களைப் புரட்டிப் பார்த்த குமரப்பன், "இது... இது போலீஸுக்குத் தெரியுமா?" என்றார்.

புன்னகைத்தான் பரத்.

மேலும் ஒரு மணி நேரம் விசாரித்துவிட்டு அங்கிருந்து புறப்பட்டபோது நிறுவனத்தின் அன்பளிப்பாக கோமாளி படம் போட்ட மேக்னெட் கொடுத்தார் குமரப்பன்.

* * *

ராஜீவ் காந்தி மருத்துவமனை.

பரத், சுசிலா காரிலிருந்து இறங்கினார்கள்.

வெங்கட் இருந்த வார்டுக்கு வந்தார்கள்.

பெட்டில் இல்லாமல் நாற்காலியில் அமர்ந்திருந்த வெங்கட் கழுத்தில் இன்னும் அந்தக் கட்டு இருந்தது. நர்ஸ் கொடுத்த மாத்திரைகளை வாயில் போட்டு தண்ணீர் ஊற்றி விழுங்கினான்.

"பேப்பர் கேட்டீங்களே..."

நர்ஸ் கொடுத்த செய்தித்தாளை நன்றி சொல்லி வாங்கிகொண்டு கண்களைக் குறுக்கிப் படித்தபோது உள்ளே பரத், சுசிலா நுழைந்தார்கள்.

"என்ன வெங்கட்... எப்படிப்பா இருக்கே? கண்ணாடி இல்லாம படிக்க சிரமமா இருக்கா?"

"ஆமாம் சார். கண்ணாடி வீட்ல இருக்கு."

"உனக்காக உன் வீட்டுக்குப் போயி எடுத்துட்டு வந்திருக்கோம். இந்தாப்பா." என்று பாக்ஸுடன் நீட்டினான் பரத்.

"ரொம்ப தேங்ஸ் சார்" என்று பாக்ஸிலிருந்து கண்ணாடியை எடுத்து அணிந்துகொண்டான் வெங்கட்.

நர்ஸ் வெளியேறியதைப் பார்த்துக்கொண்டு, "என்னப்பா இது... இந்தக் கண்ணாடில ஒரு நோஸ் பேட் மட்டும்தான் இருக்கு. இன்னொண்ணு எங்க?" என்றான் பரத்.

"எங்கயோ விழுந்துடுச்சி சார்."

"எங்கயோ விழலை வெங்கட். கல்யாணி வீட்லதான் விழுந்துடுச்சி. அங்கேர்ந்து போலீஸ் எடுத்து வெச்சிருக்காங்க" என்று பரத் சொல்ல, அதிர்ந்துபோய் பார்த்தான் வெங்கட்.

52

நர்ஸ் வெளியேறியதைப் பார்த்துக்கொண்டு, "என்னப்பா இது... இந்தக் கண்ணாடில ஒரு நோஸ் பேட் மட்டும்தான் இருக்கு. இன்னொண்ணு எங்க?" என்றான் பரத்.

"எங்கயோ விழுந்துடுச்சி சார்."

"எங்கயோ விழலை வெங்கட். கல்யாணி வீட்லதான் விழுந்துடுச்சி. அங்கேர்ந்து போலீஸ் எடுத்து வெச்சிருக்காங்க" என்று பரத் சொல்ல, அதிர்ந்துபோய் பார்த்தான் வெங்கட்.

"அவளை நீ கொலை செஞ்சே பார்த்தியா... அப்ப பீரோல நீ போய் விழுந்து நெத்தியில காயமாச்சில்லையா... அப்பதான் விழுந்துருச்சி" என்று பரத் சொல்ல...

அதிர்ந்துபோய் பார்த்தான் வெங்கட்.

"என்ன சார் சொல்றீங்க? எனக்கும் அந்தக் கொலைக்கும் என்ன சம்பந்தம்?"

"அதெப்படிப்பா எடுத்ததுமே ஒத்துக்குவே... வரிசையா வருவமா? கொலை நடந்த அன்னிக்கு நைட் ஷோ சினிமாவுக்குப் போயிருந்ததா போலீஸ்ல சொன்னியே... என்ன சினிமா போனே?"

"அது... ரெண்டுங்கெட்டான்."

"அதை உதயம் தியேட்டர்ல பார்த்தே?"

"ஆமாம்."

"கோயம்பேடுல இருக்கற நீ எதுக்குப்பா மெனெக்கெட்டு உதயம் போனே? சரி... அது உன் இஷ்டம். ஆனா பாரு... உதயம் தியேட்டருக்கு போன் பண்ணி விசாரிச்சா... அன்னிக்கு ஈவினிங் ஷோ, நைட் ஷோ ரெண்டுமே போதுமான ஆடியன்ஸ்

இல்லைன்னு கேன்சல் பண்ணிட்டதா சொல்றாங்களே தம்பி. அதெப்படி உனக்கு மட்டும் ஸ்பெஷல் ஷோ போட்டுக் காட்னாங்களா?"

"படத்துப் பேரு ஒருவேளை தப்பா சொல்லிருப்பேன் சார்."

"அப்படியா? உன் வீட்டு ஃப்ரிட்ஜ் டோர் மேல குமரப்பன் கம்பெனி விளம்பர மேக்னெட்டை எதுக்குப்பா ஒட்டிவெச்சிருக்கே?"

"ஒரு ஃபிரெண்டு கொடுத்தான். பாக்க அழகா இருந்திச்சி. வெச்சேன். இது ஒரு தப்பா சார்?"

"ஸ்மார்ட். உன் சேவிங்ஸ் அக்கவுண்ட் இருக்கற பேங்க்ல கணக்கு ஆரம்பிச்ச நாள்லேர்ந்து ஸ்டேட்மெண்ட் வாங்கிருக்கோம். அதுல ஆர்.கே. பில்டர்ஸ் அப்பப்போ அம்பதாயிரம், ஒரு லட்சம்னு ஏழெட்டு தடவை பணம் போட்ருக்காங்களே... நீ கோகுல்தாஸ் கம்பெனிலதானே வேலை பார்க்கறே? இல்ல குமரப்பன்கிட்ட வேலை பார்க்கறியா?"

தடுமாறினான் வெங்கட். பதிலுக்குத் தவித்தான்.

"அது... அது..."

"நான் சொல்லட்டுமா?" என்றாள் சுசிலா. "குமரப்பனையும் மீட் பண்ணிட்டுதான் வர்றோம். அவரை மர்டர் கேஸ்ல சேர்க்க வேண்டிருக்கும்னு சொன்னதும் ஆடிட்டார். கடகடன்னு எல்லாத்தையும் கக்கிட்டார். உன் கணக்குல பணம் போட்டது மட்டும் இல்லாம கைல கேஷா மொத்தமா முப்பது லட்சம் வேற கொடுத்தாராமே... எனக்கும் அவருக்கும் எந்த சம்பந்தமும் இல்லை, எந்தக் கொலையும் நான் செய்யலைன்னு நீ சாதிக்கப் போறியா?"

அமைதியான வெங்கட் வியர்த்துப் போனான்.

அவன் தோளில் கை வைத்தான் பரத்.

"முப்பது லட்சத்துல ஒரு பத்து லட்சத்தை பாலிதீன் பேக்ல சுத்தி வீட்ல அரிசி ட்ரம்முக்குள்ளயா வெப்பே? இதப் பாரு வெங்கட்... புரிஞ்சிக்கோ. நாங்க போலீஸ் இல்லை.

நாங்க கண்டுபிடிச்ச எந்தத் தகவலையும் இதுவரைக்கும் போலீஸுக்குத் தெரிவிக்கலை. இப்ப நமக்குள்ள ஒரு டீலுக்கு வர முடிஞ்சா இங்கயே எல்லா ஆதாரங்களையும் அழிச்சிட்டுப் போயிடறோம்."

நடுக்கமான குரலில், "எ... என்ன எதிர்பார்க்கறீங்க?" என்று தயக்கத்துடன் கேட்டான்.

"ஒரு கொலைக்கு பத்து லட்சம். ரெண்டு கொலைக்கு இருபது லட்சம்."

"எங்கிட்ட இப்ப அந்த பத்து லட்சம் மட்டும்தானே இருக்கு. மிச்ச இருபது லட்சத்தை திண்டுக்கல்லுல என் ஃபிரெண்டுகிட்ட லேண்ட் வாங்கறதுக்காக கொடுத்திருக்கேனே..."

"திருப்பி வாங்கிட்டாப் போச்சு. சரி... எதுக்கு மாயாவை நீ கொலை செஞ்சே?"

"சார்... சொல்லிடறேன். எல்லாம் சொல்லிடறேன். நான் பல வருஷமா கோகுல் சார்ட்ட சின்சியராதான் வேலை பார்த்துட்டிருந்தேன். ஒரு வருஷம் முன்னாடி ஒரு நாள் குமரப்பன் சார் எனக்கு போன் செஞ்சி தனியா சந்திக்கணும்னு சொன்னார். ஒரு ஹோட்டல்ல சந்திச்சோம்" என்று துவங்கினான் வெங்கட்.

* * *

அந்த நட்சத்திர ஹோட்டலில் உயர் தர உணவு வகைகளை ருசித்து சாப்பிட்ட வெங்கட்டின் தோளில் கை போட்டு பாசம் பொங்கப் பேசினார் குமரப்பன்.

"நானும் திண்டுக்கல்தான்ப்பா தம்பி. ஒரே ஊர்க்காரனாப் போயிட்டே. விசாரிச்சேன். நீயும் நம்ம ஜாதிக்காரன்ப்பா. எங்கிட்ட இருக்க வேண்டிய ஆளு. எத்தனை நாளைக்கு சம்பளத்துக்கு வேலை பார்த்துக்கிட்டு தொழிலாளியாவே இருப்பே கண்ணு? உன்னை முதலாளியா ஆக்கணும்னு ஆசைப்படறேன் ராஜா. நீ கோகுல்கிட்டயே வேலை பாரு. ஆனா, எனக்கு விசுவாசமா நடந்துக்க. புரியல? நான் கேக்கற தகவல்களை மட்டும் அப்பப்ப எனக்குக் கொடு, போதும்.

நீயே எதிர்பார்க்காத தொகை உன் கணக்குல போடுவேன். உன்னால எனக்குக் கிடைக்கிற லாபத்துல ஒரு பர்செண்ட்டேஜ் மாதிரிதான். என்ன சொல்றே?" என்றார்.

* * *

வெங்கட் தொடர்ந்தான்.

"அதையும் இதையும் சொல்லி என் மனசை மாத்திட்டார். பிரெய்ன் வாஷ் செஞ்ச மாதிரி தலையாட்டினேன். கோகுல்தாஸ் பில்டிங் மெட்டீரியல்ஸ் யார்கிட்டே பர்ச்சேஸ் பண்றார், அவருக்கு எந்த கம்பெனி எவ்வளவு டிஸ்கவுண்ட் கொடுக்குது அப்படின்னு ஆபீஸ் சம்பந்தப்பட்ட தகவல்கள் கேப்பார். நானும் எடுத்துக்கொடுப்பேன். மதுரவாயில்ல ஆயிரம் வீடு கட்ற கவர்மெண்ட் ப்ராஜெக்ட் ஒண்ணு வந்துச்சி. அதுக்கு கோகுல் சார் என்ன கொட்டேஷன் கொடுத்திருக்கார்னு கேட்டார். அந்த கொட்டேஷன் மாயா மேடம் கம்ப்யூட்டர்ல இருந்திச்சி. அவங்க இல்லாத சமயம் அதிலேர்ந்து பென் டிரைவ்ல அந்த கொட்டேஷனை எடுத்து என் சிஸ்டத்துலேர்ந்து குமரப்பன் சாருக்கு மெயில்ல அனுப்பினேன். அது பிக் டீல். அதுக்குதான் முப்பது லட்சம் கேஷா கொடுத்தார்."

"அப்பறம்?"

"யாரும் கண்டுபிடிக்கலைன்னு ஹேப்பியாதான் இருந்தேன். கொலை நடந்த அன்னிக்கு ஈவினிங் ஆபீஸ் க்ளோஸிங் டைம். என்னை தன்னோட ரூமுக்குக் கூப்பிட்டாங்க மாயா மேடம். நான் போனதும் ஒரு ஃபைலைத் தூக்கி என் முன்னாடி போட்டாங்க." என்றான் வெங்கட்.

* * *

முகம் சிவந்திருந்த மாயா உச்ச குரலில் கத்தினாள்.

"இதெல்லாம் உங்க கம்ப்யூட்டர்லேர்ந்து நீங்க ஆர். கே.பில்டர்ஸுக்கு அனுப்பிச்ச ஈ மெயில்ஸ் காப்பீஸ். கடைசியா ஆயிரம் வீடு ப்ராஜெக்ட் கொட்டேஷனையும் அனுப்பிருக்கீங்க... உங்க மேல எவ்வளவு நம்பிக்கையா இருந்தோம்? இப்படி ஒரு துரோகம் செஞ்சிருக்கீங்களே... அவர்

வேற ஊர்ல இல்லை. இப்ப நான் போலீஸ்ல கம்ப்ளெயிண்ட் செய்யணும். இதையே அவர் கண்டுபிடிச்சிருந்தா சுட்டுக் கொன்னுருப்பார். ஏன் இப்படி செஞ்சீங்க? வாயைத் திறந்து பேசுங்க வெங்கட்!"

வியர்த்துப்போய் நின்றிருந்த வெங்கட் அப்படியே மாயாவின் கால்களில் விழுந்தான். இரண்டு கால்களையும் பிடித்துக்கொண்டு கண்ணீர் வழிய கெஞ்சினான்.

"புத்தி கெட்டுப்போய் தப்பு செஞ்சிட்டேன் மேடம். ப்ளீஸ் மேடம். என்னை மன்னிச்சிடுங்க. இனிமே இப்படி நடக்காது. என்னை வேணும்னா வேலையை விட்டு நிறுத்திடுங்க. ஆனா, போலீஸ்ல மட்டும் கம்ப்ளெயிண்ட் செஞ்சிடாதீங்க மேடம்."

கால்களில் விழுந்த கோலத்தில் கெஞ்சியபடியே திரும்பிய வெங்கட் லேசாகத் திறந்திருந்த அறையின் கதவு வழியாக கல்யாணி பார்த்துவிட்டு அதிர்ச்சியுடன் விலகுவதைக் கவனித்துவிட்டான்.

"வெங்கட்... உன்னை நான் மன்னிக்கிறதா இருந்தா நீ ஒரு காரியம் செய்யணும்" என்றாள் மாயா.

"சொல்லுங்க மேடம்."

"இதுவரைக்கும் குமரப்பன்கிட்டேர்ந்து நீ லஞ்சமா வாங்கின அத்தனை தொகையையும் ஏதாச்சும் ஒரு அநாதை இல்லத்துக்கு டொனேட் செஞ்சி ரசீது வாங்கிட்டு வந்து எங்கிட்ட காட்டணும். புரிஞ்சுதா?" என்றாள் உத்தரவாக.

"அவசியம் செய்றேன் மேடம்" என்றான் வெங்கட்.

* * *

வெங்கட் தொடர்ந்தான்.

"ஆனா, அந்தப் பணத்தை அநாதை இல்லத்துல ஒப்படைக்க எனக்கு விருப்பம் இல்லை. அது மட்டுமில்லாம மாயா மேடம் கோகுல் சார் மும்பைலேர்ந்து திரும்பினதும் கண்டிப்பா சொல்லிடுவாங்கன்னு நினைச்சேன். அதனால அவங்களைக் கொன்னுடறதுன்னு முடிவு செஞ்சேன்."

பரத்திற்கு வந்த போன் குறுக்கிட... தள்ளிச் சென்று பேசிவிட்டு வந்து, "ம்... சொல்லு" என்றான்.

"நைட்டு நான் பங்களாவுக்கு ரகசியமா போனப்போ கேட்ல வாட்ச்மேன் கந்தசாமி இல்ல. சைடுல இருந்த தோட்டத்துல கோகுல் சார் நின்னுட்டு இருந்தார். இவர் எப்ப ஊர்லேர்ந்து வந்தார்னு குழப்பத்தோட நான் பதுங்கி கிட்டப்போயி கவனிச்சேன். தண்ணி அடிச்சிட்டிருந்ததுக்காக துரைராஜையும், கந்தசாமியையும் திட்டிக்கிட்டிருந்தார். அப்பறம் காரை எடுத்துக்கிட்டு வெளில போய்ட்டார். நான் சட்டுன்னு வீட்டுக்கு உள்ளே போயி ஒரு பக்கமா ஒதுங்கி நின்னேன். துரைராஜ் ஃபுல் போதையில தடுமாறி நடந்து வந்தான். வாசக் கதவைக்கூட மூடாம அப்படியே போயி ஓரமா விழுந்து செட்டிலாயிட்டான். கொஞ்ச நேரம் வெய்ட் செஞ்சேன். நான் எடுத்துட்டுப் போயிருந்த கத்தியோட மாடிப்படியேறினேன்."

* * *

படுக்கையறைக் கதவை மெதுவாகத் தள்ளித் திறந்து உள்ளே நுழைந்தான் கைகளில் கிளவுஸ் அணிந்திருந்த வெங்கட்.

கோகுலிடம் அறை வாங்கிய ஆத்திரத்துடன் படுத்திருந்த மாயாவுக்கு உறக்கம் இல்லை. கண்களை மூடியபடி அடுத்து என்ன செய்யலாம் என்று யோசித்துக்கொண்டிருக்க...

யாரோ சமீபிப்பதை உணர்ந்து விழிகளைத் திறந்த மாயா ஓங்கிய கையில் கத்தியுடன் நின்ற வெங்கட்டைப் பார்த்து அதிர்ந்தாள்.

இரண்டு கால்களாலும் வெங்கட்டின் வயிற்றில் உதைக்க... அவன் பின்னால் சென்று விழுந்தான். அவன் கையில் பிடித்திருந்த கத்தியும் எகிறி விழுந்தது. அவன் சமாளித்து எழுந்தபோது அவனை நோக்கி ஆவேசத்துடன் நின்ற மாயாவின் கையில் ஒரு கத்தி இருந்தது.

சட்டென்று கத்தி பிடித்தவளின் கையை இரண்டு கைகளாலும் வலுவாகப் பிடித்து பின்புறமாக முறுக்கி அந்தக் கத்தியை கீழே விழவைத்தான். ஆனால், அவள் வேகம் குறையாமல் திரும்பி தன் தலையால் அவன் நெஞ்சில் முட்ட... தடுமாறி கப்போர்டு கதவின் மீது வந்து மோதிக்கொண்டான்.

அதன் கதவு திறந்துகொள்ள... உள்ளே வரிசையாக நிறைய புடவைகள் ஹேங்கர்களில் தொங்குவதைப் பார்த்தான்.

மின்னல் வேகத்தில் கையில் கிடைத்த புடவையுடன் இருந்த ஒரு ஹேங்கரை எடுத்தான். புடவையைக் கீழே போட்டுவிட்டு... தன் கத்தியை தரையில் தேடியபடி இருந்த மாயாவின் மீது பாய்ந்து அந்த ஹேங்கரை அகட்டி அவள் கழுத்தில் மாட்டி இரண்டு பக்கமும் வலுவாகப் பிடித்து நெரிக்கத் துவங்கினான்.

மிகச் சில விநாடிகளில் மாயா மூச்சு விடுவதை நிறுத்தி தரையில் சரிந்தாள்.

தன்னை ஆசுவாசப்படுத்திக்கொண்ட வெங்கட் தான் கொண்டுவந்த கத்தியைத் தேடியெடுத்துக்கொண்டான். கலைந்து கீழே கிடந்த புடவையை அவசரமாக மடித்து ஒரு ஹேங்கர் எடுத்து மாட்டி தொங்கவிட்டு கப்போர்டை மூடினான்.

அங்கே மேஜை மீதிருந்த ஒரு நோட்புக்கிலிருந்து காகிதம் கிழித்து பேனா எடுத்து ஏற்கெனவே திட்டமிட்டபடி வேண்டுமென்றே வேறு கையெழுத்தில் மாற்றி எழுதினான்.

என்ன பெயர் போடலாம் என்று ஒரு விநாடி யோசித்தான். மாட்டினால் மருத்துவமனையிலிருந்து டிஸ்சார்ஜ் ஆகி காணாமல் போயிருக்கும் சித்தார்த் மாட்டட்டும் என்று நினைத்தான்.

சித்தார்த் தன் அப்பா பெயர் ரங்கசாமி என்று ஒருமுறை சொன்னது நினைவுக்கு வந்தது. கடிதத்தின் அடியில் 'ர.சி' என்று போட்டு மடித்து மாயா மேல் செருகினான்.

புறப்படலாமென்று வாசல் கதவை நோக்கி ஒரு அடி எடுத்துவைத்தபோது அந்தக் கதவு மெதுவாகத் திறந்தது.

கையில் கத்தியுடன் நின்றுகொண்டிருந்தான் சித்தார்த்.

53

புறப்படலாமென்று வாசல் கதவை நோக்கி வெங்கட் ஒரு அடி எடுத்துவைத்தபோது அந்தக் கதவு மெதுவாகத் திறந்தது.

கையில் கத்தியுடன் நின்றுகொண்டிருந்தான் சித்தார்த்.

உள்ளே மாயா கழுத்தில் ஹேங்கருடன் இறந்து கிடப்பதைப் பார்த்த அவன் விழிகள் ஆச்சரியத்தில் விரிந்தன.

"வெங்கட்... கொன்னுட்டியா? ஏன்?"

வெங்கட் தன் உதடுகளின் மீது விரல் வைத்து, "உஷ்!" என்றான்.

"இவளைத் தீர்த்துக்கட்டத்தான் நானும் வந்தேன். நீ எதுக்காக வெங்கட் கொலை செஞ்சே?"

"கத்தாத! எல்லாம் வெளில போய்ப் பேசிக்கலாம், வா" என்ற வெங்கட், அவன் தோளில் கை வைத்து வெளியே தள்ளிக்கொண்டு நடந்தான்.

* * *

மருத்துவமனையில் வெங்கட் தொடர்ந்தான்.

"சித்தார்த் என்னை ஆச்சரியமாப் பார்த்தான். நான் அவனை ஆச்சரியமாப் பார்த்தேன். அவனை வீட்டுக்கு வெளில கூட்டிக்கிட்டு வந்துட்டேன். நீ எதுக்காக கொல்ல வந்தேன்னு நான் கேக்கலை. நான் எதுக்காக கொலை செஞ்சேன்னு நீ கேக்காதே. நீ தலைமறைவாயிடு. நானும் வேலையை விட்டு நின்னுட்டு எங்கயாச்சும் போயிடப் போறேன்னு சொன்னேன். சம்மதிச்சான். கொஞ்சம் பணம் கொடுத்தேன். நாங்க பிரிஞ்சிட்டோம்."

"அப்படியா? கல்யாணியை ஏன் கொலை செஞ்சே?"

“மாயா கால்ல நான் விழுந்து கெஞ்சினதை கல்யாணி பார்த்துட்டா. அவளுக்கு நான் எதுக்கு கால்ல விழுந்தேன்னு தெரியாது, ஆனா, பார்த்துட்டா. அவகிட்ட அது ரொம்ப பர்சனலான விஷயம், நீ வெளில சொன்னே, தொலைச்சிடுவேன்னு மிரட்டி வெச்சிருந்தேன். அதையும் மீறி உங்ககிட்டஅவநம்பர்வாங்கினதைநான்சிசிடிவிகேமராவழியா பார்த்துட்டேன். அவளையும், அவ அம்மாவையும் கொலை செஞ்சிடுவேன்னு மிரட்டினேன். பர்சனல் ரீசன்னு சொல்லி வேலையை ரிசைன் பண்ணிடுனு சொல்லி செய்ய வெச்சேன். வீட்டையும் காலி செய்யணும்னு மிரட்டினேன். அவளோட புது அட்ரஸ் தேடி நீங்க போனதைக் கண்காணிச்சிட்டேன். அந்த வீட்டையும் காலி செய்ய வச்சேன். மறுபடி மாறின வீட்டுக்கு நேத்து நான் போன சமயம், என் மிரட்டலை எல்லாம் மீறி உங்ககிட்ட போன்ல பேசிட்டிருந்தா. பாதியிலயே போனைப் பிடுங்கிப் போட்டுட்டு அவளைக் கொன்னேன்.”

பரத் கையமர்த்தினான்.

“அதுக்கப்பறம் நீ என்ன செஞ்சேன்னு நான் சொல்லவா? கல்யாணி வீட்லேர்ந்து லீடு பிடிச்சி போலீஸ் உன்னைப் பிடிச்சிட வாய்ப்பிருக்குன்னு புரிஞ்சுக்கிட்டே. அதனால உன் வீட்டுகுப் போனதும் இல்லாத கொலைகாரன் உன்னையும் கொல்லப் பார்த்ததா டிராமா செட்டப் செஞ்சே. ஹேங்கரை உன் கழுத்துல நீயே மாட்டிக்கிட்டு லேசாதான் அழுத்திக்க நினைச்சே. கொஞ்சம் பிரஷர் அதிகமாகி காலர் போன்ல லேசா கிராக் ஆயிடுச்சி. சரியா?”

“ஆமாம்” என்றான் தலையைக் குனிந்தபடி, “ஹவுஸ் ஓனர் ராமானுஜம் ஆம்புலன்ஸ்க்கு போன் பண்ணுவார்னு பார்த்தா... கிட்டவந்து பல்ஸ் எதுவும் செக் பண்ணாமயே நான் செத்துட்டதா நினைச்சி போலீஸுக்கு போன் பண்ணித் தொலைச்சிட்டார். இன்ஸ்பெக்டர் வந்து என்னை செக் பண்ற வரைக்கும் ஒரே பொசிஷன்ல படுத்தே கிடந்தேன். அவ்வளவுதான் சார்.”

புன்னகைத்தான் பரத்.

“அவ்வளவுதானா? இன்னும் இருக்கே... அதையும் சொல்லிடுப்பா.”

"வேற ஒண்ணும் இல்லையே சார்..."

"ஒரு நிமிஷம் வெங்கட். நம்ம போட்ட டீலிங்ல சின்ன மாற்றம் செஞ்சிக்கலாமா?" என்றான் பரத்.

வெங்கட்டைப் போலவே சுசிலாவும் புரியாமல் பார்த்தாள்.

"அதாவது... நீ எங்களுக்குத் தரவேண்டிய அமவுண்ட் முப்பது லட்சம்னு மாத்திக்கலாம்."

"இருபதுதானே பேசினோம்?"

"ரெண்டு கொலைக்கு இருபது லட்சம். ஆனா, நீ செஞ்சது மொத்தம் மூணு கொலையாச்சே வெங்கட். ரெண்டு வாங்குனா ஒண்ணு ஃப்ரீன்னு சலுகை காட்ட முடியுமா என்ன?"

"என்ன சார் சொல்றீங்க?"

"இப்போ மாயாவோட முதல் கொலைக்கும், கல்யாணியோட மூணாவது கொலைக்கும் நடுவுல நடந்த ரெண்டாவது கொலையைப் பத்தி சொல்லுப்பா."

"அப்படி எதுவும் நடக்கலையே சார்."

"வெங்கட்... அடிஷனலா செஞ்ச இன்னொரு கொலைக்காக இன்னொரு தரம் தூக்குல போட மாட்டாங்க. நடுவுல எனக்கு ஒரு போன் வந்துச்சி தெரியுமா? அதுல வந்த தகவல் என்ன தெரியுமா?"

"என்ன பரத்?" என்றாள் சுசிலாவும் புரியாமல்.

"வெங்கட்... இங்க டிவி இல்லாததால உனக்குத் தெரிஞ்சிக்காது. இன்னிக்குக் காலையில அண்ணா நகர்ல... கோகுல் சாரோட பங்களா இருக்கற தெருவுல உள்ள காலி மனையில் குப்பை அள்ளிருக்காங்க. அப்போ அதோட அழுகிப்போன ஒரு பொணமும் கிடைச்சிருக்கு. நான்தான் தயாளன் சாருக்கு போன் செஞ்சி ஒருத்தனோட டி.என்.ஏ மேட்ச் செஞ்சிப்பார்க்கச் சொன்னேன். என் கெஸ் கரெக்ட்டா இருந்திருக்கு. அது யாரோட பொணம் தெரியுமா?"

தயங்கி அடிக்கண்களால் பார்த்தான் வெங்கட்.

“நீ கொலை செஞ்சி குப்பைக்குள்ளே மறைச்சது உன்னைப் பொறுத்தவரைக்கும் சித்தார்த்தோட பொணம். எங்களைப் பொறுத்தவரைக்கும் ரஞ்சித்தோட பொணம். முழிக்காதே. ரஞ்சித்தான் சித்தார்த்தோட ஒரிஜினல் பேரு. நீ மாயா கால்ல விழுந்ததைப் பார்த்தவளையே விட்டுவைக்கலையே. மாயாவைக் கொன்னதை கையும் களவுமா பார்த்தவனை எப்படி விட்டுவைப்பே? நீ கொன்னவன். அவன் கொல்ல வந்தான். அவன் எதுக்குடா தலைமறைவாகணும்? பதற்றத்துல லாஜிக் இடிக்கிற மாதிரி சொல்லிட்டியே... சரி... அதையும் சொல்லி முடி.”

வெங்கட் போர்க்களத்தில் எல்லா ஆயுதங்களையும் இழந்து நிராயுதபாணியாக நிற்பதைப்போல உணர்ந்தான். பெருமூச்சை வெளியேற்றிவிட்டுத் தொடர்ந்தான்.

“அவனைத் தெரு முனைக்கு கூட்டிட்டு வந்தேன். அந்த நேரத்துல தெருவுல எந்த நடமாட்டமும் இல்லை. மலை மாதிரி குப்பை குவிஞ்சி கிடக்கற அந்த காலி மனையைப் பத்தி எனக்கு நல்லாத் தெரியும். அந்த இடத்துக்குக் கூட்டிட்டு வந்து சட்டுன்னு அவன் வாயைப் பொத்தி கழுத்தை கத்தியால அறுத்துட்டேன். இழுத்துட்டுப்போயி குப்பைக்கு நடுவுல போட்டு மூடிட்டேன். கத்தியையும் அங்கயே வீசிட்டேன். மக்கள் மேல மேல குப்பையைப் போட்டதால வெளில தெரியாம பொணம் அடியில போயிடுச்சி.”

“போதும் சுசி. ஆஃப் பண்ணிடு” என்று பரத் சொன்னதும் சுசிலா கேஷுவலாக கையில் வைத்திருப்பதைப் போலப் பிடித்து தன் செல்போனில் முழு உரையாடலையும் வீடியோ பதிவு செய்துகொண்டிருந்ததை நிறுத்தினாள்.

“என்ன இது... எல்லாம் ரெக்கார்ட் செஞ்சீங்களா?” என்றான் அதிர்ச்சியுடன் வெங்கட்.

“பின்னே... முப்பது லட்சம் நீ ஒப்படைக்கிற வரைக்கும் எங்களுக்கு ஒரு ஹோல்ட் வேணாமா?” என்று பரத் சிரிக்க...

அவ்வளவு நேரம் பொறுமையாக அந்த அறைக்கு வெளியில் காத்திருந்த இன்ஸ்பெக்டர் கார்த்திகேயனும், தயாளனும் உள்ளே வந்தார்கள்.

"போலாமாடா தம்பி? உன்னோட மிச்ச ட்ரீட்மெண்ட்டை மேஜிஸ்ட்ரேட்டைப் பார்த்து ரிமாண்ட் வாங்கிட்டு திரும்பிவந்து பந்தோபஸ்த்தோட கண்ட்டினியூ பண்ணலாம்... வா" என்றார் கார்த்திகேயன்.

உச்சமான அதிர்ச்சியுடன் பார்த்தான் வெங்கட்.

பரத்தையும், சுசிலாவையும் முறைத்தபடி வெங்கட் கைகளில் மாட்டப்பட்ட விலங்குடன் கார்த்திகேயன் மற்றும் இரண்டு போலீஸ்காரர்களுடன் நடக்க...

இடைவெளி விட்டு நடந்த சுசிலா, தயாளனிடம், "வீடியோ ஃபைல் உங்களுக்கு அனுப்பிச்சிட்டேன் சார்" என்றாள்.

"நாங்க ஸ்டேஷன்ல வெச்சி எவ்வளவு அடிச்சி உதைச்சிருந்தாலும் பாதிதான் கக்கிருப்பான். உங்க ஐடியா கரெக்ட்டா வொர்க் அவுட் ஆயிடுச்சி. ஆனா பாருங்க... பிரெஸ்ல தான்தான் எல்லாமே மெனெக்கெட்டு கண்டுபிடிச்சேன்னு எங்க இன்ஸ்பெக்டர் புகழாரம் சூட்டிக்குவார்."

"வழக்கமா நடக்கறதுதானே?" என்று சிரித்தான் பரத்.

"பரத்... முதல்ல கோகுல்தாஸ் சாருக்கு இன்ஃபார்ம் பண்ணிடுங்க" என்றாள் சுசிலா.

"ரெண்டு சாப்டர் கதையை போன்ல சொல்லணுமா? நேர்லயே போய்ப் பார்த்து சொல்லிடலாம் சுசி" என்றான் பரத்.

* * *

வெங்கட்டை கோர்ட்டில் ஆஜர் படுத்தி பதினைந்து நாட்கள் ரிமாண்ட் வாங்கிவிட்டு வெளியே அவனைக் கையில் விலங்குடன் அழைத்து வந்த இன்ஸ்பெக்டர் கார்த்திகேயன், கோர்ட் வளாகத்தில் கொத்துக் கொத்தாக மைக்குகளுடன் காத்திருந்த ஊடகக்காரர்களைப் பார்த்ததும் அருகில் நடந்து வந்த தயாளனைப் பார்த்தார்.

"தயாளன்... பிரெஸ்ஸை மீட் பண்ணிட்டு ஜெயில்ல இவனை ஒப்படைச்சுட்டு நான் வந்துடறேன். ஸ்டேஷன்லேர்ந்து போன் வந்துச்சி. எம்.பி-யோட ஆடி காரைத் திருடுனவனைப்

பிடிச்சிருக்காங்க. நீங்க உடனே போயி அவனை இண்ட்ரோகேட் செஞ்சி கார் எங்கன்னு விசாரிங்க.''

''பிரெஸ் மீட் முடிச்சிட்டுப் போறனே சார்...''

''எம்.பி சார் நேத்துலேர்ந்து நாலு தடவை போன் செஞ்சிட்டார் தயாளன். இந்த கேஸ்ல நீங்க எடுத்துக்கிட்ட முயற்சிகள் பத்தி நான் சொல்வேன். டோண்ட் வொர்ரி.''

''சார்... என்னைப் பத்தி சொன்னாலும் சரி... சொல்லலைன்னாலும் சரி... இந்த கேஸை சால்வ் பண்றதுக்கு அவ்வளவு மெனக்கெட்ட பரத், சுசிலா பத்தி ரெண்டு வார்த்தை சொல்லுங்க... போதும்'' என்று கடுப்பாகச் சொல்லிவிட்டு விலகி நடந்தார் தயாளன்.

பெருமிதமாக ஊடகக் கூட்டத்தினை நோக்கி வெங்கட்டை இழுத்துச் சென்றார் இன்ஸ்பெக்டர் கார்த்திகேயன்.

* * *

இரவு எட்டு மணி.

பங்களாவிலிருந்து வேகமாக வெளிப்பட்டு காரில் ஏறினார் கோகுல்தாஸ்.

''ஏர்போர்ட் போப்பா. டைம் கம்மியா இருக்கு. கொஞ்சம் சீக்கிரம் போப்பா'' என்று டிரைவரிடம் சொல்லிவிட்டு பரத் எண்ணை அழைத்தார்.

''பரத்... உங்களுக்கும் சுசிலாவுக்கும் என்னோட தேங்ஸ். உங்க சர்வீஸ் பில் ரெடி செஞ்சி மெயில் செய்றீங்களா?''

''ஒண்ணும் அவசரமில்லை சார்.''

''நோ... நோ... அப்பப்ப செட்டில் செய்யணும் எனக்கு. இப்ப நான் ஒரு ஷார்ட் ட்ரிப்பா பெங்களூர் போய்ட்டிருக்கேன். நாளைக்கு வந்துடுவேன். நாளைக்கு ஈவினிங் ஆறு மணிக்கு என்னை வீட்ல மீட் பண்ணி செக் வாங்கிக்கங்க... வித் ஹை டீ'' என்றார்.

* * *

இரவு 9 மணி மணிக்கு பரத்திற்கு போன் செய்தார் தயாளன்.

"ஒரு பேட் நியூஸ் பரத்."

"என்னாச்சி சார்?"

"வெங்கட்டை கோர்ட்ல ஆஜர்படுத்தி பதினைஞ்சி நாள் ரிமாண்ட் வாங்கினோம். வெளில வந்ததும் நான் ஸ்டேஷனுக்குப் போயிட்டேன். இன்ஸ்பெக்டர் கார்த்திகேயன் அங்கயே பிரெஸ்ஸை மீட் செஞ்சிட்டு அவனை ஜெயிலுக்குக் கொண்டு போக வேனுக்கு நடத்திட்டு வந்தப்போ, எதிர்பார்க்க முடியாதபடி ஒரு பெரிய சம்பவம் நடந்துடிச்சி பரத்."

"என்னாச்சி?"

"ஒரு பெரிய வேன்ல வந்த முகமூடி போட்ருந்த நாலு பேர் ஸ்மோக் பாம் போட்டு கன் பாய்ண்ட்ல வெங்கட்டை அப்படியே அலாக்கா தூக்கிப் போட்டுட்டுப் போயிட்டாங்க."

"வ்வாட்?" என்று உச்சமாக அதிர்ந்தான் பரத்.

"அந்த வண்டி ரெஜிஸ்ட்ரேஷன் நம்பர் ஃபேக். சிட்டி பூரா ஹை அலர்ட் போட்டுத் தேடிட்டிருக்கோம்" என்றார் தயாளன்.

"அவன் என்ன பெரிய கேங்ஸ்டரா, இல்ல டெர்ரரிஸ்ட்டா? அவனை எதுக்காக சார் கடத்திருக்காங்க? என்னதான் சார் நடக்குது?" என்றான் பரத்.

54

"ஒரு பெரிய வேன்ல வந்த முகமூடி போட்ருந்த நாலு பேர் ஸ்மோக் பாம் போட்டு கன் பாய்ண்ட்ல வெங்கட்டை அப்படியே அலாக்கா தூக்கிப் போட்டுட்டுப் போயிட்டாங்க" என்றார் தயாளன் போனில்.

"வ்வாட்?" என்று உச்சமாக அதிர்ந்தான் பரத்.

"அந்த வண்டி ரெஜிஸ்ட்ரேஷன் நம்பர் ஃபேக். சிட்டி பூரா ஹை அலர்ட் போட்டுத் தேடிட்டிருக்கோம்" என்றார் தயாளன்.

"அவன் என்ன பெரிய கேங்ஸ்டரா, இல்ல டெர்ரரிஸ்ட்டா? அவனை எதுக்காக சார் கடத்திருக்காங்க? என்னதான் சார் நடக்குது?" என்றான் பரத்.

"அப்புறம் பேசறேன்."

போனை வைத்துவிட்டு பரத் விபரம் சொன்னதும், "இது குமரப்பனோட வேலையாத்தான் இருக்கணும் பரத்" என்றாள் சுசிலா.

"காரணம் சொல்லு."

"தன்னைப் பத்தி கோர்ட்ல வெங்கட் சொல்லிட்டா தன் மேலயும் கேஸ் வரலாம், கம்பெனிக்கும் கெட்ட பேராயிடும்னு நினைச்சி இப்படி அதிரடியா ஆளுங்களை இறக்கி கடத்தியிருக்கணும்..."

"எனக்கென்னவோ அப்படித் தோணலை."

"வேற எப்படித் தோணுது?"

"வெங்கட் இப்போ உயிரோட இருப்பானான்னே எனக்கு நம்பிக்கை இல்லை."

"என்ன சொல்றீங்க பரத்?"

"உங்க செகரெட்டரி வெங்கட்தான் கொலைகாரன்னு நாம சொன்னப்ப கோகுல்தாஸ் முகத்துல ஏற்பட்ட குரோதத்தையும் ஆத்திரத்தையும் நான் கவனிச்சேன். கூடவே இருந்து இவ்வளவு பெரிய துரோகம் செஞ்சிருக்கானேன்னு தாங்க முடியாமப் புலம்பினார். இது நிச்சயமா கோகுல்தாஸோட வேலையாத்தான் இருக்கணும்" என்றான் பரத்.

* * *

மறுநாள்.

பெங்களூர்.

காலை 10 மணி.

பழைய ஏர்போர்ட் சாலையில் அரண்மனை போலவே ஜ்வலித்துக்கொண்டிருந்தது ஐந்து நட்சத்திர ஹோட்டலான லீலா பேலஸ்.

அதன் சூட் அறையில் தன் சூட்கேஸில் உடைகளை மடித்து வைத்துக் கொண்டிருந்தார் கோகுல்தாஸ்.

கட்டிலில் முழங்கால்களைக் கட்டியபடி அமர்ந்திருந்த ப்ரீத்தி கபூர் உம்மென்று முகத்தை வைத்திருந்தாள். அழுது வீங்கியிருந்தன அவள் கண்கள்.

"நான் புறப்படவா?' என்றார் கோகுல்தாஸ்.

நிமிர்ந்து கோபமாகப் பார்த்தாள்.

"எனக்கு கன்ஃபர்மா ஒரு பதிலைச் சொல்லிட்டுப் புறப்படுங்க கோகுல்."

"நேத்தே தெளிவா சொல்லிட்டேன்."

"நீங்க உங்க மனசை மாத்திக்கிறதா இல்லையா?"

"அய்யோ ப்ரீத்தி! நேத்து ராத்திரி முழுக்க சண்டை போட்டு ஓய்ஞ்சுட்டோம். மறுபடி ஆரம்பிக்காதே."

“யூ ப்ராமிஸ்ட் மீ கோகுல்...”

“என்ன ப்ராமிஸ் செஞ்சேன்?”

“ஒருவேளை உங்க வாழ்க்கையில மாயா இல்லைன்னா என்னை ரீ மேரேஜ் செய்றேன்னு வார்த்தை கொடுத்தீங்க.”

எந்த பதிலும் சொல்லாமல் அறையில் இருந்த ரெஃப்ரிஜிரேட்டர் திறந்து உள்ளிருந்த ஒரு டின் பீர் எடுத்தார். உடைத்து கடக் கடக்கென்று பருகினார்.

இண்டர்காம் எடுத்து, “ரூம் பாய் அனுப்புங்க. லக்கேஜ் எடுக்கணும்” என்றார்.

“அவளோட மரணம் நீங்களும் நானும் சேரணும்னு கடவுள் கொடுத்த தீர்ப்பு. இப்ப முடியாதுன்னா என்ன அர்த்தம்?” என்றாள் ப்ரீத்தி கபூர்.

கட்டிலில் அமர்ந்து பொறுமையாக சாக்ஸ் அணிந்து, ஷூ அணிந்தார்.

“இப்படி அமைதியா இருந்தா என்ன அர்த்தம்? நான் ஒருத்தி கத்திக்கிட்டிருக்கேன்... வாயைத் திறந்து பேச மாட்டீங்களா?”

அவளை எரிச்சலுடன் ஒரு பார்வை பார்த்தார்.

“எனக்கு இன்னொரு மேரேஜ்ல இண்ட்ரெஸ்ட் இல்ல... சொன்னாப் புரிஞ்சுக்கோ.”

“அப்பப்ப ரகசியமா மீட் செய்யணும். நேத்து மாதிரி நல்லா அனுபவிப்பீங்க. இது மட்டும் தொடர்ந்து நடக்கணும். இல்ல?” என்று எழுந்து அருகில் வந்தாள்.

“வேணாம்னா நிறுத்திக்கலாம் ப்ரீத்தி.”

“இதை எத்தனை நாள் கழிச்சி சொல்றீங்க கோகுல்? எனக்கு ஒரு நாளைக்கு பத்து தடவை போன் பண்ணி... வாட்ஸ்அப்ல நூறு மெசேஜ் அனுப்பி என் மனசைக் கலைச்சது நீங்க கோகுல்!”

“அதுக்கெல்லாம் நீ தொடர்ந்து ரெஸ்பான்ஸ் செஞ்சதை ஏன் மறந்துட்டே ப்ரீத்தி? உனக்கு இந்த ரிலேஷன்ஷிப்ல

இஷ்டமில்லைன்னு ஒரே ஒரு தடவை சொல்லிருந்தாலும் அடுத்த மெசேஜ் வந்திருக்காதே ப்ரீத்தி!"

"என் தப்புதான். முழுக்க என் தப்புதான். என்னை மனோஜ் மதிக்காத ஒரு சூழ்நிலைல மனசை உங்ககிட்ட பறிகொடுத்துட்டேன். ஆனா... முதல் தடவை எல்லை மீற இருந்தப்போ இது வேணாமேன்னு நான் சொன்னேன் கோகுல்."

"அதெல்லாம் இப்ப எதுக்கு ப்ரீத்தி?"

"நீங்கதான் என்னை அதையும் இதையும் சொல்லி கன்வின்ஸ் செஞ்சீங்க. அதுக்கப்பறம் உங்க தாலி கட்டாத பொண்டாட்டி மாதிரிதான் நான் இருந்தேன். நீங்க சொன்னா சொன்ன நாள்ல சொன்ன இடத்துக்கு நான் வந்திருக்கேன்."

"புலம்பாத ப்ரீத்தி. மாயாவோட மரணம் என் மனசுல நிறைய மாற்றங்களை ஏற்படுத்திடுச்சி. ரொம்ப குற்ற உணர்ச்சி ஏற்பட்டு தவிக்கிறேன். சரியா தூங்க முடியல. சாப்புட முடியல."

"அப்படின்னா இதான் நம்ம கடைசி சந்திப்பா?"

"அப்படின்னு நான் சொல்லலை. நீ அப்படி விரும்பினா எனக்கும் சம்மதம்."

"எவ்வளவு சுலபமா உங்களால இப்படிப் பேச முடியுது? மனோஜுக்கு நம்ம அஃபயர் தெரிஞ்சிடுச்சி கோகுல்!"

"என்ன சொல்றே?" என்றார் அதிர்ச்சியுடன்.

"என்னை வேவு பார்க்கறதுக்காக பிரைவேட்டா டிடெக்டிவ்ஸ் ஃபிக்ஸ் பண்ணிருக்கார். அவங்க நம்ம அஃபயர் பத்தி ஏகப்பட்ட ஆதாரம் கலெக்ட் பண்ணிட்டாங்க. என்னைக் கூப்புட்டு விலை பேசினாங்க. நான் கவலையே படலை. தாராளமா மனோஜ்கிட்ட கொடுத்துடுங்க... நானே டைவர்ஸுக்கு ரெடியாத்தான் இருக்கேன்னு கெத்தா சொல்லிட்டேன்."

"அப்பறம்?" என்றார் கோகுல்தாஸ் சிந்தனையாக.

"ஆனா, மனோஜ் இன்னும் என்னை நேரடியாக் கேக்கலை. எப்பக் கேட்டாலும் நான் உண்மைய ஒத்துக்கறதுக்குத் தயாரா இருக்கேன்."

“உனக்கென்ன பைத்தியமா?”

“நான் மனோஜை டைவர்ஸ் பண்ற முடிவுலதான் இருக்கேன். அதனால ஏன் மறுக்கணும் கோகுல்?”

“எல்லா முடிவையும் நீயாவே எடுத்துடறே ப்ரீத்தி.”

“என் வாழ்க்கையோட முடிவை நான் எடுக்காம வேற யார் எடுப்பாங்க?”

“டைவர்ஸ் பண்ணிட்டு என்ன செய்யப் போறே?”

“நேரா உங்க வீட்டுக்கு வந்துடுவேன்.”

“உளறாதே! எனக்கு இன்னொரு மேரேஜ்ல இண்ட்ரெஸ்ட் இல்லன்னு இப்பதானே சொன்னேன்...”

“மேரேஜ்லதானே டியர் இண்ட்ரெஸ்ட் இல்ல? என் மேல இண்ட்ரெஸ்ட் அப்படியேதான இருக்கு? மேரேஜ் வேணாம். லெட் அஸ் லிவ் டுகெதர் கோகுல்.”

“இதப் பாரு... நடக்கற விஷயமாப் பேசு” என்ற கோகுல்தாஸ் டைம் பார்த்தார்.

“ஏன் நடக்காது? நடக்கணும்.”

“என்னை டென்ஷன் பண்றே ப்ரீத்தி.”

அறை பெல் ஒலிக்க...

“யெஸ்... கமின்” என்றார் கோகுல்தாஸ்.

யூனிஃபார்ம் அணிந்த ஹோட்டல் ரூம் பாய் உள்ளே வர...

“இந்த ஒரு லக்கேஜ்தான்” என்று வீல் வைத்த பெட்டியைக் காட்டினார்.

அவன் இருப்பதையும் பொருட்படுத்தாத ப்ரீத்தி கபூர் முழு ஆத்திரத்துடன் சட்டென்று அவர் சட்டையைப் பிடித்து, “ஏண்டா... என்னைப் பாத்தா தேவடியா மாதிரி தெரியுதா உனக்கு? நீ கூப்புடறப்பல்லாம் வந்து படுக்கணும். இல்ல?” என்று உச்சக் குரலில் கத்தினாள் வெறித்தனமாக.

அதிர்ந்து போய் பார்த்தான் ரூம் பாய்.

கோபத்தின் உச்சிக்குச் சென்ற கோகுல்தாஸ் பொளேர் என்று அவளை அறைந்தார். கீழே விழுந்தாள் ப்ரீத்தி கபூர்.

ரூம் பாய் பக்கம் திரும்பினார்.

"திஸ் ஈஸ் சம்திங் பர்சனல். டோன்ட் மைண்ட். நீ லக்கேஜ் எடுத்துட்டுப் போய் ரிசப்ஷன்ல வையி. நான் வர்றேன். ஏர்போர்ட் போகணும். கேப் புக் பண்ணிருக்கேன். ரெடியா இருக்கச்சொல்லு" என்று சொன்னதும் ரூம் பாய் அவசரமாக விலகினான்.

கீழே விழுந்த நிலைமையிலேயே எழாமல் கிடந்த ப்ரீத்தியைப் பார்த்து குரலுயர்த்திச் சொன்னார்.

"ப்ரீத்தி... தேர் ஈஸ் எ லிமிட். பிஹேவ் யுவர்செல்ஃப். ரூமை செக் அவுட் பண்ணிட்டு ஒழுங்கா மும்பை போய்ச் சேரு. என் இன்னொரு முகத்தைக் காட்ட வெச்சிடாதே. அண்ட்... திஸ் ஈஸ் அவர் லாஸ்ட் மீட்டிங்."

கோபமாக எச்சரித்துவிட்டு கதவை படீரென்று அறைந்து மூடிவிட்டு வெளியேறி லிஃப்ட்டுக்கு நடந்தார் கோகுல்தாஸ்.

* * *

சென்னை. கோகுல்தாஸ் பங்களா.

மாலை 5 மணி.

கோகுல்தாஸ் எதிரில் டீ பருகிக்கொண்டிருந்தார்கள் பரத்தும், சுசிலாவும்.

தொகையை நிரப்பிக் கையெழுத்திட்ட கோகுல்தாஸ் செக்கைக் கிழித்து ஒரு கவரில் போட்டு நீட்டினார். இருவரையும் தனித்தனியாக கை குலுக்கினார்.

"ரொம்ப தேங்ஸ் உங்க ரெண்டு பேருக்கும்."

"பட் வி ஃபீல் பேட் சார். ஆபரேஷன் சக்ஸஸ், பேஷண்ட் டெட்ன்னு சொல்ற மாதிரி... அவனை அரெஸ்ட் செஞ்சி என்ன

சார் பிரயோஜனம்? கடத்திட்டுப் போய்ட்டாங்களே!" என்ற பரத் அவரின் முகக் குறிப்பை உன்னிப்பாகக் கவனித்தான்.

"போலீஸ் இப்படியா சார் கோட்டை விடுவாங்க? வெங்கட்டைக் கடத்திட்டுப்போன கேங் யாரு பரத்? ரெண்டு நாளாச்சே... என்ன லேட்டஸ்ட் அப்டேட்?" என்றார் கோகுல்தாஸ்.

"இன்னும் கிடைக்கலை சார். ஒரே மர்மமா இருக்கு" என்றாள் சுசிலா.

"எத்தனை நாளானாலும் அவன் கிடைக்க மாட்டான்" என்று சொல்லி... ஒரு இடைவெளி விட்டு, "அப்படின்னு எனக்குத் தோணுது..." என்றவரின் சிரிப்பில் மின்னலாய் தோன்றி மறைந்த ஒரு கள்ளத்தனத்தை பரத் கவனித்தான்.

"என்ன காரணத்துக்காக கடத்திருப்பாங்க சார்?"

"ஒருவேளை அந்தக் கல்யாணி யாரையாச்சும் காதலிச்சிருக்கலாம். அந்தக் காதலன் பழி வாங்கற வெறில இப்படி செஞ்சிருக்கலாம். சும்மா என் கெஸ் இது!"

"அதாவது... இது பழி வாங்கற நோக்கத்தோட பாதிக்கப்பட்ட நபர் செஞ்சிருக்கணும். இல்லையா? அப்படிப் பார்த்தா... நீங்களும் பாதிக்கப்பட்டவர்தானே சார்... உங்களுக்கும் அதே பழி வெறி இருந்துச்சே!" என்றான் பரத்.

கோகுல்தாஸ் மிகப் பெரிய ஹாஸ்யம் கேட்டதைப் போல அட்டகாசமாக சிரித்து ஓய்ந்து, "விட்டா நான்தான் ஆள் வெச்சிக் கடத்தி வெங்கட்டைக் கொலை செஞ்சி என் ஒரு பில்டிங் சைட்ல அஸ்திவாரக் குழில தள்ளி கான்க்ரீட் போட்டுட்டேன்னுகூட சொல்வீங்க போலிருக்கே" என்றவர் கடைசியாக கண்ணடித்தார்.

அதற்கு என்ன அர்த்தம் என்று பரத் யோசிக்க...

அப்போது வாசலில் ஒரு போலீஸ் கார் வந்து நிற்க...

அதிலிருந்து யூனிஃபார்மிலிருந்த நான்கு போலீஸ் அதிகாரிகள் தபதபவென்று உள்ளே வந்தார்கள்.

அதில் தலைமை அதிகாரி தன் ஐடி கார்டைக் காட்டியபடி, "அபிநந்தன். அசிஸ்டென்ட் கமிஷனர் ஆஃப் போலீஸ், பெங்களூரு. மிஸ்டர் கோகுல்தாஸ்... ப்ரீத்தி கபூரை மர்டர் செஞ்ச சார்ஜ்ல உங்களை அரெஸ்ட் செய்றோம்" என்றார்.

55

அப்போது வாசலில் ஒரு போலீஸ் கார் வந்து நிற்க...

அதிலிருந்து யூனிஃபார்மிலிருந்த நான்கு போலீஸ் அதிகாரிகள் தபதபவென்று உள்ளே வந்தார்கள்.

அதில் தலைமை அதிகாரி தன் ஐடி கார்டைக் காட்டியபடி, "அபிநந்தன். அசிஸ்டென்ட் கமிஷனர் ஆஃப் போலீஸ், பெங்களூரு. மிஸ்டர் கோகுல்தாஸ்... ப்ரீத்தி கபூரை மர்டர் செஞ்ச சார்ஜ்ல உங்களை அரெஸ்ட் செய்றோம்" என்றார்.

"வ்வாட்? நோ! இல்ல..." அலறிவிட்டார் கோகுல்தாஸ்.

"என்ன இல்ல? நேத்து நைட் பெங்களூர்ல நீங்க லீலா பேலஸ் ஹோட்டலுக்கு வரவே இல்லன்னு சொல்லப்போறீங்களா? நைட் ப்ரீத்தி கபூரோட சூட் ரூம்ல ஸ்டே பண்ணவே இல்லன்னு சொல்லப்போறீங்களா? இன்னிக்குக் காலையில நீங்க சென்னைக்குப் புறப்படற சமயத்துல உங்க ரெண்டு பேருக்கும் கடுமையான ஆர்க்யூமெண்ட் நடக்கவே இல்லையா? நீங்க அவங்களை அடிக்கவே இல்லையா?"

வந்த அதிகாரி கேட்கக்கேட்க குப்பென்று வியர்த்துப்போன கோகுல்தாஸ் தலையைப் பிடித்துக்கொண்டு அப்படியே அமர்ந்துவிட்டார்.

"நான் எதுவும் செய்யலை" என்றார் முனகலாக.

"நீங்க வந்தது, போனது, தங்கினது எல்லாத்துக்கும் ப்ரூஃப் இருக்கு சார். நீங்க அடிச்சதைப் பார்த்த ஐ விட்னெஸ் இருக்கு. வி நீட் டு அரெஸ்ட் யூ. திஸ் ஈஸ் தி வாரண்ட். ப்ளீஸ் கோவாப்பரேட்" என்று உத்தரவை நீட்ட...

"பரத்... நீங்க லாயர்தான? பேசுங்க அவங்ககிட்ட... அரெஸ்ட் செஞ்சா அவமானமாயிடும். என்ன நடந்துச்சின்னு நான் விவரமா சொல்றேன்."

அசிஸ்டெண்ட் கமிஷனர் அபிநந்தன் கொடுத்த அரெஸ்ட் வாரண்ட்டைப் படித்துப்பார்த்த பரத் உதட்டைப் பிதுக்கினான்.

"பக்காவா இருக்கு சார். இப்ப ஒண்ணும் செய்ய முடியாது. நீங்க அவங்களோட போய்தான் ஆகணும்."

"ஆன்ட்டிசிபேட்டரி பெயில் மூவ் பண்ணுங்க பரத்."

"இப்ப சான்ஸ் இல்ல சார்."

"எவ்வளவு செலவானாலும் சரி..."

"இனிமே பெயில்தான் மூவ் பண்ண முடியும்."

"பரத்... ஒரு நிமிஷம்..."

பரத்தை பத்தடி தள்ளி அழைத்துச் சென்றார் கோகுல்தாஸ்.

"அவர் சொன்னது எல்லாமே நிஜம். நேத்து அவதான் போன் செஞ்சா. பெங்களூர் வந்திருக்கேன், உடனே புறப்பட்டு வாங்கன்னு சொன்னா. எனக்கு வேலை இருக்குன்னு சொன்னேன். நீங்கதான் காரணம்னு லெட்டர் எழுதி வெச்சிட்டு தற்கொலை பண்ணிக்கிட்டா பரவால்லையான்னு கேட்டா."

"ஓ மை காட்!"

"வேற வழியில்லாம அவசரமா புறப்பட்டுப் போனேன். ராத்திரி பூரா ஒரே அழுகை."

"எதுக்கு?"

"அவளை நான் ரெண்டாம் கல்யாணம் பண்ணிக்கணுமாம். எனக்கு இப்போ அப்படிலலாம் இண்ட்ரெஸ்ட் இல்லன்னு எடுத்துச் சொன்னேன். இன்னிக்குக் காலைலயும் திருப்பித் திருப்பி அதையே பேசிட்டிருந்தா. நான் புறப்படற சமயத்துல லக்கேஜ் எடுக்க வந்த ரூம் பாயை வெச்சிக்கிட்டு ஒரு சைக்கோ மாதிரி கத்துனா. வாடா போடான்னு மரியாதையில்லாமப்

பேசுனா. என் சட்டையைப் பிடிச்சிக்கிட்டு கத்தி ரொம்பவே ப்ரவோக் செஞ்சா. ஒரு கட்டத்துல பொறுமை தீர்ந்துபோயி அவளை அடிச்சிட்டேன்."

"ஏதாச்சும் வெப்பன் யூஸ் செஞ்சீங்களா?"

"அய்யோ! இல்ல பரத். கையால கன்னத்துலதான் அறைஞ்சேன். பொத்துனு தரையில விழுந்துட்டா. நான் திட்டிட்டு புறப்பட்டு வந்துட்டேன்."

"தரையில் விழுந்தப்போ படாத இடத்துல தலை மோதி இறந்திருக்கலாமா? ஆக்சிடெண்டல் டெத்?"

"அதெல்லாம் எனக்குத் தெரியாது. நான் அறைஞ்சதால அவ சாகறதுக்கு சான்ஸே இல்ல."

"கீழ விழுந்த ப்ரீத்தியைத் தூக்குனீங்களா?"

"இல்ல. நான் ஆத்திரத்துல இருந்ததால எப்படியோ போகட்டும்னு விருட்டுன்னு வெளில வந்துட்டேன்."

"தப்பு செஞ்சிட்டீங்க சார். ப்ரீத்திக்கு என்ன ஆச்சின்னு பார்த்துருக்கணும்."

அசிஸ்டெண்ட் கமிஷனர் அபிநந்தன் அவர்களிடம் வந்தார்.

"எனஃப் சார். போலாமா?"

"கொஞ்சம் வெய்ட் பண்ணுங்க சார். நான் யார் தெரியும்ல? என் லெவல் என்னன்னு தெரியும்ல? இப்படி உக்காருங்க. உங்க சீனியர் ஆபீஸர் பேர் சொல்லுங்க. சென்ட்ரல் மினிஸ்டரைப் பேசச் சொல்லட்டுமா?" பதறினார் கோகுல்தாஸ்.

"ஹலோ மிஸ்டர் கோகுல்தாஸ்! என் டூட்டியை என்னை செய்ய விடுங்க. நீங்க பிரைம் மினிஸ்டருக்கே போன் செஞ்சாலும் இப்ப உங்களால எதுவும் செய்ய முடியாது. என்னோட வந்துதான் ஆகணும். இப்பவே வந்தீங்கன்னா மீடியாவுக்குத் தெரியாம ரகசியமா போயிடலாம். அஞ்சி நிமிஷம் டைம் கொடுத்தா போதும். அத்தனை மீடியாவும் வந்துடும். ஒரு சீன் கிரியேட் செய்யணும்னு ஆசைப்படறீங்களா?" என்றார் அபிநந்தன் கடுமையாக.

வியர்த்து வெலவெலத்து நின்றார் கோகுல்தாஸ்.

"நீங்க போங்க சார்... பெயிலுக்கு ட்ரை பண்ணலாம்" என்று பரத் சொல்ல... அவமானமாக தலை குனிந்தபடி அவர்களுடன் நடந்தார் கோகுல்தாஸ்.

* * *

இந்த வழக்கு முடிந்ததும் போகலாம் என்று உத்தரவாதம் அளித்தபடி மாலை ஐந்து மணிக்கு அந்த ஷாப்பிங் மாலுக்கு சுசிலாவை அழைத்து வந்திருந்தான் பரத்.

அந்த பிரமாண்டமான கடையில் ஹேங்கர்களில் தொங்கிய ஏராளமான டாப்ஸை நகர்த்தி நகர்த்தி தேர்வுசெய்தாள் சுசிலா.

"ஹேங்கரைப் பார்த்தாலே பயமா இருக்கு... ஆமாம்... பெங்களூர்ல ப்ரீத்தியை கோகுல்தாஸ்தான் கொன்னிருப்பாரா?" என்றாள்.

"நான் ஜஸ்ட் அறைஞ்சேன், அவளைத் திட்டிட்டு நான் வெளியே புறப்பட்டப்ப கீழ விழுந்து அழுதுட்டுதான் இருந்தா அப்படின்னு எங்கிட்ட சொன்ன மாதிரிதான் போலீஸ்லயும் ஸ்டேட்மெண்ட் கொடுத்திருக்கார். நான் ரெஃபெர் செஞ்சி சுப்ரீம் கோர்ட் லாயர் சுகதேவ் மூவ் செஞ்சும் பெயில் கிடைக்கலை. 15 நாள் ரிமாண்ட்ல வெச்சிட்டாங்க."

"அப்போ நீங்க சொன்ன மாதிரி ஆக்ஸிடெண்டல் டெத்தா?"

"காலையில ஸ்டெல்லா பாண்டியன் எனக்கு போன் செஞ்சி ஒரு தகவல் சொன்னாங்க சுசி. அதை வெச்சிப் பார்க்கறப்ப ப்ரீத்திக்கு நடந்தது ஒரு மர்டராவும் இருக்கலாம்."

"அப்படி என்ன சொன்னாங்க?"

"மாயா ரொம்ப ஃபீல் செஞ்சி தனக்காக ப்ரீத்திக்கு போன் செஞ்சி மிரட்டச் சொன்னப்போ... ப்ரீத்தி பிடிகுடுக்காம அலட்சியமா பேசுனதால ஸ்டெல்லா பாண்டியனுக்கு கோபம் வந்துடுச்சாம். அதனால மனோஜ் கபூருக்கே ஸ்ட்ரைட்டா போன் செஞ்சிட்டாங்களாம். தான் யார்னு சொல்லாம உன்

பொண்டாட்டியும் கோகுல்தாஸும் தப்பு செய்றாங்க, கண்டிச்சி வையின்னு சொன்னாங்களாம்."

"ஓ! அப்போ ப்ரீத்தி, கோகுல்தாஸோட லீலைகள் மனோஜுக்கு தெரிஞ்சி போச்சி?"

"யெஸ். இப்படி யோசியேன். மனோஜ் கபூருக்கு ப்ரீத்தியோட பெங்களூர் ட்ரிப் தெரிஞ்சிடுச்சி. பிளான் பண்ணி அவரும் அங்க வந்து வேற ரூம்ல தங்கிட்டார். கண்காணிச்சார். கோகுல்தாஸ் ரூமை விட்டுப்போனதும் அவர் உள்ளே நுழைஞ்சி ப்ரீத்தியை முடிச்சிட்டார். எல்லாமே கெஸ்தான்."

"ப்ரீத்தி கொலை கேஸை எடுத்துக்கப் போறமா?"

"கோகுல்தாஸ் போன்ல கேட்டாரு. எக்ஸ்ட்ரீம்லி ஸாரி சார், நீங்க வேற லாயரைப் பாருங்கன்னு சொல்லிட்டேன். மனுஷன் நிச்சயமா கிரிமினல் சுசி. வெங்கட்டை கோர்ட்லேர்ந்து கடத்த கேங் செட் செஞ்சது இவராத்தான் இருக்கணும். எந்தக் கட்டடத்தோட அஸ்திவாரத்துல இப்போ அவன் பாடி கிடக்குதோ?" என்றான் பரத்.

"ஹேய்... இது எப்படி இருக்கு?" என்று சுசிலா எடுத்துக் காட்டிய அந்த டாப்ஸில்...

Starting points – என்று எம்பிராய்டரி செய்யப்பட்டிருந்தது.

"அப்போ எது எண்டிங் பாயிண்ட்?" என்ற பரத், "ஹாய் பரத்" என்ற உற்சாகக் குரல் கேட்டுத் திரும்ப... ஷில்பா நாயர் ஸ்டைலாக நடந்துவந்தாள். டைட்டான டாப்ஸில் பிதுங்கி வழிந்தாள்.

சுசிலா இருப்பதை அவள் கவனிக்கவில்லை.

"ரஞ்சித் பத்தி என் வீட்டுக்கு வந்து விசாரிச்சிட்டுப் போனீங்க. அப்பறம் ஏன் பரத் போன் பண்ணவே இல்லை... செகண்ட் டைமும் நான் உங்களை ஹக் பண்ணி பை சொன்னதுனால என் மேல கோபமா?" என்றாள்.

"ரெண்டு தடவை ஹக்கா? எப்போ? எப்படி? எனக்கு இப்பவே தெரிஞ்சாகணும் பரத்!" என்றாள் கோபமாக சுசிலா.

"ஓ... மை காட். நீங்களும் இருக்கீங்களா? கவனிக்கலை. நான் அப்பறம் போன் பண்றேன் பரத்" என்று ஷில்பா நாயர் விலக...

"பதில் சொல்லுங்க பரத்."

"சுசி டியர்... அவதானே என்னை ஹக் செஞ்சேன்னு சொன்னா... நான் அவளை ஹக் செஞ்சேன்னா சொன்னா?"

"யார் செஞ்சாலும் எஃபெக்ட் ஒண்ணுதானே? படவா ராஸ்கல்... எனக்குத் தெரியாம அவளை ரெண்டு தடவை எதுக்கு மீட் பண்ணீங்க?"

பரத் பதில் சொல்வதற்கு முன் ஒலித்த போனை புது எண்ணாக இருந்தபோதிலும் ஆபத்பாந்தவா என்று மனதில் நன்றி சொல்லி,

"ஹலோ... பரத்" என்றான்.

"சார்... நான் மும்பேலேர்ந்து மனோஜ் கபூர் பேசுது. பெங்களூர்ல மர்டரான ப்ரீத்தி கபூர் ஹஸ்பண்ட்."

"யெஸ்... சொல்லுங்க சார்."

"ப்ரீத்தி மர்டரான அதே சமயம் நான் ஒரு பிஸ்னெஸ் மீட்டுக்காக அதே பெங்களூர்ல இருந்தேன் சார். அசிஸ்டெண்ட் கமிஷனர் அபிநந்தன் என்னை தரோவா விசாரிச்சுது. அந்த மர்டர்ல கோகுல்தாஸை அரெஸ்ட் செஞ்சும்... என் மேலயும் ஒரு சந்தேகம் இருக்குன்னு நினைக்கிறேன்."

"ஸோ?"

"கோகுல்தாஸ் மர்டர் செய்யலன்னு மறுபடி மறுபடி சொல்றாராம். அவரு ரொம்ப இன்ஃப்ளூயன்ஷியல் பர்சன். அவரை ரிலீஸ் செஞ்சாலும் செஞ்சிடுவாங்க சார்."

"அதுக்கு?"

"அவரும் செய்யல... ஐ ஸ்வேர்... நானும் செய்யல. அப்போ வேற யாராச்சும் செஞ்சிருக்கலாமா சார்? என் வைஃப் மர்டர் கேஸை நீங்க பிரைவேட்டா இன்வெஸ்டிகேட் செய்ய முடியுமா சார்? ப்ளீஸ்..."

“யோசிச்சிட்டு சொல்றேன். நானே கூப்புடறேன்” என்ற பரத் பேசிய விபரம் சொன்னதும் சுசிலா, “நோ வே! ஐ நீட் அ பிரேக். ஒன் வீக் துபாய் போலாம்னு சொல்லிருக்கீங்க பரத்...” என்றாள்.

“சொன்னேன்... ஆனா, தொழில் முக்கியமில்லையா?”

“ப்ரீத்தி கபூர் கேஸ்ல இறங்கினாதான் தெரியும். அதுல எத்தனை வில்லங்கமோ? எத்தனை சஸ்பெக்ட்ஸோ? குற்றம் கற்றவன் வெர்ஷன் 2 பாய்ண்ட் ஒக்கு அடிபோடறீங்க... நோ!”

“கண்டிப்பா நோவா டியர்?”

“நோ மீன்ஸ் நோ! நாட் இண்ட்ரெஸ்டட்னு கூப்ட்டு சொல்லிடுங்க. அதுக்கு முன்னாடி எனக்கு பதில் சொல்லிடுங்க.”

“எந்தக் கேள்விக்கு?”

“எதுக்கு ஷில்பா நாயரை ரெண்டு தடவை எனக்குத் தெரியாம மீட் செஞ்சீங்கன்னு கேட்டேன்.”

“கடவுளே... தொழில் சம்பந்தமாதான்ப்பா மீட் செஞ்சேன்.”

“யார் தொழில் சம்பந்தமா?”

“ஹேய்... இந்த டாப்ஸ் பாரு, சூப்பரா இருக்கு” என்று பரத் எடுத்துக் காட்டிய டாப்ஸை ஆர்வத்துடன் பார்த்தாள் சுசிலா. அதில்...

Love fight never ends... என்று இருந்தது.

www.ingramcontent.com/pod-product-compliance
Lightning Source LLC
LaVergne TN
LVHW090224051026
849517LV00001B/182
9798888333044